தீர்ப்பு

இந்தியத் தேர்தல்களைப் புரிந்து கொள்ளல்

பிரணாய் ராய்

தொராப் ஆர். சொபாரிவாலா

தமிழில்
ச. வின்சென்ட்

எதிர் வெளியீடு

தீர்ப்பு

இந்தியத் தேர்தல்களைப் புரிந்து கொள்ளல்

பிரணாய் ராய்
தொராப் ஆர். சொபாரிவாலா
தமிழில்: ச. வின்சென்ட்
மெய்ப்புத் திருத்தம்: மே. கா. கிட்டு

முதல் பதிப்பு: டிசம்பர் 2019

எதிர் வெளியீடு,
96, நியூ ஸ்கீம் ரோடு, பொள்ளாச்சி – 642 002.
தொலைபேசி: 04259 – 226012, 99425 11302.

விலை: ரூ. 399

The Verdict

Decoding India's Elections

Author: Prannoy Roy and Dorab R. Sopariwala

English edition published by Penguin Random House India.

This Tamil edition is published with an arrangement with Penguin Random House India, 2019.

© Prannoy Roy and Dorab R. Sopariwala, 2019.

Translated by: S. Vincent

First Edition: December 2019

Published by
Ethir Veliyeedu, 96, New Scheme Road, Pollachi - 642 002.
email: ethirveliyedu@gmail.com
www.ethirveliyedu.in

Price: ₹ 399

Cover Photographs courtesy of NDTV
Cover Design: Parag Chitale/ Jeevamani
ISBN: 978-93-87333-77-2
Printed at Jothy Enterprises, Chennai.

All rights reserved. No part of this book may be reprinted or reproduced or utilised in any form or by any electronic, mechanical or other means, now known or hereafter invented, including photocopying and recording, or in any information storage or retrieval system, without permission in writing from the Publisher.

ராதிகா ராய்க்கு...

பொருளடக்கம்

முன்னுரை 09

பகுதி 1

இந்தியத் தேர்தல்களில் திருப்புமுனைகள்

முதிர்ச்சி பெறும் மக்களாட்சி

1: முடிவுக்குவரும் பதவியிலிருப்போருக்கான எதிர்ப்பு 15

2: பெண்கள் முன்னணியில் 60

3: இந்தியா மிகப் பெரிய மக்களாட்சி என்பதற்கான அடையாளங்கள் 83

பகுதி 2

இந்தியத் தேர்தல்களை முன்னறிவிப்பது எப்படி

2019 மக்களைவைத் தேர்தலை முன்னறிவித்தல்: எவற்றைப் பார்க்கவேண்டும்?

1: தேர்தல்களை முன் கணித்தல்: நல்லதும், கெட்டதும், விகாரமும் 103

2: இந்தியாவில் கருத்துக் கணிப்புகளை நீங்கள் நம்ப முடியுமா? 138

3: தேர்தல்களை முன்னறிவிப்பதிலுள்ள மிகப்பெரிய அறைகூவல்கள் 167

பகுதி 3

நீங்களே முன்னறிவிப்புகளைச் செய்வது எப்படி?

நல்ல கணிப்புகள், மோசமான கணிப்புகள்... கணிப்புகளுக்கு அப்பால்

1: வேறு பெரிய முன்னறிவிப்புகளும் குறியீடுகளும் 187

2: இந்தியாவில் ஐந்து வகையான கருத்துக் கணிப்புகள் 233

3: இந்தியாவில் கருத்துக் கணிப்பு பற்றிய ஒன்பது பெரிய கவலைகள் 247

பகுதி 4

பிரித்தாளுக

1: ஒரு தேர்தலில் வெற்றியடையச் சிறந்த வழி எது? 267

2: தேர்தல்கள் பிரதிநிதித்துவமுள்ளவையாக உண்மையில் இல்லை 285

3: இந்தியாவின் அழகான விதிமுறைகளை மாற்றும் (ஜூகாட்) அதிக வாக்குப் பெறுபவர் வெற்றி பெறுகிறார் என்ற தேர்தல் அமைப்பு 314

பகுதி 5

முடிவுரை

1: 2019 மக்களவைத் தேர்தல்களுக்குப் பாடங்கள் 327

நன்றிகள் 349

பொறுப்புத் துறப்பு 351

முகவுரை

1967-ஆம் ஆண்டு ஆஸ்திரேலியாவுக்குப் போகும் வழியில் முதன் முதலில் நான் இந்தியாவைப் பார்த்தேன். நஃபீல்டு கல்லூரியின் ஆய்வு மாணவரான ஜகதீஷ் பகவதியின் அழைப்பின்பேரில் டில்லியின் புறநகர்ப் பகுதியொன்றில் ஓர் ஆடம்பரம் இல்லாத விருந்திற்கு அழைக்கப்பட்டதை நான் குறிப்பாக நினைவு வைத்திருக்கிறேன். அந்த விருந்தில் கலந்துகொண்ட சில நிமிடங்களிலேயே, நாங்கள் சந்தித்தவர்களிலேயே மிகவும் சிறப்பான மக்களின் கூட்டத்தில் இருந்தது போல உணர்ந்தோம் என்று நானும் எனது மனைவி மர்லினும் ஒத்துக் கொண்டோம். இதனையே எங்களோடு இருந்த இன்னொருவரிடம் சொன்னபோது, அவர், "இதில் ஆச்சரியப்படுவதற்கு ஒன்றுமில்லை. நாட்டின் மிகக் கெட்டிக்காரப் பொருளியல் வல்லுநர்களில் ஐந்து பேர் இங்கிருக்கிறார்கள்," என்றார்.

ஆனால் இந்திய அரசியல் மேல் எனது காதல் பல ஆண்டுகளுக்குப் பின்னர், 1983-ஆம் ஆண்டு தான் வளர்ந்தது. பிரணாய் ராய் என்ற இளம் இந்தியப் பொருளியலறிஞரிடமிருந்து எனக்கு ஒரு கடிதம் எதிர்பாராமல் வந்தது. அவரும், அவருடன் பணியாற்றும் அஷோக் கே.லாகிரியும் தேர்தல்களை ஆராய்வது பற்றி ஆலோசனை பெற விரும்பினார்கள். இருவரும் 'டில்லி ஸ்கூல் ஆஃப் எகனாமிக்சில்' இருந்தார்கள். அரசியல் தளத்தில் என்ன செய்ய முடியும் என்பதைப் பற்றி எனது அனுபவத்திலிருந்து கற்றுக் கொள்ள முடியும் என்று நம்பினார்கள். டில்லி விமான நிலையத்தில் அவர்களைச் சந்தித்தது எனக்கு நினைவு இருக்கிறது. அவர்கள் என்னிடம், "இன்று இரவு ஐதராபாத் போகிறோம்," என்று அறிவித்தார்கள். அங்கே தேர்தலின் மாதிரி ஒன்றைக் கவனித்தோம்; அங்கேதான் முதன் முதலாக இந்தியாவில் வாக்கு எந்திரங்கள் பயன்படுத்தப்பட்டன. முடிவுகள் மெதுவாக இரண்டு நாட்களில் வெளியாயின. மூன்று உள்ளூர்த் தேர்தல் முடிவுகளை வைத்தே காங்கிரசின் படுதோல்வியை என்னால் முன்னறிய முடிந்தது. பிரிட்டிஷ் தேர்தல்கள் பற்றிய எனது அனுபவத்தினால் இப்படி முன்னுணர்ந்து சொல்ல முடிந்தது. மூன்று முடிவுகளிலுமே, ஆளும் கட்சிக்கு

எதிராகப் பெரிய அலை அடிப்பதைப் பார்க்க முடிந்தது. ஒரே மாதிரியான அலைவு (swing) என்ற கொள்கையை இந்தியாவுக்குப் பயன்படுத்த முடியும் என்று நான் நினைத்தேன். இதனை உள்ளூர்த் தேர்தல் பார்வையாளர்கள் கவனிக்கவில்லை என்பது போலத் தோன்றியது. எனது யூகம் சரியாக இருந்தது. பெரும்பாலான தேர்தல் முற்கணிப்புகளுக்கு மாறாக, ஆளும் காங்கிரஸ் கட்சி பெரும் தோல்வியைத் தழுவியது. இதற்கு இடையில் நான் சந்தித்த பல இந்திய அரசியல்வாதிகளும், அப்படிப்பட்ட ஒரு நிகழ்வு சாத்தியமில்லை என்று நினைத்திருந்தார்கள்.

இந்த உணர்ச்சிபூர்வ நிகழ்ச்சிக்குப் பிறகு, 1984-இல் நடக்கவிருக்கும் தேசிய அளவிலான தேர்தல் பரப்புரைகளைக் காண இந்தியா வருவதாக பிரணாய் ராய்க்கும், அஷோக்குக்கும் உறுதியளித்தேன். அமிர்தசரசில் தங்கக் கோவிலின் முற்றுகை, படுகொலை, போபாலில் யூனியன் கார்பைட் அவல நிகழ்ச்சி, இந்திராகாந்தி படுகொலை ஆகியவை நடந்த அதே ஆண்டு தேர்தல் நடந்தது. அதுவரையில் இந்தியாவில் நடந்த இவை போன்ற மூன்று நிகழ்ச்சிகள் உலகச் செய்தித்தாள்களில் முதன்மைச் செய்திகளாக வந்தது அபூர்வம்.

நான் அதுநாள் வரையில் அமெரிக்கா, ஆஸ்திரேலியா முதல் இங்கிலாந்து வரையில் பல நாட்டுத் தேர்தல்களைப் பார்த்திருந்தேன். ஆனால் இந்தியா முற்றிலும் மாறானது: பல மொழி, இன, சமயக் குழுக்களின் வீச்சில், மக்கள் தொகை அளவில் இந்தியா மிக வித்தியாசமானது. ஆனால் அதிகம் குறிப்பிடப்பட வேண்டியவை என்னவென்றால், என்னுடைய பிரிட்டிஷ் அனுபவம் இன்னும் கூட இங்கு எந்த அளவு பொருத்தமாக இருந்தது என்பதும், தேசிய, உள்ளூர் உணர்வுகளுக்குத் தக்கவாறு நாட்டின் மனநிலையும் ஓரளவு அலைவுற்றது என்பதும் தான்.

1984 தேர்தல் பற்றி ஒரு நூல் எழுதும் திட்டம் எல்லோரையும் விட பிரணாயால் உந்துதல் பெற்றது. அவருடைய ஆற்றலும், தேர்தல் பகுப்பாய்வின் புள்ளி விவர அடிப்படையின்பால் அவருக்கிருந்த ஆர்வமும் அவரைச் சுற்றியிருந்த அனைவரையும் தொற்றிக் கொண்டது. அது 'India Decides' என்று பெயரிடப்பட்டது. 1985 வரையிலான இந்திய மக்களவையின் தேர்தல் முடிவுகளின் தொகுப்பு அது. நாங்களாகவே அதனைப் பதிப்பித்தோம். அது ஓர் அடிக்குறிப்பு போல இருந்தது எனலாம். India Today என்ற இதழில் கிடைத்த தகவலின் அடிப்படையில் அது பின்னர் ஒரு நூலில் வெளிவந்தது.

இந்தியா அப்போது ஓர் இளம் மக்களாட்சி நாடு. மக்களாட்சிக்கு மாறி முப்பதாண்டுகள்தான் ஆகியிருந்தது. நாட்டில் அப்போது வாக்களிப்பியல் ஆய்வாளர்கள் இல்லை. நாட்டின் தேர்தல்களின் முடிவுகளை ஓரிடத்தில் யாரும் ஒன்று சேர்க்கவில்லை. வாக்களிப்பியல் (psephpolog) என்ற கருத்தியல் மக்களுக்குத் தெரியாத ஒன்றாக இருந்தது. அதுவரையில் நேரு - காந்தி குடும்பத்திற்கான தேர்தல் ஊர்வலங்களாகவே இருந்து வந்திருந்தது. பதவியிலிருப்போருக்கான வலிமையான சாதகமான சூழ்நிலைக்கான காலம் அது. பதவியிலிருப்போருக்கு எதிரான மக்கள் உணர்வு வலிமையான அலைவுகளாக இருந்து, பின்னர் மீண்டும் எதிராக ஆனது. என்னுடைய யோசனைகளை ஏற்பதும், பிரணாயின் அறிவுக் கூர்மையும் தொடக்க நிலையிலிருந்து கணக்குப் போடுவதிலும் டி.வி. கிராபிக்ஸ்களிலும் அவருக்கு இருந்த தொழில்நுட்ப உள்ளார்வமும், பொது மக்களுக்கு சிக்கலானச் செய்தியை வடிகட்டித் தரும் வழிகளைக் காண்பதில் அடங்கியிருந்தன. தேர்தல் விளக்கங்களுக்குப் பதில் பழைய விதிகளைக் கேள்வி கேட்டதில் அவருக்கு மிகுதியான விருப்பம். அதுவும், குறிப்பாக காங்கிரஸ் எப்போதுமே உச்சக் கட்டத்தை நோக்கித்தான் போகும் என்று கருதப்பட்ட காலத்தில், வாக்களிப்பியல் சொற்களில் சொல்ல வேண்டுமென்றால், ஒரே மாதிரியான அலைவு என்ற கருத்தியல் இங்கிலாந்தில் பயன்படுத்தப்பட்டது போலவே இந்தியாவிலும் எந்த அளவிற்குப் பயன்படுத்தப்பட முடியும் என்று காட்ட நூல் உதவியது. அதாவது ஒரு குறிப்பிட்ட பகுதியில் காணப்படும் அலைவு நாடு முழுவதுமே காணப்படும். மொத்தத்தில் மாநிலம், மாநிலமாக செயல்படும்போது ஒரே மாதிரியான அலைவு இயங்கியது என்று எண்ணிக்கைகள் காட்டின. நாடு முழுவதும் பார்க்கும்போது, எடுத்துக்காட்டாக வடக்கு, தெற்கு என்று எடுத்துக் கொள்ளும்போது அது குறைவாகவே இருக்கும்.

இது மிகவும் முக்கியமானது. ஏனென்றால் தொராப் ஆர். சொபாரிவாலா களத்தில் நுழையும் வரையில், அந்த நாட்களில் ஓட்டுப் பதிவு பெரும்பாலும் நம்பத்தக்கதாக இல்லை. எங்களுடைய நூலும், எல்லாவற்றுக்கும் மேலாக, பிரணாயின் முன்னோடியான தேர்தல் கணிப்புகளும், வாக்குப்பதிவுகளும் இன்னும் நம்பகமான முறையில் நடத்தப்பட வேண்டும் என்ற புரிதலுக்குக் காரணமாக இருந்தன என்பது தற்பெருமையாக ஆகாது.

அந்நூலிற்குப் பல பதிப்புகள் வந்தன. அவர் இந்தியாவின் முதல் சுதந்திரமான தேர்தல் டி.வி. ஒளிபரப்புகளைச் செய்யப் படப்பிடிப்பு

நிலையத்தில் உதவினேன். பெரிய தேசிய அளவிலான நிலையின் ஒரு பகுதியைப் புரிந்து கொள்ள குறுகிய உள்ளூர் முடிவுகள் உதவும் என்ற கருத்தைச் சொல்லவும், பிரிட்டிஷ் தேர்தல்கள் பற்றிப் பல ஆண்டுகள் விமர்சனம் செய்ததில் கடின உழைப்பால் பெற்ற அனுபவத்தைக் கொண்டு குழப்பமான சிக்கலான புள்ளி விபரங்களை மக்கள் புரிந்து கொள்ளுமாறு முடிவு சொல்லவும் முடிந்த அளவு எனது பணியாக இருந்தது.

நான் டில்லிக்கு வந்தபோதெல்லாம், லோடி கார்டன்சுக்குப் பின்னால் இருந்த இந்தியா இண்டர்நேஷனல் சென்டரில் தங்கினேன். எப்படிச் சேகரிப்பது, கூட்டுவது, நூலை எப்படித் திருத்துவது, வரவிருக்கும் தேர்தல் நிகழ்ச்சிக்கு எப்படி தயாரிப்பது என்பன பற்றி விவாதிக்க, எங்கள் அணியின் கூட்டங்கள் நடத்த, நல்ல சூழல் கிடைத்தது. அடுத்து வந்த மக்களவைத் தேர்தல்களின்போது பிரணாயுடன் பணியாற்றும் மகிழ்ச்சியான நாட்களை நினைவு கொள்கிறேன். அப்போது நாங்கள் ஒருவருக்கு ஒருவர் கல்வி புகட்டிக் கொண்டோம். ஆனால் நான் கற்றதே அதிகம்.

தொடக்கத்தில் நான் மேற்கொண்ட பயணங்கள் அழிக்க முடியாத முத்திரையைப் பதித்தன. அதன்பிறகு, பிரணாய், ராதிகா மற்றைய அணியினருடைய ஆர்வத்தையும், பரப்புரையின்போது அவர்களது ஆற்றலையும் பார்த்து ரசிக்க அடிக்கடி டில்லி வந்தேன். NDTV முதன்முறையாக டி.வி. பார்க்கும் மக்கள் நாட்டின் தேர்தல்களைப் புரிந்து கொள்ளுமாறு உதவியது. காங்கிரஸ் ஆதிக்கத்திலிருந்த கால கட்டத்திலிருந்து இந்திய அரசியல் உலகம் முன்னேறி விட்டது. சமூக ஊடகத்தின் அரசியல், பெண் வாக்காளர்களின் வளரும் தாக்கம், புதிய மக்கள் தலைவர்கள், புதிய போக்குகளின் எழுச்சி முதலியன இந்திய அரசியலை மாற்றி விட்டன. புதிய தேர்தல் தளத்தின் புதிரை அவிழ்க்கும் முயற்சியில் பிரணாய், தொராப் ஆகியோரது தீர்ப்பு என்ற நூல் சரியான நேரத்தில் வருகிறது. எனினும் 1980, 1990-களில் முதலில் விவரிக்க நாங்கள் உதவிய வடிவமைப்புகள் இன்னும் பொருத்தமுடையவை என்று நான் நம்புகிறேன்.

உலகின் மிகப் பெரிய மக்களாட்சியில் தேர்தல்களைக் காணக் கிடைத்தது எனது பெரும் பேறு. அந்த அனுபவத்திற்காக நான் பிரணாய்க்கு மிகுந்த கடமைப்பட்டுள்ளேன்.

நஃபீல்ட் கல்லூரி, ஆக்ஸ்போர்ட் சர் டேவிட் பட்லர்

பிப்ரவரி 2019.

பகுதி 1

இந்தியத் தேர்தல்களில் திருப்புமுனைகள்
முதிர்ச்சி பெறும் மக்களாட்சி

1
முடிவுக்குவரும் பதவியிலிருப்போருக்கான எதிர்ப்பு

வாக்காளரே மாற்றத்தின் மூலகர்த்தாக்கள்

ஒவ்வொரு இந்தியனின் மரபணுவின் அடித்தளத்திலேயே மக்களாட்சி உணர்வு இருக்கிறது. நமது நனவு நிலைக்கு உரித்தானது அது. நமது உரையாடல்களுக்கு அது உயிரூட்டுகிறது, நமது மனங்களை ஊக்குவிக்கிறது; நம்மிடமுள்ள சிறந்தவற்றை வெளிக்கொண்டு வருகிறது, சில வேளைகளில் மோசமானவற்றையும் கூட. எவ்வளவுக்கு எவ்வளவு நாம் ஒன்றுமில்லாமல் ஆக்கப்பட்டிருக்கிறோமோ, எவ்வளவுக்கு எவ்வளவு நாம் ஏழைகளாக இருக்கிறோமோ, எவ்வளவுக்கு எவ்வளவு நாம் அந்நியப்படுத்தப்படுகிறோமோ, அவ்வளவுக்கு அவ்வளவு நாம் பங்கு கொள்கிறோம்; நமது நாட்டின் தேர்தல்களையும் மக்களாட்சியையும் பாதுகாக்கிறோம்.

மக்களாட்சி மேல் தாக்குதல் நடத்தப்படும் ஒவ்வொரு முறையும், இந்திய வாக்காளர் தேர்தல் நேரத்தில் திரும்பத் தாக்குகிறார். இந்தியத் தேர்தல்களின் வரலாறு விடுதலையின் வெற்றிக் கதை.

பன்முக மக்கள் கூட்டம் கொண்ட இந்தியாவின் ஒட்டுமொத்த ஞானம் தீர்ப்புகளை வழங்கியிருக்கிறது. அத்தீர்ப்புகள் அந்தக் காலகட்டத்திற்கு மிகுந்த பொருத்தமானவையாக நிரூபிக்கப்பட்டிருக்கின்றன. சில வேளைகளில் குறைகள் இருக்கலாம். ஆனால் தேர்தல் முடிவுகள் மீறிப் போகின்றவற்றை அடக்கி, தவறுகளைத் திருத்தி, பொதுமக்களின் நலனுக்குரிய சாலையில் நாட்டை இட்டுச் செல்வதாகத் தோன்றுகிறது.

மேலும், அன்றாடப் போராட்டத்திற்கு மத்தியிலும், இந்திய வாக்காளரின் குணம் இந்தப் பல ஆண்டுகளில் அடிப்படையில்

பரிணாம வளர்ச்சி பெற்றிருக்கிறது. நமது பின்- விடுதலைக்கால மக்களாட்சியின் சாரமாக மாற்றம் இருந்து வந்திருக்கிறது.

ஆனால் அடிப்படை உண்மை ஒன்று இருக்கிறது: இந்திய வாக்காளர் அரசியல்வாதியை முந்திக் கொள்கிறார். தேவையானபோது அரசியல்வாதியைத் தள்ளி, தண்டித்து, அறிவு புகட்டி ஒன்றிரண்டு பாடங்களைக் கற்பிக்கிறார்.

மக்களாட்சிக் கருத்தியல் என்பது நமது வாக்காளர்களின் மரபணுவில் இருக்கும் அதே வேளையில், நமது மக்களாட்சியின் உட்கூறாக நமது வாக்காளர் தான் இருக்கிறார், அரசியல்வாதி இல்லை.

சுதந்திர இந்தியாவினுடைய முதல் நாடாளுமன்றத் தேர்தல் 1952-ஆம் ஆண்டு நடைபெற்றதிலிருந்து இந்தியத் தேர்தல்கள் அளவிலும், தரத்திலும் மாறியிருக்கின்றன.

தரத்திலுள்ள மாற்றங்கள் வெளியில் அதிகம் தெரியாமலிருக்கலாம். ஆனால் அவை மிக முக்கியமானவை. மேலோட்டமாகப் பார்க்கும்போது, அதே அமைப்பைத்தான் தொடர்கிறோம். ஆனால் இன்றைய தேர்தல்கள் விடுதலைக்குப் பிறகு நடந்த ஒரு சில தேர்தல்களைவிட முற்றிலும் மாறானவை. உண்மையில் வியத்தகும் அளவிற்கு வேறொரு மக்களாட்சியில் இன்று இருக்கிறோம். கடந்த சில பத்தாண்டுகளில் தர அளவில் ஏற்பட்டிருக்கும் முக்கியமான திருப்பங்கள் மேல் கவனம் செலுத்துவது அவசியம்.

தரத்தில் மாற்றங்களை விடுத்து அளவில் ஏற்படும் மாற்றங்களைப் பார்த்தால் அவை தலை சுற்ற வைக்கின்றன. வாக்காளர்களின் எண்ணிக்கை குறிப்பிடத்தக்க அளவில் அதிகமாகியிருக்கிறது. 1952-இல் ஒரு வாக்காளர் இருந்தார். இன்று ஐந்து வாக்காளர்கள் இருக்கிறார்கள். 2019-ஆம் ஆண்டு ஏறத்தாழ 895 மில்லியன் வாக்காளர்கள் இருப்பார்கள் என்று கணக்கிடப்பட்டிருக்கிறது. இது எல்லா அரசியல்வாதிகளையும் பெருமளவில் பாதிக்கும். வாக்காளரைக் கைக்குள் வைத்திருப்பது இப்போது வேறொரு பரிமாணத்திலிருக்கிறது.

வாக்காளர்கள் பலர் இளம் வயதினர். 2019-இல் 2014-ஆம் ஆண்டோடு ஒப்பிடும்போது, 130 மில்லியன் முதல் முறையாக வாக்களிக்கும் புதிய வாக்காளர்கள் சேர்ந்து கொள்வார்கள் என்று கணக்கிடப்பட்டுள்ளது. பிரிட்டிஷாரோடு நடத்திய போராட்டம் பற்றி இன்றைய வாக்காளர்களில் பெரும்பாலோருக்கு ஒன்றும்

தெரியாது. விடுதலைக்கானப் போராட்டமும் அதன் வெற்றியும் இன்று வரலாற்றுப் புத்தகங்களுக்கு ஒதுக்கப்பட்டு விட்டன.

ஓட்டுப் பதிவு நிலையங்களின் எண்ணிக்கை 200,000-இலிருந்து இன்று ஒரு மில்லியனாக உயர்ந்திருக்கிறது. இது ஐந்து மடங்கு அதிகம். இந்தியத் தேர்தல்கள் உலகின் மிகப் பெரிய மக்களாட்சி செயல்பாடு. வேறு எந்த மக்களாட்சியும் அதன் அருகில் வர முடியாது. இது அமைதியாக, திறமையாக, எல்லாவற்றிலும் மேலாக, சுதந்திரமாகச் செயல்படுகிறது என்றால் தேர்தல் ஆணையத்திற்கு எல்லாப் பெருமையும் சேரும். 1952 முதல் 2019 வரையில் இந்த அறுபத்தேழு ஆண்டுகள் 392 தேர்தல்கள் (376 மாநிலத் தேர்தல்கள், 16 மக்களவைத் தேர்தல்கள்) நடந்தபிறகு, இந்தியாவின் மிக நம்பிக்கைக்குரிய நிறுவனங்களில் ஒன்றாக இருக்கிறது. மக்களின் நம்பிக்கையைத் தொடர்ந்து பெறுகிறது.

தரத்தைப் பொறுத்தவரையிலும், இந்தியத் தேர்தல்கள் பல அசாதாரணத் திருப்புமுனைகளைச் சந்தித்திருக்கின்றன. வாக்காளரின் நடத்தையில் அதிகம் வெளியில் தெரியாத மாற்றங்கள் நிகழ்ந்திருக்கின்றன. இவை நமது மக்களாட்சி பெற்ற முதிர்ச்சிகளைத் தெளிவாகக் காட்டுகின்றன. இப்போது இந்தத் திருப்புமுனைகள் மிகவும் அழுத்தமாக இருப்பதாகத் தோன்றுகின்றன. விடுதலைப் போராட்டத்தின் நினைவுகளும், விடுதலைக்காகப் போராடிய தலைமுறைகளும் மறைந்து போக, அவற்றோடு இந்திய அரசியல்வாதியின் மேல் வாக்காளர் கொண்டிருந்த நம்பிக்கையும் குறைந்து கொண்டே போகிறது.

ஏறத்தாழ, ஏழு பத்தாண்டுகளில் தேர்தல்களை, அவற்றின் பரிணாம வளர்ச்சியை,அவற்றின் அளவின் பெருக்கத்தை, மலைக்க வைக்கும் அவற்றின் சிக்கலை, விருப்பு வெறுப்பின்றி அளவிட வேண்டிய அவசியத்தை இந்நூல் ஆய்வுக்கு உட்படுத்துகிறது. முன்னும் பின்னும் பார்த்து உலகின் மிகப் பெரிய பல கட்சி- மக்களாட்சியில் நடந்த தேர்தல்களின் கதையை அவற்றின் தன்மைகள், பெற்ற அனுபவங்கள், கற்ற பாடங்கள் ஆகியன பற்றிச் சொல்வது இந்நூலின் நோக்கம்.

இந்த எழுபது ஆண்டுகளில் இந்திய வாக்காளரும், இந்திய அரசியல்வாதியும் எந்த அளவிற்கு மாறியிருக்கிறார்கள்? இந்திய வாக்காளரின் நடத்தை, உட்தூண்டல், மனநிலை ஆகியவை எவ்வாறு பரிணாம வளர்ச்சி பெற்றிருக்கின்றன? வாக்காளர்கள் முடிவெடுக்கும் செயல்முறை பற்றிப் பல தேர்தல்களும் என்ன

சொல்கின்றன? முடிவுகளையும் மாற்றத்தைக் கொண்டு வந்த கூறுகளையும் புரிந்து கொள்ள முயற்சி செய்வதற்கு எந்தக் கூறுகளின் மேல் கவனம் செலுத்த வேண்டும்? மொத்தத்தில், விடுதலைக்குப் பிறகு, நமது மக்களாட்சி முறைத் தேர்தல்கள் எப்படி என்ன மாற்றங்களைக் கடந்த ஆண்டுகளில் பெற்றிருக்கின்றன?

இன்னும் சரிபார்க்கப்படாத, பரவலாக இருக்கும் பல கருத்துகளை நாம் ஆய்வுக்கு உட்படுத்துகிறோம். எடுத்துக்காட்டாக, பெண் வாக்காளர்களின் நிலை. பெண் தனது கணவனின் ஒடுக்கப்பட்ட ஒரு பகுதியா? அவர் சொல்கிறபடியே இவர் வாக்களிக்கிறாரா? வெளியில் வந்து வாக்களிப்பதற்கு கூச்சப்படுகிறாரா? இந்தியப் பெண்கள் ஒடுக்கப்பட்டவர்கள் என்ற கருத்தியல்படித்தான் அரசியல்வாதிகள் ஆண் வாக்காளர்களிடம் தங்கள் தேர்தல் பரப்புரைகளில் கவனம் செலுத்துகிறார்களா? இது இப்போது மாறத் தொடங்கியிருக்கிறதா?

பிற வினாக்களோடு, தேர்தல்கள் தரும் புள்ளி விபரங்களின் ஆய்வின் அடிப்படையில் இந்தியாவின் லட்சக்கணக்கான வாக்காளர்கள் மக்களவைத் தேர்தல்களில் முழுக் கவனம் செலுத்துகிறார்களா என்பதையும் ஆராய்கிறோம். இந்தியாவின் அடுத்த பிரதமர் யார் என்பது பற்றி பெரிய நகரங்களில் தேசிய ஊடகங்களும் பெரும்பாலான தேர்தல் விமர்சகர்களும் கொண்டிருக்கிற பேரார்வத்தைப் பிரதிபலிக்கின்றனவா என்பதை ஆய்வுக்கு உட்படுத்துகிறோம். அல்லது வாக்காளர்களும் உள்ளூரில் ஊன்றியிருக்கும் ஊடகங்களும் மக்களவைத் தேர்தலில் இருந்து விலகி, தங்களுக்குப் பொருத்தமாகவும், அன்றாட வாழ்க்கைக்கு அணுக்கமாகவும் அவர்கள் காண்கிற உள்ளூர் மக்களாட்சி அமைப்புகள் மேல் கவனம் செலுத்தத் தொடங்கி விட்டார்களா?

இந்திய மக்களாட்சியை விவரிக்கும்போது பொதுவாகக் கொள்ளப்படும் ஒரு பார்வை அடிப்படையில் பதவியிலிருப்போருக்கு எதிரான (anti-incumbency) போக்கினை அதில் காண முடியும் என்பது. ஆளும் கட்சியினரும், அரசியல்வாதிகளும் பதவியிலிருந்து தூக்கி எறியப்படுவதற்கான சாத்தியக் கூறுகள் அதிகம் என்று கருத்து நிலவுகிறது. இது பதவியிலிருப்போருக்குச் சாத்தியமாக (pro-incumbency) இருக்கும் மேலை நாட்டு மக்களாட்சிகளின் நடைமுறைக்கு முற்றிலும் மாறுபட்டது. அங்கே ஆட்சியிலிருக்கும் அரசியல்வாதியோ, கட்சியோ மீண்டும் ஆட்சிக்கு வரும் வாய்ப்பு அதிகம். அதிகம் விற்ற நூலின் ஆசிரியரும், உலக அளவில் முதலீட்டுத் துறையில் வல்லுநருமான ருசிர் சர்மா ஒரு

தேர்தல் வெறியரும் கூட. 'பதவியிலிருப்போருக்கு எதிர்ப்பு' என்ற சொற்றொடர் மேலை நாடுகளில் அதிகம் கேட்கப்படுவதில்லை என்று சொல்கிறார் அவர். எனினும் இங்கே இந்தியாவில் எல்லா தேர்தல் விமர்சகர்களும் பயன்படுத்தும் சொற்றொடர் அது. இந்திய வாக்காளரின் நடத்தை பற்றிய ஒவ்வொரு விமர்சனத்திலும் பதிந்திருக்கும் கோட்பாடு அது. பதவியிலிருப்போருக்கு எதிர் என்ற சொற்றொடர் இந்தியாவில் பரவலாகக் காணப்படும் அதேவேளையில், தரவுகளுடன் அதனைச் சரிபார்க்கும் ஆய்வுகள் ஒரு சிலவே உள்ளன.

இந்நூலின் முதன்மை நோக்கங்களில் ஒன்று வாக்காளரின் நடத்தையில் அதிக ஆர்வம் ஏற்படுத்துவதும், அதன் மூலம் இத்துறையில் ஆய்வினைத் தூண்டுவதும் தான்.

பதவியிலிருப்போருக்கு ஆதரவான காலகட்டம்

முதல் கட்டம் : 1952-1977

இந்தியாவின் முதல் தேர்தல்களுக்குப் பிறகு முதல் இருபத்தைந்து ஆண்டுகளை அதாவது 1952 முதல் 1977 வரையில், நம்பிக்கை உணர்வின் காலம் எனலாம். மெத்தனப் போக்கின் ஒரு தொடர்ச்சியாக இருந்த காலம் அது. இதனை பதவியிலிருப்போருக்கு ஆதரவான காலம் என்று அழைக்கலாம் (பார்க்க அட்டவணை 1.1.1). பதவியிலிருக்கும் அரசுகளிடமும் அரசியல்வாதிகளிடமும் அதிக அளவிலான நம்பிக்கை இருந்தது. இந்தக் கால கட்டத்தில் மத்தியிலும் மாநிலங்களிலும் ஆளும் கட்சியினர் 80 விழுக்காட்டிற்கு மேல் மீண்டும் ஆட்சிக்கு வந்திருக்கிறார்கள். இத்தரவு பெரிய, நடுத்தர அளவு மாநிலங்களில் எழுபத்தெட்டு தேர்தல்களின் பகுப்பாய்வின் அடிப்படையில் தரப்படுகிறது.

குடியரசுத் தலைவர் ஆட்சி தேர்தலுக்கு முன்னிருந்ததென்றால், அப்போது பதவியிலிருப்போருக்கு ஆதரவான நிலையென்பது குடியரசுத் தலைவர் ஆட்சி சுமத்தப்படுவதற்கு முன்பு ஆட்சியிலிருந்த கட்சி என்று குறிப்பிடப்பட்டிருக்கும். டில்லி தேர்தல்கள் 1993-ஆம் ஆண்டுக்குப் பின்னரே ஆய்வுக்கு எடுத்துக் கொள்ளப்பட்டுள்ளன. ஏனென்றால் அதன்பிறகு தான் அங்கே ஐந்து ஆண்டுகளுக்கு ஒருமுறை தேர்தல் நடந்தது.

அட்டவணை 1.1.1.

ஆட்சியிலிருப்போருக்கு ஆதரவான காலம்		
முதல் கட்டம்: 1952-1977 (பெரிய, நடுத்தர அளவு மாநிலங்களில் 78 மாநில அரசு தேர்தல் முடிவுகள்)		
பெரும்பாலான கட்சிகளே மீண்டும் பதவிக்குத் தேர்ந்தெடுக்கப்பட்டன	மீண்டும் ஆட்சிக்குத் தேர்வு செய்யப்பட்ட அரசுகளின் விழுக்காடு	இந்திய வாக்காளரோடு அரசியல்வாதியின் தேனிலவுக் காலம்
பதவியிலிருப்பவருக்கு சாதகமானது	82%	நம்பிக்கையுள்ள வாக்காளர்

குறிப்பு: 1952-1977 என்பது 1952 ஜனவரி 1 முதல் 1977 ஜனவரி 1 வரை. இந்தப் புள்ளி விபரங்கள் பத்து பெரிய மாநிலங்களுக்கும் (53 தேர்தல்கள்) ஆறு நடுத்தர அளவு மாநிலங்களுக்கும் (25 தேர்தல்கள்) மொத்தம் 78 மாநிலத் தேர்தல்கள் பற்றியவை. பகுதி 1-இன் இறுதியிலுள்ள அட்டவணை பார்க்க. பதவியிலிருப்போருக்கு ஆதரவு என்ற நிலையிலுள்ள கட்சி என்பது, மாநிலத் தேர்தல் நடக்கும்போது ஆட்சியிலிருந்த கட்சியைக் குறிக்கும்.

இந்தக் காலகட்டத்தில்தான் இந்தியாவில் பதவியில் இருப்போருக்கு ஆதரவான அல்லது மீண்டும் தேர்தலில் வெற்றி பெறும் வீதங்கள் அமெரிக்க ஐக்கிய நாடுகளின் வீதங்களுக்கு நெருக்கமாக இருந்தன. இன்றும் கூட அங்கே, பிரதிநிதிகள் அவைக்கும், செனட் அவைக்கும் திரும்பவும் தேர்ந்தெடுக்கப்படுவது 80-95 விழுக்காடுகள் இருக்கின்றன. அந்த ஆய்வு கூறுவது: "அமெரிக்க பிரதிநிதிகள் அவைக்கு இப்போதிருக்கும் உறுப்பினர் மீண்டும் தேர்ந்தெடுக்கப்படும் வாய்ப்பு போல வாழ்க்கையில் ஒரு சிலவற்றையே முன்னறிவிக்க முடியும். பரவலாகப் பெயர் தெரிந்திருப்பதாலும், வழக்கமாக பிரச்சாரப் பணபல சாதகம் இருப்பதாலும், பிரதிநிதிகள் அவையில் இப்போது பதவியிலிருப்பவர்கள் அதனையே பிடித்துக் கொண்டிருப்பதில் எந்த சிரமமும் இல்லை." சில ஆண்டுகளில் பதவியிலிருப்போர் மீண்டும் தேர்ந்தெடுக்கப்படுவது 95 விழுக்காட்டையும் அதற்கு மேலேயும் தொட்டிருக்கிறது. ஆனால் இந்தியாவைப் பொறுத்தவரையில் மீண்டும் தேர்ந்தெடுக்கப்படும் வீதங்கள் அரசுகள் பற்றியவை. அமெரிக்காவில் ஆளுநர்கள் மீண்டும் தேர்ந்தெடுக்கப்படுவது

அட்டவணை 1.1.2.

அமெரிக்க ஐக்கிய நாடுகளில் மீண்டும் போட்டியிட்டவர்களின் வெற்றி வீதம்	
1960-கள்	64%
1970-கள்	69%
1980-கள்	74%
1990-கள்	81%
2000-2009	80%
2010-2013	88%

ஆதாரம்: ரட்ஜர்ஸ் பல்கலைக் கழகம்

குறைவாகவே இருந்தது. ஆனால் ஒவ்வொரு பத்தாண்டிலும் அதிகமாகிக் கொண்டே வந்திருக்கிறது (பார்க்க அட்டவணை 1.1.2).

இந்திய மக்களாட்சியின் முதல் கட்டத்தில் பதவியிலிருப்போர் மீண்டும் தேர்ந்தெடுக்கப்படுவதற்கான காரணங்கள் அமெரிக்காவிலிருந்த நிலைக்கான காரணங்களைவிட முற்றிலும் வேறாக இருக்கலாம். இங்கே பெரிய மாநிலங்களில் மீண்டும் தேர்ந்தெடுக்கப்படுபவர்களின் வீதம் 91 விழுக்காடுகள் காணப்பட்டன. அவர்களுடைய மாநிலச் சட்டமன்ற தேர்தல்களில் இம்மாநிலங்களே முக்கியத்துவம் பெறுகின்றன. (பார்க்க அட்டவணை 1.1.3).

தேர்தல்கள் தொடக்க நிலைமையில் இருந்தபோது, காங்கிரஸ் கட்சியை விடுதலைக்குப் பின்னரான மக்களின் ஏற்பு இருந்த அதே இருபத்தைந்து ஆண்டு காலகட்டம் உண்மையில் வாக்காளர்களுக்கும், அரசியல்வாதிகளுக்கும் இடையில் தேனிலவுக் காலம் என்பதில் ஐயமில்லை. அரசியல்வாதிகளிடம் உள்ளார்ந்த நம்பிக்கை சிலவேளைகளில் ஒரு பக்தி அளவிற்கு கூடச் சென்றுவிட்ட நிலை அது. இது பிரிட்டிஷ் அரசுக்கு எதிரான விடுதலை இயக்கத்தின் வெற்றியை அடையாளப்படுத்தியதன் விளைவு மட்டுமல்ல. எழுதப் படிக்கத் தெரிந்தவர்கள் குறைவாக இருந்தது, கல்வி அறிவு பரவலாக இல்லாதது, வாக்காளர்களின் அனுபவமின்மை ஆகியவற்றிலும் இது வேரூன்றி இருந்தது. வாக்காளர்கள் தங்கள் வாக்கின் உண்மையை முழுமையாக அறியாதிருந்தார்கள். இக்காரணிகள் பதவியிலிருந்த அரசியல்வாதிகளுக்குச் சாதகமாக இருந்தன.

அட்டவணை 1.1.3.

பெரிய மாநிலங்களில் பதவியிலிருப்போர்களின் வெற்றி பெருமளவில் இருப்பது		
முதல் கட்டம் 1952-1977		
(53- மாநிலச் சட்டமன்றங்களின் தேர்தல் முடிவுகள்)		
பெரிய மாநிலங்களில் எல்லா அரசுகளும் மீண்டும் ஆட்சிக்கு தேர்ந்தெடுக்கப்பட்டன	பெரிய மாநிலங்களில் ஆளும் கட்சியினர் மீண்டும் தேர்ந்தெடுக்கப்பட்ட விழுக்காடு	பெரிய மாநிலங்களில் அரசியல்வாதிகளின் வாக்காளர்கள் தேனிலவு
மிகவலிமையான பதவியிலிருப்போருக்கான நிலை	91%	'நம்பிக்கை' கொண்டுள்ள வாக்காளர்

இந்திய மக்களாட்சியின் முதல் கட்டம் 'ஒரு கட்சி ஆதிக்கம்' என்று விவரிக்கப்படுகிறது. இதனை மெக்சிகோவில் PRI (Institutional Revolutionary Party)யின் ஆதிக்கத்திற்கு ஒப்பிடலாம். இது எழுபது ஆண்டுகள் தொடர்ந்து மெக்சிகோவில் ஆட்சி செய்தது. இந்திய விடுதலை இயக்கத்தின் பெரும்பாலான பெருந்தலைவர்கள் காங்கிரஸ் கட்சியைச் சேர்ந்தவர்கள். விடுதலைப் போராட்டத்தின்போது, காங்கிரஸ் அனைத்தையும் ஏற்றுக்கொண்ட ஒரு கட்சி, அது இந்தியாவின் சுதந்திரக் கட்சி. ஏனென்றால் விடுதலைக்காகப் போராடிய இந்திய அரசியல் தலைவர்களில் பெரும்பாலோர் காங்கிரஸ் கட்சியைச் சேர்ந்தவர்கள். அதே சமயம் அதன் உறுப்பினர்கள் பலவகைப்பட்ட அரசியல், சித்தாந்த ஈடுபாடு உடையவர்கள். மேலும் காங்கிரசுக்கு வெளியே குறிப்பிடத்தக்க அரசியல் தலைவர்கள் தேசிய அளவில் ஒரு சிலரே இருந்தனர். அவர்களையும் கூட ஜவஹர்லால் நேரு தனது அமைச்சரவையில் இணைத்துக் கொண்டார். காங்கிரசில் இல்லாத தலைவர்களான B.R. அம்பேத்கர், ஷியாம் பிரசாத் முகர்ஜி, சர்தார் பல்தேவ் சிங் முதலானோர் அவருடைய அரசில் பணியாற்றினார்கள். இதனால், காங்கிரசை எதிர்க்கக் கூடிய தலைவர்கள் குறிப்பிட்டுச் சொல்லும்படி

யாருமில்லை. இவ்வாறு காங்கிரசு ஆளும் கட்சியாகவும் இருந்தது; எதிர்க்கட்சியாகவும் இருந்தது. இதனால் தான் ரஜனி கோத்தாரி இந்தியாவின் கட்சி அமைப்பை 'காங்கிரசு அமைப்பு' என்று விவரித்தார்.

இவ்வாறு காங்கிரசின் வலிமை மிக்க தலைவர்கள் மாநிலங்களிலும் ஆதிக்கம் செலுத்தினார்கள். உத்தரப்பிரதேசத்தில் கோவிந்த் வல்லப பந்த், மத்தியப் பிரதேசத்தில் ரவிஷங்கர் சுக்லா, மேற்கு வங்கத்தில் B.C. ராய், பம்பாயில் மொரார்ஜி தேசாய் ஆகியோர் அதிக அதிகாரம் செலுத்தியோரில் சிலர். அவர்களுக்கு எதிராக இருந்த மாநில கட்சித் தலைவர்களுக்குத் தகுதியும் இல்லை; வாக்காளர்களுக்கு அவர்களது அறிமுகமும் இல்லை. மேலும் மாநிலக் கட்சிகள் சிறியவையாகப் பிளவுபட்டிருந்தன. இதனால் மாநிலத் தேர்தல்களிலும், பொதுத் தேர்தல்களிலும் காங்கிரஸ் ஆட்சியில் இருக்க முடிந்தது.

விடுதலை பெற்ற சில ஆண்டுகள் கழித்துத்தான், பெரிய நிறுவனமான காங்கிரசில் வெடிப்புகள் தோன்ற ஆரம்பித்தன. திறமையுள்ள எதிர்க்கட்சிகள் வெளிவரத் தொடங்கின. இந்து மகா சபையின் ஷியாம் பிரசாத் முகர்ஜி 1950-இல் விலகி பாரதிய ஜன சங்கத்தை அமைத்தார். (இன்றைய பாரதிய ஜனதாக் கட்சியின் முன்னோடி). சி.ராஜகோபாலாச்சாரி (இராஜாஜி) வலதுசாரி சுதந்திராக் கட்சியைத் தொடங்கினார். அம்பேத்கர் 1951-இல் விலகி அவருடைய சொந்தக் கட்சியைத் தொடங்கினார். ஆச்சார்ய கிருபாளனி 1947-இல் காங்கிரசின் தலைவராக இருந்தார். அவர் கட்சியை விட்டு விலகி கிசான் மஜ்தார் கட்சியை அமைத்தார். அது பின்னர் சோஷலிஸ்ட் கட்சியோடு இணைந்து பிரஜா சோஷலிஸ்ட் கட்சியாக உருவெடுத்தது. எதிர்க்கட்சிகள் வலுவடைந்தன. 1957-இல் ஈ.எம்.எஸ். நம்பூதிரிபாத் இந்தியாவில் முதல் பொதுவுடைமைக் கட்சி அரசினை அமைத்தார். 1960-களில் குறிப்பிடத்தக்க காங்கிரஸ் அல்லாத எதிர்க்கட்சித் தலைவர்கள் வந்தார்கள். இராம் மனோகர் லோகியா, சரண் சிங், சி.என்.அண்ணாதுரை முதலானோர் இந்தியாவில் காங்கிரசின் ஆதிக்கத்திற்கு அறைகூவல் விடுத்தார்கள். 1964-இல் நேருவின் மறைவு காங்கிரசை இன்னும் வலிமை குறையச்செய்தது.

பதவியிலிருப்போருக்கு ஆதரவு மிகுந்திருந்த நாட்களில், எம்.பி-க்களும், எம்.எல்.ஏ-க்களும் தங்கள் தொகுதிகளிலுள்ள வாக்காளர்களின் தேவைகளுக்கு இப்போதைய விட அப்போது குறைந்த கவனமே செலுத்தி வந்தார்கள். திரும்பவும் ஆட்சிக்கு வரும் வாய்ப்பு 80-90 விழுக்காடு இருக்கும்போது, வெற்றிகரமாகப்

போகும் ஓர் ஆட்டத்தை மாற்ற வேண்டியதன் அவசியம் என்ன? தேர்தலில் தோல்வி என்ற அச்சம் இல்லாதபோது, நமது அரசியல் தலைவர்களும், முடிவுகள் எடுப்போரும் மெத்தனமாக இருந்தார்கள். அதன் விளைவாக எம்.பி.-க்களும், எம்.எல்.ஏ-க்களும் தங்கள் தொகுதிகளின் நலன்களை வளர்க்க ஒரு சிறிதே செய்தார்கள். அதேபோல ஆளும் அரசுகள் தங்கள் மாநிலங்களின் பொருளாதாரத்தை மேம்படுத்தவோ, கல்வித் தரங்களை உயர்த்தவோ அதிகம் செய்யவில்லை. வாக்காளரின் அழுத்தம் குறைவாக இருந்த இந்த இருபதாண்டுகளில், அக்காலத்திலிருந்த சித்தாந்தத் தடைகளோடு சேர்ந்து இந்தியாவிற்கு மிக மந்தமான வளர்ச்சியையே தந்தன. மொத்த உள்நாட்டு உற்பத்தி வளர்ச்சி சராசரியாக 3.5 விழுக்காடே இருந்தது. இதனால் தான் பேராசிரியர் ராஜ் கிருஷ்ணன் வளர்ச்சியின் "இந்து வீதம்" என்ற சொற்றொடரைப் பயன்படுத்தினார்.

1952-ஆம் ஆண்டுக்குப் பிறகு முதல் இருபத்தைந்து ஆண்டுகளில் அரசியல்வாதிகளை ஊடகங்கள் ஆய்வுக்கு உட்படுத்தியது மிகக் குறைவாகத்தான் இருந்தது. இன்றைக்கு இருப்பதுபோல அன்று மின்னணு ஊடகங்கள் வளர்ச்சியடையவில்லை. தனியார் தொலைக்காட்சி நிறுவனங்கள் இல்லை. அரசுத் தொலைக்காட்சி தூர்தர்ஷன் வந்தபோது பல ஆண்டுகள் ஒரு சிலரையே அது அடைய முடிந்தது. வருவாய்களோடு ஒப்பிடும்போது தொலைக்காட்சிப் பெட்டிகளின் விலையும், தூர்தர்ஷன் ஒளிபரப்பு வீச்சின் குறைவும் சேர்ந்து தொலைக்காட்சி பார்ப்பவர்களின் எண்ணிக்கையைக் குறைவாக ஆக்கின. நிகழ்ச்சிகள் பொருத்தமில்லாமலும் இருந்தன. எப்படி இருப்பினும் அரசின் தொலைக்காட்சி ஆளும் கட்சியின் அரசியல்வாதிகளைக் கேள்வி கேட்கும் சாத்தியமில்லை. அப்படியே அவர்கள் தொலைக்காட்சியில் தோன்றினாலும் அவர்களை மரியாதையுடன் புகழ்ந்து பேசுவதிலேயே இருப்பார்களே தவிர கிளறும் கேள்விகளையோ, அறைகூவலான விளக்கங்களையோ எழுப்பப் போவதில்லை. அரசாங்கத் தொலைக்காட்சி அரசாங்கத்தின் விளம்பரத்திற்காகவே இருந்தது; அரசின் கண்ணோட்டத்தை மட்டும் சொல்லும் மேடை அது. எதிர்க்கட்சிகளுக்கு இடம் கிடைப்பதில்லை. எனவே வாக்காளருக்குத் தாங்கள் தேர்ந்தெடுத்தனுப்பிய அரசியல்வாதிகளை எடைபோட தேவையான செய்தியே கிடைப்பதில்லை.

எனினும் இந்தக் காலகட்டத்தில், இந்தியாவின் அச்சு ஊடகம் சுதந்திரமாகச் செயல்பட்டது. அவற்றில் சில துணிகரமாகச் செயல்பட்டு அரசாங்கத்தை விழிப்பாக இருக்கச் செய்தன.

செய்தித்தாள்களும், பத்திரிகைகளும் பெரும்பாலும் தனியாருக்குச் சொந்தமானவை; எனவே அரசாங்கத்தின் பிடிகளுக்குள் இல்லை. இருப்பினும் அவையும்கூட வாக்காளர்களைப் பரவலாகச் சென்றடையவில்லை. முதற் காரணம் எழுத்தறிவின்மை. எழுதப்படிக்கத் தெரிந்தவர்கள் 1951-இல் 18 விழுக்காடு, 1961-இல் 28 விழுக்காடு, 1971-இல் 34 விழுக்காடு (இந்திய மக்கள் தொகைக் கணக்கெடுப்பு).

இக்காலகட்டத்தில்தான் வானொலி பரவலாக மக்களைச் சென்றடைந்தது. ஆனால் தொலைக்காட்சி போலவே அதுவும் அரசாங்கத்துக்குச் சொந்தமானது. நம்பிக்கைப் பிரச்சாரத்திற்கு பயன்பட்டது. எனவே இதுவும் பதவியிலிருக்கும் அரசியல்வாதிகளுக்கே சாதகமாகப் பயன்பட்டது.

எப்படியிருப்பினும், பரவலான, எப்பக்கமும் சாராத, ஊடகங்கள் இல்லாவிட்டாலும், ஒவ்வொரு வாக்காளரும் மறுக்க முடியாத ஆதாரம் ஒன்றை நம்பியிருக்க முடிந்தது. அதுதான் அவர்களது அன்றாட வாழ்க்கையின் நேரடியான அனுபவங்கள். வாக்காளர்களுக்குத் தங்களது தொகுதியில் ஏதாவது வேலை நடைபெறுகிறதா, நாடாளுமன்றத்திலும், மாநிலத்திலும் அவர்கள் பிரதிநிதிகள் அவர்களது நலன் மேம்பட ஏதாவது செய்கிறாரா, என்பது நன்றாகவே தெரிந்திருந்தது. வளர்ச்சியின் வீதம் தொடர்ந்து மந்தமாக இருப்பதும், உறுதி தரப்பட்ட நலத்திட்டத்திற்கு எந்த அடையாளமும் இல்லாது இருப்பதும், ஏமாற்றத்தைத் தந்தன. 1960-களின் மத்தியில், நம்பிக்கை எனும் நீர்க் குமிழ் விரிந்து கொண்டே போயிற்று. 1970-களில் அது இன்னும் பெரிதாகி வெடித்தே விட்டது.

நாட்டின் தேர்தல் நடத்தையில் முதல் திருப்புமுனை 1977-இல் ஏற்பட்டது என்று சொல்லலாம். காங்கிரஸ் கட்சி முதன்முறையாக மையத்தில் ஆட்சியிழந்தது. ஆனால் அது திடீரென்று ஏற்பட்ட ஒன்றல்ல. பத்தாண்டுகளுக்கு முன்னரே அதற்கான முனைப்புகள் தோன்ற ஆரம்பித்து விட்டன. வாக்காளர்களுக்கும் அரசியல்வாதிகளுக்கும் இடையில் மாற்றங்கள் இணைந்தே தோன்ற ஆரம்பித்தன, ஆனால் ஒரே நேரத்தில் ஏற்படவில்லை. வளரும் சமுதாயங்களின் ஆய்வுக்கான மையத்தில் (CSDS) அரசியல் அறிவியல் அறிஞர் ரஜனி கோத்தாரியும் அவருடன் பணியாற்றியவர்களும், அரசியல்வாதி, தேர்தல் முன்னறிவிப்பாளர், கல்வியாளரான யோகேந்திர யாதவும், அரசியல் கட்சியில் ஏற்படத் தொடங்கிய வெடிப்புகளைப் பற்றி வாக்காளர்கள் அதனை விட்டுப் போவதற்கு

முன்னரே, நிறைய எழுதியுள்ளார்கள். அறிகுறிகளில் ஒன்று, கட்சிகளுக்குள்ளேயே அதிகாரப் போட்டிகள் வெளிப்படையாகத் தெரிந்தது. இதுவே பின்னர் வாக்காளரின் விரக்திக்குக் காரணமாக இருந்தது. 1967-ஆம் ஆண்டுத் தேர்தலின் நிகழ்வுகள் இதனைக் காட்டின. அவ்வாண்டு இந்திய அரசியலில் முக்கிய ஆண்டு. காங்கிரசுக் கட்சி வாக்காளர்களின் நம்பிக்கையை இன்னும் தக்க வைத்துக் கொண்டிருந்தது. பல மாநிலங்களில் வெற்றி பெற்றது. ஆந்திரப் பிரதேசம், பீகார், குஜராத், கர்நாடகா, மகாராஷ்ட்ரா, மத்தியப் பிரதேசம், ராஜஸ்தான், உத்திரப் பிரதேசம். (இவற்றில் தேர்தல்கள் முடிந்த சிறிது காலத்தில் அரசு கவிழ்ந்தது). அசாம், கேரளா, சிறு மாநிலங்கள் அனைத்திலும் வெற்றி பெற்றது. தமிழ்நாடு, மேற்கு வங்காளம், ஒரிசா, அரியானா, பஞ்சாப் ஆகியவற்றில் மட்டுமே தோற்றது. கோட்டை பல இடங்களில் தகர்ந்து விட்டது.

எப்படி இருப்பினும், பதவியிலிருப்போருக்கான ஆதரவு இருபத்தைந்து ஆண்டுகளில் முதல் கட்டம் முழுவதும் ஒரே மாதிரியாக இருக்கவில்லை. நேரு, அதன் பின்னர் வந்த பிரதமர் லால் பகதூர் சாஸ்திரி ஆகியோரின் மறைவுக்குப் பிறகு இந்தியா விடுதலைக்குப் பின்னர் ஏற்பட்ட தேனிலவு கசக்கத் தொடங்கி விட்டது. இந்திரா காந்தி பிரதமர் பதவிக்கு வந்தது பல தலைவலிகளைக் கொண்டு வந்தது. ஆளும் காங்கிரசு ஆட்சிக்குள் முரண்பாடுகள் தோன்ற ஆரம்பித்தன. அவர் பிரதமராக ஆன பிறகு போட்டிக் குழுக்கள், தங்களது வலிமையைக் காட்டத் தொடங்கின. காமராசர் போன்ற பழைய காங்கிரசுத் தலைவர்கள் தன்னிச்சையாகச் செயல்பட்ட இளம் வயது இந்திரா காந்தியோடு நேரடியாக மோதினார்கள். இது 1969-இல் காங்கிரசின் பிளவுக்குக் காரணமாக இருந்தது. பழைய காங்கிரசுக்காரர்கள் காங்கிரஸ் (அமைப்பு) என்ற கட்சியைத் தொடங்கினார்கள். இந்திரா காந்தியைச் சார்ந்தவர்கள் காங்கிரஸ் *(Requisitionists)* என்ற கட்சியைத் தொடங்கினார்கள். இந்த உட்கட்சிப் போரின் இறுதியில் இந்திரா காந்தி வென்றார். பழைய காங்கிரஸ் கட்சி மெல்ல மறைந்து போயிற்று. ஆனால் மொத்தத்தில் காங்கிரசு தோல்வியைத் தழுவியது. ஏனென்றால் இறுதியில் இது காங்கிரசின் சரிவுக்குக் காரணமாக இருந்தது. 1975-1977 ஆண்டு நிகழ்வுகளுக்கு இட்டுச் சென்றது. இந்திய வாக்காளர் மத்தியிலிருந்த நம்பிக்கை கரையத் தொடங்கிற்று. இக்கால கட்டத்தில் இந்திய அரசியல் வானில் இன்னொரு களங்கம் தோன்றிற்று. அரசியல் நிலைப்புத்தன்மை வளர்ந்து வந்த நிலையில், ஊழல் தலைவிரித்தாடத் தொடங்கிற்று. அரசியல்வாதிகள் தங்களது போட்டியாளர்களைச் சமாளிக்க பண பலத்தை நம்ப

வேண்டிய அவசியம் ஏற்பட்டது. தனிப்பட்ட நலனுக்காக, பொருளாதாரத்தை ஆட்சியாளரின் அதிகாரத்திற்குள்கொண்டு வருகிற 'அரசு கைப்பற்றலின்' (State Capture) தொடக்க காலம் அது. நாட்டின் அரசு நிறுவனங்களையும், முகமைகளையும் தவறாகப் பயன்படுத்தப்படுதலின் தொடக்கம். இவ்வாறு அரசு கைப்பற்றுதல் தேசியமயமாக்கல் - நாட்டுடைமையாக்கல் - என்ற சித்தாந்தத்தில் மறைக்கப்பட்டிருந்தது. அரசியல்வாதிகளின் கட்டுப்பாடு அதிகரிப்பதை நியாயப்படுத்தும் சொற்றொடர் அது. 'ஏழைகளுக்காக' செய்யப்பட்டது என்று வெளியில் சொல்லப்பட்டாலும், அது பொதுத்துறை நிறுவனங்களைச் சுரண்டும் ஒரு வழி என்பது விரைவில் தெளிவாயிற்று. அரசு கைப்பற்றுதல் என்ற சொற்றொடர் 1970-களின் தொடக்கத்தில் முதலில் பயன்படுத்தப்பட்டதாகச் சொல்லப்படுகிறது. அரசுக்குச் சொந்தமான நிறுவனங்களை ஆட்சியில் இருப்போர் அல்லது ஆட்சிக்கு நெருக்கமாக இருப்போர் எவ்வாறு தங்களுக்குச் சாதகமாகப் பயன்படுத்துகிறார்கள் என்பதையும் தங்களது தனிப்பட்ட அரசியல் பொருளாதார லாபங்களுக்காக, அல்லது தங்களுக்கு இன்னும் அதிகமாக அதிகாரத்தைக் கைப்பற்றுவதற்காக எவ்வாறு (தவறாக) பயன்படுத்துகிறார்கள் என்பதையும் வரையறை செய்ய அச்சொற்றொடர் பயன்பட்டது.

இந்த நிறுவனங்கள் பெரும்பாலும் அரசியல்வாதிகளால் நடத்தப்பட்டன, அழிக்கவும் பட்டன. வங்கிகள் முதல் விமான நிறுவனங்கள் வரையில் நூற்றுக்கணக்கான நிறுவனங்களின் மேலாண்மையை அதிகார வர்க்கத்தினர் எடுத்துக் கொண்டார்கள். தங்களது ஆட்சியைத் தக்க வைத்துக் கொள்வதில் அக்கறை கொண்டுள்ள அரசியல்வாதிகளின் நேரடி அதிகாரத்தின் கீழ் அவை இருந்தன. இந்த நிறுவனங்களின் திறனும், செயல்பாடும் படிப்படியாகத் தேய்ந்தன. அரசியல்வாதிகள் பைகளை நிரப்ப அதிகாரத்தில் கொழுத்துப் போனார்கள். முதல் இருபத்தைந்து ஆண்டுகள் தான் 'அரசு கைப்பற்றுதல்' நிகழ்ந்தது. ஆனால் இப்போது அது வளர்ந்து அறிவியல்பூர்வமான கொள்ளையாக ஆகி விட்டது. இன்று அது உச்சக் கட்டத்தில் இருக்கிறது.

எண்ணெய் நிறுவனங்கள், வங்கிகள், ஆயுள் காப்பீடு ஆகியவை உட்பட பல நிறுவனங்கள் 'நாட்டுடைமையாக்கப்பட்டன'. ஊழலில் ஊறிப் போன அதிகாரத்தின் கையில் சிக்கிக் கொண்டன. நாட்டுடைமையாக்கியதை நியாயப்படுத்தும் காரணமாக ஏழைகள் காட்டப்பட்டதை அறிகிறோம். அதன் பயன்கள் சமுதாயத்தின் இன்னொரு பக்கத்திலிருந்தவர்களுக்கு, குறிப்பாக

அதிகாரத்திலிருந்தவர்களுக்குப் போய் விட்டது என்பது ஒரு நகை முரண். உண்மையில் ஏழைகள் மத்தியில் 'நாட்டுடைமை' என்பது அறியப்படாத ஒரு சொற்றொடர்.

பிரணாய் ராய் இந்திய அரசு கைப்பற்றும் அமைப்பினை 'ஒரு நாடு - இரண்டு அமைப்புகளின் இந்திய வகை' என்று அழைப்பார்: பணக்காரர்களுக்கு சோஷலிசம், ஏழைகளுக்கு முதலாளித்துவம்.

ஏர் இந்தியா போன்ற அதிகம் முக்கியத்துவம் இல்லாத, ஆனால் ஆடம்பரமான குழுமங்கள் கூட அரசியல்வாதிகளால் தங்களது சொந்த நலனுக்குப் பயன்படுத்தப்பட்டன. ஏர் இந்தியாவில் கட்டணமின்றியே முதல் வகுப்பில் அவர்களுக்கு இடம் கிடைக்கும். ஒரு அரசு அமைச்சரோ, முக்கிய பிரமுகரோ வரும் வரையில் மணிக்கணக்கில் விமானங்கள் தாமதப்படுத்தப்படும். 1953-இல் நாட்டுடைமையாக்கப்பட்டது முதல் 1977 வரையில் ஜே.ஆர்.டி. டாடா ஏர் இந்தியாவின் தலைவராக இருந்தார். விமானக் குழுமம் அரசின் உடைமையாக இருந்தாலும் கூட, டாடாவிற்கு முழு சுதந்திரமும், அதிகாரமும் இருந்தன. தான் ஏற்படுத்திய நிறுவனத்தின் வளர்ச்சியில் அவர் தன்னை முழுமையாக ஈடுபடுத்திக் கொண்டார். அரசாங்க உடமையாக இருந்ததால் அதிகப்படியான அதிகார ஆதிக்கத்தை குறைக்க அவர் தொடர்ந்து முயன்றார். அக்காலகட்டத்தில் தேசிய விமான சேவை இந்தியாவின் பெருமைக்குரிய ஒன்றாக இருந்தது. 1977-இல் மொரார்ஜி தேசாயால் மரியாதை எதுவுமின்றி அவர் நீக்கப்பட்ட பிறகு, அதன் தலைமை அரசியல்வாதிகளின் கைகளுக்குப் போய் விட்டது. உலகின் முதல் தரமான விமான சேவை பகுதி நேரத் தலைவர்களின் கீழ் வேகமாகச் சரியத் தொடங்கிற்று. அதன் தலைவர்கள் அரசியல் காரணங்களுக்காக நியமிக்கப்பட்டார்கள். விமானக் குழுமத்தின் மேல் அவர்களுக்கு அக்கறை இல்லை. அரசியல்வாதிகளின் விருப்பத்திற்கு எதிராக அவர்களால் நிற்க முடியவில்லை. ஏர் இந்தியாவில் அதனுடைய சிறப்பான நாட்களில் பணியாற்றிய சித்தரஞ்சன் பக்ஷி ஏர் இந்தியா ஒருகாலத்தில் 'சிங்கப்பூர் ஏர் லைன்ஸ்' விமானிகளுக்குக் கூடப் பயிற்சியளித்தது என்று நினைவூட்டுகிறார். ஏர் இந்தியாவின் முந்தைய மாதிரியைப் பின்பற்றும் 'சிங்கப்பூர் ஏர் லைன்ஸ்' இன்று உலகின் முதல் தர விமானக் குழுமங்களின் ஒன்றாக இருக்கிறது. ஏர் இந்தியாவோ உலகில் மிகவும் குறைவாக விரும்பப்படுகிற விமானமாக இன்று சீரழிந்திருக்கிறது.

'அரசு கைப்பற்றுதல்' மிக விந்தையானது. வினோதமான காலங்களையும் கண்டிருக்கிறது. தூர்தர்ஷனின் மூத்த அலுவலர்

ஒருவர் சொன்னது இது. ஒருநாள் 8.30 மணிக்கு ஒரு கேபினட் அமைச்சரிடமிருந்து தூர்தர்ஷன் இயக்குநருக்கு ஒரு தொலைபேசி அழைப்பு வந்தது. அமைச்சர், 'அண்ணே, இப்போ எங்க வீட்டில் ஒரு பெரிய விருந்து நடந்து கொண்டிருக்கு. தயவுசெய்து ஒன்று செய்யுங்க. அந்த நடிகை அழகாக ஆடுவாளே அந்தப் பாலிவுட் பாட்டைப் போடுங்க. சரியா இரவு 9.00 மணிக்கு போடுங்க. செய்தி வாசிப்பை ஐந்து நிமிடம் தள்ளிப் போடுங்க. என்னுடைய விருந்தாளிகள் எல்லாம் சந்தோஷப்படுவாங்க,' என்றார். எனவே அன்றிரவு நாடு முழுவதுக்கும் 9.00 மணி செய்திக்குப் பதிலாக ஒரு நாட்டிய விருந்து.

அடுத்த சில பத்தாண்டுகளில் அரசு கைப்பற்றுதல் அரசியல்வாதிகள், அதிகாரிகள், பெரிய கூட்டிணைய முதலாளிகள் ஆகியோரின் கூட்டின் விளைவாக இன்னும் தீவிரமாயிற்று. அடனு டே என்ற ஆசிரியர் பொருளியலறிஞர் இந்நிலையை மனக்கலக்கம் ஏற்படுத்தும் முறையில் இவ்வாறு விவரிக்கிறார். "1951 வாக்கில் பொதுத் துறை நிறுவனங்களை (PSU) ஒரு கை விரலில் எண்ணி விடலாம். ஐந்து தான் மொத்தமே இருந்தன. இருபத்தைந்து ஆண்டுகள் கழித்து, 1977-இல் அந்த எண்ணிக்கை 155-ஆக விரிந்தது. 1984-இல் அது 220-ஆக உயர்ந்தது. அடுத்த முப்பது ஆண்டுகளில் பொதுத் துறை நிறுவனங்களோடு இன்னும் 70-ஐ மைய அரசு சேர்க்க 2014-இல் எண்ணிக்கை 290-ஆக ஆயிற்று. கூடுகின்ற வீதம் ஏறத்தாழ இரண்டாண்டிற்கு ஒன்று. 2014-2018 ஆண்டுகளில் 50 பொதுத் துறை நிறுவனங்களுக்கு இன்னும் 50 சேர்க்கப்பட்டன. ஆண்டுகள் போகப்போக, அரசு கைப்பற்றுதலின் முறையும் கூட அதி நவீனமாகவும், தரமாகவும், வஞ்சகமாகவும் ஆயிற்று. இதன் கிளைத் தேற்றம் என்னவென்றால் பொருளாதார வளர்ச்சி வீதத்தில் உயிரோட்டத்தின் அடையாளமே இல்லாது போயிற்று."

மீண்டும் பதவிக்கு வந்து விடுவோம் என்ற 80 விழுக்காடு வாய்ப்பு முடிவுக்கு வந்து விட்டது என்பது அரசியல்வாதிகளுக்கு உரைக்கத் தொடங்கி விட்டது. எப்படியிருப்பினும், 1971 தேசியத் தேர்தலில் வெற்றி தேடித் தந்த 'கரீபி ஹட்டோ' என்ற மிகவும் தாக்கம் ஏற்படுத்திய இந்திரா காந்தியின் கோஷத்திற்குப் பிறகு, அவ்வாண்டின் இறுதியில் நிகழ்ந்த போரும், பங்களாதேச விடுதலையும் சிறிது காலம் 'வெற்றி மிதப்பை' விரித்தன. 1972 மாநிலத் தேர்தல்களில் காங்கிரசின் வெற்றியும் வியப்பிற்குரியதில்லை.

போர்களில் அல்லது சண்டைகளில் வெற்றி பெறுவது அல்லது கூர்மையானத் தாக்குதல்கள் ஆகியவை கெட்ட பெயர் எடுத்துக் கொண்டிருக்கும் அரசியல்வாதிகளைத் தூக்கி நிறுத்த உலகெங்கும் பயன்படும் முக்கிய காரணிகள். மார்கரெட் தாச்சர் தனது பெயர் சரிவுற்ற நிலையில் 1982 ஃபாக்லாந்து போரினால் மீண்டும் தலை எடுத்தார். ஜார்ஜ் புஷ் 2003 ஈராக் போருக்குப் பிறகு தனது மங்கி வந்த பெயரைப் புதுப்பித்துக் கொண்டார்.

எப்படியிருப்பினும், உலகில் மக்களாட்சி நாடுகளில் பொதுவாகக் காணப்படுவதுபோல, ஒரு குறிப்பிட்ட அரசியல் கட்சி இருபதாண்டுகளோ அதற்கு மேலோ ஆட்சியில் இருந்தால், வாக்காளர்கள் மாற்றத்தை விரும்புகிறார்கள். இந்தியாவிலும் 1970-களின் தொடக்கத்திலிருந்த வெற்றி மிதப்பு அதிக நாள் நீடிக்கவில்லை. மக்களின் எதிர்ப்புகள் குஜராத்திலும், பீகாரிலும் பெருந்திரள் இயக்கமாக மாறியபோது, தனது பெயரில் ஏற்பட்டிருந்த சரிவை உணர்ந்த இந்திரா காந்தி அவசர நிலையைப் பிரகடனம் செய்தார். நமது மிக உன்னதமான, பெருமைக்குரிய சாதனையான இந்திய மக்களாட்சி - ஒரு பெரிய வளரும் நாட்டில் அபூர்வமான ஒன்று அது- உடைந்து போயிற்று.

இந்தியாவின் விடுதலைக்குப் பிந்தைய மக்களாட்சி வரலாற்றில் அடிபாதாளத்திற்குப் போனது ஐயமின்றி அவசர நிலைதான். காங்கிரசுக் கட்சிக்கும் அதன் அரசியல்வாதிகளுக்கும் அவர்களுடைய தேனிலவுக்காலம் இறுதியில் புதைக்கப்பட்டு விட்டதற்கு ஒரு அடையாளமாகவும் அது இருந்தது.

இந்தியாவின் மக்களாட்சி அனுபவம், ஒவ்வொரு ஐந்தாண்டிலும் இந்தியா வாக்காளர் வாக்குப் பெட்டிகள் மூலம் மாற்றியமைத்த திருப்புமுனைகள் ஆகியன, வளர்ந்து வரும் இளம் மக்களாட்சி நாடுகள் பலவும் சந்திக்க வேண்டியவற்றிற்கு முன்னோடிகள் எனலாம். உலக அளவில் புதிய மக்களாட்சி நாடுகள் அவற்றின் இருபத்தைந்து ஆண்டுகளில் கடுமையான அழுத்தங்களுக்கு உள்ளாகின்றன. இதனால் தான் இந்திய அனுபவத்தைப் புரிந்து கொண்டு, அதிலிருந்து பாடங்கள் கற்க வேண்டியது அவசியமாகிறது. எடுத்துக்காட்டாக, தென் ஆப்பிரிக்காவில் 1990-களில் இன ஒதுக்கல் கொள்கை ஒழிந்து கறுப்பினத்தாரின் பெரும்பான்மை தேர்தலில் கையோங்கிய பிறகு, நெல்சன் மண்டேலாவின் ஆப்பிரிக்க தேசியக் காங்கிரஸ் (ANC) இந்தியாவில் காங்கிரசுக் கட்சி 1950-களிலும், 1960-களிலும் பெற்றிருந்த அதே நிலையிலேயே இருந்தது. ஆளும் கட்சி நாட்டின் விடுதலைப்

போராட்டத்தோடு ஒன்றாக வைத்து எண்ணப்படும்போது, அதை ஆதரிப்பது ஒவ்வொரு குடிமகனின் கடமையாகக் கருதப்பட்டது. ஆனால் தென் ஆப்பிரிக்கா ஒரு கட்சி ஆட்சி முறையை ஒத்திருந்ததால், ஆளும் கட்சித் தலைவர்களின் ஊழலும் மலிந்தது. அண்மையில் அதிபர் ஜேகப் ஜுமா, அவரது ஆட்சிக் காலத்தின்போது ஊழல் மலிந்து விட்டது, 'அரசு', கைப்பற்றுதல் அதிகரித்து விட்டது என்ற குற்றச்சாட்டுகளினால் பதவி துறக்க வேண்டிய கட்டாயம் ஏற்பட்டது.

இப்போது ஒவ்வொரு தேர்தலின்போதும் ANC பெறும் வாக்குகள் குறைந்து கொண்டே வருகின்றன. உட்கட்சி பூசல்கள் மலிந்து கட்சி உடைந்து விடும் என்ற வதந்தியும் வலுத்து வருகிறது. இதேபோலத் தான் கிழக்கு ஐரோப்பாவில் பெர்லின் சுவரின் வீழ்ச்சிக்குப் பிறகு புதிய மக்களாட்சிகள் 1990-களில் பெரும் நம்பிக்கைகளுடன் உதயமாயின. 1990-களில் இந்தியா சந்தித்தது போலவே 'ஒரு கட்சி' மக்களாட்சியின் பிடியிலிருந்த நாடுகள் பிரச்சனைகளைச் சந்தித்தன. அங்கும் ஊழல் வளர மக்களின் நம்பிக்கை தளர்ந்தது.

பதவியிலிருப்போருக்கு எதிரான காலம் *(The Anti-Incumbency)*

இரண்டாவது கட்டம்: 1977-2002

ஆத்திரப்படும் வாக்காளரின் பிறப்பும் வளர்ச்சியும்: ஆட்சியிலிருப்போருக்கு ஆதரவான தேனிலவுக் காலம் மறையத் தொடங்க, அப்போது மேலோங்கியிருந்த 'நம்பிக்கை' கோபமாக மாறிற்று. அடுத்த இருபத்தைந்து ஆண்டுகள், அதாவது 1977 முதல் 2002 வரையில் ஆட்சியிலிருப்போருக்கு ஆதரவான நம்பிக்கை மாறி ஆத்திரம் பதவியிலிருப்போருக்கு எதிர்ப்பாக ஆனது. ஓர் ஆட்சியிலிருக்கும் கட்சி மீண்டும் ஆட்சிக்கு வரும் நிகழ்வெண் 80 விழுக்காட்டிலிருந்து 29 விழுக்காடாகக் குறைந்தது. அடுத்த இருபத்தைந்து ஆண்டுகளில் 70 விழுக்காடுகளுக்கு மேல் அரசுகள் தூக்கி எறியப்பட்டிருக்கின்றன என்பது இதற்குப் பொருள் (பார்க்க அட்டவணை 1.1.4). இத்தரவு பெரிய நடுத்தர மாநிலங்களில் நடந்த தொண்ணூற்று மூன்று மாநிலத் தேர்தல் முடிவுகளின் பகுப்பாய்வின் அடிப்படையில் தரப்படுகிறது. இக்கால கட்டத்தில் தான் தேர்தல் வாக்களிப்பியல் வல்லுநரும் சந்தை ஆய்வாளருமான தொராப் சொபாரிவாலா பதவியிலிருப்போருக்கு எதிரான நிலை *(Anti-incumbency)* என்ற சொற்றொடரை உண்டாக்கினார்.

நடுத்தர மாநிலங்களை மட்டும் கணக்கிலெடுத்துக் கொண்டால் அவற்றில் பதவியிலிருப்போருக்கு எதிரான நிலை இன்னும் மோசமாக இருந்தது. 94 விழுக்காடு தேர்தல்களில் ஆளும் கட்சியினரை இவர்கள் தூக்கி எறிந்திருக்கிறார்கள். ஆறு நடுத்தர மாநிலங்களில் நடந்த முப்பத்திரெண்டு தேர்தல்களைப் பகுப்பாய்வு செய்தால் பதவியிலிருக்கும் அரசுகள் மீண்டும் பதவிக்கு வந்தது 6 விழுக்காடு தான் (பார்க்க அட்டவணை 1.1.5). மிக முக்கியமான மக்களவைத் தேர்தல் திருப்புமுனை 1977 தேர்தலில் தான் நிகழ்ந்தது. அவசர நிலையாலும், அதன் மித மிஞ்சலாலும், காங்கிரசுக் கட்சி ஆட்சியிலிருந்து அகற்றப்பட்டது.

1977 தேர்தல் முடிவுகள் வெளியான, அதிர்ச்சியளித்த அந்த இரவு அனைவருக்கும் நினைவிருக்கும். தேர்தல் முடிவுகளை ஆர்வத்துடன் எதிர்பார்த்துக் காத்துக் கிடந்த இலட்சக்கணக்கான வாக்காளர்களைப் போலவே, நானும் எனது நண்பர்களும் ஒரு டில்லி 'பார்சாதி'யில் அமர்ந்திருந்தோம். தேர்தல் முடிவுகளைத் தெரிந்து கொள்ள அப்போதிருந்த ஒரே ஊடகமான அகில இந்திய வானொலி (AIR) யில் அவை வெளிவர வெளிவர நாங்கள் அவற்றை ஆராய்ந்தோம்.

அட்டவணை 1.1.4.

பதவியிலிருப்போருக்கு எதிரான நிலை ஆத்திரமடைந்த வாக்காளர்		
இரண்டாம் கட்டம்: 1977-2002		
(93 மாநிலச் சட்டமன்றங்களின் தேர்தல் முடிவுகள் – பெரிய, நடுத்தர மாநிலங்கள்)		
ஆட்சியிலிருந்து பெரும்பாலான அரசுகள் அகற்றப்பட்டன	பதவியிலிருந்து அகற்றப்பட்ட ஆளும் கட்சியினரின் விழுக்காடு	காரணம்: இந்திய வாக்காளர் மத்தியில் ஏமாற்றம் தோன்றி விட்டது
பதவியிலிருப்போருக்கு எதிரான நிலை	71%	ஆத்திரமடைந்த வாக்காளர்

குறிப்பு: 1977-2002 காலகட்டம் 1977 ஜனவரி 1-இலிருந்து 2002 ஜனவரி 1 வரையில். பத்து பெரிய மாநிலங்களிலும் (61 தேர்தல்கள்) ஆறு நடுத்தர மாநிலங்களிலும் (32 தேர்தல்கள்) நடந்த 93 மாநிலச் சட்டமன்ற தேர்தல்களின் புள்ளி விபரங்கள்.

அட்டவணை 1.1.5.

நடுத்தர அளவிலான மாநிலங்களில் மிகவும் வலுவான பதவியிலிருப்போருக்கு எதிரான நிலை		
இரண்டாம் கட்டம்: 1977-2002		
(32 மாநிலச் சட்டமன்றங்களின் தேர்தல் முடிவுகள்)		
நடுத்தர அளவிலான மாநிலங்களில் பெரும்பாலான அரசுகள் ஆட்சியிலிருந்து அகற்றப்பட்டன	நடுத்தர அளவிலான மாநிலங்களில் பதவியிலிருந்து அகற்றப்பட்ட ஆளும் கட்சியினரின் விழுக்காடு	நடுத்தர அளவிலான மாநிலங்களில் மிகவும் ஏமாற்றமடைந்த இந்திய வாக்காளர்
மிகவும் வலுவான பதவியிலிருப்போருக்கு எதிரான நிலை	94%	ஆத்திரமடைந்த வாக்காளர்

அகில இந்திய வானொலி அப்போதுமே அச்சுறுத்தும் அவசர நிலையின் நிழலிலேயே இயங்கி வந்தது. தேர்தல் முடிவுகள் வரவர AIR பொய்யான 'நடுநிலை' முடிவுகளை அறிவித்து வந்தது. முதல் நூறு முடிவுகள் வரையில், 'நீ முந்தி, நான் முந்தி' என்ற நிலை என்று சொல்லி வந்தது. காங்கிரசுக்கு ஐம்பது இடங்களும், ஐக்கிய எதிர்க்கட்சியான ஜனதா கட்சிக்கு ஐம்பது இடங்களும் கிடைத்திருப்பதாகச் சொல்லியது. ஆளும் கட்சியான காங்கிரசு தோல்வி அடைந்த - அதுவும் அதிக வாக்குகள் வித்தியாசத்தில் - முடிவுகளை அறிவிக்காமல் நிறுத்தி வைத்தது.

எனினும், 'பார்சாதி'யிலிருந்த எங்கள் அனைவருக்கும் முதல் இருபது முடிவுகள் அறிவிக்கப்பட்ட உடனேயே ஜனதா கட்சி பெரும் வெற்றி பெறும் என்பதில் ஐயமில்லை. தொடக்கத்திலிருந்தே AIR ஜனதா கட்சி வெற்றி பெற்றதாக அறிவித்த தொகுதிகளில் முந்தையத் தேர்தலில் காங்கிரசு அதிக வாக்கு வித்தியாசத்தில் வெற்றி பெற்றிருந்தது என்பதை எங்களால் அறிய முடிந்தது. இந்த இடங்களில் காங்கிரசு தோல்வியடைந்தது என்றால் காங்கிரசுக்கு எதிராகப் பெரிய அலைவு ஏற்பட்டிருக்கிறது என்று பொருள். அன்றிரவு அங்கிருந்த பெரும்பாலோர் வாக்களிப்பியலில் பேரார்வம் கொண்டவர்கள். முன்னாட்களில் பிரிட்டிஷ் தேர்தல்

இரவு சிறப்பு நிகழ்ச்சிகள் BBC யில் ஒரே மாதிரியான அலைவின் (*swing*) முக்கியத்துவம் அதன் தாக்கம் பற்றி சர் டேவிட் பட்லர் விளக்கியதைக் கேட்டிருக்கிறோம். ஒரே மாதிரியாக சீரான அலைவுக் கோட்பாட்டின் அடிப்படையில் பார்த்தபோது, தொடக்கத்தில் AIR இரண்டு கட்சிகளுக்கும் தலைக்கு ஐம்பது இடங்கள் என்று சொல்லி வந்தாலும், முடிவு வேறு மாதிரியாக இருக்கும், ஜனதா கட்சி பல இடங்களில் வெற்றி பெறும் அலைவு இருக்கும் என்பது தெளிவாகியது.

இறுதியில் காங்கிரசுக்கு வட இந்தியாவில் ஒரு சில இடங்களே கிடைத்தன. பீகாரில் ஐம்பத்து நான்கு இடங்களில் ஒன்று கூடக் கிடைக்கவில்லை. ஏழு இடங்கள் கொண்ட டில்லியிலும், எண்பத்தைந்து இடங்கள் கொண்ட உத்தரப்பிரதேசத்திலும், ஹரியானாவிலும், பஞ்சாபிலும் ஒரு இடம் கூடக் கிடைக்கவில்லை. வட இந்தியாவில் காங்கிரசின் படுதோல்வியில் பிரதமர் இந்திரா காந்தியின் உத்தரப்பிரதேச ரே பரேலித் தொகுதியும் அடக்கம். மத்தியப் பிரதேசத்திலும் ராஜஸ்தானிலும் ஒவ்வொரு இடம் கிடைத்தது. மேற்கு வங்காளத்தில் மூன்று இடங்கள், ஒரிசாவில் நான்கு இடங்கள். இதனை தேர்தல் 'படுதோல்வி' என்று சொல்வது குறைத்து மதிப்பிடுவது ஆகும்.

இதனைப் பார்த்தவுடன், 100 தொகுதிகளுக்கான முடிவுகள் அறிவிக்கப்படும் முன்னரே உள்ளூர் மது பாட்டில்கள் திறக்கப்பட்டுவிட்டன. அவசர நிலையின் முடிவும், மக்களாட்சியின் வெற்றியும் உண்மையாயின. இந்திய வாக்காளர்கள், சர்வாதிகாரி, ஊழல் அரசியல்வாதிகள் என்று அவர்கள் கருதியவர்களை வெற்றி கொண்டார்கள். மேல்தட்டுக்காரர்கள் மக்களால் மண்ணைக் கவ்வ வைக்கப்பட்டார்கள். ஐயமின்றி அது இந்திய சுதந்திரத்தின் மிகச் சிறந்த இரவு.

அப்போது நாங்கள் புரிந்து கொள்ளாதது 1977-ஆம் ஆண்டின் வாக்குப் பதிவு ஒரு புது யுகத்தின் தொடக்கம் என்பது. தூக்கத்திலிருந்து அது ஓர் எழுச்சிக் குரல். தங்கள் வாக்கினைச் சரியாகப் பயன்படுத்தும்போது அது எவ்வளவு சக்தி வாய்ந்த ஆயுதம் என்பதை வாக்காளப் பெருமக்கள் புரிந்து கொண்டார்கள். இந்தியாவில் இப்போது விழித்துக் கொண்ட மக்கள் தங்கள் அதிகாரத்தைப் பயன்படுத்தி வாக்களிக்கவும், வழி தவறிப் போகும் பொறுப்பற்ற அரசியல்வாதிகளுக்குப் பாடம் கற்பிக்கவும் தயாராகி விட்டார்கள். அதன்பின் 1977 ஜூனில் நடந்த சட்டமன்றத் தேர்தல்களில் இந்தியாவின் பல மாநிலங்களில் காங்கிரசு

படுதோல்வியைத் தழுவியது. பீகார், மத்தியப் பிரதேசம், ராஜஸ்தான், தமிழ்நாடு, உத்தரப்பிரதேசம், மேற்கு வங்காளம், டில்லி, ஹரியானா, கேரளா, ஒரிசா, பஞ்சாப் ஆகிய மாநிலங்கள் கை நழுவிப் போயின.

அடுத்த கால் நூற்றாண்டு காலம், அரசியல்வாதிகளையும், அரசுகளையும் மக்கள் தூக்கியெறிவது வாடிக்கையாகி விட்டது. அதற்கு முந்தைய கால் நூற்றாண்டிற்குத் தலைகீழ் மாற்றம் இது. தேர்தல் நேரத்தின்போது அரசியல்வாதிகளைப் பதவியை விட்டுத் துரத்துவதன் மூலம் தங்களை ஆண்டவர்களுக்குத் தெளிவான செய்தியைப் பல ஆண்டுகள் கவனிக்கப்படாமல் கிடந்த சாதாரணக் குடிமகன் தெரிவிப்பது ஒரு வழியாகி விட்டது. வாக்காளர்கள் தங்கள் தொகுதிக்கு பயன்கள் எதுவும் கொண்டு வராததற்காக, வெளிப்படையான பணி எதுவும் செய்யாததற்காக, தவறான நடத்தைக்காக, கண்டுகொள்ளாமல் இருந்ததற்காக, அல்லது பிடிக்காமல் போனதற்காக அரசியல்வாதிகளைத் தண்டிக்கும் ஒரே நேரம் அதுதான்.

பல பத்தாண்டுகளில், வாக்காளர்கள் தாங்கள் தேர்ந்தெடுத்த தலைவர்களை, எம்.பி-க்கள், எம்.எல்.ஏ-க்களைத் தேர்தல்களுக்கு இடையில் சந்தித்தது கூட இல்லை. நாங்கள் நூற்றுக்கணக்கான தொகுதிகளில் சுற்றுப் பயணம் செய்தபோது பொதுவான ஒரு புகார் தங்களது பிரதிநிதிகளைப் பல ஆண்டுகளாகப் பார்த்ததே இல்லை என்பதுதான். உண்மையில் சென்ற தேர்தல் பிரச்சாரத்திற்குப் பிறகு ஆளே காணப்படுவதில்லை என்பது தான்.

சீற்றமுறும் வாக்காளர்கள்: உள்ளூர் சிக்கலா, தேசியப் பிரச்சனையா எது முக்கியம்?

எங்களது முன்னறிச் சிற்றாய்வுகளில்(*Pilot Studies*)நாங்கள் கண்டுபிடித்தது வாக்காளர்களை அதிகமாகக் கோபப்படுத்தும் காரணிகளில் ஒன்று தேர்தல்களுக்கு இடையில் ஐந்தாண்டுகளுக்கு அரசியல்வாதி 'மறைந்து விடுவது' தான். இந்தத் தேர்தல் இடைவேளை வாக்காளர்களுக்கு ஒரு யுகம். இக்காலத்தில்தான் பெரும்பாலான அரசியல்வாதிகள், அதிகாரத்தின் தாழ்வாரங்களில் இரை தேடித் திரிவார்கள், வர்த்தகத்தில் முக்கிய புள்ளிகளுடனும், மேலதிகாரிகளுடனும், பிற அரசியல்வாதிகளுடனும் பேரம் பேசிக் கொண்டிருப்பார்கள்; பணத்துக்கு அதிகாரத்தைத்

தேடிக்கொண்டிருப்பார்கள். எப்போதாவது ஒருவேளை தங்களது தொகுதிகளுக்காகக்கூடப் பணி செய்யலாம்; ஆனால் அவர்கள் தங்களது தொகுதிப் பக்கம் எட்டிப் பார்த்த அடையாளமே இருக்காது. மறைந்து விடும் அரசியல்வாதி, தேர்தல் நேரம் மட்டுமே காட்சி தரும் அரசியல்வாதி வாக்காளரின் கோபத்துக்கும், அரசியல்வாதிகளைத் தேர்தலின்போது வெளியேற்றுவதற்கும் காரணமாகிறார்.

வாக்காளரின் வாழ்க்கையில் மிக முக்கியமான, கசப்பான காரணியான ஊழல் ஏன் பெரும்பாலும் தேர்தலில் பேசப்படுவதில்லை என்பது பற்றிப் பல பகுப்பாய்வாளர்கள் வியப்படைவது உண்டு. ஒரு காரணி 'வாக்காளரின் நடத்தையைப்' பாதிக்க வேண்டுமென்றால், அது வாக்காளர்களுக்கு முக்கியமானதாக இருக்க வேண்டும் என்பது மட்டும் இல்லை என்பதை நினைவில் கொள்ள வேண்டியது அவசியம். இன்னொரு நிபந்தனையையும் அது சந்திக்க வேண்டும்; ஒரு கட்சி அந்தப் பிரச்சனையை இன்னொரு கட்சியை விட நன்றாகத் தீர்க்க முடியும் என்று அவர்களுக்குத் தெரிய வேண்டும். ஒரு பிரச்சனை வாக்காளர்களுக்கு எவ்வளவு முக்கியமானதாக வாக்காளர்கள் கருதினாலும், எல்லாக் கட்சிகளுமே அதைத் தீர்க்க முடியாது என்று உணர்ந்தால் அந்தப் பிரச்சனை வாக்காளர்களைப் பாதிக்காது. மக்கள் வாழ்க்கையில் ஊழலை விடக் குறைவான முக்கியத்துவமுடைய பிரச்சனைகளைக் கூட ஒரு கட்சி மற்றவற்றை விட நன்றாகத் தீர்த்து விடும் என்று வாக்காளர் கருதினால், அந்தப் பிரச்சனை வாக்காளரின் முடிவை நிர்ணயிக்கும். காலம் சென்ற சோ. இராமசாமி BBC-யின் Question Time India நிகழ்ச்சியில், 'ஒரு பிக்பாக்கெட்டுக்கும், திருடனுக்குமுள்ள போட்டியில் வாக்காளர் யாரைத் தேர்ந்தெடுப்பார்?' என்று கூறினார்.

இந்தியா முழுவதும் தரம் பற்றிய எங்களது கள ஆய்வுகளில், தேர்தல்களுக்கு இடைப்பட்ட காலத்தில், வாக்காளர் தொகுதிக்கு வராத அரசியல்வாதி, அதிகார வர்க்கம், காவல்துறை, எல்லா வகையான அலுவலர்கள் ஆகியோரின் காலடியில் கிடக்க வேண்டும் என்று சாதாரணக் குடிமக்கள் நினைக்கிறார்கள் என்பது தெளிவாயிற்று. அதிகார வர்க்கத்தினரையும் ஆட்சியாளர்களையும் புரட்டி எடுப்பதற்குத் தேர்தல் தான் சரியான நேரம் என்று பல வாக்காளர்கள் எங்களிடம் மகிழ்ச்சியோடு கூறினார்கள். அதற்கு ஏற்கனவே பதவியிலிருக்கும் அரசியல்வாதிகளைத் தூக்கியெறிவதைத் தவிரச் சிறந்த வழி எது? பதவியிலிருக்கும் அரசியல்வாதிகள் தங்கள் வாக்காளர்களிடமிருந்து நல்ல

வரவேற்பைப் பெற வேண்டுமென்றால்,அவர்கள் தங்கள் தொகுதிகளுக்கு அவ்வப்போது வந்து, அவர்களோடு நல்லுறவு கொள்வதற்கும் கடந்த ஆண்டுகளில் கடுமையாக உழைத்திருக்க வேண்டும்.

அமெரிக்கப் பிரதிநிதிகள் அவையின் அவைத் தலைவரான டிம் ஆ நீல் என்பவர், "எல்லா அரசியலும் உள்ளூர் தான்," என்றார். அரசியல்வாதிகள் தங்கள் தொகுதிகளில் வேரூன்றியிருக்கா விட்டால், அவர்களது அரசியல் வாழ்க்கை நீண்ட நாட்களுக்கு நிலைக்காது. நமது கல்விப்புலம் சார் பகுப்பாய்வுகள் எல்லாம், ஓர் அரசின் செயல்பாட்டினைக் கணிக்கப் பெரிய பிரச்சனைகளை எடுத்துக் கொண்டன என்றால் பெரிய அளவிலான குறியீடுகள் மீண்டும் ஒருவர் தேர்ந்தெடுக்கப்படுவதை உறுதி செய்யாது. எடுத்துக்காட்டாக, 'மொத்த உள்நாட்டு உற்பத்தி 2 விழுக்காடாக இருக்கலாம் அல்லது 8 விழுக்காடாகக் கூட இருக்கலாம், ஆனால் அது எனது கிராமத்தையோ, நகரத்தையோ பாதிக்காவிட்டால், என்னுடைய வாக்கினையும் பாதிக்காது' என்பது பொதுவான மக்களின் மனநிலை. மொத்த உள்நாட்டு உற்பத்தி பணக்காரர்களுக்குச் சாதகமாக இருந்தது என்றால், ஏழை வாக்காளர்களுக்கு எந்தவித குறுநிலை நன்மைகளும் இருக்காது; ஏழை வாக்காளர்கள் தான் பெரும்பான்மையினர்.

கிராமத்து வாக்காளருக்கும் நகர வாக்காளருக்கும் இடையில் பெரிய அளவிலான முரண்பாடுகள் இருப்பது வியப்பாக இல்லை. உணவு தானியங்களின் விலைகள் அதிகமாக இருந்தால் அது கிராம வாக்கினைப் பெற்றுத் தரும்; ஆனால் நகர வாக்கு கிடைக்காது செய்து விடும். கிராம வாக்காளர்களும், உணவு தானியங்களைத்தான் உண்கிறார்கள். ஆனால் மொத்தத்தில் உணவுப் பொருள்களின் விலை உயரும்போது விவசாயியின் வருவாய் அதிகரிக்கும். உள்ளீட்டுக்கும், வெளியீட்டுக்கும் உள்ள எளிமையான முரண்பாடு இது. கிராமப் பகுதிகளில் வெளியீட்டின் பெரும் பகுதி நகர்ப்புற வாக்காளர்களின் வரவு செலவுக் கணக்கில் உள்ளீடாக இருக்கும்; அதேபோல நகர்ப்புறத் தொகுதிகளிலுள்ள தொழிற் சாலைகளின் வெளியீடாகிய உற்பத்திப் பொருள்கள், கிராம வாக்காளர்களின் வீட்டு வரவு செலவுக் கணக்கில் உள்ளீடுகள்.

1977, 2002-க்கு இடையிலான பதவியிலிருப்போருக்கு எதிர்நிலைக் காலமாக இருப்பதற்கு வாக்காளர்களின் மக்கள் தொகை விபரங்களிலுள்ள மாற்றங்களும் ஒரு காரணம். 1970-களின் பிற்பகுதியில் வாக்காளர் பட்டியலில் முற்றிலும் புதிய

தலைமுறையினர் சேர்ந்து விட்டார்கள். அவர்களுக்கு இந்தியாவின் மறக்க முடியாத, நீண்ட, வன்முறையற்ற சுதந்திரப் போராட்டத்தின் அனுபவம் இருக்காது. விடுதலையின்போது பிறந்தே இருக்காத புதிய தலைமுறைக்கு இப்போது வாக்குரிமை கிடைத்தது. இந்தப் புதிய வாக்காளர் கோபத்தை வெளிப்படுத்துவதில் முக்கிய பங்கு வகித்தார்; தேர்தல் நிலைக் காலத்தை முடிவுக்கே கொண்டு வந்தார். ஐக்கிய முற்போக்குக் கூட்டணிக்குக் (UPA) கிடைத்த குறைவான ஆதரவு இதனைப் பிரதிபலிக்கிறது. இன்றும் அது தொடர்கிறது. 2014-இல் தேசிய ஜனநாயகக் கூட்டணிக்குக் (NDA) கிடைத்த வாக்குகளில் 18-30 வயதுடையவர்களின் எண்ணிக்கை UPA-க்கு அதற்கு மேல் வயதானவர்களின் எண்ணிக்கையை விட இரு மடங்கு இருந்தது (பார்க்க அட்டவணை 1.1.6). கனடா முதல் ஃபிரான்ஸ் வரையில் 1960-களில் இருந்த நிறுவனத்திற்கு எதிரான மலர் சக்தி (Flower Power)-யைப் போன்றதல்ல. எனினும் அவற்றின் மக்களாட்சித் தளத்தின் அடிப்படையிலிருந்து விடுபடுதல் இரண்டிற்கும் பொதுவாக இருந்தது.

எங்களுடைய கருத்துக் கணிப்புகள் எல்லாம், 30 வயதுக்கு மேற்பட்ட வாக்காளர்கள் சுதந்திரப் போராட்டத்தை இன்னும் நினைவில் வைத்து காங்கிரசுக்கு ஆதரவாக இருந்தார்கள் என்று காட்டின. அவர்கள் இன்னும் தேனிலவுக் காலத்திலேயே இருந்தார்கள். மேலும், நகர்ப்புற மத்திய தர வர்க்கத்தினர் வாக்கு அதிகமாகத் தொடங்கிய பிறகு, படித்த வாக்காளர்களும் வாக்களிப்பின் பாங்கினை மாற்றத் தொடங்கினர். ஏனென்றால் அரசியல்வாதிகள் அவர்களின் புதிய தேவைகளையும், முன்னுரிமைகளையும் சந்திக்க முயன்றார்கள்.

பதவியிலிருப்போருக்கு எதிரான இந்தக்கட்டத்தில் பல அரசியல்வாதிகளிடம் பேசியபோது, பழைய வரலாற்றில் வாழ்ந்து கொண்டு, இந்திய மக்களாட்சி பதவியிலிருப்போருக்கு ஆதரவான கால கட்டத்தில் இன்னும் இருக்கிறது என்று நம்பிக்கைகொண்டு அவர்கள் வாக்காளர்களைக் குறைத்து மதிப்பிட்டார்கள் என்பது தெளிவாகத் தெரிந்தது. வாக்காளர்களின் கோபம் நிரந்தரமற்றது என்று நினைத்துக் கொண்டு, பழைய நிலை மீண்டும் வந்து விடும் என்ற நம்பிக்கையில் இருந்தார்கள்.

அரசியல்வாதிகள் 'பயணக் களைப்பு' நோய்க் குறியால் பாதிக்கப்படுகிறார்கள். அரசியல்வாதிகளை விட வாக்காளர்கள் வேகமாக மாறக் கூடியவர்கள். அவர்கள் வேகத்திற்கு ஈடு கொடுக்க அரசியல்வாதிகளுக்குப் பல ஆண்டுகள் ஆகின்றன.

அட்டவணை 1.1.6.

பா.ஜ.க.+ (NDA) இளம் வாக்காளர்களிடம் அதிக ஆதரவு	
UPA–யை விட NDA –யின் அதிக விழுக்காடு	
இளம் வாக்காளர்கள்	வயதான வாக்காளர்கள்
18–30 வயது	50 வயதிற்கு மேல்
20%	11%

குறிப்பு: 1,04,174 மாதிரி அளவில் 2014 மக்களவைத் தேர்தலில் ஹஸ்னா ஆய்வுக் குழுவால் NDTV–க்காக நடத்தப்பட்ட அனைத்திந்திய வாக்களிப்பின் அடிப்படையில் தரப்படுகிறது.

அதன் விளைவாக, பதவியிலிருப்போருக்கு எதிரான இருபத்தைந்தாண்டுகளில், தாங்கள் திரும்பவும் ஆட்சியில் அமர்த்தப்படுவோம் என்ற நம்பிக்கையில் அரசியல்வாதிகள் ஊன்றி நின்றார்கள். தொகுதியில் கள வேலை, தேர்தல்களுக்கு இடைப்பட்ட காலத்திய பணி ஆகியவை முக்கியம் அல்லது தேவை என்று அவர்கள் கருதவில்லை. ஒருவேளை அவர்கள் போதுமான அளவு மாறியிருக்க மாட்டார்கள்; கோபத்திலிருக்கும் புதிய வாக்காளர்கள் உண்மையில் எதை எதிர்பார்க்கிறார்கள் என்பது அவர்களுக்குப் புரியாமல் இருக்கலாம். தூக்கியெறியப்பட்டு அவர்களுக்கு செய்தி உரைக்கும்போது காலம் முடிந்து விட்டது.

ஐம்பதுக்கு ஐம்பது யுகம்

மூன்றாவது கட்டம்: 2002–2019

கோபமுற்ற வாக்காளர் கால கட்டத்தின் இறுதியில், உண்மை நிலை அறிந்த அரசியல்வாதிகள் இறுதியில் உண்மை நிலையைச் சந்திக்கத் தொடங்கினார்கள். பலர் தங்கள் வாக்காளர்களின் வாழ்க்கை நிலையை உயர்த்தமுயன்று தங்கள் பெயரைக் காப்பாற்றிக் கொள்ளத் தொடங்கினார்கள். நூற்றாண்டு முடிந்து புதிய நூற்றாண்டு தொடங்கிய வேளைக்குப் பிறகு, வாக்காளர் மத்தியிலும் மாற்றம் ஏற்பட்டது. பதவியிலிருப்போருக்கு இருந்த கடுமையான எதிர்ப்பு மாறத் தொடங்கிற்று. வாக்காளர்கள் ஒவ்வொரு மாநிலத்திலும்

பணியாற்றக் கூடிய, தங்கள் வாக்குறுதிகளை நிறைவேற்றக் கூடிய அரசுகளுக்கும் அவ்வாறு செய்ய முடியாத அரசுகளுக்கும் இடையே வேறுபாடு காணத் தொடங்கி விட்டார்கள். இக்காலகட்டத்தில் எந்த வேலையும் செய்யாத அரசியல்வாதிகளும், அரசுகளும் தூக்கியெறியப்பட்டு தங்கள் வாக்குறுதிகளை நிறைவேற்றக் கூடியவர்கள் திரும்பப் பதவியில் அமர்த்தப்பட்டார்கள். 2002 முதல் இன்று வரை நீடிக்கும் இந்த மூன்றாவது கால கட்டத்தினை 'ஞானம்' பெற்ற வாக்காளரின் காலம் என்று கூறலாம். கவனமாக ஆராய்ந்து வாக்காளர்கள் வாக்களிக்கத் தொடங்கியிருந்தார்கள்.

பதவியிலிருக்கும் அரசியல்வாதிகள் தங்களது தொகுதிகளுக்காக இன்னும் உழைக்க வேண்டுமென்ற கட்டாயம் ஏற்பட்டிருக்கிறது என்பது இதன் பொருள். வாக்காளரின் உந்துதல் என்ற புதிய உண்மைநிலை 'செய் அல்லது செத்து மடி,' 'பணி செய் அல்லது ஒழிந்து போ' என்பதாக ஆகி விட்டிருக்கிறது.

இந்த மாற்றத்தின் தாக்கம் எப்படிப்பட்டதென்றால், பதவியிலிருப்போருக்கு எதிர் என்பதன் முக்கியத்துவம் குறைந்து செயல்திறனின் மதிப்பு கூடி விட்டது. 2002 முதல் இன்று வரை நடந்த அறுபத்து நான்கு சட்டமன்றத் தேர்தல்களில், வெளியில் தெரியக் கூடிய அளவிற்கு பதவியிலிருப்போருக்கு எதிரான அல்லது ஆதரவான விருப்பு, வெறுப்பு எதுவும் காணப்படவில்லை. உண்மையில் 2019 தேர்தல்களைப் பார்க்கும்போது பாதி அரசுகள் பதவி இழந்தன. பாதி மீண்டும் பதவிக்குத் தேர்ந்தெடுக்கப்பட்டன. (பார்க்க அட்டவணை 1.1.7).

இந்த மூன்றாவது கட்டத்தில் தான் இந்தியாவில் விடுதலைக்குப் பிறகு இந்தியப் பொருளாதாரத்தில் மிக வேகமான வளர்ச்சி வீதத்தைப் பார்க்க முடிந்தது. இது எதிர்பாராமல் ஏற்பட்ட ஒற்றுமையான நிகழ்ச்சி இல்லை; மாறாக, வாக்காளர்கள் அரசியல்வாதிகளைச் செயல்படக் கட்டாயப்படுத்தும் ஒரு துடிப்புள்ள செயல்படும் மக்களாட்சியின் அடையாளம் என்று நாங்கள் நம்புகிறோம். முந்தைய கால கட்டங்களில் இருந்த பொருளாதார நோக்கத்தோடு ஒப்பிடும்போது, உட்கட்டமைப்பில் முன்னேற்றம், வளர்ச்சி ஆகியவற்றின் அடையாளங்களை வெளியில் காண முடிந்தது.

பதவியிலிருப்போருக்கு ஆதரவும், எதிர்ப்பும் என்ற இந்த நிலைகள் மாறி பாதிப் பாதி - ஐம்பதுக்கு ஐம்பது - என்ற அமைவு மக்களவைத் தேர்தல்களுக்கும் பொருந்துமா? 1952-க்குப்

அட்டவணை 1.1.7.

ஐம்பதுக்கு ஐம்பது கால கட்டம் 'ஞானம் பெற்ற' வாக்காளர் பதவியிலிருப்போருக்கு ஆதரவும் எதிர்ப்பும் இல்லாத நிலை			
கால கட்டம் : 2002-2019 (64 பெரிய நடுத்தர மாநிலச் சட்டமன்றத் தேர்தல்களின் முடிவுகள்)			
ஒவ்வொரு தேர்தலிலும் வெற்றி பெறுவதும் தோல்வி அடைவதும்	சமமான வாய்ப்பு ஆட்சியிலிருந்த அரசுகள் திரும்ப ஆட்சிக்கு வந்த விழுக்காடு	ஆட்சியிலிருந்த அரசுகள் பதவி இழந்த விழுக்காடு	நன்றாகச் செயல்பட்ட அரசுகள் திரும்பப் பதவிக்கு வந்தன. மோசமாகச் செயல்பட்டவர்கள் தோல்வி அடைந்தனர்
பதவியில் இருப்போருக்கு எதிரான நிலை முடிவுக்கு வருகிறது	48%	52%	ஞானம் பெற்ற வாக்காளர்

குறிப்பு: 2002–2019என்பது 2002 ஜனவரி 1 முதல் 2019 ஜனவரி 1 வரை. பத்து பெரிய மாநிலங்களில் (36 தேர்தல்கள்) ஒன்பது நடுத்தர மாநிலங்களில் (28 தேர்தல்கள்) நடந்த தேர்தல் முடிவுகளின் அடிப்படையில் பெற்ற தரவுகள்.

பிறகு 16 மக்களவைத் தேர்தல்கள்தான் நடந்திருக்கின்றன. எனவே புள்ளி விபரக் கணக்கின் அடிப்படையில் சரியாக இருக்குமளவில் இது எண்ணிக்கையில் குறைவான மாதிரி(*sample*). ஆகவே, மாநிலங்கள் அளவில் மக்களவைத் தேர்தல்களின் வாக்களிப்புப் போக்கை ஆராய்ந்தோம் (அட்டவணை 1.1.8). இரண்டாவது கட்ட (1977-2002) சட்டமன்றத் தேர்தல்களில் பதவியிலிருப்போருக்கு எதிராக வலிமையான போக்கு இருந்தது. ஆனால் நாடாளுமன்றத் தேர்தல்களில் அவ்வாறு வெளிப்படையாகத் தெரியவில்லை. உண்மையில் கடந்த 50 ஆண்டுகளாக ஐம்பது - ஐம்பது பதவியிலிருப்போருக்கான போக்கே காணப்பட்டது. இதற்கு ஒரு முக்கியமான முன்னெச்சரிக்கை உண்டு. இம்மாநிலங்கள் மக்களவைத் தேர்தல்களிலும் பங்கு கொண்டதால், ஒவ்வொன்றிலும் தேசிய, மாநிலப் பிரச்சனைகள் சேர்ந்தே தீர்மானித்தன.

முந்தைய ஆண்டுகளிலிருந்த அரசுகளின் முக்கியமான சில பொருளாதார நடவடிக்கைகள் - குறிப்பாக பழைய உரிமம்சார் ஆட்சியின் அடிப்படையிலான இந்தியப் பொருளாதாரத்தைத் தாராள மயமாக ஆக்குவதற்கு குறி வைத்த முக்கிய கொள்கைகள் இருந்தன. எனினும், இவற்றில் பெரும்பான்மையானவை தலைவர்களின் மாற்றம் வேண்டும் என்ற ஆர்வமும், இந்தியப் பொருளாதாரத்தை

அட்டவணை 1.1.8.

பெரிய, நடுத்தர மாநிலங்களில் ஐம்பதுக்கு ஐம்பது மக்களவைத் தேர்தல்கள் (பதவியிலிருப்போருக்கு ஆதரவும் இல்லை, எதிர்ப்பும் இல்லை)		
ஒவ்வொரு மாநிலத்திலும், மக்களவைத் தேர்தல்களில் மாநிலத்தில் ஆட்சியிலிருக்கும் கட்சி மீண்டும் அம்மாநிலத்தில் மக்களவை இடங்களில் வெற்றி பெறும் வாய்ப்பு 54%		
மக்களவைத் தேர்தல்களில் மாநிலங்கள்	பதவியிலிருக்கும் மாநில அரசுக்கு ஆதரவு விழுக்காடு, அதாவது அம்மாநிலத்தில் ஆட்சியிலிருக்கும் கட்சி எம்.பி-க்களை பெரும்பான்மையாக வெற்றி பெறும் விழுக்காடு (பதவியிலிருக்கும் கட்சிக்கு ஆதரவு %)	பதவியிலிருக்கும் மாநில அரசுக்கு எதிரான விழுக்காடு, அதாவது மாநிலத்தை ஆளும் கட்சி எம்.பி-க்கள் பெரும்பான்மையாகத் தோல்வி அடைவது. பதவியிலிருப்போருக்கு எதிர்ப்பு விழுக்காடு
முதல் கட்டம்: 1952–1977	84%	16%
இரண்டாம் கட்டம்: 1977–2002	48%	52%
மூன்றாவது கட்டம்: 2002–2019	54%	46%

குறிப்பு: கூட்டணி மாநிலத்தில் ஆட்சியிலிருக்கும்போது, பதவியிலிருப்போர் எனப்படுவோர் கூட்டணியில் பெரிய அளவில் இருக்கும் கட்சியில் உள்ளவராகக் கருதப்படுகிறார்.

அச்சுறுத்திய நெருக்கடியில் ஏற்பட்ட கட்டாயங்களும் சேர்ந்ததால் ஏற்பட்டவையே. உண்மையான நெருக்கடி ஏற்படும்போது தான் இந்தியா எதிர்வினையாற்றும் என்று சொல்லப்படுகிறது.

இந்நூற்றாண்டின் தொடக்கத்தில் இந்தியாவின் வளர்ச்சி வீதம் முதலிலிருந்த 3.5 விழுக்காட்டிலிருந்து 7.5 விழுக்காட்டு அளவிற்கு உயர்ந்தது. இது பழைய 'இந்திய வளர்ச்சி வீதத்திலிருந்து' 'புதிய இந்திய வளர்ச்சி வீதத்திற்கு' மாறியது என்பதைக் குறிக்கிறது என்று சொன்னார்கள். உண்மையில் அரசாங்கக் கொள்கைகளில் குறிப்பிடத்தக்க மாறுதல்களினால் மொத்த உள்நாட்டு உற்பத்தியின் வளர்ச்சி வீதம் அதிகரித்தது என்பது ஒரு காரணம். அதே அளவிற்கு எம்.பி-க்களும், எம்.எல்.ஏ-க்களும் தாங்கள் மீண்டும் தேர்ந்தெடுக்கப்பட வேண்டுமென்பதற்காகத் தங்களது தொகுதிகளின் வளர்ச்சிக்குப் பாடுபட்டதும் ஒரு காரணம். அதே சமயம், அரசாங்கக் கொள்கைகளின் மாறுதல்கள் திடீரென்று ஏற்பட்ட ஒரு நிகழ்வாகப் பார்க்கப்படக் கூடாது. முன்னரே சில பொருளாதார நடவடிக்கைகள் தொடங்கப்பட்டு விட்டன. எனினும் 2002-ஆம் ஆண்டுக்குப் பிறகு அதன் வேகம் கூடிற்று. மேலும் நாம் ஏற்கனவே சொன்னதுபோல, பொருளாதாரத் தாராளமயமாக்கல் பொருளாதார நெருக்கடி ஏற்படுத்திய கட்டாயம்.

புதிய பொருளாதாரக் கொள்கை இந்தியாவில் புதிய வேகத்தை ஏற்படுத்திய அதே வேளை தொழில்நுட்பப் பயன்பாட்டில் ஏற்பட்ட மாற்றமும் இன்னொரு காரணம். உலக அளவில் இணையத்தின் வருகை, வெளி இடங்களில் பணியை ஒப்படைத்தல் *(outsourcing)*, இன்ஃபோசிஸ் போன்ற பன்னாட்டு நிறுவனங்களின் மென்பொருள் குழுமங்கள், விப்ரோ, டாடா கன்சல்டன்சி சர்வீசஸ் போன்றவையும் காரணம். (இன்ஃபோசிசின் வருவாய் 1999-இல் 120 மில்லியன் டாலராக இருந்தது. 2017-இல் 10 பில்லியன் டாலராக ஆனது). இவற்றிலெல்லாம் மிக முக்கியமானது அலைபேசியின் பயன்பாடு அதிகமானது. ஆண்டுக்கு GDP வளர்ச்சியில் 2 விழுக்காட்டிற்கு அதிகப் பயனுக்குள்ளாதாக ஆகாத தரைவழித் தொலைபேசியிலிருந்து ஒவ்வோர் ஆண்டும் கைபேசிகள் பயன்பாட்டாளரின் எண்ணிக்கை 50 மில்லியன் அதிகரிக்கப்பட்டது ஒரு காரணம் என்று பல பகுப்பாய்வாளர்கள் கருதுகிறார்கள். இந்தியாவின் செல்லுலர் ஆபரேட்டர்கள் அசோசியேஷன் அறிக்கையின்படி, ஒரு பில்லியன் வாடிக்கையாளர்கள் இருந்தால் அவர்களிடம் 650 மில்லியன் தனிப்பட்ட வாடிக்கையாளர்கள் இருப்பார்கள். இதனால் தொலைத்தொடர்பில் பெரிய முன்னேற்றம் ஏற்பட்டது, பரிமாற்றங்களின் வேகம் கூடிற்று. கடந்த பத்து இருபது

ஆண்டுகளில் அதிகப்படியான 7.5 விழுக்காடு வளர்ச்சி வீதத்தினை 'அலைபேசி வளர்ச்சி வீதம்' என்று மாற்றிச் சொல்லலாம்.

இந்தியாவின் தேர்தல்கள் வரலாற்றின் மூன்று கால கட்டங்களில் பதவியிலிருப்போர் தேர்வு பற்றிய போக்கில் ஏற்பட்ட குறிப்பிடத்தக்க மாற்றம் அடிப்படையில் ஏற்பட்ட மாற்றங்களிலிருந்து தெளிவாகிறது: முதல் இருபத்தைந்து கால கட்டத்தில், அதாவது 1952 முதல் 1977 வரையில் பெரிய நடுத்தர மாநிலங்கள் பலவற்றில் ஒரே கட்சியை மீண்டும் பதவிக்கு அனுப்புவது 100 விழுக்காடு இருந்தது. ஆளும் கட்சியே மீண்டும் தொடர்ந்து ஆட்சிக்கு அனுப்பப்பட்டது கீழ்க்கண்ட மாநிலங்களில் காணப்பட்டது: ஆந்திரப் பிரதேசம், அசாம், பீகார், குஜராத், ஹரியானா, கர்நாடாகா, பஞ்சாப், மகாராஷ்ட்ரா, மத்தியப் பிரதேசம், ராஜஸ்தான் ஆகியவை. (கேரளா, ஒரிசா, பஞ்சாப், தமிழ்நாடு, மேற்கு வங்காளம் ஆகியவற்றில் எப்போதாவது மாற்றத்திற்காக வாக்களிக்கப்பட்டது). இதனை இரண்டாவது கட்டமான 1977 - 2002 உடன் ஒப்பிட்டுப் பாருங்கள். மேற்கு வங்காளத்தைத் தவிர எந்த மாநிலமும் பெரிய நடுத்தர மாநிலங்களில் ஒன்று கூட மீண்டும் ஆட்சிக்குத் தேர்ந்தெடுக்கப்படவில்லை. மேற்கு வங்காளம் வித்தியாசமானது. அதற்கென்று ஒரு தேர்தல் கலாச்சாரம் உண்டு. பதவியிலிருப்போருக்கு ஆதரவு நிலை 100 விழுக்காடு. இது காங்கிரசுக் கட்சிக்கு எதிரானதாகவும், அதே சமயம், ஜோதிபாசுவின் தலைமையிலான இடது முன்னணிக்கு ஆதரவாகவும் இருந்தது. ஆனால் 2002 முதல் மூன்றாவது கட்டத்தில், பெரிய நடுத்தர மாநிலங்களில் ஒரிசாவும், குஜராத்தும் ஒரே கட்சியை ஒவ்வொரு முறையும் ஆட்சிக்கு அனுப்புவதில் 100 விழுக்காடு பதிவு செய்தது.

மேலும், இந்த மூன்றாவது ஞானம் பெற்ற வாக்காளர் காலகட்டத்தில் ஒரு முதல்வரோ, பிரதமரோ மீண்டும் ஆட்சிக்கு வர வேண்டுமென்றால் அவர் பெரிய பேச்சாளராகவோ, அனைவரையும் கவரக்கூடிய தலைவராகவோ இருக்க வேண்டியது அவசியமில்லை. தெளிவான வாக்காளர்கள் இந்த மாதிரியான வெளி ஆடம்பரங்களையெல்லாம் எளிதில் இனம் கண்டுகொள்கிறார்கள். வாக்குகளைப் பெற முக்கியமானது தலைவர் செயல் வீரராகவும் இருக்க வேண்டும். வெளி ஆடம்பரத்தை விட அமைதியான திறமைசாலியாகச் செயல்படும் தலைவரையே விரும்புகிறார்கள். இந்தக் காலகட்டத்தில் குறைந்தது மூன்று முறையாவது தொடர்ந்து மீண்டும் தேர்ந்தெடுக்கப்பட்ட முதல்வர்களில் ஐந்து பேர் ஒடிசாவின் பட்நாயக், மத்தியப் பிரதேசத்தில் சவுகான், டில்லியின் ஷீலா தீட்சித், சட்டிஸ்கரின் ராமன்சிங், திரிபுராவின் மாணிக் சர்க்கார்

ஆகியோர். (மூன்றாவது கால கட்டத்தில் இரண்டு முறையும், இரண்டாவது கட்டத்தின் கடைசியில் ஒரு முறையும்). இவர்கள் யாருமே பந்தாவான, அனைவரையும் ஈர்க்கக் கூடிய, பேச்சுத் திறமையுடைய தலைவர்கள் இல்லை. எனினும் மீண்டும் மீண்டும் இவர்கள் ஆட்சியில் அமர்த்தப்படுகிறார்கள். ஏனென்றால் அவர்கள் மற்றவர்களைவிடத் தங்கள் மாநில வளர்ச்சிக்கு அதிகமாக உழைத்தவர்கள். இதற்கு ஒரே விதிவிலக்கு நரேந்திர மோடி. அவர் குஜராத்தில் நான்கு முறை முதல்வராகத் தேர்ந்தெடுக்கப்பட்டவர்; சிறந்த பேச்சாளர்.

எல்லா அரசியல்வாதிகளும் மூன்று திறன்களில் ஒன்றை வெளிப்படுத்துகிறார்கள் என்று சொல்வார்கள். அவை 'சிந்தனையாளர்', 'சரி செய்பவர்' (fixer), 'செய்தி பரிமாற்றம் செய்பவர்' (communicator). நன்றாகச் செய்தி பரிமாற்றம் செய்பவர். வெளியரங்கில் கவர்ச்சிகரமாக இருந்து வாக்காளர்களை மயக்குபவர். ஆனால் இன்றைய இந்திய வாக்காளர்கள், திறமையாகச் சரி செய்பவர்களையே, செய்து முடிக்கக் கூடியவர்களையே விரும்புகிறார்கள். இந்த மூன்று திறன்களில் ஒரு சில அரசியல்வாதிகளே இரண்டில் தேர்ச்சி பெற்றவர்கள். அரசியல்வாதிகளை உலக அளவில் ஆய்வு மேற்கொண்டதில் மூன்று திறன்களையும் உடைய அரசியல்வாதியின் பெயரைக் கூறுமாறு கேட்டபோது, "ஒருவரும் இல்லை" என்ற ஒரே பதிலைத் தந்தார்கள்.

மேற்கு கர்நாடகாவில் எங்களது தேர்தல் சுற்றுலா ஒன்றின்போது நன்றாகப் பேசக்கூடிய ஒரு எம்.எல்.ஏ-யிடம் தேர்தலில் எது முக்கியம் என்று கேட்டோம். அவருடைய பதில், "தேர்தல்கள் தேர்வுகளைப் போல ஆகி விட்டன. பல பாடங்களில் வெற்றி பெற வேண்டும். நீங்கள் ஒவ்வொரு பாடத்திலும் கெட்டிக்காரராக இருக்க வேண்டியதில்லை. ஆனால் தேர்ந்தெடுக்கப்பட வேண்டுமென்றால் நீங்கள் குறைந்தது 60 விழுக்காடு மதிப்பெண்களாவது பெற்றாக வேண்டும். சாதாரண 'பாஸ்மார்க்' வெற்றி பெறக் குறைந்த அளவு மதிப்பெண்களை வாக்காளர்கள் இன்று ஏற்றுக் கொள்வதில்லை. சராசரி மதிப்பெண் தேர்ச்சி பெற்றால் நீங்கள் தோற்றவர்தான். தேர்தலில் தோல்வி தான்." அவரிடம் என்னென்ன பாடங்களில் அதிக மதிப்பெண்கள் பெற வேண்டும் என்று கேட்டபோது, "நிறைய இருக்கிறது" என்று கூறி நழுவி விட்டார். இந்த அறிவாளி - வாக்காளர் கால கட்டத்தில் ஒவ்வொரு தேர்தலிலும், அரசியல்வாதிகளைச் சோதிக்கும் கேள்விகள் கடினமாகிக் கொண்டே போகின்றன என்றபோது அவர் கவலைப்பட்டதாகத் தோன்றியது.

2002-க்குப் பிந்தைய மூன்றாவது கட்டத்தில், வெற்றி தோல்வி சாத்தியம் 50:50 ஆக இருந்த அதேவேளை இந்திய ஊடகத்திலும் பெருத்த மாறுதல் ஏற்பட்டது. குறிப்பாக, தொலைக்காட்சியில் 400 தேசிய மண்டல, இருபத்திநான்கு மணி நேரச் செய்தி அலைவரிசைகள் வந்து விட்டன. இதனால் வாக்காளர்களுக்கு அதிகமான செய்தி கிடைப்பதற்கு வழி ஏற்பட்டது. இப்போது அலைபேசிகளின் அலை வீசத் தொடங்கிய பிறகு சமூக ஊடகங்கள் முக்கிய பங்கு வகிக்கின்றன. இந்தியாவிலுள்ள 650 மில்லியன் கைப்பேசிப் பயனாளிகளில் 350 மில்லியன் பேரிடம் ஸ்மார்ட் ஃபோன்கள் இருக்கின்றன. நாடு முழுவதும் பரவலாக அதன் பயன்பாடு இருப்பது தெரிகிறது. பிற வளரும் பொருளாதார நாடுகளைப் போலவே இந்திய வாக்காளர்களும் தங்கள் ஸ்மார்ட் ஃபோன்களின் மூலம் செய்திகள் பெறுகிறார்கள்.

வழக்கமான ஊடகங்கள் போல இல்லாமல் சமூக வலைதளங்களில் வரும் செய்திகள் யாரிடமிருந்து வருகின்றன என்பது தெரியாது. ஆனால் அவை குறிப்பிட்டவர்களை அணுக முடியும். அண்மைக் காலங்களில் 'இருட்டு விளம்பரங்கள்' அதிகமாகி வருவது ஒரு எடுத்துக்காட்டு. அதுபோலவே போலிச் செய்திகளும் நிறையவே வலம் வருகின்றன.

சமூக வலைதளங்களின் உன்னதமான உரிமை, அனுப்பும் செய்தியாளர் யாரென்று தெரியாது; அதுவே செய்தியை வேண்டியவாறு திரித்து மாற்றுவதையும் எளிதாக ஆக்கி விட்டது. எடுத்துக்காட்டாக, மதங்கள் அல்லது சாதிகளுக்கு இடையே மோதல் ஏற்படும் வேளைகளில் போலி அல்லது பொய் அபாய அறிவிப்புகள் மூலம் வெறுப்பைப் பரப்பும் பெயரிடப்படாத செய்தி, வன்முறையையும், கொலைகளையும் தூண்டிவிடும் குற்றவாளிகளைத் தண்டிப்பது இருக்கட்டும். அவர்களைக் கண்டுபிடிப்பதே கடினம்; ஏனென்றால் வெறுப்பைப் பரப்பும் பொய்யான செய்தி எங்கிருந்து வருகிறது என்று கண்டுபிடிப்பது முடியாது. அப்படிப்பட்ட செய்திகளையும், விளம்பரங்களையும் நிரந்தரமாக அழித்து விட முடியும். குழப்பத்தை முதலில் தூண்டியது யார் என்பதைக் கண்டுபிடிக்க முடியாமலே போய்விடும். 2012-ஆம் ஆண்டு ஆக்ஸ்போர்ட் பல்கலைக்கழகத்தில் ராய்டர் நினைவு சொற்பொழிவின்போது, பிரணாய் ராய், ஆள் யாரென்று தெரியாததே (anonymity) இணையதளத்தின் அடித்தளம் என்றாலும், அபூர்வமான சமயங்களில் - செய்தியின் நோக்கம் வன்முறை, கொலை அல்லது வன்புணர்வு ஆகியவையாக இருக்கும் போது ஆள் யாரென்று தெரியாமலிருப்பதைத் தியாகம் செய்தே ஆக வேண்டும்.

எங்கிருந்து, யாரிடமிருந்து செய்தி வந்தது என்பதைக் கண்டுபிடிக்க தொழில் நுட்பம் தேவை என்பதை வலியுறுத்தினார். ஆனால் அதற்கு ஒரு நிபந்தனையையும் முன் வைத்தார்: ஒவ்வொரு நிகழ்வு பற்றிய முடிவு ஆட்சியிலிருக்கும் அரசினால் எடுக்கப்படக் கூடாது; நீதிமன்றத்திலேயே எடுக்கப்பட வேண்டும். அரசியல் அமைப்பும், அதிகார வர்க்கமும் அசைக்கப்பட முடியாமல் இருக்கும் ஏழை நாடுகளில் இது மிக முக்கியம்.

2002-ஆம் ஆண்டுக்குப் பிறகு, பழைய ஊடகம் வாக்காளர்களுக்கு செய்தி தரும் முக்கியமான தகவல் மூலமாக இருந்து வந்திருக்கிறது. ஆனால் அதன் தாக்கம் பெரும்பாலும் நிலைமைக்கு அதிகமாகவே மதிப்பிடப்பட்டது. 1990-களுக்கும் இரண்டாயிரத்தின் முதல் பத்தாண்டுகளுக்குமுள்ள வேறுபாடு எங்களது தள அளவிலான கள ஆய்வில் வெளிப்பட்டது. வாக்காளர்களின் முக்கியமான செய்தி மூலத்தில் மாற்றத்தைக் காட்டிற்று.

1990-களில் அரசுக்குச் சொந்தமான ஒரே ஒரு தொலைக்காட்சி நிறுவனமும், வானொலி நிலையமும் மட்டுமே இருந்தன. ஆனால் புதிய மில்லினியத்தில், நாங்கள் நேர்காணல் கண்ட வாக்காளர்கள் அரசியல் பற்றியும் இன்றைய நிலவரங்கள் பற்றியும் நன்றாகவே தெரிந்து வைத்திருந்தார்கள். அவர்கள் தாங்கள் தனியார் தொலைக்காட்சி நிலையங்களிலிருந்து செய்திகளைப் பெறுவதாகத் தெரிவித்தார்கள். தூர்தர்ஷனை மக்கள் இன்னும் நம்பவில்லை. அதனை அவர்கள் நம்பத் தகுந்த செய்தி தரும் நிறுவனமாகவே கருதவில்லை. எனினும் வாக்காளர்கள் தனியார் செய்தி அலைவரிசைகளை நம்புவது ஓரளவு அவற்றின் உண்மை பற்றிய ஐயத்தோடேயே இருந்தது. ஏனென்றால் பெரும்பான்மையான செய்தி அலைவரிசைகள் நேரடியாகவோ, மறைமுகமாகவோ ஏதாவது ஒரு அரசியல் கட்சியால் நடத்தப்பட்டன; அல்லது ஒரு அரசியல் கட்சியைச் சார்ந்திருந்தன.

அரசியல்வாதிகள் செய்தி அலைவரிசைகளை அதிகம் பார்ப்பதாலோ என்னவோ அவற்றை மக்களின் கருத்தை மாற்றக்கூடிய, வாயிற் காவலர்களாகப் பார்க்கிறார்கள்; அவற்றை ஆபத்தானவை என்று கருதுகிறார்கள். அதன் விளைவாகச் சுதந்திரமாக வெளிப்படையாக இருந்தால் அல்லது விமர்சனம் செய்தால் அவற்றின் மேல் பொய் வழக்குகள் போடுகின்றனர். இது அரசியல் சட்டத்திற்குப் புறம்பான அடக்குமுறை; அமெரிக்காவில் 1940-களிலும், 1950-களிலும் தொடக்கத்திலும் இருந்த மக்கார்தேயின் முறையைப்போல இது இருக்கிறது. செய்தி ஒளிபரப்பாளர்கள் மேல் இப்படி

முடிவுக்குவரும் பதவியிலிருப்போருக்கான எதிர்ப்பு | 47

உணர்ச்சிப்படுவதும், இந்திய ஊடகத்தை அடக்கியாள ஒரு கருவியாகப் பயன்படுத்துவதும் எந்த மக்களாட்சி நாட்டிற்கும் ஓர் அவமானம்.

உண்மையில், செய்தி அலைவரிசைகள் வாக்களிப்பு நடத்தையைப் பாதிப்பதாக நினைப்பது மிகைப்படுத்தப்பட்டது. பல வாக்காளர்கள் தாங்கள் செய்திகளை அறிந்து கொள்ளவே செய்தி அலைவரிசைகளைப் பார்ப்பதாகக் கூறியிருக்கிறார்கள். ஆனால் பெரும்பாலும் அவர்கள் செய்தியோடு தரப்படும் கருத்துகளை ஏற்பதில்லை. அதன் அடிப்படையிலேயே அவர்கள் எப்படி வாக்களிப்பது என்று முடிவு செய்கிறார்கள். செய்தி ஒளி அலைவரிசைகள் வாக்காளர் மேல் குறிப்பிடத்தக்க தாக்கத்தை ஏற்படுத்தியிருந்தால், தி.மு.க. தோல்வியே அடைந்திருக்காது. தமிழ் நாட்டில் அதிகம் பார்க்கப்படும் அலைவரிசைகள் தி.மு.க-வின் கட்டுப்பாட்டில் இருப்பதாகச் சொல்லப்படுகிறது. இருப்பினும் அது தொடர்ந்து தேர்தலில் தோற்றது. எனினும், செய்தி அலை வரிசைகள் மிகவும் சக்தி வாய்ந்தவை என்று அ.தி.மு.க-வின் ஜெயலலிதா கருதியதால் அவரும் தனக்கென தொலைக்காட்சி அலை வரிசைகளைத் தொடங்கினார். ஆனால் அதனாலும் பயனில்லை; அவரது கட்சியும் பல தேர்தல்களில் தோற்றது. அதேபோல, பஞ்சாபில், அகாலிதளத்திற்குச் செய்தி அலை வரிசைகள் இருப்பதாகச் சொல்லப்பட்டது. அதன் ஆதிக்கத்தில் பல செய்தி தொலைக்காட்சி நிறுவனங்கள் இருந்தன. செய்தி ஒளிபரப்பில் அகாலிதளத்தின் கை ஓங்கியிருந்த காலத்திலும் அது மிகப் பெரிய தோல்வியைச் சந்தித்தது. பெரும்பாலான மாநிலங்களில் செய்தி ஒளிபரப்புகள் அரசியல்வாதிகளின் ஆதிக்கத்தில் இருக்கின்றன. ஆனால் செய்தி ஊடகத்தைத் தன் கையில் வைத்திருக்கும் கட்சி தேர்தலில் படுதோல்வி அடைந்ததற்குப் பல எடுத்துக்காட்டுகள் உள்ளன. அக்கட்சிக்கு அது சாதகமான ஒன்றாகக் கருதப்பட்டாலும், தேர்தலில் வெற்றி பெற அது போதுமானதாக இல்லை. திரையில் காணப்படும் செய்திகளாலும், கருத்துகளாலும் வாக்காளர் சாய்ந்து விடாத அளவிற்கு அவர் கெட்டிக்காரராக இருக்கிறார்.

எப்படியிருந்தாலும், தனியார் டி.வி. ஒளிபரப்புகள் அதிகமாகப் பரவியதால் ஏற்பட்ட ஒரு மாறுதல் என்ன? தேர்தல்களுக்கு இடைப்பட்ட ஐந்து ஆண்டு காலத்தில் வாக்காளர்கள் திரையிலாவது தங்களது அரசியல்வாதிகளை இப்போது பார்க்க முடிந்தது. அரசியல்வாதிகள் இன்று எங்கெங்கு போகிறார்களோ அங்கெல்லாம் ஒலிவாங்கியை அவர்களது முகத்திற்கு நேராக நீட்டி விடுகிறார்கள். அவர்கள் தப்பிக்க முடிவதில்லை.

மரியாதை என்ற பழைய பாணியிலிருந்து ஒரு பெரிய மாற்றம். அரசியல்வாதிகள் 24 மணி நேரமும் வாக்காளர்கள் முன்னர் தோன்றுவது அவர்கள் தாங்கள் தேர்ந்தெடுத்த பிரதிநிதியை நன்றாக எடைபோட அனுமதிக்கிறது. தொலைக்காட்சி வாக்காளர்களின் மனப்போக்கினையும் மாற்றியிருக்கிறது என்பதில் ஐயமில்லை: எல்லா அரசியல்வாதிகளையும் (பெரும்பாலும் கண்ணில் படாதவர்களை) ஒட்டு மொத்தமாக விலக்கி விடும் கோபக்கார நிலையிலிருந்து வாக்காளர்களுக்கு இப்போது கொஞ்சமாவது செய்தி கிடைக்கிறது. அதைக் கொண்டு அவர்கள் தங்களது பிரதிநிதியைத் தேர்வு செய்வதுபற்றி நன்கு அறிந்து கொள்கிறார்கள்.

இவற்றோடுகூட இன்னொரு சுவாரசியமான நிகழ்வு: சிறப்பான ஊடக வெளிச்சம் அரசியல்வாதிகளிடம் ஏற்படுத்தியிருக்கும் மாற்றம் உண்மையில் வியப்பூட்டுவதாக இருக்கிறது. சில ஆண்டுகளுக்கு முன்னரெல்லாம், நாங்கள் அரசியல்வாதிகளை நேர்காணல் செய்யும்போது அவர்கள் விடையளிப்பதற்கு நேரம் எடுத்துக் கொள்வார்கள்; கொஞ்சம் சிந்தித்த பிறகு தான் பதில் வரும். ஆனால் தொலைக்காட்சியில் 20-30 வினாடிகளுக்கு மேல் எடுத்துக் கொண்டால் அது அவர்களாகவே தங்கள் மேல் சுமத்திக் கொள்ளும் அழிவு. இந்த இருபது வினாடி விதியை விட்டு விடுங்கள்; அந்தக் காலத்திலெல்லாம், நமது அரசியல்வாதிகள் ஏதோ நீண்ட உரை நிகழ்த்தப் போவதைப் போல இரண்டு, மூன்று நிமிடங்கள் தொண்டையைக் கனைத்துச் சரி செய்து கொள்வார்கள்.

உலகத்திலுள்ள நேரமெல்லாம் தங்களதுதான் என்று நினைத்துக் கொள்வது சாதாரண அரசியல்வாதிகள் மட்டுமல்ல. ஒரு மூத்த அரசியல்வாதி ஒருமுறை ஒரு தெளிவில்லாத கருத்தைச் சொல்ல முப்பது நிமிடங்கள் எடுத்துக் கொண்டார். நேர்காணல் செய்பவருக்கு நேரம் முக்கியம் என்பதே அவருக்குத் தெரியவில்லை. நாங்கள் ஒளிபரப்பாமல் விட்ட ஒரே நேர்காணல் அதுதான். டில்லி தங்கும் விடுதியிலுள்ள அவருடைய அலுவலகத்திற்கு நாங்கள் போனபோது 'ஒரு நிமிடம்' இதனைக் கொஞ்சம் கேட்போம் என்றார்; மோசார்டின் பியானோ இசையைக் கேட்கத் தொடங்கி விட்டார். நாங்கள் அமைதியாக இருபது நிமிடங்கள் உட்கார்ந்து இசையைக் கேட்க வேண்டியதாயிற்று.

இந்தியாவில் இன்றைய அரசியல்வாதிகள் தேறிவிட்டார்கள். இன்று வெற்றிகரமான அரசியல்வாதிகள் தொலைக்காட்சிக்கு உகந்தவர்களாக மாறி விட்டார்கள். அவர்கள் சொல்ல வேண்டியதெல்லாம் 30 செகண்டுகளுக்குள் அடக்கி விடுகிறார்கள்.

அது தேவையான தாக்கத்தை ஏற்படுத்துகிறது. அரசியல்வாதிகள் செய்தியை வெட்டி இணைக்கும் தொகுப்பு வேலை தனது கட்டுப்பாட்டில் இல்லை என்பதைத் தெரிந்து வைத்திருக்கிறார். அவர் அதிகப்படியான வார்த்தைகளைப் பயன்படுத்தினால், செய்தியாளர்கள் சுவையில்லாதப் பகுதிகளை வெட்டி விட்டுத் தலைப்புச் செய்தியாக வரக்கூடியவற்றை மட்டும் தேர்ந்து கொள்வார் என்பது அவருக்குத் தெரியும். எவ்வளவு பெரிய மாற்றம்! ஊடகத்தில் சிறு பிள்ளையாக இருந்த அரசியல்வாதி இப்போது செய்தியாளர்களுக்கு ஒரு சில தந்திரங்களைக் கற்றுத் தரும் ஊடகத் தொழில் வல்லுநராக ஆகி விட்டார். அரசியல்வாதிகள் இன்று ஒலி தாக்கத்தின் நுணுக்கங்களை அறிந்தவர்களாக ஆகி விட்டார்கள்!

இதற்கிடையில் உலக அளவில் ஊடகமும், அரசியல்வாதிகளும் பெரிய அளவில் மாறிக் கொண்டிருக்கிறார்கள். எடுத்துக்காட்டாக, பிரிட்டனில் அரசியல்வாதிகளின் செய்தித் துணுக்குகளை நாற்பது செகண்டுகளிலிருந்து இருபது செகண்டுகளாகக் குறைத்து விட்டார்கள். இது ஒருவேளை பார்ப்பதை எளிதாக ஆக்கலாம். ஆனால் இது அரசியல் செய்தியைக் கேலிக்கூத்தான எளிமைப்படுத்தலாக ஆக்கி விடும். செய்தியைப் பரபரப்பாக்குவதற்காகச் சுருக்கப்படுவதைப் பார்க்கவேண்டியதில் இது முடியும். எனவே இரண்டுக்கும் இடைப்பட்ட காலம் இருக்குமா?

தேர்தல் திருப்புமுனைகளைத் தலைகீழாக ஆக்கல்

இப்போதைய ஐம்பது - ஐம்பது கால கட்டத்தில் அரசுகள் மீண்டும் ஆட்சிக்கு வரவேண்டுமென்றால் செய்து காட்ட வேண்டும். இது அவற்றிற்கு ஒரு புதிய முழக்கத்தைத் தந்திருக்கிறது. ‘செய்; அல்லது செத்து மடி.’

எப்போதாவது அவர்களது கால கட்டத்தில் பொதுப் போக்கை உடைக்கும் அரசு வரும். இப்படிப்பட்ட அபூர்வ நிகழ்வுகளின் செயல்பாட்டாளர்கள் தங்களது வாக்காளர்களின் நம்பிக்கையைத் தொடர்ந்து பெற்று வந்திருப்பவர்கள். (பார்க்க அட்டவணை 1.1.9). எடுத்துக்காட்டாக, பத்து ஆளும் கட்சிகளில் ஒன்று தான் தொடர்ந்து மூன்று முறை திரும்ப ஆட்சியில் அமர்த்தப்பட்டிருக்கிறது. ஒரிசாவின் நவின் பட்நாயக், மத்தியப் பிரதேசத்தின் ஷிவ்ராஜ் சவ்ஹான், சட்டிஸ்கரின் ராமன்சிங், குஜராத்தின் நரேந்திர மோடி, டில்லியின் ஷீலா தீட்சித் ஆகியோர். நாம் ஏற்கனவே சொன்னதுபோல குறிப்பிடத்தக் சாதனை குறிப்பிடத்தக்கதாக ஆகிறது.

தொடர்ந்து நான்கு முறை ஆட்சியில் திரும்பத் தேர்ந்தெடுக்கப்படுவது பதினாறில் ஒன்றுதான். மூன்று முறை தொடர்ந்து ஆட்சியிலிருப்பவர்கள் நான்காவது முறை தேர்ந்தெடுக்கப்படுவதற்கான வாய்ப்பு இருபத்தாறில் பதினைந்து முறை - அதாவது 58 விழுக்காடு என்று சொல்லலாம்!

இந்தியத் தேர்தல்களின் மூன்று கட்டங்களின் தொகுப்பைப் பார்க்கும்போது, தொடர்ந்து நான்கு முறை அரசுகள் தேர்ந்தெடுக்கப்பட்டது முதல் இருபத்தைந்து ஆண்டுகளில். இக்காலகட்டம் 'நம்பிக்கையின்' காலம் (பார்க்க அட்டவணை 1.1.11). விடுதலைக்குப் பிந்தைய இந்தியாவில் நான்கு முறை தொடர்ந்து தேர்ந்தெடுக்கப்பட்டது 73 சதவீதம். இது முதல் கட்டத்தில் நிகழ்ந்தது (பார்க்க அட்டவணை 1.1.10).

அட்டவணை 1.1.9

தேர்தல் போக்கை உடைத்தல்

தொடர்ந்து இரண்டு முறை தேர்ந்தெடுக்கப்படும் வாய்ப்பு மிகக் குறைவு; ஆனால் நடக்கிறது!

தொடர்ந்து தேர்ந்தெடுக்கப்பட்ட அரசு	மீண்டும் தேர்ந்தெடுக்கப்பட்ட தடவைகள்	எல்லாத் தேர்தல்களிலும் விழுக்காடு
3 முறை	26	11%
4 முறை	15	6%
5 முறை	11	5%
6 முறை	7	3%
7 முறை	1	0.4%

குறிப்பு: 1952 முதல் 2019 வரையில் பெரிய மாநிலங்களில் 150 தேர்தல்களும் நடுத்தர அளவு மாநிலங்களில் 89 தேர்தல்களுமே நடந்தன. அவற்றில் தொடர்ந்து தேர்ந்தெடுக்கப்பட்ட மாநிலங்கள்.

ஏழு முறைகள்: மேற்கு வங்காளம் – CPI (M) – இடது முன்னணி

ஆறு முறைகள்: ஆந்திரா, பீகார், குஜராத் (2 முறை), கர்நாடகா, உத்தரப்பிரதேசம்.

ஐந்து முறைகள்: அசாம், மகாராஷ்ட்ரா, மத்தியப் பிரதேசம், ராஜஸ்தான், உ.பி

நான்கு முறைகள்: ஒடிசா, பஞ்சாப்.

இந்த முதல் கட்டம் ஊழல், 'அரசு கைப்பற்றுதல்' என்ற குழப்பத்தில் காலடியெடுத்து வைத்தபிறகு, அதன் இடத்தில் வாக்காளரின் ஏமாற்றம் குடிகொண்டது. எல்லா அரசியல்வாதிகள் மீதும் அடங்காத கோபம் ஏற்பட்ட காலம் அது. எனவே ஒரு சில ஆளும் கட்சிகளே (7 விழுக்காடு மட்டுமே) நான்கு முறை தொடர்ந்து தேர்ந்தெடுக்கப்பட்டன. இறுதியில், ஐம்பது-ஐம்பது கால கட்டம் சமநிலையை மீண்டும் ஓரளவு கொண்டு வந்தது. தொடர்ந்து நான்கு முறை தேர்ந்தெடுக்கப்பட்ட அரசுகளின் எண்ணிக்கையில் 20 விழுக்காடு அதிகரித்தது. ஆனால் முதல் கட்டத்தின் 73 விழுக்காட்டை எட்டவில்லை.

நாம் இப்போது ஐம்பது-ஐம்பது கால கட்டத்தில் இருக்கிறோம்; பதவியிலிருப்போருக்கு ஆதரவோ எதிர்ப்போ இல்லாத கால கட்டம் இது. ஆனால் அரசுகள் நீண்ட காலங்களுக்கு ஆட்சியைத் தக்க வைத்துக் கொள்ள முடியும் என்று இதற்குப் பொருளில்லை. ஒரு பலமான எதிர்க்கட்சி ஏன் வேண்டுமென்று வாக்காளர்கள்

அட்டவணை 1.1.10

பலமுறை தொடர்ந்து ஏற்பட்ட வெற்றி வீதங்கள் மூன்று கட்டங்களோடு ஒரு தொடர்பைக் காட்டுகின்றன (பெரிய, நடுத்தர அளவு மாநிலங்கள்)				
பெரும்பாலான திரும்ப வெற்றி பெற்றது இந்தியத் தேர்தல்களின் தொடக்க காலத்தில் ஏற்பட்டது				
	1952-1977	1977-2002	2002-2019	1952-2019
	முதல் கட்டம்	இரண்டாம் கட்டம்	மூன்றாம் கட்டம்	மொத்தம்
நான்கு முறை தொடர்ந்து தேர்ந்தெடுக்கப்பட்ட அரசுகள்	11	1	3	15
நான்கு முறை தொடர்ந்து தேர்ந்தெடுக்கப்பட்ட அரசுகள் சதவீதம்	73%	7%	20%	100%

குறிப்பு: 1952 முதல் 2019 வரையில் மொத்த தேர்தல்கள் – 239 மாநிலங்கள். முதல் கட்டம் – 80, இரண்டாம் கட்டம் – 95, மூன்றாம் கட்டம் – 64.

விரும்புவதற்கு வெளியில் அவ்வளவாகத் தெரியாத பல காரணங்கள் இருக்கலாம். அவை இன்றைய காலத்திலுள்ள பிரச்சனைகளோடு தொடர்புடைனவாக இல்லாமல் இருக்கலாம். மத்தியப் பிரதேசத்திலுள்ள ஒரு கடைக்காரர், "ஒரு ஆளும் கட்சியும் வேண்டும், எதிர்க் கட்சியும் வேண்டும்" என்று எங்களிடம் சொன்னார். அவருடைய கருத்தையே பலரும் கூறினார்கள். "கீழ்மட்டக் கட்சித் தொண்டர்களுக்குக் கூட ஒரு மாற்றம் அவசியமாகிறது. ஒரே ஒரு எதேச்சாதிகாரியாக இருக்கும் கட்சி மட்டும் இருந்தால் இவர்களுக்கு பேரம் பேசுவதற்கு என்ன சக்தி இருக்கும்? இன்னொரு வலிமையான கட்சி இருந்தால், இவர்கள் சொல்வதை அவர்கள் கேட்காவிட்டால் அந்தக் கட்சிக்குத் தாவி விடுவோம் என்று சொல்லி பயமுறுத்த முடியும்" என்றார் அவர்.

எனினும், அரசுகள் மூன்றாவது அல்லது நான்காவது முறையாக மீண்டும் தேர்ந்தெடுக்கப்படுவது மிகவும் கடினம் தான். இதற்குப் பல எதிர்பாராத காரணங்கள் இருக்கும். எங்களது கள ஆய்வுகளின்போது, பல வாக்காளர்கள் மூன்று முறை பதவியிலிருந்த அரசு நான்காம் முறை ஆட்சிக்கு வர விரும்பாததற்குக் காரணம் வெறும் சலிப்புத்தான். அவர்கள் மாற்றத்தை விரும்புகிறார்கள் என்று கண்டோம். எடுத்துக்காட்டாக, சட்டிஸ்கரில் ராமன் சிங்கின் பா.ஜ.க. அரசு பதினைந்து ஆண்டுகள் ஆட்சியில் இருந்து, பிறகு நான்காவது முறையாக வெற்றி பெற முயன்று கொண்டிருந்தது. அங்கே ஒரு சைக்கிள் பழுது நீக்கும் கடையிலிருந்த வாக்காளர் ஒருவர், தான் பா.ஜ.க.-விற்கு மீண்டும் வாக்களிக்கப் போவதில்லை என்றார். நாங்கள் காரணம் கேட்டபோது அவர், "பதினைந்து ஆண்டுகளாக நீங்கள் ஒரே காயைத் தின்று கொண்டிருந்தால் இப்போது வேறொரு காயைத் தின்ன முயற்சி செய்ய மாட்டீர்களா?" என்று கேட்டார்.

வேட்பாளர் நிலையில் பதவியிலிருப்போருக்கு எதிர்ப்பு நிலை உள்ளதா?

இப்போதைய ஐம்பது-ஐம்பது கால கட்டத்தில், இந்தியாவிற்கு மட்டுமே உரிய பழைய காலத்து பதவியிலிருப்போருக்கு எதிரான நிலை ஆட்சியிலிருக்கும் கட்சிகளுக்கு ஒரு பிரச்சனை இல்லை. எனினும், வேட்பாளர்கள் அளவில் இன்னும் இருக்கிறதா?

பதவியிலிருக்கும் எம்.எல்.ஏ-க்களுக்கு மீண்டும் போட்டியிட வாய்ப்பளிக்கப்பட்டால், அவர் திரும்பவும் வெற்றி பெற வாய்ப்பு அதிகம் உள்ளதா? அதாவது பதவியிலிருப்போருக்கான ஆதரவு கிடைக்கும் எம்.எல்.ஏ-வா அவர்? அல்லது அவர்

அட்டவணை 1.1.11

ஒரு தொகுப்பு
இந்தியத் தேர்தல்களின் மூன்று திருப்புமுனைகள் (235 பெரிய, நடுத்தர மாநிலங்களில் சட்டமன்றத் தேர்தல் முடிவுகள்)

	மீண்டும் ஆட்சிக்குத் தேர்ந்தெடுக்கப்பட்ட அரசுகளின் சதவீதம்	ஆட்சியிலிருந்து அகற்றப்பட்ட அரசுகளின் சதவீதம்	மாறி வரும் இந்திய வாக்காளர்
பதவியில் இருப்போருக்கு ஆதரவான கால கட்டம் 1. 1952–1977	82%	18%	நம்பிக்கை கொண்டிருக்கும் வாக்காளர்
பதவியில் இருப்போருக்கு எதிரான கால கட்டம் 2. 1977–2002	29%	71%	கோபமுள்ள வாக்காளர்
ஐம்பது–ஐம்பது கால கட்டம் 3. 2002–2019	48%	52%	ஞானம் பெற்ற வாக்காளர்

தோற்கடிக்கப்பட்டு புதுமுகம் வர அதிக வாய்ப்பிருக்கிறதா? பதவியிலிருப்போருக்கு எதிர்ப்பு நிலை எம்.எல்.ஏ-வா அவர்? மீண்டும் தனிப்பட்ட தேர்ந்தெடுக்கப்பட்ட அரசியல்வாதிகள் பற்றிய பகுப்பாய்வில், சட்டமன்றத் தேர்தல்களில் கவனம் செலுத்துவோம். இது மாநில அரசுகள் அவற்றின் பதவியிலிருப்போரின் பதிவு ஆகியவற்றை நாம் பகுப்பாய்வு செய்ததற்கு ஏற்றதாகவே இருக்கும்.

வேட்பாளரின் பதவியிலிருப்பதால் ஆதரவு X எதிர்ப்பு பற்றிய கேள்விகளுக்கு ஒரு எடுத்துக்காட்டு அரசியல் கட்சிகள் தொடக்க தேர்வு செய்யும் முறை பற்றியது. ஏற்கனவே பதவியிலிருக்கும் எம்.எல்.ஏ-க்களை மீண்டும் நிறுத்துகின்றனவா? அல்லது முந்தைய ஐந்தாண்டுகளில் எந்த அழுக்கு மூட்டையையும் சுமக்காத புதிய வேட்பாளர்களைக் களமிறக்குகின்றனவா?

இது ஒரு பெரிய ஆய்வு. கடந்த பத்தாண்டுகளில் (2008 முதல் 2018 வரை) நடந்த மாநிலத் தேர்தல்களை முதலாவதாக ஆராய்ந்தோம். இதில் மட்டுமே 34,700 வேட்பாளர்களின் பெயர்களைச் சரிபார்த்து பொருந்திய எம்.எல்.ஏ.-க்கள் பதவியிலிருந்ததால் எதிர்ப்பைப் பெற்றார்களா என்பதைப் புரிந்து கொள்ள வேண்டியிருந்தது. இக்கால கட்டத்தில் பதினாறு மாநிலச் சட்டமன்றத் தேர்தல்கள் நடந்தன. பெரிய, நடுத்தர மாநிலங்களில் மொத்தம் 3021 இடங்களில் போட்டி. 2014-க்கும் 2018-க்கும் இடையில் பெரிய கட்சிகளிலிருந்து 2657 வேட்பாளர்கள் போட்டியிட்டார்கள். இவர்களில் பதவியிலிருந்தோரும் இருந்தனர். புதிதாக நிறுத்தப்பட்டோரும் இருந்தனர். பெரிய கட்சிகளின் இந்த 2657 வேட்பாளர்களின் பெயர்களைச் சரிபார்த்து 2008-க்கும் 2013-க்கும் இடையில் நடந்த தேர்தல்களில் வேட்பாளர்களின் பெயர்களோடு பொருத்திப் பார்ப்பது எங்கள் நோக்கம். இவர்களில் சுயேட்சை வேட்பாளர்களும், சிறு கட்சி வேட்பாளர்களும் அடங்குவர். ஏனென்றால் ஒரு வேட்பாளர் இன்னொரு கட்சியிலிருந்து போட்டியிடும் வாய்ப்பு இருக்கும். 35,000 வேட்பாளர் பெயர்களை ஒப்பிடுவதற்கு வழக்கமான ஆய்வு முறைகளும், கணினி அடிப்படையிலான முறைகளும் மேற்கொள்ளப்பட்டன. ஏனென்றால் சிலவேளைகளில் ஒரு வேட்பாளரின் பெயர் வெவ்வேறு தேர்தல்களில் வெவ்வேறு எழுத்துகளில் எழுதப்பட்டிருக்கும்.

எங்கள் பகுப்பாய்வில் முதல் முடிவு அரசியல் கட்சிகள் பதவியில் இருப்போருக்கு ஆதரவாக இருந்தன என்பது. ஏனென்றால், பதவியில் இருக்கிற எம்.எல்.ஏ-க்களை அவை மீண்டும் நிறுத்தின. அவர்களைத் துரத்தி விட்டுப் புது ஆட்களை நிறுத்துவதை அவை விரும்பவில்லை (பார்க்க அட்டவணை 1.1.12). இதனைப் பொதுவாக

அட்டவணை 1.1.12

பதவியிலிருக்கும் எம்.எல்.ஏ-க்களை மீண்டும் அரசியல் கட்சிகள் நிறுத்துவது (பெரிய - நடுத்தர மாநிலங்கள்)	
பதவியிலிருக்கும் எம்.எல்.ஏ–க்களை திரும்ப நிறுத்தும் சதவீதம்	விடப்பட்ட எம்.எல்.ஏ–க்களின் சதவீதம்
66%	34%

குறிப்பு: 16 பெரிய, நடுத்தர மாநிலங்களில் (ஒடிசா, ஆந்திரப் பிரதேசம் தவிர) ஜனவரி 2008 முதல் மே 2008 வரை நடந்த சட்டமன்றத் தேர்தல்களைக் குறிக்கும் புள்ளி விபரம். பெரிய கட்சிகளில் 3021 தொகுதிகள் பற்றிய தரவு. 34,756 வேட்பாளர்கள் பொருத்திப் பார்க்கப்பட்டார்கள்.

sitting-getting - இருப்பவரைத் திரும்பவும் பெறுவது - என்போம் என்று யோகேந்திர யாதவ் சொல்வார். பதவியிலிருக்கும் வேட்பாளர்கள் நன்றாகச் செய்வார்கள் என்று அரசியல் கட்சிகள் நம்புவதாலா அல்லது ஆட்சிக்குள்ளேயே இருப்பதால் புது ஆளை விட மீண்டும் நிறுத்தப்படுவதற்கான சூழ்நிலையில் பதவியிலிருக்கும் எம்.எல்.ஏ இருப்பதாலா என்பது தெளிவாகத் தெரியவில்லை.

சராசரியாக, கட்சிகள் தங்களது பதவியிலிருக்கும் எம்.எல்.ஏ-க்களில் மூன்றில் இரண்டு பங்கினரை மீண்டும் நிறுத்துகின்றன என்று தரவுகள் சொல்கின்றன. மூன்றில் ஒரு பங்கு பதவியிலிருக்கும் 'sitting' எம்.எல்.ஏ-க்களை விட்டு விடுகின்றன. மீண்டும் நிறுத்துவது 2657-இல் 1741 - 66% விடப்படுவது 916 அல்லது 34%

இது ஓர் அறிவுப்பூர்வமான யுத்தியா? பதவியிலிருக்கும் எம்.எல்.ஏ-க்களுக்கு எதிரான நிலை இருந்திருக்கிறதா? ஒரு சில 'சிட்டிங்' எம்.எல்.ஏ-க்களை வைத்துக் கொண்டு அதிக அளவில் புதுமுகங்களை நிறுத்துவது நல்ல ஏற்பாடாக இருந்திருக்காதா?

முதலில் இதில் தொகுதி சார்ந்த விருப்பு, வெறுப்பு இருந்ததா என்று பார்க்க வேண்டியிருந்தது. அதாவது மீண்டும் தேர்தலில் நிறுத்தப்பட்ட 66% எம்.எல்.ஏ-க்கள் அவர்களது தொகுதிகள் 'பாதுகாப்பானவை' என்பதால் மீண்டும் அங்கே நிறுத்தப்பட்டார்களா? விடப்பட்ட எம்.எல்.ஏ-க்களின் தொகுதிகள் பாதுகாப்பானவையாக இல்லையா?

அட்டவணை 1.1.13 காட்டுவதுபோல 'சிட்டிங்' எம்.எல்.ஏ-க்களுக்கு பாதுகாப்பான தொகுதிகள் தரப்படவில்லை. எம்.எல்.ஏ-க்கள் மீண்டும் நிறுத்தப்பட்ட தொகுதிகளில் முந்தைய தேர்தலில் பெற்ற சராசரி வாக்கு சதவீதம் அவ்வளவு அதிகமாக இல்லை. 43 சதவீதம்தான். புதுமுகங்களை நிறுத்திய இடங்களில் 42 சதவீதம் இருந்தது. வெற்றி பெற்ற வாக்கு வித்தியாசத்திலும் அதிக வேறுபாடு இல்லை. எனவே மீண்டும் நிறுத்தப்பட்ட எம்.எல்.ஏ-க்களுக்கு ஏற்கனவே பதவியிலிருந்ததற்கான சாதகம் எதுவுமில்லை.

பதவியிலிருப்போருக்கு எதிர்ப்பு என்ற கொள்கைக்குக் கிடைத்த மிகப் பெரிய வியப்பு மீண்டும் நிறுத்தப்பட்டவர்களின் வெற்றி பற்றிய ஒப்பீடு: 'சிட்டிங்' எம்.எல்.ஏ-க்கள் மீண்டும் நிறுத்தப்பட்டபோது அவர்களது வெற்றி வீதம் அதிகம் (பார்க்க அட்டவணை 1.1.14). மீண்டும் நிறுத்தப்பட்ட எம்.எல்.ஏ-க்களில் 50 விழுக்காடு வெற்றி பெற்றார்கள். இந்த விழுக்காடு குறிப்பிடத்தக்க அளவில் குறைவானது. தனி அரசியல்வாதிகள்

அட்டவணை 1.1.13

பதவியிலிருக்கும் வேட்பாளர்களுக்கு முன்னுரிமை - அவர்களுக்கு பாதுகாப்பான தொகுதிகள் தரப்படவில்லை			
(பெரிய, நடுத்தர மாநிலங்கள்)			
	சிட்டிங் எம்.எல்.ஏ வேட்பாளர்கள்	புதிய வேட்பாளர்கள்	
	மீண்டும் போட்டியிட்ட எம்.எல்.ஏ-க்கள்	எம்.எல்.ஏ-க்கள் மீண்டும் நிறுத்தப்படாத இடங்கள்	
முந்தையத் தேர்தலில் சராசரி வாக்கு	43%	42%	திரும்ப நிறுத்தப்பட்டவர்களுக்குப் பாதுகாப்பான இடங்கள் தரப்படவில்லை. மீண்டும் நிறுத்தப்படாத எம்.எல்.ஏ-க்களின் இடங்களில் ஓரளவு குறைவான வாக்கு சதவீதமே கிடைத்தது
முந்தைய வெற்றியில் வாக்கு வித்தியாசம்	10%	9%	திரும்ப நிறுத்தப்பட்ட எம்.எல்.ஏ-க்களுக்குப் பாதுகாப்பான இடம் தரப்படவில்லை. வெற்றி வாக்கு வித்தியாசம் 1% மட்டுமே

குறிப்பு: 16 பெரிய, நடுத்தர மாநிலங்களில் (ஒடிசா, ஆந்திரப் பிரதேசம் தவிர) ஜனவரி 2008 முதல் மே 2008 வரை நடந்த சட்டமன்றத் தேர்தல்களைக் குறிக்கும் புள்ளி விபரம். பெரிய கட்சிகளில் 3021 தொகுதிகள் பற்றிய தரவு. 34,756 வேட்பாளர்கள் பொருத்திப் பார்க்கப்பட்டார்கள்.

அட்டவணை 1.1.14

பதவியிலிருக்கும் எம்.எல்.ஏ-க்களுக்கு எதிர்ப்பு அடையாளங்கள் எதுவுமில்லை
புதிய வேட்பாளர்களை 'சிட்டிங்' எம்.எல்.ஏக்களோடு ஒப்பிடும்போது பதவியிலிருப்போருக்கு சிறிதளவு ஆதரவு இருந்தது
புதிய வேட்பாளர்களைவிட 'சிட்டிங்' எம்.எல்.ஏக்களுக்கு வெற்றி வாய்ப்பு அதிகம்

(பெரிய, நடுத்தர மாநிலங்கள்)

	சிட்டிங் எம்.எல்.ஏ வேட்பாளர்கள்	புதிய வேட்பாளர்கள்	
	மீண்டும் போட்டியிட்ட எம்.எல்.ஏ-க்கள்	எம்.எல்.ஏ-க்கள் மீண்டும் நிறுத்தப்படாத இடங்கள்	
இப்போது வெற்றி பெற்ற சதவீதம்	50%	37%	பதவியிலிருப்போருக்கு ஆதரவா? சென்ற முறையை விட மீண்டும் நிறுத்தப்பட்ட எம்.எல்.ஏ-க்களின் வெற்றி வாய்ப்பு புது முகங்களுடைய வெற்றி வாய்ப்பை விட அதிகம்
அலைவு (0%)	0%	1%	புதுமுகங்கள் (முன்னர் பெற்ற இடங்களில்) மிகக் குறைந்த அளவிலான அலைவையே பெறுகிறார்கள். பதவியிலிருப்போருக்கு எதிரான நிலையின் உண்மையான அடையாளம் இல்லை

குறிப்பு: 16 பெரிய, நடுத்தர மாநிலங்களில் (ஒடிசா, ஆந்திரப் பிரதேசம் தவிர) ஜனவரி 2008 முதல் மே 2008 வரை நடந்த சட்டமன்றத் தேர்தல்களைக் குறிக்கும் புள்ளி விபரம். பெரிய கட்சிகளில் 3021 தொகுதிகள் பற்றிய தரவு. 34,756 வேட்பாளர்கள் பொருத்திப் பார்க்கப்பட்டார்கள்.

மேல் கடந்த சில ஆண்டுகளில் பதவியிலிருப்போருக்கான வலுவான எதிர்ப்பில்லை என்பதை இது காட்டுகிறது. உண்மையில் ஒப்பிட்டுப் பார்க்கும்போது 'சிட்டிங்' எம்.எல்.ஏ-க்கள் திரும்ப போட்டியிடும்போது அவர்களது வெற்றி வாய்ப்பு அதிகம். புதுமுகங்களுக்குக் குறைவு. எனினும், இப்புத்தகத்தில் எழுதப்பட்டிருக்கும் பல விஷயங்களைப் போலவே இதிலும் ஆளும் கட்சிக்கு எதிரான அல்லது ஆதரவான மாற்றத்தை தனி வேட்பாளர்கள்பால் இருக்கும் எதிர்ப்பு அல்லது ஆதரவான மாற்றத்தையும் பிரித்துப் பார்க்க விரிவான ஆய்வு தேவைப்படுகிறது.

நாங்கள் வேட்பாளர்களின் தன்மை, குணம் பற்றிய தேர்வுச் சார்பினைக் கணக்கில் எடுத்துக் கொள்ளவில்லை. கட்சிகள் 'நல்ல' வேட்பாளர்களை நிறுத்திவிட்டுச் சரியாக வேலை செய்யாத 'சிட்டிங்' எம்.எல்.ஏ-க்களைக் கழற்றி விடுவதும் உண்டு. எம்.எல்.ஏ-க்கள் திரும்பவும் தேர்ந்தெடுக்கப்படும் வீதம் பிறரைவிட அதிகமாக இருக்கும் வேளையில் அமெரிக்காவில் வேட்பாளர்கள் திரும்பத் தேர்ந்தெடுக்கப்படும் வீதத்தை விடக் குறைவு.

வேட்பாளர் அளவில் பதவியிலிருப்போருக்கு எதிரான நிலை இல்லை என்பதற்கான இன்னொரு அடையாளம் வெற்றி வாக்கு வித்தியாசம். மீண்டும் போட்டியிட்டு வெற்றி பெறும் எம்.எல்.ஏ-க்களின் தொகுதிகளில் அடுத்த தேர்தலில் வாக்கு வித்தியாசம் 13 விழுக்காடு. அதேசமயம் 'சிட்டிங்' எம்.எல்.ஏ-க்களை விட்டு விட்ட இடங்களில் 11 விழுக்காடு புதிய முகம் போட்டியிட்டு பெற்ற இடம்.

இதில் பெறப்படும் முக்கிய கருத்து: பதினோரு ஆண்டுகளின் தேர்தல் தரவுகள் தரும் செய்தி தனிப்பட்ட எம்.எல்.ஏ அளவில் பதவியிலிருப்போருக்கு எதிரான தெளிவான நிலை இல்லை. உண்மையில் பதவியிலிருக்கும் 'சிட்டிங்' எம்.எல்.ஏ-க்கு பதவியிலிருப்பதால் சிறிதளவு சாதகம் என்று கூடச் சொல்லலாம். இதன் விளைவினைப் பார்க்கப் போனால், வேட்பாளர்களின் தரம் ஒரே மாதிரி இருக்கும்போது அரசியல் கட்சிகள் பதவியிலிருக்கும் எம்.எல்.ஏ-க்களை மீண்டும் நிறுத்துவது, புது முகங்களை நிறுத்துவதை விடப் புத்திசாலித்தனம். ஏனென்றால் மீண்டும் நிறுத்தப்படும் வேட்பாளர் வெற்றிபெற 50 விழுக்காடு அதிகம் வாய்ப்பு இருக்கிறது. ஆனால் புதிய வேட்பாளருக்கு வெற்றி பெற 37 விழுக்காடு வாய்ப்பே இருக்கும்.

2
பெண்கள் முன்னணியில்

பெண் வாக்காளர்களின் எழுச்சியும், பேரெழுச்சியும்

தேர்தல் சமயங்களில் நாடு முழுவதும் பயணம் செய்யும்போது காணப்படும் மிகவும் மனத்தைக் குளிர வைக்கும் காட்சி வாக்களிப்பதற்காகப் பெண்கள் வாக்குச் சாவடிக்கு முன்னர் நீண்ட வரிசையில் காத்திருப்பதுதான். இந்த வரிசைகள் ஆண்கள் வரிசைகளை விட நீளமாக இருக்கும்.

இந்தியாவின் மக்களாட்சியில் பெண்களின் பங்களிப்பில் இப்போதைய உயர்ந்த அளவு ஒரு மிகப் பெரிய வளர்ச்சி. 1962-இல் (பார்க்க அட்டவணை 1.2.1) பெண்கள் வாக்களித்தது 47 விழுக்காடு தான். ஆனால் அது 2014-இல் 66 விழுக்காடாக உயர்ந்து விட்டது. ஏறத்தாழ 19 விழுக்காட்டுப் புள்ளிகள். மாறாக ஆண்கள் வாக்களித்தது இதே கால கட்டத்தில் 5 விழுக்காடு தான் உயர்ந்தது.

மக்களவைக்கு வாக்களிப்பதில் இந்த கவனிக்கத்தக்க வளர்ச்சி வீதம், ஆண்களின் வாக்களிப்பு வீதத்தையும் வருங்காலத்தில் மிஞ்சி விடும். அதுவும் 2019 மக்களவைத் தேர்தலிலேயே நடக்கும். 1962-இல் பெண்களின் வாக்களிப்பு ஆண்கள் வாக்களித்ததை விட 16 விழுக்காடு குறைவு. ஆனால் 2014-இல் பெண்கள் வாக்களித்தது ஆண்களுக்கு ஏறக்குறைய நிகராக இருந்தது. 1.5 விழுக்காடு தான் குறைவு. இது சென்ற நூற்றாண்டின் பாதியில் ஏற்பட்ட பெரும் மாற்றத்தைக் காட்டுகிறது.(பார்க்க வரைபடம் 1.2.1) யோகேந்திர யாதவ் இந்த கருத்தையும் சிறப்பாக எடுத்துக் காட்டுகிறார். இறுதியில் மக்களாட்சி முறையில் பெண்களுக்கான உறுதியான குரலை உறுதிப்படுத்தும் இந்த வலிமை மிக்க செயல், லண்டனின் இம்பீரியல் கல்லூரியின் ஆய்வு முடிவுக்கு இணையாக இருக்கிறது. இந்தியாவின் பெண்களின் உயரம் ஆண்களின்

உயரத்தை விடக் குறிப்பிடத்தக்க அளவு அதிகமாயிருக்கிறது. கடந்த நூற்றாண்டில், ஒரு சராசரி இந்தியப் பெண்ணின் உயரம் 4.9 செ.மீ அதிகமாயிருக்கிறது. ஆண்களின் உயரமோ 2.9 செ.மீ அதிகமாயிருக்கிறது. எனினும் இன்று கூட பெண்கள் சராசரியாக ஆண்கள் உயரத்துக்கு வருவதில்லை. பெண்கள் 152 செ.மீ. (5 அடி), ஆண்கள் 165 செ.மீ (5 அடி 4.9 அங்குலம்). ஆனால் பெண்கள் வேகமாக ஆண்களை எப்படிப் பிடித்துக் கொண்டிருக்கிறார்கள்.

பெண் வாக்காளர்களின் எழுச்சி மாநிலச் சட்டமன்றத் தேர்தல்களில் இன்னும் சிறப்பாகவே தெரிகின்றது. உண்மையில், இந்தியாவின் தேர்தல் வரலாற்றில் முதன்முறையாக, 2017-18-இல் சட்டமன்றத் தேர்தல்களில் பெண் வாக்காளர்கள் ஆண் வாக்காளர்களை விட அதிகம் இருந்தார்கள் (பார்க்க அட்டவணை 1.2.2). 1962-இல் பெண்கள் வாக்களித்தது ஆண்கள் வாக்களித்ததை விட 20 விழுக்காடு குறைவாக இருந்தது. ஐம்பத்தைந்து ஆண்டுகள் பின்தங்கியிருந்த பெண்கள் இப்போது முந்திக் கொண்டார்கள். இந்திய மக்களாட்சியில் பாலின சார்பில் அளவீட்டில் இருந்த முன்னேற்றங்கள் இறுதியில் தர அளவில் மாற்றத்திற்கு இட்டுச் சென்றிருப்பதை இது காட்டுகிறது. சமுதாய மாற்றம் பற்றி இது கூறுகிறது. எனவே இன்று அரசியல் கட்சிகள் முன்னெப்போதையும்

அட்டவணை 1.2.1

பெண் வாக்காளர்கள் எண்ணிக்கை வேகமாக அதிகமாகி வருகிறது ஆண் வாக்காளர்கள் X பெண் வாக்காளர்கள் (மக்களவைத் தேர்தல்)			
	வாக்காளர் வருகை (%)		அதிகமானது (%)
	1962	2014	
ஆண்கள்	62.1%	67.0%	+ 4.9%
பெண்கள்	46.7%	65.5%	+18.8%

குறிப்பு: 1962 அடிப்படை ஆண்டாக எடுத்துக் கொள்ளப்படுகிறது. ஏனென்றால் தேர்தல் ஆணையம் அவ்வாண்டில்தான் ஆண் – பெண் வாக்காளர்களின் வருகையைத் தனித்தனியாகத் தருகிறது.

அட்டவணை 1.2.2

வாக்களிக்க வந்தவர்களில் பெண் வாக்காளர்கள் ஆண் வாக்காளர்களை விட அதிகம் இருந்தார்கள் (மாநிலத் தேர்தல் வாக்களிப்பு)			
	ஆண் வாக்காளர்கள் அதிகரிப்பு (%)	பெண் வாக்காளர்கள் அதிகரிப்பு (%)	
1962	63%	43%	ஆண்கள் வாக்களித்தது பெண்கள் வாக்களித்ததை விட 20% அதிகமாக இருந்தது
2017-2018	69%	70%	பெண்கள் வாக்களித்தது ஆண்கள் வாக்களித்ததை விட 1% அதிகமாக இருந்தது

குறிப்பு: கீழ்க்கண்ட ஆறு மாநிலங்களிலும் இந்த இரண்டு ஆண்டுகளில் தேர்தல் நடைபெற்றது: குஜராத், கர்நாடகா, மத்தியப் பிரதேசம், பஞ்சாப், ராஜஸ்தான், உத்தரப்பிரதேசம். மொத்த வாக்காளர் எண்ணிக்கையில் அஞ்சல் வாக்குகளும் அடங்கும்; ஆனால் தேர்தல் ஆணையம் அஞ்சல் வாக்குகளில் ஆண்/பெண் விபரம் தருவதில்லை. எனவே ஆண்/பெண் வாக்களித்தவர்களின் சராசரி மொத்த வாக்குகளின் எண்ணிக்கைக்குச் சமமாக இருக்காது.

விட அதிகமாகப் பெண்கள் பிரச்சனைகளைத் தங்கள் பரப்புரைகளில் முன் வைக்கின்றன.

இந்த மாற்றம் நடைபெற பெண்கள், ஆண்களோடு ஒப்பிடும்போது, அதிக அளவில் வாக்களிக்க முன் வந்திருக்கிறார்கள் (பார்க்க அட்டவணை 1.2.3). 1962-ஆம் ஆண்டுக்கும் 2018-ஆம் ஆண்டுக்கும் இடைப்பட்ட காலத்தில் பெண்கள் வாக்களிப்பு 27 விழுக்காடு கூடிற்று. ஆனால் இந்த ஐம்பத்தைந்து ஆண்டுகளில் 2017-2018

அட்டவணை 1.2.3

	மாநிலச் சட்டமன்றத் தேர்தல்கள் பெண் வாக்காளர்கள் அதிகரிப்பு வீதம் வேகமாக இருக்கிறது	
	ஆண் வாக்காளர்கள் அதிகரிப்பு	பெண் வாக்காளர்கள் அதிகரிப்பு
அதிகரிப்பு சதவீதம் 1962 – 2017 / 2018	+7%	+27%

குறிப்பு: கீழ்க்கண்ட ஆறு மாநிலங்களிலும் இந்த இரண்டு ஆண்டுகளில் தேர்தல் நடைபெற்றது: குஜராத், கர்நாடகா, மத்தியப் பிரதேசம், பஞ்சாப், ராஜஸ்தான், உத்தரப்பிரதேசம். மொத்த வாக்காளர் எண்ணிக்கையில் அஞ்சல் வாக்குகளும் அடங்கும்; ஆனால் தேர்தல் ஆணையம் அஞ்சல் வாக்குகளில் ஆண்/பெண் விபரம் தருவதில்லை. எனவே ஆண்/பெண் வாக்களித்தவர்களின் சராசரி மொத்த வாக்குகளின் எண்ணிக்கைக்குச் சமமாக இருக்காது. 1962-இலிருந்து தான் தேர்தல் ஆணையம் ஆண், பெண் வாக்காளர்களின் எண்ணிக்கையைத் தனித் தனியாகத் தருகிறது.

வரையில் ஆண்கள் வாக்களிப்பில் விழுக்காடு 7 மட்டுமே கூடியிருக்கிறது.

சட்டமன்றத் தேர்தல்களைப் போலல்லாது, மக்களவைத் தேர்தல்களில் பெண்கள் வாக்களிப்பது ஆண்கள் வாக்களிப்பதை விடச் சிறிது குறைவாக இருந்தாலும், சில மாநிலங்களில் பெண் வாக்காளர்கள் ஆண் வாக்காளர்களைவிட அதிகம் இருந்தார்கள். (பார்க்க அட்டவணை 1.2.4). கிழக்கு இந்தியாவிலிருந்து ஒடிசாவும், பீகாரும் இப்பட்டியலில் முதலிடங்களைப் பெற்றிருப்பது வியப்பளிக்கிறது. மாறாக, மத்தியப் பிரதேசம் நன்றாகச் செயல்படாத மாநிலங்களில் இரண்டில் ஒன்று. அங்கே பெண் வாக்காளர்கள் ஆண்களை விட 10 சதவீதம் குறைவு. இது மேற்கே குஜராத்தை விட மோசமில்லை.

எனினும், மக்களவைத் தேர்தல்களில், பெண் வாக்காளர்கள் அதிகரிப்பு எல்லா மாநிலங்களிலும் ஒரே சீராக இல்லை. உண்மையில் சில மாநிலங்களில் கவலையளிக்கக் கூடிய அளவு சரிவுற்றிருக்கிறது. மிக மோசமான மாநிலம் டில்லி. இந்த நிறமாலையில் மிகக் குறிப்பிடப் படக்கூடிய, ஊக்கமளிக்கக் கூடிய அளவிற்கு இருப்பவை அசாம் போன்ற கிழக்கு மாநிலங்கள் ஆகும்.

அங்கு தேர்தலில் பெண்களின் பங்களிப்பு குறிப்பிடத்தக்கதாக, உற்சாகமளிக்கக் கூடியதாக இருக்கிறது (பார்க்க அட்டவணை 1.2.5).

இந்திய சமுதாயம் ஆண் ஆதிக்க சமுதாயம் என்று நம்புபவர்களுக்கு எங்களது முதல்நிலை ஆய்வுகளில் எங்களுக்குக் கிடைத்த விடைகள் தெளிவு தருபவையாக இருக்கும். பெண்களிடம் அவர்களுடைய கணவர்கள் சொன்ன கட்சிக்கு வாக்களித்தார்களா என்று கேட்டதற்கு அவர்கள் பதில் ஒரு கேலிச் சித்திரமாகவே இருந்தது. அவர்கள், "யாருக்கு வாக்களிக்க வேண்டும் என்று அவர் சொல்வதை நான் கேட்டேன் என்று அவர் நினைக்கலாம். அது அவரது கனவில் தான் நடக்கும். எனக்கு யார் பிடிக்கிறதோ அவருக்கு மட்டுமே நான் வாக்களிப்பேன்," என்றுதான் பதிலளிப்பார்கள். ஒவ்வொரு தேர்தலிலும் ஒவ்வொரு மாநிலத்திலும் கடந்த பத்தாண்டுகளில் யாரையும் சார்ந்திராத தெளிவான ஒரு குரலைக் கேட்க முடிந்தது. 2014 மக்களவைத் தேர்தலில் CSDS நடத்திய கருத்துக் கணிப்பு ஒன்றில், 70 விழுக்காடு பெண் வாக்காளர்கள் யாருக்கு வாக்களிக்க வேண்டும் என்று தங்கள் கணவர்களிடம் ஆலோசனை கேட்கவில்லை என்று சொன்னார்கள். எங்களுடைய கணக்கின்படி, யாரையும் சாராத சுதந்திர மனப்போக்குடைய பெண் வாக்காளர்களின் விழுக்காடு, களப் பணியாளர்களிடம் ஒத்துக் கொண்டதை விட அதிகமாகவே இருக்கும். தாங்களே முடிவுக்கு வருகிற பெண் வாக்காளர்களின் எண்ணிக்கை குறைந்தது 80 விழுக்காடாவது இப்போது இருக்கும்.

ஆண்களும், பெண்களும் ஒருவரையொருவர் சார்ந்திராத வாக்களிப்பைக் கருத்தில் கொண்டு பார்க்கும்போது, கருத்தறி வினாவுக்குப் பதிலளித்த ஆண்கள் பெண்களுக்கு இடையே அவர்களுடைய வாக்களிப்பு நோக்கங்களின் தளங்கள் வேறு வேறாக இருப்பதைக் கருத்துக் கணிப்பு காட்டுகிறது. வித்தியாசம் ஒரு குறிப்பிட்ட கட்சியை எடுத்துக் கொண்டால் 20 விழுக்காட்டிற்கும் மேல் இருக்கிறது. இந்தியாவில் பெண்கள் தெளிவாக யாரையும் சார்ந்திராத வாக்கு வங்கியாக இருக்கிறார்கள் என்பது தெளிவு. அப்படியானால் அரசியல்வாதிகள் மாறுபட்ட தேவைகளைச் சந்திக்கவும், வெவ்வேறு வகைகளில் அவற்றிற்குப் பதிலளிக்கவும் வேண்டியிருக்கிறது.

பெண்களின் வாக்குப் பதிவு அரசியல் கட்சிகளில் வெவ்வேறு வழிகளில் தாக்கத்தை ஏற்படுத்துகிறது. எடுத்துக்காட்டாக, பா.ஜ.க-விற்கான ஆதரவு ஆண்களை விடப் பெண்களிடம் குறைவாகவே இருந்திருக்கிறது. 2014 மக்களவைத் தேர்தல்களில்

வரைபடம் 1.2.1

பெண் வாக்காளர்களின் எண்ணிக்கை அதிகரிப்பு ஆண் வாக்காளர்களின் எண்ணிக்கை அதிகரிப்பு வேகத்தை விட அதிகம்

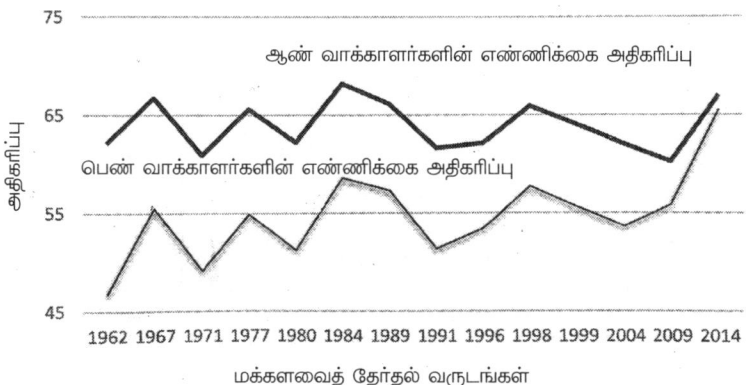

அட்டவணை 1.2.4

இரண்டு சிறந்த மாநிலங்களும், இரண்டு கீழ்நிலை மாநிலங்களும் பெண் வாக்காளர்கள் X ஆண் வாக்காளர்கள்	
மக்களவைத் தேர்தல் 2014	
(பெரிய, நடுத்தர அளவிலான மாநிலங்கள்)	
பெண் வாக்காளர்கள் X ஆண் வாக்காளர்கள்	
இரண்டு சிறந்த மாநிலங்கள்	
பீகார்	பெண்கள் வாக்குப் பதிவு +3% ஆண்கள் வாக்குப் பதிவை விட அதிகம்
ஒடிசா	பெண்கள் வாக்குப் பதிவு +2% ஆண்கள் வாக்குப் பதிவை விட அதிகம்
இரண்டு மோசமான மாநிலங்கள்	
மத்தியப் பிரதேசம்	ஆண்கள் வாக்குப் பதிவு 10% பெண்கள் வாக்குப் பதிவை விட அதிகம்
குஜராத்	ஆண்கள் வாக்குப் பதிவு 7% பெண்கள் வாக்குப் பதிவை விட அதிகம்

குறிப்பு: இந்தத் தரவு பெரிய, நடுத்தர மாநிலங்களில் 509 இடங்களுக்கானது.

அட்டவணை 1.2.5

பெண்கள் வாக்குப் பதிவில் மிகவும் அதிகமான சிறந்த மாநிலமும் பெண்கள் வாக்குப் பதிவில் மிக மோசமாகச் சரிவடைந்த மாநிலமும்	
1962-2014 மக்களவைத் தேர்தல் – பெரிய, நடுத்தர மாநிலங்கள்	
பெண்கள் வாக்குப் பதிவில் மிக அதிகமாக இருந்த மாநிலம்	1962–2014
அசாம்	+113%
பெண்கள் வாக்குப் பதிவில் மிகவும் குறைந்த மாநிலம்	1962–2014
டில்லி	–11%

குறிப்பு: இந்தத்தரவு 1962 ஒடிசா தேர்தல்களைச் சேர்க்கவில்லை. ஏனென்றால் தேர்தல் ஆணையத்தின்படி வாக்குப் பதிவு 13.2 விழுக்காடுதான்.

பா.ஜ.க-வும் அதன் கூட்டணிக் கட்சிகளும் (NDA) காங்கிரசும் அதன் கூட்டணிகளான -(UPA)-ஐ விட ஆண்களிடம் 19 விழுக்காடு அதிகம் பெற்றார்கள். ஆனால் பெண்களிடம் 9 சதவீதமாகவே இருந்தது (பார்க்க அட்டவணை 1.2.6).

NDA-வுக்கு ஆண்கள் வாக்கு எவ்வளவு முக்கியம் என்பதை வலியுறுத்த: பெண்கள் இல்லாமல் ஆண்கள் மட்டுமே 2014 மக்களவைத் தேர்தலில் வாக்களித்திருந்தால், NDA 376 இடங்களைக் கைப்பற்றி மகத்தான வெற்றியைப் பெற்றிருக்கும் (பார்க்க அட்டவணை 1.2.7). மாறாக, ஆண்கள் வாக்களிக்காமல் பெண்கள் மட்டுமே வாக்களித்திருந்தால் NDA-வுக்கு 265 இடங்களே கிடைத்திருக்கும்; பெரும்பான்மை இடங்களுக்கு ஏழு இடங்கள் குறைவாகவே கிடைத்திருக்கும்.

பெண்கள் வாக்களிப்பின் தாக்கம்

வாக்களிப்பில் தங்கள் பங்களிப்பினை அதிகப்படுத்த ஒரு அரசியல் கட்சிக்குப் பல வழிகள் உள்ளன: ஏற்கனவே இருக்கும் வாக்காளர்கள் மத்தியில் அதற்குச் சாதகமாக அலைவு இருக்கும்போது, அதனுடைய ஆதரவாளர்கள் வாக்குப் போடுவதை

அட்டவணை 1.2.6

பா.ஜ.க. + NDA பெண்களை விட ஆண்கள் மத்தியில் அதிக செல்வாக்குப் பெற்றிருந்தது			
அனைத்திந்தியத் தேர்தல்கள்: 2014 மக்களவை			
		NDA-க்கு அதிகம் கிடைத்தது	
		ஆண்களிடம்	பெண்களிடம்
UPA-யை விட NDA அதிகம் பெற்ற வாக்கு சதவீதம்		+19%	+9%

குறிப்பு: இது Exit + Post Poll +2 கருத்துக் கணிப்புகள் – ஹன்சா ஆய்வுக் குழு NDTV-க்காக நடத்தியது. மாதிரி அளவு: 227,155.

அட்டவணை 1.2.7

2014-இல் NDA வெற்றி பெற்றிருக்கக் கூடிய இடங்கள்: இரண்டு காட்சிகள்		
ஆண்கள் மட்டுமே வாக்களித்திருந்தால் x பெண்கள் மட்டுமே வாக்களித்திருந்தால்		
2014-இல் மக்களவைத் தேர்தல் முடிவில் (பெரும்பான்மை 272 இடங்கள்)	2014 முடிவு ஆண்கள் மட்டுமே வாக்களித்திருந்தால்	2014 முடிவு பெண்கள் மட்டுமே வாக்களித்திருந்தால்
NDA இடங்கள்		
336	376	265
	மாற்றம் +40 இடங்கள்	மாற்றம் −71 இடங்கள்

அதிகரிக்கச் செய்யும்போது, எதிர்க் கட்சியினரின் ஆதரவாளர்கள் வாக்குப் போடுவதைக் குறைக்கும்போது (உலகெங்கும் வாக்காளரை அமுக்கி விடும் அரசியல் கலையின் ஒரு பகுதி அது). குறிப்பிட்ட, குறி வைக்கப்பட்ட வாக்காளர்கள் வாக்களிக்க வாய்ப்புக் கிடைக்காமல் செய்வதை உறுதிப்படுத்த மிகவும் துல்லியமான முறைகள் பயன்படுத்தப்படுகின்றன. எடுத்துக்காட்டாக அமெரிக்காவில் ஆப்பிரிக்க - அமெரிக்க வாக்காளர்கள் வாக்களிப்பதைத் தடுக்கப் பல வழிகள் கையாளப்படுகின்றன.

வாக்களிப்பு எண்ணிக்கை தேர்தல்களில் வெற்றி பெற அல்லது தோல்வியடைய உதவும்; அதே சமயம் வாக்களிப்பில் ஏற்படும் மாற்றத்தை விட வாக்குகளின் அலைவு இரு மடங்கு பயனுள்ளதாக இருக்கும். 1 விழுக்காடு அலைவு கட்சிக்கு விழும் வாக்கு எண்ணிக்கையை அதிகப்படுத்தும், அது மட்டுமல்ல எதிர்க்கட்சியின் வாக்கினை 1 விழுக்காடு குறைத்து விடும். எனினும், இன்றைய பரப்புரை யுத்தியில் ஆதரவாளர்கள் வாக்குச்சாவடிக்கு வந்து வாக்களிக்கச் செய்யும் முயற்சியாகவே இருக்கிறது. உங்களது கொள்கைகளை ஆதரிக்குமாறு அலைவு வாக்குகளை நம்ப வைக்கும் முயற்சி இல்லை. ஆஸ்திரேலியா ஓர் எடுத்துக்காட்டு: ஒரு நூற்றாண்டுக்கு முன்னர் கட்டாய வாக்கு முறை பின்பற்றப்பட்டது. வாக்காளர்கள் எண்ணிக்கையை வாக்குரிமை இல்லாமல் செய்யும் மறைவான யுத்திகளைப் பயன்படுத்த உதவிய ‘விருப்பப்பட்டால் வாக்களிப்பது’ என்ற முறையை இது தடுத்தது.

இந்தியாவில் வெற்றி பெறுவதற்கு இப்போது அதிகமாகப் பயன்படுத்தும் வழி, உங்கள் ஆதரவாளர்களை வாக்குச் சாவடிக்கு வந்து வாக்களிக்கச் செய்வதும், அதே சமயம் எதிர்க்கட்சிக்கு ஆதரவளிக்கக் கூடிய வாக்காளர்களை வாக்களிக்க விடாமல் தடுப்பதும். அதாவது வாக்களிக்க வருவோரின் எண்ணிக்கை அப்போது முக்கியமாகிறது.

வாக்களிக்க வரச் செய்யும் மேலாண்மை - இந்தியாவில் அதற்கு “வாக்குச் சாவடி மேலாண்மை” என்று பெயர் - ஆண் வாக்காளர்களை மட்டும் வெளியில் கொண்டு வரவே பயன்பட்டது. ஒவ்வொரு வீட்டிலும் பெண்கள் ஆண்களைப் பின்பற்றி வந்து விடுவார்கள் என்பது ஒரு அனுமானம். இப்போது அதெல்லாம் மாறி விட்டது. இப்போது அரசியல் கட்சிகள் பெண் வாக்காளர்கள் மீது மேலும் தனியாகக் கவனம் செலுத்த வேண்டும். பெண் வாக்காளர்களை வாக்களிக்கச் செய்ய வேறு ஒரு செய்தியை முன் வைத்து வேறொரு யுத்தியைப் பயன்படுத்த வேண்டும். அதே

சமயம், பெண்கள் தங்கள் கட்சியை ஆதரிக்க மாட்டார்கள் என்று தெரிந்தால், வாக்குப் பதிவு அன்று பெண்கள் வீட்டை விட்டு வெளியில் வராமல் செய்ய, அச்சமூட்டும், சூழலைச் சில கட்சிகள் உண்டாக்கி விடுவார்கள்.

'வாக்குச் சாவடி மேலாண்மை' (சில நாடுகளில் இதற்கு வாக்கை வெளியில் கொண்டு வருவது என்று பெயர்), அல்லது தனது ஆதரவு வாக்காளர்கள் அதிக அளவில் வாக்களிக்க வரச் செய்வது, இறுதியில் ஒரு கட்சி அதிக இடங்களைப் பெறுவதில் பெரும் பங்கு வகிக்கிறது. கடைசி நேரத்தில் வாக்களிப்பதா வேண்டாமா என்று முடிவெடுப்பது ஒரு தேர்தலில் வாக்காளர்களில் 5 விழுக்காட்டினரிடம் தாக்கத்தை ஏற்படுத்தும் - ஒரு கடுமையான போட்டியுள்ள தேர்தலில் அலைவை ஏற்படுத்த இது போதும்.

2019 தேர்தலில் பெண் வாக்காளர்களின் எண்ணிக்கை அதிகமாகிக் கொண்டு போவதைக் கணக்கிலெடுத்து, பெண் வாக்காளர்கள்பற்றி புதிய வழிகளில் கட்சிகள் கவனம் செலுத்துமென்று எதிர்பார்க்காமல் பெண்கள் வாக்களிக்க வெளியில் வருவதை ஊக்கப்படுத்துவார்கள், அவர்களது ஆதரவைப் பெற முயற்சியும் செய்வார்கள். இப்போதைய போக்குகளைப் பார்க்கும்போது, வரவிருக்கும் 2019 தேர்தல்களில் தேசிய அளவில் பெண் வாக்காளர் எண்ணிக்கை ஆண் வாக்காளர் எண்ணிக்கையை விட அதிகமாக இருப்பது முதல் தடவையாக இருக்கும். சிறிய மாநிலங்களில், பெண் வாக்காளர்களின் எண்ணிக்கை, ஆண் வாக்காளர்களின் எண்ணிக்கையை விட ஏற்கனவே அதிகமாக இருக்கிறது (பார்க்க அட்டவணை 1.2.8).

கட்சிக் கொள்கைகளும், பரப்புரைகளும் முன் எப்போதையும் விட அதிகமாக பெண் வாக்காளர்களைத் தங்கள் பக்கம் இழுப்பதில் கவனம் செலுத்துகின்றன. இப்போக்கிற்கு அண்மைக் கால எடுத்துக்காட்டு சொல்ல வேண்டுமென்றால் 2017 உத்திரப் பிரதேசத் தேர்தல்களில் பிரதமரால் அறிவிக்கப்பட்ட விலையில்லாத எரிவாயு உருளைகள் தந்ததைக் கூறலாம். நாங்கள் சென்ற பிரதமரின் பேரணிகளில், உண்மையாகவே நன்றியுள்ள பெண்கள் பலர் எங்களிடம் தங்கள் வீட்டிலுள்ள எரிவாயு உருளைகளுக்காக பிரதமருக்கு நன்றி சொல்லவே வந்திருக்கிறோம் என்று தெரிவித்தார்கள். அவ்வாறே ஜெயலலிதா ஏழைகளுக்கு விலையில்லா அரிசி கொடுத்தார். மம்தா பானர்ஜி பள்ளிக்குப் போகும் சிறுமிகளுக்கு விலையில்லா சைக்கிள்கள் கொடுத்தார். நித்திஷ் குமார் ஒவ்வொரு பள்ளி போகும் சிறுமிக்கும் சைக்கிள்

அட்டவணை 1.2.8

பெரிய மாநிலங்களில் ஆண் வாக்காளர்கள் பெண் வாக்காளர்களைவிட அதிகம்	
	ஆண் / பெண் வாக்காளர்கள் (2014)
பெரிய மாநிலங்கள்	ஆண் வாக்காளர்கள் பெண்களை விட 2.2% அதிகம்
மத்திய தர அளவு மாநிலங்கள்	ஆண் வாக்காளர்கள் பெண்களை விட 0.6% அதிகம்
சிறிய மாநிலங்கள்	பெண் வாக்காளர்கள் ஆண் வாக்காளர்களை விட 1.3% அதிகம்

குறிப்பு: மாநில அடிப்படையில் மக்களவைத் தேர்தல் வாக்களிப்பை இந்த அட்டவணை குறிக்கிறது.

வாங்க ஒவ்வொரு குடும்பத்திற்கும் 2000 ரூபாய் கொடுக்கும் திட்டத்தைக் கொண்டு வந்தார். 2000 ரூபாய் ரொக்கத்தைத் தவறாகப் பயன்படுத்தலாம், மதுக் கடையில் செலவழிக்கலாம் என்பதால் அவரிடம் ஒவ்வொரு குடும்பத்தாருக்கும் சைக்கிள் கொடுக்காமல் ஏன் 2000 ரூபாய் ரொக்கம் கொடுத்தார் என்று கேட்டதற்கு அவரது விடை: "நாம் சைக்கிள் கொடுப்பதாக இருந்தால் எந்த பிராண்டைக் கொடுப்பது? தேர்ந்தெடுப்பதில் ஊழல் வந்து விடும். விலை மலிவான சைக்கிளுக்கு டெண்டர் விட்டால், கடைசியில் மோசமான தரமுள்ள சைக்கிளில் போய் நிற்கும். என்னுடைய பேரணிகளில் மக்கள் கூட்டம் உடைந்த சைக்கிள்களைக் காட்டி எதிர்ப்புத் தெரிவிப்பதை விரும்பவில்லை. எனக்குக் கவலையில்லை. கிராமங்களிலும், சிறு நகரங்களிலும் சமுதாய அழுத்தம் குடும்பங்கள் தங்கள் பெண் குழந்தைகளுக்கு சைக்கிள் வாங்கித் தருவதை உறுதி செய்யும். உண்மையில் பணத்தை சைக்கிள் வாங்கப் பயன்படுத்தியது 95 விழுக்காடு அளவிற்கு அதிகமாக இருக்கிறது."

'இந்தி பேசும்' பகுதியில் பெண் வாக்காளர்கள் எண்ணிக்கை மிகக் குறைவு

இந்தி பேசும் பகுதிகளில் பெண் வாக்காளர்களின் பங்களிப்பு மிகவும் பின்தங்கியிருப்பது தொடர்கிறது, கவலையளிக்கிறது (பார்க்க அட்டவணை 1.2.9). இந்தி பேசும் மாநிலங்களில் பெண் வாக்காளர் பங்களிப்பை அடக்கி வைத்திருப்பது வருந்தத் தக்கது. இந்தியாவின் பிற பகுதிகளில் பெண்கள் பங்களிப்பால், மக்களாட்சி முதிர்ச்சி அடைந்திருக்கிறது, பயன் அடைந்திருக்கிறது. பல காலம் இது பெண்கள் பிரச்சனைகள் என்று ஒதுக்கி வைக்கப்பட்ட விஷயங்கள் பற்றி அங்கே அரசியல்வாதிகள் அக்கறை கொள்ள வேண்டிய கட்டாயம் ஏற்பட்டிருக்கிறது. இதிலிருந்து மக்கள் தொகை அதிகமுள்ள இந்தி பேசும் மாநிலங்கள் விலகிப் போகின்றன.

முன் எப்போதைக் காட்டிலும் கிராமப் பெண்களின் வாக்கு மிக முக்கியமானது

இந்திய வாக்களிப்பின் தன்மையை அது எப்படி மாற்றியிருக்கிறது என்பதை கிராமப் பகுதிகளில் அதிகப்படியான வாக்காளரின் பங்களிப்பு காட்டுகிறது. இது சிறு நகரங்களையும், நகரங்களையும் மிஞ்சி விட்டது. இந்த நிகழ்வு நிலை இந்தியத் தேர்தல்களில் முக்கியத்துவம் பெறுகிறது. இந்திய மக்கள் தொகையில் 70 விழுக்காடு கிராமங்களில் வசிப்பதால், இது இந்திய மக்களாட்சியில் வரவேற்கத்தக்க நிகழ்வு.

கிராமங்களில் பெண் வாக்களர்களின் எண்ணிக்கை 1971-2014-இல் 13 விழுக்காடு அதிகம். நகரங்களில் அதே கால கட்டத்தில் 1 விழுக்காடு குறைந்திருக்கிறது (பார்க்க அட்டவணை 1.2.10).

இப்போது கிராமப்புறங்களில் பெண்கள் வாக்களிப்பு சிறு நகரங்கள், நகரங்களை விட 6 விழுக்காடு அதிகம். இது 1971-க்குப் பிறகு ஏற்பட்டிருக்கும் மிகப் பெரிய மாற்றம். ஏனென்றால், அப்போது கிராமப்புறங்களில் நகரங்களை விடப் பெண் வாக்காளர்கள் 8 விழுக்காடு குறைவாக இருந்தார்கள். இது எவ்வளவு பெரிய மாற்றம்!

ஆண் வாக்காளர்களும் கிராமப்புறங்களில் 1 விழுக்காடு அதிகமாகி இருக்கிறார்கள். நகர்ப் புறங்களிலோ 1 விழுக்காடு

அட்டவணை 1.2.9

பெண் வாக்காளர்கள் அதிகமிருந்த மாநிலங்களிலிருந்து குறைந்த மாநிலங்கள் வரையில் (%)

(மக்களவைத் தேர்தல்கள் 2014)

பெரிய மாநிலங்கள்		சிறிய மாநிலங்கள்/ யூனியன் பிரதேசங்கள்	
மேற்கு வங்காளம்	82.0	லட்சத் தீவுகள்	88.4
ஆந்திரப் பிரதேசம்	74.1	நாகலாந்து	87.7
தமிழ்நாடு	73.8	தாத்ரா நாகர் ஹவேலி	85.7
கர்நாடகா	65.8	திரிபுரா	83.9
ராஜஸ்தான்	61.1	புதுச்சேரி	82.7
குஜராத்	59.4	டாமன் டையூ	81.9
மகாராஷ்ட்ரா	58.0	சிக்கிம்	81.3
பீகார்	57.7	மணிப்பூர்	80.6
உத்தரப்பிரதேசம்	57.4	கோவா	78.9
மத்தியப் பிரதேசம்	56.6	அருணாச்சலப் பிரதேசம்	78.8
மத்திய தர மாநிலங்கள்		சண்டிகர்	74.0
அசாம்	79.4	அந்தமான் நிக்கோபர்	70.4
ஒடிசா	74.5	மேகாலயா	70.0
கேரளா	73.7	இமாச்சல்	65.4
பஞ்சாப்	70.9	உத்தரகாண்ட்	62.6
ஹரியானா	69.7	மிசோரோம்	60.0
சட்டீஸ்கர்	68.1	ஜம்மு – காஷ்மீர்	48.3
டில்லி	63.8		
ஜார்கண்ட்	63.5		

அட்டவணை 1.2.10

கிராமப் பெண்கள் வாக்களிப்பு வேகமாக வளர்ந்திருக்கிறது		
மக்களவைத் தேர்தல்கள்		
	கிராமப்புறப் பெண்கள் வாக்களிப்பு வேகமாக வளர்ந்திருக்கிறது. நகரப் பகுதிகளை மிஞ்சி விட்டது	
	கிராமப்புறப் பெண்கள் வாக்களிப்பு	நகர்ப்புறப் பெண்கள் வாக்களிப்பு
1971–இல் வாக்களிப்பு	53%	61%
2014–இல் வாக்களிப்பு	66%	60%
இக்கால கட்டத்தில் மாற்றம்	13% அதிகம்	1% குறைவு

குறிப்பு: கிராமப்புற / நகர்ப்புறப் பிரிவுகள் 1971 தேர்தல் ஆணைய வழிகாட்டி நூலிலிருந்து எடுக்கப்பட்டது. அப்போது தான் தேர்தல் ஆணையம் தொகுதிவாரியாக இவ்விபரங்களைத் தனித் தனியாகத் தந்தது. 2014–க்கு விபரங்கள் பெற்றது Data Net மூலம். கிராமப் பகுதி: கிராம மக்கள் தொகை 75%–க்கு மேலுள்ள தொகுதிகள்; நகர்ப்புறம்: நகர்ப்புற மக்கள் தொகை 75%-க்கு மேலுள்ள தொகுதிகள், அதாவது கிராமப்புறத் தொகுதிகள் என்பது 100% கிராமங்கள் அடங்கியவை அல்ல. நகர்ப்புறத் தொகுதிகள் 100% நகரங்கள் அல்ல. வாக்களிப்பு வேறுபாடுகளைக் கணக்கிடும்போது இதனைக் கணக்கில் எடுத்துக் கொள்ள வேண்டும்.

குறைந்திருக்கிறது. அதன் விளைவாக கிராமங்களில் ஆண்கள் வாக்களிப்பு சிறு நகரங்கள், நகரங்களை விட 3 விழுக்காடு அதிகமாகி இருக்கிறது *(பார்க்க அட்டவணை 1.2.11)*

பெண் வாக்காளர்களின் தேவைகள் மேல் கவனம் செலுத்தப்படுவதோடு, நெடுங்காலமாகக் கண்டுகொள்ளாமல் விடப்பட்ட கிராமப்புறப் பெண் வாக்காளர்களின் அதிகரித்து வரும் தாக்கம், தேர்தல் வியூகத்தில் புதிய முக்கிய இடத்தை எடுத்துக் கொண்டிருக்கிறது. இப்போது எல்லா அரசியல் கட்சிகளுக்கும் தேர்தலில் வெற்றி பெறுவதற்குப் பிரதான வழி கிராமப்புற வாக்காளர்களின் ஆதரவை முதலில் பெற வேண்டியதுதான் என்பது தெளிவாகி இருக்கிறது. எனவே 2019 மக்களவைத் தேர்தல்களில் மிக உரத்த குரலில் நடைபெறும் விவாதம் 'விவசாயிகளின்

அட்டவணை 1.2.11

	கிராமப்புறப் பெண்கள் வாக்களிப்பு வேகமாக வளர்ந்திருக்கிறது. நகரப் பகுதிகளை மிஞ்சி விட்டது	
	கிராமப்புற ஆண்கள் வாக்களிப்பு	நகர்ப்புற ஆண்கள் வாக்களிப்பு
1971-இல் வாக்களிப்பு	66%	65%
2014-இல் வாக்களிப்பு	67%	64%
இக்கால கட்டத்தில் மாற்றம்	1% அதிகம்	1% குறைவு

குறிப்பு: கிராமப்புற / நகர்ப்புறப் பிரிவுகள் 1971 தேர்தல் ஆணைய வழிகாட்டி நூலிலிருந்து எடுக்கப்பட்டது. அப்போது தான் தேர்தல் ஆணையம் தொகுதிவாரியாக இவ்விபரங்களைத் தனித் தனியாகத் தந்தது. 2014-க்கு விபரங்கள் பெற்றது Data Net மூலம். கிராமப் பகுதி: கிராம மக்கள் தொகை 75%-க்கு மேலுள்ள தொகுதிகள்; நகர்ப்புறம்: நகர்ப்புற மக்கள் தொகை 75%-க்கு மேலுள்ள தொகுதிகள். அதாவது கிராமப்புறத் தொகுதிகள் என்பது 100% கிராமங்கள் அடங்கியவை அல்ல. நகர்ப்புறத் தொகுதிகள் 100% நகரங்கள் அல்ல. வாக்களிப்பு வேறுபாடுகளைக் கணக்கிடும்போது இதனைக் கணக்கில் எடுத்துக் கொள்ள வேண்டும்.

துயரை' எப்படி நீக்குவது என்பது பற்றியே இருக்கிறது. அதிலும் குறிப்பாக, கிராமப்புறத்திலிருக்கும் பெண்கள் மேல் கவனம் திரும்பியிருக்கிறது. பத்தாண்டுகளுக்கு முன்னர் கூட இவ்வாறு இருந்ததில்லை. கிராமப்புறப் பெண்களின் வாக்களிப்பு வீதம் அண்மைக் காலத்தில் தான் மிக வேகமாக அதிகமாயிருக்கிறது. அதன் தாக்கமும் நீண்ட காலத் தன்மை உடையது.

பெண் வாக்காளர்களைத் தவற விடுவது

இப்போதைய தேர்தல் அமைப்பில் மிக வருந்தத்தக்க ஒன்று என்னவென்றால், இந்தியப் பெண்களில் மில்லியன் கணக்கில் பதினெட்டு வயதாகி, வாக்களிக்கத் தகுதி பெற்றிருந்தாலும் வாக்காளராகப் பதிவு செய்யப்படாமல் இருப்பதுதான்.

நல்ல வேளையாக, பெண் வாக்காளர்களைப் பதியாமல் விட்டு வாக்குரிமையை இழக்கச் செய்வது உலகின் பிற பாகங்களில் நடக்கும் வாக்காளரை அடக்கி விடும் 'கலை' போன்றது அல்ல. எனினும், நமது தேர்தல் அமைப்புகளில் இது ஆழ்ந்த கவலைக்குரிய ஒன்றாக இருக்கிறது.

தரவுகள் ஒரு பெரிய சிக்கலை நமக்குக் காட்டுகின்றன. மக்கள் தொகை பற்றிய நம்பத் தகுந்த அளவீடான 2011 மக்கள் தொகைக் கணக்கெடுப்பு 2019-ஆம் ஆண்டில் பெண்களின் மொத்த எண்ணிக்கை (18 வயதும் அதற்கு மேலேயும்) ஆண்கள் மொத்த எண்ணிக்கையில் 97.2 விழுக்காடு இருக்கும் என்று கூறுகிறது (பார்க்க அட்டவணை 1.2.12). இதன் விளைவாக, பெண் வாக்காளர்களின் மொத்த எண்ணிக்கை ஆண் வாக்காளர்களின் மொத்த எண்ணிக்கை அளவு, குறைந்தபட்சம் அதற்கு நெருங்கிய அளவில் இருக்க வேண்டும். ஆனால் தேர்தல் ஆணையத்தின் தரவுகளின்படி 2019-இல் பெண் வாக்காளர்கள் ஆண் வாக்காளர்களில் 92.7 விழுக்காடு தான் இருப்பார்கள்.

எவ்வளவு இருக்க வேண்டும் (அதாவது 97.2%) என்பதற்கும் எவ்வளவு உண்மையில் இருக்கிறது என்பதற்கும் உள்ள வித்தியாசம் பெண் வாக்காளர்களின் எண்ணிக்கையில் 4.5 விழுக்காடு குறைவாக

அட்டவணை 1.2.12

வாக்களிக்கும் வாய்ப்பு மறுக்கப்பட்ட பெண்கள் மில்லியன்கள் கணக்கில்	
2019-இல் பெண்கள் பதிவு செய்யப்படாமல் விடப்பட்டது	
2011 மக்கள் தொகைக் கணக்கெடுப்பு 2019-க்குக் கணக்கிடப்பட்டது	18 வயதும் அதற்கு மேற்பட்டு உள்ள பெண்கள், ஆண்கள் மக்கள் தொகையில் 97.2%
2019 வாக்காளர் பட்டியலின்படி	பெண் வாக்காளர்கள் ஆண் வாக்காளர்களில் 92.7%
வாக்காளர்களாகப் பதிவு செய்யப்படாமல் விடுபட்ட பெண்களின் சதவீதம்	-4.5% விடுபட்ட பெண் வாக்காளர்கள்

இருக்கிறது என்பதைக் காட்டுகிறது. இது ஏன்? இது குறிப்பிடத்தக்க அளவா? பழைய மக்கள் தொகைக் கணக்கெடுப்பு, தேர்தல் ஆணைய தரவு ஆகியவற்றிலிருந்து, வாக்களிக்கும் தகுதியுடைய பெண்கள் முழுவதுமாக வாக்காளர் பட்டியலில் இடம் பெறாதது ஒவ்வொரு தேர்தலிலும், காலம் காலமாக நடந்து வருகிறது என்பது தெளிவாகிறது. 2014 மக்களவைத் தேர்தலில் தகுதியுள்ள பெண்கள் வாக்காளர் பட்டியலில் இடம் பெறாதது மிக மோசமாக இருந்தது. 23.4 மில்லியன் வாக்களிக்கத் தகுதியுள்ள பெண்கள் வாக்களிக்கும் உரிமை மறுக்கப்பட்டிருக்கிறார்கள்.

நாம் இப்போது 2019 தேர்தலில் மட்டுமே கவனம் செலுத்துவோம்.

உண்மையில், 4.5 விழுக்காடு என்பது ஒரு சிறு பகுதியாகத் தோன்றலாம். ஆனால் அதனை எண்ணாக மாற்றும்போது, நிலைமை நம்மைத் திகைக்க வைக்கிறது (பார்க்க அட்டவணை 1.2.13). விடுபட்ட பெண்கள் 4.5% என்பதை எண்ணிக்கையாக மாற்றினால் 21 மில்லியன் பெண்கள் வருகிறார்கள். நாடு முழுவதும் இத்தனை பெரிய தொகையிலான பெண்கள் தங்களது வாக்குரிமை மறுக்கப்பட்டிருக்கிறார்கள். ஏனென்றால் அவர்களுடைய பெயர்கள் பதியாமல் விடப்பட்டது தான்.

விடுபட்டுப்போன 21 மில்லியன் பெண் வாக்காளர்களின் எண்ணிக்கை எவ்வளவு பெரியது என்பதைப் புரிந்து கொள்ள இந்தப் புள்ளி விபரம் உதவும். இந்த மாநிலங்கள் ஒவ்வொன்றிலும் ஒரு பெண் கூட வாக்களிக்க அனுமதிக்கப்பட்டிருக்க மாட்டார்: ஜார்கண்ட், ஹரியானா, தெலுங்கானா, கேரளா, சட்டிஸ்கார்.

இதைவிட மோசம்: விடுபட்ட 21 மில்லியன் பெண் வாக்காளர்கள் என்பது இந்தியாவிலுள்ள ஒவ்வொரு தொகுதியிலும் சராசரியாக 38,000 பெண் வாக்காளர்கள் விடுபட்டுப் போவதற்குச் சமம். 38,000 வாக்குகள் வித்தியாசம் வெற்றி, தோல்வியை நிர்ணயிக்கும். மக்களவைத் தொகுதிகளின் எண்ணிக்கை மிக அதிகமாக இருக்கும். ஐந்து இடங்களுக்கு ஒன்று என்று கணக்காகிறது.

21 மில்லியன் விடுபட்ட பெண் வாக்காளர்கள் என்று கணக்கிட்டது வாக்காளர் பட்டியல்கள் ஆண் / பெண் விழுக்காடு விகிதத்தினை மக்கள் தொகைக் கணக்கெடுப்பு விழுக்காடு விகிதத்தோடு ஒப்பிடுவதால் கிடைத்தது. மாறாக, விகிதங்களை ஒப்பிடாமல், மக்கள் கணக்கெடுப்பின்படி தகுதியுள்ள பெண் வாக்காளர்களின் எண்ணிக்கையை வாக்காளர் பட்டியிலின் எண்ணிக்கையோடு ஒப்பிடும்போது விடுபட்ட பெண் வாக்காளர்களின் எண்ணிக்கை

அட்டவணை 1.2.13

விடுபட்ட பெண் வாக்காளர்கள்	
வாக்களிக்க வாய்ப்பு மறுக்கப்பட்ட பெண்கள்	
2011 மக்கள் தொகைக் கணக்கெடுப்பின்படி (2019 ஆண்டுக்குக் கணக்கிடப்பட்டது) வாக்காளர் பட்டியலில் இடம் பெறத்தக்க வேண்டிய பெண்களின் எண்ணிக்கை பெண்கள் ஆண் வாக்காளர்களில் 97.2% இருக்க வேண்டும்.	451 மில்லியன் பெண் வாக்காளர்கள் மக்கள் தொகைக் கணக்கெடுப்பின்படி இருந்திருக்க வேண்டும்.
தேர்தல் ஆணையத்தின்படி, வாக்காளர் பட்டியலில் இடம் பெற்றிருக்கும் பெண்கள் (ஆண் வாக்காளர்களில் 92.7%மட்டுமே)	உண்மையில் 430 மில்லியன் பெண் வாக்காளர்களே வாக்காளர் பட்டியலின்படி இருக்கிறார்கள்
விடுபட்டுப் போன பெண்கள்	21 மில்லியன்

குறிப்பு: 0.972 என்ற மக்கள் தொகை எண் 18 வயதுக்கு மேற்பட்ட பெண்களின் எண்ணிக்கை: 18 வயது ஆண்களின் விகிதமாகும். 2011 மக்கள் தொகையை அடிப்படையாக வைத்து இது கணக்கிடப்படுகிறது. 18 வயதுக்கு மேற்பட்ட பெண்களை 2019-க்கு முன் வைக்கப்படுகிறது. இது இவ்வாறு கணக்கிடப்படுகிறது: 2011-இல் 18 வயதுக்கு மேற்பட்ட பெண்கள் / 18 வயதுக்கு மேற்பட்ட ஆண்களின் விகிதம் 0.949. 2001-க்கும் 2011-க்கும் உள்ள விகிதத்தில் ஏற்படுகின்ற மாற்ற வீதம் 2011 கணக்குக்கு ஏற்றப்பட்டு அது 2011 முதல் 2019 வரையிலும் கணக்கிடப்படுகிறது. அப்படிப் பார்க்கும் போது 2019-க்கு 0.972 வருகிறது. இங்ஙனம் கணக்கிடப்பட்ட விகிதமான 0.972-இன் படி, 2019-இல் பதினெட்டு வயதுக்கு மேற்பட்ட பெண்கள் 451 மில்லியன் இருக்க வேண்டும். ஆனால் வாக்காளர் பட்டியலின்படி 430 மில்லியன் பெண்கள் தான் இருக்கிறார்கள். ஆகவே 21 மில்லியன் பெண்கள் வாக்காளர் பட்டியலில் விடுபட்டுப் போயிருக்கிறார்கள். விகிதங்களை நாம் 2011-இலிருந்து 2019-க்கு மேலேற்றாவிட்டாலும் கூட, 2011 மக்கள் தொகைக் கணக்கின்படி பார்த்தால் ஆண்/ பெண் விகிதம் 0.962 ஆக இருக்கும். 2019-க்கு நாம் அதைக் கூட்டா விட்டாலும், பதினெட்டு வயதுள்ள பெண்களின் தொகை 446 மில்லியன் இருக்க வேண்டும். அப்படிப் பார்த்தாலும் விடுபட்ட பெண் வாக்காளர்கள் 16 மில்லியன் ஆகிறது.

வேறு ஒரு மாற்று வழியிலும் கணக்கிடப்பட்டது. விகிதம் / விகிதாச்சாரம் அடிப்படையிலே இல்லாமல் எண்ணிக்கையின்படி பார்க்கும்போது கணக்கிடப்பட்டது. சென்சஸ் கணக்குப்படி 18 வயதுப் பெண்கள் 2001-இல் 295 மில்லியன். 2011-இல் 376 மில்லியன். 2001-க்கும் 2011-க்குமான வளர்ச்சி வீதத்தைப் பயன்படுத்தினால் 18

வயதுக்கும் மேற்பட்ட பெண்கள் 2019-இல் 458 மில்லியன் இருப்பார்கள். இதனை 2019 வாக்காளர் பட்டியலோடு ஒப்பிடும்போது 18 வயதுக்கு மேற்பட்ட பெண்கள் 430 மில்லியன் தான். எனவே விடுப்பட்ட பெண்கள் இந்தக் கணக்கீட்டு முறையில் பார்த்தாலும் 28 மில்லியன் ஆகிறது (458-430). ஆனால் முந்தைய கணக்குப்படி 21 மில்லியன். இவ் வேளைகளில் இடம் விட்டு இடம் பெயர்வோர் இரண்டு இடங்களில் பதிவு செய்திருக்கலாம். இதில் ஆண்கள் தான் அதிகம். ஆனால் இந்த எண்ணிக்கைத் துல்லியமாகக் கிடைக்கவில்லை.

இன்று அதிகமாகும். *28* மில்லியன் பெண் வாக்காளர்கள் விடுபட்டிருக்கிறார்கள். இது மிகப் பெரும் எண்ணிக்கை!

மேலும் பெண் வாக்காளர்கள் வாக்காளர் பட்டியிலிருந்து விடுபட்டிருப்பது இந்தியாவின் மொத்த வாக்காளர்களின் எண்ணிக்கை அதிகாரப்பூர்வமான *895* மில்லியனை விட அதிகம் என்பதைக் காட்டுகிறது. *915* மில்லியனுக்கு மேல் இருக்க வேண்டும்.

இந்தப் பெரிய அளவிலான தவறுக்கு தேர்தல் ஆணையத்தைக் குறை சொல்ல முடியாது. மாறாக, பெண்களைக் குறி வைத்து அவர்களை வாக்காளர் பட்டியலில் சேர்க்க ஒவ்வொரு ஆண்டும் ஆணையம் கடும் முயற்சி எடுத்தும் கூட இத்தனை பேர் விடுபட்டுப் போய் விடுகிறார்கள்.

சமூக அரசியல் காரணங்களின் விளைவு இது. கவலைக்குரியது. இந்நிலை ஆண்டுக்கு ஆண்டு மோசமாகிக் கொண்டு வருகிறது *(பார்க்க அட்டவணை 1.2.14)*.

விடுபட்ட பெண் வாக்காளர்கள் எண்ணிக்கையில் மண்டலங்களுக்கு இடையே வேறுபாடு உள்ளது. சில மாநிலங்களில் வாக்களிக்க

அட்டவணை 1.2.14

பெண் வாக்காளர்கள் எல்லாம் எங்கே போனார்கள்?	
ஒவ்வொரு கால கட்டத்திலும் விடுபட்ட பெண்களின் சராசரி அதிகமாகிக் கொண்டு போகிறது	
வாக்களிக்க உரிமை மறுக்கப்பட்ட பெண்கள்	(மில்லியன்களில்)
முதல் கட்டம் 1962 -1977	3 மில்லியன்
இரண்டாம் கட்டம் 1977 - 2002	6 மில்லியன்
மூன்றாம் கட்டம் 2003 - 2019	19 மில்லியன்

அட்டவணை 1.2.15

மாநிலங்கள் தரவரிசையில் விடுபட்ட பெண் வாக்காளர்கள் அதிக எண்ணிக்கையிலிருந்து குறைவு			
விடுபட்ட பெண் வாக்காளர்கள் (மில்லியன்கள்)		விடுபட்ட பெண் வாக்காளர்கள் (மில்லியன்கள்)	
பெரிய மாநிலங்கள்		**சிறிய மாநிலங்கள்/ யூனியன் பிரதேசங்கள்**	
உத்தரப் பிரதேசம்	6.8	உத்தரகாண்ட்	0.4
மகாராஷ்ட்ரா	2.3	இமாச்சலப் பிரதேசம்	0.1
ராஜஸ்தான்	1.2	திரிபுரா	0.01
பீகார்	0.8	மேகாலயா	0.01
மத்தியப் பிரதேசம்	0.8	புதுச்சேரி	0.0
மேற்கு வங்காளம்	0.7	அந்தமான் நிக்கோபார்	0.0
கர்நாடகா	0.6	லட்சத் தீவுகள்	0.0
குஜராத்	0.4	மிசோரம்	0.0
ஆந்திரா	0.4	சண்டிகர்	−0.01
தமிழ்நாடு	0.3	நாகலாந்து	−0.01
நடுத்தர மாநிலங்கள்		சிக்கிம்	−0.02
கேரளா	1.2	அருணாச்சலம்	−0.02
டில்லி	1.0	கோவா	−0.02
ஒடிசா	0.9	மணிப்பூர்	−0.03
தெலுங்கானா	0.8	ஜம்மு – காஷ்மீர்	−0.04
பஞ்சாப்	0.7		
ஹரியானா	0.7		
ஜார்கண்ட்	0.6		
அசாம்	0.5		
சட்டிஸ்கர்	0.03	அகில இந்தியா	21

குறிப்பு: 2019–ஆம் ஆண்டுக்கான வாக்காளர் பட்டியல் கணக்கில் (டாமன் டையூ, தாத்ரா நாகர் ஹவேலி) சேர்க்கப்படவில்லை.

உரிமை இல்லாத பெண்களின் எண்ணிக்கை மற்றைய மாநிலங்களை விட அதிகமாக இருக்கிறது.

2019 மக்களவைத் தேர்தல்களில் தகுதியிலிருந்தாலும் பதிவு செய்யப்படாத பெண்கள் அதிகமாக இருக்கும் மூன்று மாநிலங்கள்: உத்திரப் பிரதேசம், மகாராஷ்ட்ரா, ராஜஸ்தான் (பார்க்க அட்டவணை 1.2.15). 2019-இல் விடுபட்ட பெண் வாக்காளர்கள் மொத்தத் தொகையான 21 மில்லியனில் இந்த மூன்று மாநிலங்களிலிருந்தும் 10 மில்லியன் விடுபட்டிருப்பார்கள்.

உத்தரப் பிரதேசத்தில் சராசரியாக ஒவ்வொரு தொகுதியிலும் 85,000 பெண் வாக்காளர்கள் வாக்களிக்க உரிமை மறுக்கப்பட்டிருக்கிறார்கள் என்பது அதிர்ச்சியளிக்கக் கூடிய செய்தி.

மேலும், பெரிய மாநிலங்களில், மிகக் குறைந்த அளவே பெண்கள் விடுபட்டிருப்பது தென் மாநிலங்களில்தான்: தமிழ்நாட்டிலும், ஆந்திரப் பிரதேசத்திலும். சிறிய மாநிலங்களில் கூட, மிக மோசமாக இருப்பவை இந்தி பேசும் இரண்டு மாநிலங்கள் தான்: உத்தரகாண்டும், இமாச்சலப் பிரதேசமும்.

விடுபட்ட பெண் வாக்காளர்களின் மொத்த எண்ணிக்கையை விட்டு விட்டு சட்டப்பூர்வமான வாக்களிக்கும் உரிமையை இழந்த பெண்களின் சதவீதக் கணக்கை ஆராய்ந்தாலும், இந்தி பேசும் மாநிலங்கள் தான் கடைசியில் இருக்கின்றன. உத்தரப் பிரதேசத்தில் 10 விழுக்காடு பெண்கள் தங்கள் சட்டப்பூர்வமான வாக்களிக்கும் உரிமையை இழந்து விடுவார்கள். ராஜஸ்தானிலும், மகாராஷ்ட்ராவிலும் 5 விழுக்காட்டிற்கு மேல் (பார்க்க அட்டவணை 1.2.16).

பெண் வாக்காளர்கள் வாக்குரிமை இழந்திருப்பது ஏற்றுக் கொள்ள முடியாத விழுக்காடாக இருக்கிறது. மீண்டும் தலைநகரம் டில்லியில் வாக்குரிமை பெற்றிருக்க வேண்டிய 16.9 விழுக்காடு பெண்கள் உரிமை மறுக்கப்பட்டிருக்கிறார்கள் என்பது வருந்தத் தக்கது.

ஆனால் ஓர் ஒளிக் கீற்று. சிறிய மாநிலங்கள் பலவற்றில் ஆண் வாக்காளர்களை விடப் பெண் வாக்காளர்கள் அதிகமாகப் பதிவு செய்யப்பட்டிருக்கிறார்கள். நமது நாட்டின் பல பகுதிகளில் பெண்கள் பற்றிய அரசியல் பண்பாட்டு மனப்போக்குகளில் பலதரப்பட்டவை இருக்கின்றன என்ற ஒரு பெரிய காட்சியை இந்த வேறுபாடுகள் காட்டுகின்றன போலும்.

அட்டவணை 1.2.16

பெண் வாக்காளர்கள் அதிக விழுக்காட்டிலிருந்து குறைந்த விழுக்காட்டிற்கு வரிசைப்படுத்துதல்			
விடுபட்ட பெண் வாக்காளர்கள் (மில்லியன்கள்)		விடுபட்ட பெண் வாக்காளர்கள் (மில்லியன்கள்)	
பெரிய மாநிலங்கள்		**சிறிய மாநிலங்கள்/ யூனியன் பிரதேசங்கள்**	
உத்தரப் பிரதேசம்	10.2%	உத்தரகாண்ட்	10.9%
மகாராஷ்ட்ரா	5.4%	இமாச்சலப் பிரதேசம்	4.7%
ராஜஸ்தான்	5.4%	மேகாலயா	1.0%
பீகார்	3.2%	திரிபுரா	0.8%
மத்தியப் பிரதேசம்	2.4%	புதுச்சேரி	−0.1%
மேற்கு வங்காளம்	2.3%	மிசோரம்	−0.7%
கர்நாடகா	2.1%	ஜம்மு–காஷ்மீர்	−1.0%
குஜராத்	2.0%	நாகலாந்து	−1.2%
ஆந்திரா	2.0%	அந்தமான் நிக்கோபார்	−1.4%
தமிழ்நாடு	1.2%	சண்டிகர்	−2.0%
நடுத்தர மாநிலங்கள்		மணிப்பூர்	−2.6%
கேரளா	16.9%	கோவா	−3.6%
டில்லி	9.1%	அருணாச்சலம்	−5.1%
ஒடிசா	9.1%	சிக்கிம்	−7.3%
தெலுங்கானா	7.6%	லட்சத் தீவுகள்	−7.8%
பஞ்சாப்	6.2%		
ஹரியானா	6.2%		
ஜார்கண்ட்	5.4%		
அசாம்	4.5%		
சட்டிஸ்கர்	0.3%	அகில இந்தியா	4.9%

குறிப்பு: 2019–க்கான மக்களவைத் தேர்தல் வாக்காளர் எதிர்பார்ப்புக் கணக்கு (டாமன் – டையூவும், தாத்ரா நாகர் ஹவேலியும் தவிர).

இந்த வேறுபாடு பற்றி பல விமர்சகர்கள் ஆய்வு செய்திருக்கிறார்கள். குறைந்த அளவு பெண்களின் பங்களிப்பையும், பதிவையும் பற்றிய பிரச்சனையைப் பகுப்பாய்வு செய்திருக்கிறார்கள்.

இந்தியத் தேர்தல் ஆணையத்திற்கு ஒரு வேண்டுகோள்: *இந்தியாவின் இந்த அவமானத்தைக் கவனத்தில் கொண்டு 2019 மக்களவைத் தேர்தல்களுக்கு முன்னர் இக் குறைகளைப் போக்க உடனடி நடவடிக்கைகளை எடுக்க வேண்டும்.*

பெண்களுக்கு அநீதி விளைவிக்கும் மிக அசாதாரணமான நிலைமையை இந்தியா சந்தித்துக் கொண்டிருக்கிறது. வாக்களிக்க உரிமையுள்ள 21 மில்லியன் பெண்களின் உரிமை வாக்களிக்க மறுக்கப்படுகிறது; ஏனென்றால் அவர்களது பெயர்கள் வாக்காளர் பட்டியலில் இல்லை.

2019 மக்களவைத் தேர்தலுக்கு முன்னர் வாக்காளர் பட்டியல்களைத் திருத்த நேரம் போதாமல் இருக்கலாம். ஆகவே இப்போது ஒரு விதி வேண்டும். *ஒரு தொகுதியிலுள்ள வாக்குச் சாவடிக்கு அங்கே வசிக்கும் பெண் பதினெட்டு வயதுக்கு மேற்பட்டிருந்தால் அவர் வாக்களிக்க அனுமதிக்கப்பட வேண்டும்.*

3
இந்தியா மிகப் பெரிய மக்களாட்சி என்பதற்கான அடையாளங்கள்

அடிமட்ட அளவிலான மக்களாட்சியின் எழுச்சி

இன்னும் சரிவர ஆராயப்படாத, அண்மையில் ஏற்பட்ட, இன்னொரு வளர்ச்சி எவ்வளவுக்கு எவ்வளவு தேர்தல் வாக்காளர்களுக்கு நெருக்கமாக இருக்கிறதோ, அவ்வளவுக்கு அவ்வளவு வாக்களிப்பது முக்கியமாக இருக்கிறது. தேசிய ஊடகங்கள் மக்களவைத் தேர்தல்களிலும் அடுத்த பிரதமர் யார் என்பதிலும் கவனம் செலுத்தும்போது, ஒரு சராசரி வாக்காளருக்கு மாநிலச் சட்டமன்றத்திற்கான எம்.எல்.ஏ. அல்லது ஊராட்சித் தலைவர் போன்ற அவருக்கு அண்மையிலுள்ள பிரதிநிதியின் மேல்தான், மக்களவை எம்.பி.யை விட அதிகமாக அக்கறை இருக்கும். இதனை எங்களது முழுவதுமான முன்னோட்டக் கள ஆய்வு காட்டுகிறது. ஊராட்சி, நகராட்சித் தேர்தல்களில் வாக்களிப்போர் பற்றிய தரவுகளைப் பெறுவது கடினம். பல மாநிலங்களில் தலைமை தேர்தல் அலுவலர்களிடமிருந்து நாங்கள் பெற்ற தகவலின்படி இந்தப் போக்கு தெளிவாகிறது. அதாவது வாக்காளருக்கு மக்களவைத் தேர்தல்களை விட ஊராட்சி, மாநிலச் சட்டமன்றத் தேர்தல்கள் முக்கியமானவை என்பதற்கு உறுதியான அறிகுறி இருக்கிறது. எடுத்துக்காட்டாக, மாநிலச் சட்டமன்றத் தேர்தல்களில் கிராமப்புற வாக்குப் பதிவு 74 விழுக்காடு. இது கிராமப் புறங்களில் மக்களவைத் தேர்தல்களின் வாக்குப் பதிவை விட 6 விழுக்காடு அதிகம் (பார்க்க அட்டவணை 1.3.1). சிறு நகரங்கள், பெரு நகரங்களிலும் கூட மக்களவைத் தேர்தல்களில் வாக்களித்தோரை விடச் சட்டமன்றங்களில் வாக்களித்தவர்கள் எண்ணிக்கை சிறிது அதிகம் தான்.

அட்டவணை 1.3.1

மக்களவைத் தேர்தலை விட ஊராட்சி, நகராட்சித் தேர்தல்களில் அதிக வாக்காளர் பங்களிப்பு		
வாக்களிப்பு சதவீதம் (%)		
உள்ளாட்சித் தேர்தல்கள்	மாநிலச் சட்டமன்றத் தேர்தல்கள்	மக்களவைத் தேர்தல்கள்
நகராட்சி 65%	நகர்ப்புறம் 66%	நகர்ப்புறம் 64%
ஊராட்சி 70%	கிராமப்புறம் 74%	கிராமப்புறம் 68%

குறிப்பு : புள்ளி விபரம் 14 உள்ளாட்சித் தேர்தல்கள் 11 சட்டமன்றத் தேர்தல்கள், 2014 மக்களவைத் தேர்தல்கள் பற்றியது. ஊராட்சித் தேர்தல்கள் நடைபெற்ற மாநிலங்கள் சம்பந்தப்பட்ட புள்ளி விபரங்கள் 2014-2018 ஆண்டுகளுக்குரியது.

ஊராட்சி, நகராட்சித் தேர்தல்களும்கூட அதிக முக்கியத்துவம் பெற்று வருகின்றன என்பதை வாக்களிப்போர் எண்ணிக்கை குறிப்பிடத்தக்க அளவு அதிகமாகியிருப்பது காட்டுகிறது. உள்ளாட்சித் தேர்தல்களில் வாக்காளர் பங்களிப்பு கிராமங்களில் 70 விழுக்காடும், சிறு நகரங்கள், பெருநகரங்களில் 65 விழுக்காடும் மக்களவைத் தேர்தல்களை விட அதிகமாக இருக்கின்றன.

ஊராட்சி, சட்டமன்றத் தேர்தல்களை ஒப்பிடும்போது மக்களவைத் தேர்தல்களுக்கு முக்கியத்துவம் குறைந்து வருவது பரவலான இன்னொரு சிக்கலின் அடையாளம். என்ன சிக்கல்? தேர்தல்களுக்கு இடையே ஐந்தாண்டுகள் தொகுதியை எட்டிப் பார்க்காத அரசியல்வாதிகள் தான். இது மக்களவையைப் பொறுத்த வரையில் பெரிய உண்மை. நாங்கள் உரையாடிய மக்கள் எம்.பி-யின் பெயரை விட எம்.எல்.ஏ-வின் பெயரைத் தெரிந்து வைத்திருந்தார்கள். மக்கள் எம்.பி-க்களைப் பார்க்க முடிவதில்லை என்பது முக்கியமில்லை. ஆனால் வாக்காளர்கள் தாங்கள் எளிதில் எம்.எல்.ஏ-யை அணுகி விடலாம் என்று நம்புகிறார்கள் என்பதுதான் உண்மை. அண்மைக் காலங்களில் கிராமத்து வாக்காளர்களிடம் உரையாடும்போது, அடிமட்டத்து அரசியல்வாதிகளின் முக்கியத்துவம் குறிப்பிடத்தக்க அளவு அதிகமாயிருக்கிறது என்பது தெளிவாகத் தெரிந்தது. அவர்கள் தேர்ந்தெடுத்த ஊராட்சி உறுப்பினர் அளவுக்கு அது கீழே போகிறது. சிறு நகரங்களிலும், பெரு நகரங்களிலும் கூட, நகராட்சி உறுப்பினர்கள் மக்களவை எம்.பி-க்களை விட அதிகம் தெரிந்து

வைக்கப்பட்டிருக்கிறார்கள். முக்கியமானவர்களாக அவர்களுக்கு அவர்கள் இருக்கிறார்கள். சாதாரண வாக்காளர்களின் வாழ்க்கையில் இந்த ஊராட்சி, நகராட்சி உறுப்பினர்கள் படிப்படியாக முக்கியத்துவம் பெற்று வருகிறார்கள். மக்களவை உறுப்பினர்கள் கண்ணில் காண முடியாமல் இருப்பதற்கு ஒரு காரணம், மக்களவைத் தொகுதிகள் மிகப் பெரியனவாக இருப்பது. இதனால் மக்களவை உறுப்பினர்கள் தங்கள் வாக்காளர்களோ தொடர்பு வைத்திருப்பது கடினமாகிறது. எனினும் டில்லி வாழ்க்கையின் கவர்ச்சிதான் இதற்குக் காரணம் என்று பல வாக்காளர்கள் சந்தேகிக்கிறார்கள்.

இந்தியாவில் அதிகாரம் எவ்வளவுக்கு எவ்வளவு பரவலாக இருக்கிறதோ அந்த அளவிற்கு இது மக்களுக்கு முக்கியமானதாகவும், பொருத்தமாகவும் தோன்றுகிறது. மக்கள் வாக்களிப்பதற்கு மதிப்பும் அந்த அளவிற்கு இருக்கிறது. இது அதிக வாக்குகள் பதிவாவதில் வெளிப்படுகிறது.

யோகேந்திர யாதவ் எங்களிடம் சொன்னதுபோல, 'நமது மக்களாட்சி அமைப்பின் உண்மையான சிக்கல் இங்கே தான் இருக்கிறது: எந்த அளவிற்கு வாக்காளருக்கு நெருக்கமாக இருக்கிறதோ அந்த அளவிற்கு கட்டுப்பாட்டிற்குள் வைத்திருப்பதற்கான ஆர்வமும், திறனும் இருக்கும். ஆனால் அந்தப் படிநிலைக்குள்ள பண வசதியும், பணிகளும் குறைவாக இருக்கும். மாறாக, எந்த அளவிற்கு நமது பிரதிநிதி தொலை தூரத்தில் இருக்கிறாரோ, அந்த அளவிற்கு பொருள் வளங்களின் மேல் ஆதிக்கம் இருக்கும். நமது மக்களாட்சி செயல்படாமல் போவது இதனால் தான்.'

சுயேச்சை வேட்பாளர்களுக்கு வாய்ப்பளிப்பது வீண் என்பது நமது வாக்காளர்களுக்குத் தெரியும் (இந்த அமைப்பில்)

பல வளரும் மக்களாட்சிகளைப் போலவே, இந்தியாவிலும் சுயேச்சை வேட்பாளர்களுக்கு உள்ளேயே சில நன்மைக் குறைபாடுகளும் உள்ளன. வாக்காளர்களுக்கு சுயேச்சை வேட்பாளர்கள் வகை வகையான வாய்ப்புகளைத் தர முடியும். ஆனால் அமைப்பு அரசியல்வாதிகளுக்குச் சாதகமாக இருக்கிறது. சுயேச்சைகளை வெளியே தள்ளி விடுகிறார்கள்; அவர்கள் பதவிக்கே வர முடிவதில்லை. முதிர்ச்சி அடைந்து வரும் இந்திய வாக்காளர் ஆழமாக வேரூன்றிப் போன அமைப்பின் தன்மையைப் படிப்படியாகப் புரிந்து கொள்ளத் தொடங்கி விட்டார்;

சுயேச்சைகளுக்கு வாக்களிப்பதால் எந்தப் பயனும் இல்லை என்பதை அறிந்து கொண்டு விட்டார்.

90 விழுக்காடு சுயேச்சை வேட்பாளர்களுக்குத் தாங்கள் வெற்றி பெறுவோம் என்ற நம்பிக்கையே இருக்காது. ஆனால் அவர்கள் இந்திய வாக்காளரின் கவனத்தைச் சிதைத்து விடுகிறார்கள். நம்முடைய வாக்களிப்பு அமைப்பு சுயேச்சை வேட்பாளர்களை ஊக்குவிப்பதில்லை. இந்த நியாயமற்ற அமைப்பின் விளைவாக, சுயேச்சைகள் முக்கிய வேட்பாளர்களின் வாக்குகளைப் பிரிக்கிறார்கள். முக்கியமான போட்டிகளிலிருந்து வாக்காளரின் கவனத்தைத் திசை திருப்புகிறார்கள். இந்திய வாக்காளர்களின் அனுபவமின்மையையும், படிப்பறிவின்மையையும் தங்களுக்குச் சாதகமாகப் பயன்படுத்திக் கொள்கிறார்கள். பெரிய அரசியல் கட்சிகள் அவர்களைத் தவறாகப் பயன்படுத்திக் கொள்கிறார்கள். பெரும்பாலும் முக்கிய எதிர்க்கட்சி வேட்பாளரின் பெயரைக் கொண்டிருக்கும் சுயேச்சை வேட்பாளர்களைப் பணம் கொடுத்து நிறுத்தி அவர்களது வாக்குகளை முடிந்த அளவு பிரிக்கப் பார்ப்பார்கள். இறுதியில், அமைப்பின் காரணமாக, சுயேச்சை வேட்பாளர்களுக்கு போடப்படும் வாக்குகள் "வீணான வாக்குகள்" என்று கருதப்படுகின்றன. அப்படிப்பட்ட வாக்குகள் மில்லியன் கணக்கில் உள்ளன. தேர்தல் ஆணையம் சுயேச்சை வேட்பாளர்கள் நிற்பதை ஊக்குவிப்பதில்லை. வைப்புத் தொகையை உயர்த்துவது அதில் ஒரு வழி. எப்படியிருந்தாலும் சுயேச்சை வேட்பாளர்கள் முழுவதுமாக மறைந்து விடக் காணோம்.

எனினும், இந்திய வாக்காளர்கள் தங்கள் வாக்கினுடைய சக்தியையும், அதனுடைய நடைமுறை விளைவுகளையும் புரிந்து கொள்ளத் தொடங்கி விட்டதால், சுயேச்சை வேட்பாளர்களின் பங்கு தேர்தல் களத்தில் ஓரங்கட்டப்பட்டு விட்டது.

சுயேச்சையாகப் போட்டியிடும் வேட்பாளர்களின் எண்ணிக்கை கூடினாலும், வாக்காளர்கள் அவர்களைக் கண்டு கொள்ளாமல் ஒதுக்கி விடத் தொடங்கி விட்டார்கள். ஆண்டுகள் தோறும், சுயேச்சை வேட்பாளர்களுக்குக் கிடைக்கும் வாக்கு வீதம் சரிந்து கொண்டே வந்திருக்கிறது. முழுவதுமாக இல்லாவிட்டாலும் கூட பெரும்பாலும் அவர்களுக்கு எந்த முக்கியத்துவமும் இல்லாமல் போய் விட்டது.

தொடக்கக்கால மக்களவைத் தேர்தல்களில், அதாவது 1952 முதல் 1977 வரையில் சுயேச்சை வேட்பாளர்களுக்கான வாக்கு 13

அட்டவணை 1.3.2

"வீணாக்கப்பட்ட வாக்குகள் குறைவு"		
மக்களவைத் தேர்தல்கள்		
சுயேச்சைகளின் வாக்கு ஆண்டுதோறும் வேகமாகக் குறைந்து வருகிறது		
மக்களவைத் தேர்தல்கள்	முதல் கட்டம்	2-ஆம் கட்டம்	3-ஆம் கட்டம்
	1952–1977	1977–2002	2002–2019
சுயேச்சைகளுக்கான வாக்கு விழுக்காடு (ஒவ்வொரு தேர்தலுக்கான சராசரி)	13%	5%	4%

விழுக்காடு அளவிற்கு அதிகமாக இருந்தது (பார்க்க அட்டவணை 1.3.2). அடுத்த இருபத்தைந்து ஆண்டுகளில் இது 5 விழுக்காடாகக் குறைந்து விட்டது. இப்போது 2002-ஆம் ஆண்டுக்குப் பிறகு சுயேச்சை வேட்பாளர்களுக்கான வாக்குகள் 4 விழுக்காடாகக் குறைந்து விட்டன.

கவனமாகப் பார்க்கும் வாக்காளர்கள் எல்லாக் கட்சிகளின் அரசியல் சாகசங்களையும் தெரிந்து கொள்ளத் தொடங்கி விட்டார்கள். எதிர்க்கட்சி வேட்பாளர்களின் பெயர்களை அல்லது அவற்றை ஒத்த பெயர்களை உடையவர்களை சுயேச்சை வேட்பாளர்களாக நிறுத்தும் கேவலமான 'ஏமாற்று வேலையும்' இதற்குள் அடங்கும். இதற்கு ஒரு எடுத்துக்காட்டு வேண்டுமென்றால் சட்டிஸ்கரில் 2014 தேர்தலில் மகாசமுண்டு மக்களவைத் தொகுதியை எடுத்துக் கொள்ளலாம். இத்தொகுதியில் மக்களிடம் கவர்ச்சியுள்ள சர்ச்சைக்குரிய தலைவர் அஜித் ஜோசி நின்றார். அவருக்கு எதிராக பா.ஜ.க. வேட்பாளராக சாந்து லால் சாகு நின்றார். சாந்து சாகுவுக்கு பேரதிர்ச்சி. சாந்து சாகு என்ற பெயரிலேயே பத்து சுயேச்சை வேட்பாளர்கள் இருந்தார்கள். ஆனால் இந்தக் கீழ்த்தரமான தேர்தல் யுத்தியும் ஜோசிக்குப் பயன்படவில்லை; தோற்றுப் போனார். இந்தப் பழைய ஏமாற்று வேலை சிறிது சிறிதாகப் பயனில்லாமல் போய் விட்டது. இங்கிலாந்தில் இந்த மாதிரியான பழக்கம் இருந்து

வந்தது. 2000-ஆம் ஆண்டு அது முற்றிலுமாகத் தடை செய்யப்பட்டு விட்டது. ஒரு எடுத்துக்காட்டு. 1994-இல் ஒரு வேட்பாளர் லிபரல் டெமாக்ரேட் வேட்பாளரின் வாக்கைப் பிரிப்பதற்காக லிட்டரல் டெமாக்ரேட் வேட்பாளராக நின்றார். இந்தியத் தேர்தல் ஆணையம் போலவே பிரிட்டனின் தேர்தல் ஆணையரும் கட்சிப் பெயர்களின் பதிவேட்டை வைத்திருக்கிறது. ஏற்கனவே பதியப்பட்டிருக்கும் கட்சியின் பெயருக்கு மிக நெருக்கமாக இருந்தால் புதிய கட்சியின் விண்ணப்பத்தை நிராகரித்து விடும். இது சுயேச்சை வேட்பாளர்கள் பிரச்சனை போன்றது இல்லை தான்.

மக்களவைத் தேர்தல்களைவிட மாநிலச் சட்டமன்றத் தேர்தல்களில் சுயேச்சை வேட்பாளர்களுக்கு ஆதரவு அதிகம். ஒருவேளை மக்களவைத் தொகுதிகளைவிடச் சட்டமன்றத் தொகுதிகள் சிறியவையாக இருப்பது ஒரு காரணமாக இருக்கலாம். பெரும்பாலும் ஒரு சட்டமன்றத் தொகுதி, மக்களவைத் தொகுதியில் ஏழில் ஒரு பங்கு இருக்கும். இதனால் ஒரு வேட்பாளர் வாக்காளர்களை நேரில் சந்திக்கும் வாய்ப்பு அதிகம். எனவே கட்சிகளின் முக்கியத்துவம் குறையலாம். மக்களவை வேட்பாளர்களுக்கு இது சாத்தியம் இல்லை.

மொத்தத்தில் சுயேச்சைகளுக்கு மாநிலச் சட்டமன்றத் தேர்தல்களில் கிடைக்கும் வாக்கு சதவீதம் மக்களவை வேட்பாளர்களுக்குக்

அட்டவணை 1.3.3

"வீணாக்கப்பட்ட வாக்குகள் குறைவு"			
மாநிலச் சட்டமன்றத் தேர்தல்கள்			
சுயேச்சைகளின் வாக்கு ஆண்டுதோறும் வேகமாகக் குறைந்து வருகிறது			
சட்டமன்றத் தேர்தல்கள்	முதல் கட்டம்	2-ஆம் கட்டம்	3-ஆம் கட்டம்
	1952-1977	1977-2002	2002-2019
சுயேச்சைகளுக்கான வாக்கு விழுக்காடு (ஒவ்வொரு தேர்தலுக்கான சராசரி)	18%	12%	8%

கிடைப்பது இரண்டு பங்கு அதிகம் (பார்க்க அட்டவணை 1.3.3). எனினும் இங்கும் கூட சுயேச்சை வேட்பாளர்களுக்குக் கிடைக்கும் ஆதரவும் மிகக் குறைந்து விட்டதைப் பார்க்கிறோம். முதல் இருபத்தைந்து ஆண்டுகளில் 18 விழுக்காடாக இருந்தது 2002 முதல் 8 சதவீதமாகக் குறைந்து விட்டது.

மக்களாட்சித் தத்துவத்திற்கு எதிரான குடியரசுத் தலைவர் ஆட்சி இப்போது வரலாறாக ஆகி விட்டதா?

அரசியல் அமைப்புச் சட்ட 356 பிரிவின்படி, ஒரு மாநிலத்தை மைய அரசு ஆட்சி செய்ய அனுமதிக்கும் குடியரசுத் தலைவர் ஆட்சியைக் கொண்டு வருவது வழக்கமானதொரு நடைமுறையாக இருந்து வந்திருக்கிறது. ஆனால் அது பொதுவாக வாக்காளரிடம் எதிர்மறையான தாக்கத்தையே ஏற்படுத்தி வந்திருக்கிறது.

இப்போது அது பெரிதும் மாற்றம் அடைந்திருக்கிறது. வலிமையான, எதனையும் சாராத மாநிலக் கட்சிகளின் எழுச்சியும், முக்கிய தீர்ப்புகளை வழங்கும் நீதிமன்றங்களின் உறுதியும் குடியரசுத் தலைவர் ஆட்சியை மத்திய அரசு சுமத்தவும், அதனை நெடுநாள் தக்க வைத்துக் கொள்ளவும், அரசியல் ரீதியாகவும், சட்டப்பூர்வமாகவும் இயலாதவையாக ஆக்கி விட்டன. அப்படியே குடியரசுத் தலைவர் ஆட்சியைக் கொண்டு வந்தாலும் அது அதிக காலம் நீடிப்பதில்லை. எடுத்துக்காட்டாக, மகாராஷ்ட்ராவில் 2014-ஆம் ஆண்டு கொண்டு வரப்பட்ட குடியரசுத் தலைவர் ஆட்சி முப்பத்திரண்டு நாட்களே நீடித்தது. எனினும் குடியரசுத் தலைவர் ஆட்சி என்பது சட்டப் புத்தகத்தில் இருக்கிறது. இதனை எழுதும்போது, ஒரு மாநிலம் (ஜம்மு - காஷ்மீர்) ஆளுநர் / குடியரசுத் தலைவர் ஆட்சியில் எட்டு மாதங்களுக்கு மேல் இருந்திருக்கிறது.

இந்தியாவின் முதல் இருபத்தைந்து ஆண்டுகளில், அதாவது நமது மக்களாட்சியின் முதல் கட்டத்தில், குடியரசுத் தலைவர் ஆட்சி இருந்த எல்லா நாட்களையும் கூட்டினால் இந்தியா முப்பத்தெட்டு ஆண்டுகள் குடியரசுத் தலைவர் ஆட்சியை அனுபவித்தது. அப்போது வாக்காளர்கள் தங்களது மக்களாட்சி முறையின் முதன்மை உரிமையான வாக்குரிமையை மக்கள் இழந்திருந்தார்கள் (பார்க்க அட்டவணை 1.3.4). மக்களாட்சி முறை கிடப்பில் போடப்பட்ட இந்தப் பெரிய எண்ணிக்கை இதைவிட மோசமான இரண்டாவது கட்டத்திற்குக் கொண்டு சென்றது.

அட்டவணை 1.3.4

குடியரசுத் தலைவர் ஆட்சி கடந்த பதினேழு ஆண்டுகளில் பெருத்த சரிவு		
அனைத்து இந்தியா	குடியரசுத் தலைவர் ஆட்சி ஏற்பட்ட எண்ணிக்கை	குடியரசுத் தலைவர் ஆட்சியில் இருந்த மொத்த ஆண்டுகள்
கட்டம் 1: 1952- 1977	45	37.6 ஆண்டுகள்
கட்டம் 2: 1977- 2002	66	42.8 ஆண்டுகள்
கட்டம் 3: 2002- 2019	22	7.0 ஆண்டுகள்

குறிப்பு: குடியரசுத் தலைவர் ஆட்சி 1949–இல் விந்தியப் பிரதேசத்தில் ஏற்படுத்தப்பட்டது, பஞ்சாபில் 1951–இல் சுமத்தப்பட்டது ஆகியவையும் இதில் அடங்கும். இதனை எழுதும்போது ஜம்மு–காஷ்மீர் குடியரசுத் தலைவர் ஆட்சியில் உள்ளது. ஆளுநரின் ஆட்சி 2018 ஜூன் 20 அன்று வந்தது. இவ்வட்டவணையில் 180 நாட்கள் இடம் பெற்றுள்ளன.

மக்களாட்சியே இல்லாத இந்த மோசமான கால கட்டத்தில் *(1977-2001)*, குடியரசுத் தலைவர் ஆட்சி மொத்தத்தில் நாற்பத்தி மூன்று ஆண்டுகள், நாட்டின் பல மாநிலங்களையும் சேர்த்துப் பார்க்கும்போது, இருந்தது. கோபமாக இருந்த அல்லது அந்நியமாக்கப்பட்ட வாக்காளருக்கு இந்திய அரசியல்வாதிகளின் எதிர்வினையாகப் பார்ப்பது கடினம். தொடர்ந்து தங்களை நிராகரிக்கும் மாநில அரசுகளையும், கோபமுற்ற வாக்காளர்களையும் சந்திக்க நேர்ந்தபோது, டில்லித் தலைவர்கள், ஒரு பிரச்சனை வரும்போது அதனைத் தேர்தல் மூலம் தீர்த்து வைக்காமல் தேர்தல்களையே தள்ளி வைக்க முற்பட்டார்கள். மக்களாட்சியில் தேர்தல்களை அடிக்கடி தள்ளி வைப்பது கவலைக்குரிய போக்கு. இது சென்ற நூற்றாண்டின் இறுதியில் உச்சக் கட்டத்தை அடைந்தது.

2019-ஆம் ஆண்டு வரையில், இந்தியாவில் குடியரசுத் தலைவர் ஆட்சி *133* முறை கொண்டு வரப்பட்டது. *2002*-ஆம் ஆண்டு முதல், குடியரசுத் தலைவர் ஆட்சி இருந்த மொத்த காலம் ஏழாண்டுகளாகக் குறைந்து விட்டது. பெரிய அளவிலான சட்டப்பூர்வமான திருப்புமுனை சில ஆண்டுகளுக்கு முன்னர் பொம்மை தீர்ப்பின் மூலம் ஏற்பட்டது (S.R.பொம்மை x இந்திய அரசு, உச்ச நீதிமன்றம் *11* மார்ச் *1994*). தேர்ந்தெடுக்கப்பட்ட மாநில அரசுகளைக் கலைக்க

அல்லது இடைநீக்கம் செய்ய வகை செய்யும் அரசியல் அமைப்புச் சட்டத்தில் 356 பிரிவினைத் தவறாகப் பயன்படுத்துவதையும், குடியரசுத் தலைவர் ஆட்சியை மாநிலங்களின் வாக்காளர் மேல் சுமத்துவதையும் இந்தத் தீர்ப்பு முடிவுக்குக் கொண்டு வந்தது.

அனைத்திந்தியாவுக்குமான இந்தத் தரவு குடியரசுத் தலைவர் ஆட்சியால் அதிகம் பாதிக்கப்பட்ட இரண்டு மாநிலங்களையும் உள்ளடக்கியது. அவை பஞ்சாபும், ஜம்மு - காஷ்மீரும் (பார்க்க அட்டவணைகள் 1.3.5, 1.3.6).

அட்டவணை 1.3.5

பஞ்சாப் - குடியரசுத் தலைவர் ஆட்சியின் மோசமான கால கட்டம் 1977 - 2002		
பஞ்சாப்	குடியரசுத் தலைவர் ஆட்சி ஏற்பட்ட எண்ணிக்கை	குடியரசுத் தலைவர் ஆட்சியில் இருந்த மொத்த ஆண்டுகள்
கட்டம் 1: 1952– 1977	4	2.4 ஆண்டுகள்
கட்டம் 2: 1977– 2002	4	7.1 ஆண்டுகள்
கட்டம் 3: 2002– 2019	0	—

அட்டவணை 1.3.6

ஜம்மு-காஷ்மீர்: குடியரசுத் தலைவர் ஆட்சியின் மோசமான கால கட்டம் 1977 - 2002		
ஜம்மு-காஷ்மீர்	குடியரசுத் தலைவர் ஆட்சி ஏற்பட்ட எண்ணிக்கை	குடியரசுத் தலைவர் ஆட்சியில் இருந்த மொத்த ஆண்டுகள்
கட்டம் 1: 1952– 1977	0	—
கட்டம் 2: 1977– 2002	3	7.7 ஆண்டுகள்
கட்டம் 3: 2002– 2019	5	1.4 ஆண்டுகள்

குறிப்பு : இதை எழுதும்போது ஜம்மு – காஷ்மீர் குடியரசுத் தலைவர் ஆட்சியில் இருக்கிறது. ஆளுநர் ஆட்சி 20 ஜூன் 2018–இல் ஏற்படுத்தப்பட்ட பிறகு இவ்வட்டவணையில் 180 நாட்கள் சேர்க்கப்பட்டு உள்ளன.

வாக்குச் சாவடிகளை அபகரித்தலுக்கு ஒரு முடிவு

இந்தியாவில் நாம் இப்போது மின்னணு வாக்குப் பதிவு எந்திரங்களின் (EVM) யுகத்தில் இருக்கிறோம். 1982-இலும் 1983-இலும் ஒரு சோதனையாக அறிமுகமாக்கப்பட்ட அந்த எந்திரங்கள் இந்தியத் தேர்தல்களில் முழுவதுமாகப் பயன்படுத்தப்படுகின்றன.

இந்தியாவின் மின்னணு வாக்குப் பதிவு எந்திரங்கள் தனித் தன்மை வாய்ந்தவை; இந்தியச் சூழலுக்கு ஏற்றவை. முதலாவதாக, மிக முக்கியமாக இந்தியாவின் EVM-கள் இணையதளத்துடனோ, 'கிளவுட்' முதலான வேறு வலை பின்னல்களோடோ இணைக்கப்படவில்லை. அவை தாமாக இயங்கக் கூடியவை; 'வைஃபை' அல்லது 'புளூடூத்' செயலிகள் அதில் இல்லை. (இந்தியாவிலுள்ள EVM-களுக்கும் அமெரிக்காவிலுள்ள மின்னணு வாக்குள்ள வாக்குச் சாவடிகளுக்கும் உள்ள பெரிய வித்தியாசம் இதுதான். அங்கு இணையதளத்துடன் உள்ள தொடர்பைத் திருட்டுத்தனமாக மாற்றிவிட முடியும்). இந்திய EVM-இல் வாக்களிப்பதற்கு ஒரு பொத்தானை அழுத்தினால் போதும். ஒவ்வொரு வேட்பாளர் பெயருக்கும், சின்னத்திற்கும் எதிரில் பொத்தான் இருக்கும். வாக்குகள் EVM-யின் உள்ளே சேகரித்து வைக்கப்படும். எந்திரங்கள் கட்சிகளின் (வேட்பாளரின்) சின்னங்களைப் பயன்படுத்துகின்றன; படிப்பறிவில்லாதவர்களுக்காக இந்த ஏற்பாடு.

சேகரித்து வைக்கப்பட்டுள்ள வாக்குகளை அணுக ஒரே வழி, EVM-இல் பாதுகாப்பாக வைக்கப்பட்டிருக்கும் முத்திரையை உடைப்பதுதான். முத்திரையை தேர்தல் ஆணையத்தின் அலுவலர், வேட்பாளரின் பிரதிநிதிகளின் முன்னிலையிலேயே உடைக்க முடியும். எல்லாக் கட்சிகளின் பிரதிநிதிகளும் ஆந்தைக் கண் கொண்டு பார்த்துக் கொண்டிருப்பார்கள். ஏதாவது ஒரு EVM-இலுள்ள முத்திரை உடைக்கப்பட்டிருந்தால், அதன் வாக்குச் சாவடியில் மறு தேர்தல் நடத்த தேர்தல் ஆணையம் அறிவிக்கும். எப்படி இருப்பினும், எந்த EVM-இன் முத்திரையையும் உடைக்க வாய்ப்பில்லை. ஏனென்றால் EVM வாக்கு மையத்தில் தேர்தல் நாள் அன்று அமைக்கப்படுவதிலிருந்து, அது வாக்களிப்பு முடிந்தவுடன் ஒரு மூடப்பட்ட, முத்திரையிடப்பட்ட அறைக்குக் கொண்டு செல்லப்படும்போதும், கடைசியில் வாக்கு எண்ணும் நாளன்று வாக்கு எண்ணும் மையத்துக்குக் கொண்டு செல்லப்படும் வரையிலும் எல்லாக் கட்சிப் பிரதிநிதிகளும் கவனித்து காவல் காத்து வருவார்கள்.

EVM-களைப் பற்றி அதிக அளவில் விமர்சனங்கள் வந்திருக்கின்றன. பெரும்பாலும் தேர்தலில் தோல்வியுற்ற கட்சி அல்லது கட்சிகளிலிருந்து வரும் EVM-கள் பற்றிய புகார்கள் தொழில் நுட்பத்தின் மேல் தேவையற்ற நம்பிக்கையின்மையால் வரும்.

உலகமெங்குமே தேர்தல் அமைப்புகளைப் பற்றிய சந்தேகம் இருந்து வருகிறது. எடுத்துக்காட்டாக, ஐரோப்பிய ஒன்றியத்திலிருந்து விலகுவதற்கான பொதுமக்கள் வாக்கெடுப்பு 2016-இல் பிரிட்டனில் நடந்தது. 'ஐரோப்பாவை விட்டு விலகு' என்று பரப்புரை செய்தோர் தோற்று விடுவோம் என்று எதிர்பார்த்தார்கள். வாக்களிப்பு நாளுக்கு முந்தைய நாளில் தேர்தல் மையங்களில் பென்சில்கள் தரப்படுகின்றன. அவற்றை அரசு எளிதில் அழித்து விடலாம் என்ற ஒரு சதிக் கதையைப் பரப்பி விட்டு நீங்கள் கொண்டு வரும் பேனாக்களைப் பயன்படுத்துங்கள் என்று சமூக ஊடகங்களில் செய்தி வெளியிட்டார்கள். ஆனால் 'விலகுங்கள்' என்ற பரப்புரையாளர்கள் எதிர்பாராமல் வென்றபோது அவர்களால் ஒன்றும் சொல்ல முடியவில்லை. இந்நூலின் ஆசிரியர்களாகிய நாங்கள் நாடு முழுவதும் பயன்படுத்தப்படும் EVM-களை அவை புகுத்தப்பட்டதிலிருந்து பல ஆண்டுகள் ஆராய்ந்தோம். அவற்றை இடையில் புகுந்து மாற்றம் செய்வதற்கோ *(tamper)*, கள்ளத்தனமாகத் திருத்துவதற்கோ *(hacking)* இயலாது என்று நாங்கள் முழுமையாக நம்புகிறோம். அதற்கான காரணங்கள்:

- EVM-கள் இணையதளத்துடன் இணைக்கப்படவில்லை என்பதாலும் அவற்றில் வைஃபை, புளூடூத் வசதிகள் இல்லாததாலும், அவற்றை வழக்கமான தொழில் நுட்பத்தைப் பயன்படுத்தி கள்ளத்தனமாகத் திருத்த முடியாது *(hack)* என்பதில் நாங்கள் உறுதியாக இருக்கிறோம். பல தொழில்நுட்ப வல்லுநர்களுடன் நாங்கள் நடத்திய விவாதங்கள் இதனை உறுதி செய்தன.

- வாக்காளர் எந்தப் பொத்தானை அழுத்தினாலும் அது காங்கிரசுக்கோ, பாரதிய ஜனதாவுக்கோ விழுமாறு செய்யச் சாத்தியக்கூறு இருக்கிறதா? எந்திரங்கள் தயாரிக்கப்படும் இடத்திலேயே அவற்றை முன்கூட்டி நிரலாக்கம் *(pre-programming)* செய்வது கோட்பாட்டளவில் சாத்தியம்தான். அதுவும் குறிப்பாக, EVM-களைத் தயாரிப்பவர்கள் எல்லாமே பொதுத்துறையில் உள்ளவர்கள்; அவை அரசியல்வாதிகளின் கையில் இருக்கின்றன என்று பலர் வாதிடுகிறார்கள்.

- நல்லவேளையாக, EVM-களை ஒரே கட்சிக்கு வாக்கு விழுமாறு முன்கூட்டியே நிரலாக்கம் செய்வதில் எந்தப் பயனும் இல்லை. வேட்பாளர் பெயர்களின் முதல் எழுத்தைப் பொறுத்தே ஒவ்வொரு தொகுதியிலும் கட்சிகள் வரிசைப்படுத்தப்படும் என்பதே காரணம். முதலாவதாக, எல்லா தேசியக் கட்சிகளின் வேட்பாளர்களின் பெயர்கள் அகர வரிசையில் இடம் பெறும்; அடுத்து, மாநிலக் கட்சிகள் அங்கீகாரம் இல்லாத கட்சிகள், கடைசியில் சுயேச்சைகள் ஆகியவர்களின் பெயர்களும் அகர வரிசையில் இடம் பெறும். எனவே யாராவது ஒருவர் கள்ளத்தனமாக எந்திரங்களின் இடையில் புகுந்து, எடுத்துக்காட்டாக 2-ஆம் எண் பொத்தானுக்கு எதிரான வேட்பாளர் பயன்பெறுமாறு செய்தாலும், EVM-இல் கள்ளத்தனம் செய்யும் கட்சிக்கு அது கிடைக்கும் என்பதற்கு எந்த உத்தரவாதமும் கிடையாது. மேலும், வேட்பாளர்கள் தங்கள் மனுவைத் திரும்பப் பெறுவதற்கான கடைசி நாளுக்குப் பிறகு தேர்தல் நடக்கும் நாளுக்கு இரண்டு வாரங்களுக்கு முன்னர் தான் ஒவ்வொரு தொகுதிக்கும் இறுதிப் பட்டியல் முடிவு செய்யப்படும். இதற்குள் தொழிற்சாலைகளிலிருந்து எல்லா எந்திரங்களும் அனுப்பப்பட்டிருக்கும்; எனவே அவற்றினுள் திருட்டுத்தனமாக மாற்றம் எதுவும் செய்ய முடியாது. இதற்கு மேலும் ஒரு எச்சரிக்கையான நடவடிக்கையை தேர்தல் ஆணையம் மேற்கொள்கிறது. தேர்தலுக்கு சில நாட்களுக்கு முன்னரே, EVM-களை தொகுதிகளுக்கு சீரற்ற முறையில் *(random)* பிரித்து அனுப்புகிறது.

- EVM-களைப் பயன்படுத்துவதால் மிகப் பெரிய நன்மை முன் காலங்களில் அதிகமாக இருந்த வாக்குச் சாவடிகளை அபகரிக்கும் பழக்கத்திற்கு ஒரு முற்றுப் புள்ளி வைக்கப்பட்டது. வாக்குகளைக் கைப்பற்றுவது என்பது வன்முறையைப் பயன்படுத்தி ஒரு குறிப்பிட்ட கட்சியின் அடியாட்கள் ஒரு வாக்குச் சாவடியைக் கைப்பற்றி, வாக்காளர்களை அச்சுறுத்தி, தேர்தல் ஆணைய அலுவலர்களைப் பணிய வைப்பது. பெரும்பாலும் இதனை ஆளும் கட்சியே, அப்போது ஆட்சியிலிருக்கும் கட்சியே, செய்யும். பிறகு அடியாட்கள் எல்லா வாக்குச் சீட்டுக்களையும் பிடுங்கி, தங்கள் கட்சிக்கு முத்திரையிட்டு பூட்டப்பட்ட வாக்குப் பெட்டிகளுக்குள் திணித்துவிட்டு அடுத்த வாக்குச் சாவடிக்குப் போவார்கள். இந்த வாக்குச் சாவடி அபகரிப்பில், 4 முதல் 5 சதவீத வாக்குச் சாவடிகள் ஆளும் கட்சியாலும், 2 முதல் 3 சதவீத வாக்குச் சாவடிகள் எதிர்க் கட்சியாலும் கைப்பற்றப்படும். 6 முதல் 7

விழுக்காடு வாக்குச் சாவடிகள் இவ்வாறு கைப்பற்றப்பட்டாலும், ஆளும் கட்சிக்குக் கிடைத்த மொத்த நன்மை 2 விழுக்காடு தான். மிக அதிகமான இழப்பைச் சந்தித்தவர்கள் தங்கள் வாக்குரிமையைப் பறிகொடுத்த வாக்காளர்கள் தான். இந்த விழுக்காடுகளைச் சரி பார்க்கவோ, மறுக்க முடியாத ஆதாரங்களைக் கொடுக்கவோ வழி எதுவும் இல்லை. தேர்தல் ஊழல் பற்றி சரியான விபரங்களைத் தர முடியாது. எல்லாமே யூக மதிப்பீடுகள்தான். ஆனாலும் நாங்கள் அரசியல்வாதிகளிடம் பேசியது, பல ஆண்டுகளாகத் தேர்தல்களைக் கூர்ந்து கவனித்தது, ஆகியவற்றின் அடிப்படையிலேயே இவை தரப்பட்டுள்ளன.

அப்படியானால் இதே போன்று EVM-களிலும் நடக்கலாமே! அடியாட்கள் இவற்றையுமே வன்முறையில் கைப்பற்றி, எந்திரத்தில் தங்களுக்கு வேண்டிய பொத்தானை அழுத்திக் கொண்டே இருந்து, பிறகு அடுத்த வாக்குச் சாவடிக்குப் போகலாமே! பொத்தான்களை அழுத்துவது வாக்குச் சீட்டுகளில் முத்திரை பதிப்பதை விட எளிதல்லவா? இது சாத்தியமில்லை. ஏனென்றால் EVM ஒரு பொத்தானை அழுத்தியபின் அடுத்து பனிரெண்டு செகண்டுகள் கழித்து பொத்தானை அழுத்தினால் தான் பதிவு செய்யும். அடிக்கடி பொத்தான்களை அழுத்தினால் EVM எந்த வாக்களிப்பையும் பதிவு செய்யாது. 'வாக்குச் சாவடியைக் கைப்பற்றும்' ஒரு சூழலில், பொத்தானை 1000 முறை அழுத்த மூன்றரை மணி நேரம் ஆகும். (ஒரு EVM பதிவு செய்யக்கூடிய வாக்குகள்). அதாவது பொத்தான்கள் வேகமாக, சரியாக பன்னிரெண்டு செகண்டுகள் இடைவெளி விட்டு அழுத்த வேண்டியதிருக்கும். இது இயலாத ஒன்று. EVM-கள் தேர்தல் ஊழலைச் செய்ய நல்ல வழி இல்லை.

EVM-கள் பயன்பாடு சுற்றுச் சூழலைக் காக்கும். அண்மைக் காலங்களில் மக்களவைத் தேர்தல்களுக்குத் தேவையான வாக்குச் சீட்டுகளைத் தயாரிக்கத் தேவைப்பட்டிருக்கும் கால் மில்லியன் மரங்களை அவை காப்பாற்றி இருக்கின்றன. மாநிலச் சட்டமன்றத் தேர்தல்கள் மற்ற தேர்தல்களை இங்கு சேர்க்கவில்லை. 1952 முதல் 1998 வரையில் (அப்போது தான் EVM பயன்பாடு தொடங்கியிருந்தது) மக்களவைத் தேர்தல்களுக்காக வெட்டப்பட்ட மரங்களின் எண்ணிக்கை தோராயமாக ஒரு மில்லியன் இருக்கும். நிலைமை இன்னும் மோசமாயிருக்கும். ஏனென்றால் இன்றைய மக்களவைத் தேர்தலுக்கு ஒரு பில்லியன் வாக்குச் சீட்டுகள் வெட்டப்பட்டு, அச்சிடப்பட்டு ஆயத்தமாக இருக்க வேண்டும்.

முதலில் வந்த EVM-களுக்குப் பொதுவாக தாளே தேவையில்லை. எனினும், EVM-களுக்கு எதிராகத் தொடர்ந்து குரல் எழுப்பப்பட்டு வருவதால், (பெரும்பாலும் தோற்றவர்களிடமிருந்து வரும்) ஏற்கனவே அவை பாதுகாப்பாக இருந்தாலும் தேர்தல் ஆணையம் சில மாற்றங்களை EVM-களில் செய்ய வேண்டிய அவசியம் ஏற்பட்டது. தேர்தல் ஆணையம் ஒவ்வொரு பொத்தானை அழுத்தும் போதும் ஒரு தாளில் குறிப்பு வருமாறு ஏற்பாடு செய்திருக்கிறது. 'டிஜிட்டல்' முறையில் ஏற்படும் நிகழ்வுக்கு ஆதாரமாக ஒப்புமையுள்ள வடிவத்திலும் (analogue) ஒன்றைக் கொடுக்கிறது. ஒவ்வொரு EVM-மோடு இரண்டாவது ஒரு எந்திரமும் சேர்க்கப்படுகிறது. அது ஒரு அச்சு இயந்திரம் (printer) போலச் செயல்படுகிறது. அதற்குப் பெயர் VVPAT அதாவது *Voter Verified Paper Audit Slip*. இந்த 'பிரிண்டர்' மூடப்பட்டு முத்திரையிடப்பட்டிருக்கும். அதில் ஒரு சிறு கண்ணாடி ஜன்னல் இருக்கும். அதன் பின்னால் ஒரு காகிதத் துண்டு ஒவ்வொரு பத்து செகண்டுகளுக்கு ஒன்றாகப் போகும். அது VVPAT அடியில் போய் விழும்.

சிறு கண்ணாடி ஜன்னல் VVPAT-யின் முன் பகுதி. அதன் வழியாக வாக்காளர் தான் வாக்களித்த கட்சியின் சின்னத்தைப் பார்க்கலாம். தனது வாக்கு சரியாகப் பதிவாகியிருக்கிறதா என்பதை உறுதிசெய்து கொள்ளலாம். இந்தக் காகிதத் துண்டு ஒரு பில்லியன் இருக்கும். அவற்றை யாரும் பார்ப்பதில்லை. சர்ச்சை ஏதாவது இருந்தால்தான் முத்திரை வைக்கப்பட்ட 'பிரிண்டர்' திறக்கப்பட்டு ஒப்புகைச் சீட்டுகள் எனப்படும் காகிதத் துண்டுகள் எண்ணப்படும்.

EVM-கள் மேல் தொகுக்கப்பட்ட தாக்குதல்களை EVM-கள் குறைத்தாலும், தேர்தலில் தோல்விக்கு அவற்றைக் குறை சொல்வது தொடர்கிறது. செய்தியாளர் கூட்டங்களிலும், ஊடகங்களிலும் அப்படிப்பட்ட தாக்குதல்களால் தவறான காரணங்களுக்காக EVM-கள் மேல் மக்களுக்கு இருக்கும் நம்பிக்கைக் குறைவது வருத்தத்திற்குரியது.

EVM-கள் மேலும், VVPAT-கள் மேலும் நம்பிக்கையை மீட்டெடுப்பதற்காக இப்போது தேர்தல் ஆணையம் VVPAT துண்டுத் தாள்களை எந்த ஒழுங்குமற்ற சம வாய்ப்பு முறையில் எடுத்து EVM-களோடு பொருத்திப் பார்க்க வேண்டும் என்பதை வலியுறுத்துகிறது. இதற்காக அப்படிப்பட்ட சம வாய்ப்புத் தேர்வு

முறையைப் பரிந்துரைக்குமாறு தேர்தல் ஆணையம் இந்தியப் புள்ளி விபர நிறுவனத்தைக் கேட்டுக் கொண்டிருக்கிறது.

முடிவாகச் சொல்ல வேண்டுமென்றால் EVM-கள் இந்தியத் தேர்தல்களுக்கான மிகச் சிறந்ததொரு புது சாதனம் என்று நாங்கள் நம்புகிறோம். உண்மையில் உலகமெங்குமுள்ள மக்களாட்சி நாடுகள் இந்தியாவின் EVM-களிலிருந்து பல பாடங்களைக் கற்றுக் கொள்ள முடியும். நமது EVM-கள் இணையதளத்தோடு தொடர்பில்லாமல் இருப்பது உள் நுழைந்து மாற்றுவதைத் தடுக்கிறது. மேலும் கல்வியறிவில்லாத வாக்காளர்களும் எளிதாகப் பயன்படுத்த முடியும். அமெரிக்கா இந்தியாவின் EVM-களைப் பயன்படுத்தியிருந்தால், நிலைமை மாறியிருந்திருக்கும். புஷ்ஷுக்குப் பதிலாக அல் கோர் அமெரிக்க அதிபராகத் தேர்ந்தெடுக்கப்பட்டிருக்கக் கூடும். அமெரிக்காவில் வாக்குச்சீட்டில் எந்திரத்தால் துளை போட வேண்டும். துளை போடும்போது வெட்டப்படும் துண்டு அதிலேயே தொங்கிக் கொண்டிருந்தால் *(hanging chad)* அது எண்ணப்படக் கூடாது. அதேபோல பல மூலைகள் ஒட்டிக் கொண்டிருந்தாலும் *(pregnant chads)* எண்ணக் கூடாது. ஃப்ளோரிடாவில் வாக்குச் சீட்டுகளில் எந்திரத்தில் துளை போடும் போது இப்படிப்பட்ட வாக்குச் சீட்டில் துண்டுகள் இருந்ததால் புஷ் வெற்றி பெற்றார்.

இந்தியச் சூழலில், இந்திய மக்களாட்சி முறை முதிர்ச்சியடைவதில் 'வாக்குச் சாவடிகளைக் கைப்பற்றும்' கோரத்திற்கு ஒரு முடிவடைந்தது ஒரு வளர்ச்சி. ஆனால் அதற்கு சட்டம் ஒழுங்கு முன்னேறியதைக் காரணம் காட்ட முடியாது. அல்லது இன்றைக்கு இப்படிப்பட்ட வன்முறைகள் குறைந்து விட்டன என்றும் கூற முடியாது. மாறாக, வாக்குச் சாவடிகளை அபகரிப்பதை முடிவுக்குக் கொண்டு வந்தது EVM-கள் தான். இந்தியா, EVM-களை நம்புவது மட்டுமல்ல, புதிய கண்டுபிடிப்புக்காகவும் டிஜிட்டல் வடிவமைப்புக்காகவும் இந்தியா பெருமைப்பட வேண்டும் என்று முடிவு கட்டுவதில் எங்களுக்கு ஒரு சிறிதும் தயக்கமில்லை.

மாநிலங்கள், மத்தியப் பகுதிகளிலுள்ள மக்களவை இடங்கள்:

பெரிய, நடுத்தர அளவு, சிறிய மாநிலங்கள்					
2002–2019		1977–2002		1952–1977	
மக்களவை இடங்கள்					
பெரிய மாநிலங்கள்					
ஆந்திரப் பிரதேசம்	25	ஆந்திரப் பிரதேசம்	42	ஐதராபாத்/ ஆந்திரப் பிரதேசம்	25-41
பீகார்	40	பீகார்	54	பீகார்	55-53
குஜராத்	26	குஜராத்	26	குஜராத்	22-24
கர்நாடகா	28	கர்நாடகா	28	மைசூர்/ கர்நாடகா	11-27
மத்தியப் பிரதேசம்	29	மத்தியப் பிரதேசம்	40	மத்தியப் பிரதேசம்	29-37
மகாராஷ்ட்ரா	48	மகாராஷ்ட்ரா	48	பம்பாய் / மகாராஷ்ட்ரா	45
ராஜஸ்தான்	25	ராஜஸ்தான்	25	ராஜஸ்தான்	20-23
தமிழ்நாடு	39	தமிழ்நாடு	39	மெட்ராஸ்/ தமிழ்நாடு	75-39
உத்தரப் பிரதேசம்	80	உத்தரப் பிரதேசம்	85	உத்தரப் பிரதேசம்	86-85
மேற்கு வங்காளம்	42	மேற்கு வங்காளம்	42	மேற்கு வங்காளம்	34-40
நடுத்தர அளவு மாநிலங்கள்					
அசாம்	14	அசாம்	14	அசாம்	12-14
சட்டீஸ்கர்	11				
டில்லி	7	டில்லி	7	டில்லி	4-7
அரியானா	10	அரியானா	10	அரியானா	9
ஜார்கண்ட்	14				
கேரளா	20	கேரளா	20	திருவிதாங்கூர், கொச்சி /கேரளா	12-19
ஒடிசா	21	ஒடிசா	21	ஒடிசா	20
பஞ்சாப்	13	பஞ்சாப்	13	பஞ்சாப்	18-13
தெலுங்கானா	17				

பெரிய, நடுத்தர அளவு, சிறிய மாநிலங்கள்					
2002–2019		1977–2002		1952–1977	
மக்களவை இடங்கள்					
சிறிய மாநிலங்கள் / யூனியன் பிரதேசங்கள்					
அந்தமான் நிக்கோபார் தீவுகள்	1	அந்தமான் நிக்கோபார் தீவுகள்	1	அந்தமான் நிக்கோபார் தீவுகள்	1
அருணாச்சலப் பிரதேசம்	2	அருணாச்சலப் பிரதேசம்	2		
சண்டிகர்	1	சண்டிகர்	1	சண்டிகர்	1
தாத்ரா நாகர் ஹவேலி	1	தாத்ரா நாகர் ஹவேலி	1	தாத்ரா நாகர் ஹவேலி	1
டேமன், டையூ	1	டேமன், டையூ	1		
கோவா	2	கோவா	2	கோவா	2
இமாச்சலப் பிரதேசம்	4	இமாச்சலப் பிரதேசம்	4	இமாச்சலப் பிரதேசம்	3–4
ஜம்மு–காஷ்மீர்	6	ஜம்மு–காஷ்மீர்	6	ஜம்மு–காஷ்மீர்	6
லட்சத்தீவு	1	லட்சத்தீவு	1	லட்சத் தீவு / L.M.A தீவுகள்	1
மணிப்பூர்	2	மணிப்பூர்	2	மணிப்பூர்	2
மேகாலயா	2	மேகாலயா	2		
மிசோரம்	1	மிசோரம்	1		
நாகலாந்து	1	நாகலாந்து	1	நாகலாந்து	1
புதுச்சேரி	1	புதுச்சேரி	1	புதுச்சேரி	1
சிக்கிம்	1	சிக்கிம்	1	சிக்கிம்	
திரிபுரா	2	திரிபுரா	2	திரிபுரா	2

உத்தரகாண்ட்	**5**			இப்போது இல்லாத பகுதிகள் (அஜ்மீர், போபால், பிலாய்ஸ்பூர், கூர்க், கட்ச், மத்திய பாரத், பெப்சு, சௌராட்டிஸ், விந்தியப் பிரதேசம்	**36**
அனைத்து இந்தியா	**543**	அனைத்து இந்தியா	**543**	அனைத்து இந்தியா	**489-518**

குறிப்பு: மக்களவைக்கு ஒவ்வொரு மாநிலத்திற்கும் ஒதுக்கப்பட்ட இடங்கள் 1952–1962–க்கு இடையிலும் 1962–1972–க்கு இடையிலும் மாற்றப்பட்டன. பத்து ஆண்டுகளுக்கு ஒருமுறை நடத்தப்படும் மக்கள் தொகைக் கணக்கெடுப்பில் மக்கள் தொகை மாற்றத்திற்கு ஏற்ப இது செய்யப்பட்டது. 1952, 1962, 1972–இல் இந்த மாற்றங்கள் எல்லை வரையறை ஆணையத்தால் செய்யப்பட்டவை. ஆனால் 1972–க்குப் பிறகு மாநிலங்களில் இடங்களின் எண்ணிக்கை மாறவில்லை. ஒவ்வொரு Column–திலும் சிலவற்றிற்கு இரண்டு எண்கள் இடம் பெற்றிருக்கும். அவை அக்கால கட்டத்தின் தொடக்கத்திலும், முடிவிலும் இருந்த இடங்களின் எண்ணிக்கையைக் குறிக்கும். அக்கட்டத்தில் புதிய மாநிலங்கள் உண்டாக்கப்பட்டிருந்தால் அவற்றில் இருக்காது. அவற்றிற்கு அவை உண்டாக்கப்பட்ட தேதியிலிருந்து அக்காலகட்டம் முடியும் வரைத் தரப்பட்டிருக்கிறது.

எடுத்துக்காட்டாக, குஜராத் 1960–இல் மாநிலமாக ஆயிற்று. 1960–இல் அதற்கு 22 மக்களவைத் தொகுதிகள் இருந்தன. எல்லை வரையறை மாற்றம் 1962–இல் செய்யப்பட்ட பிறகு அதற்கு 24 இடங்களே இருந்தன. 1972–இல் மாற்றத்திற்குப் பிறகு 26 இடங்கள். எனினும், 1972–க்குப் பிறகு அடுத்த மக்களவைத் தேர்தல் 1977–இல் நடந்தது. எனவே 26 தொகுதிகள் 1977–2002 காலகட்டத்தில் காட்டப்பட்டிருக்கின்றன.

பகுதி 2

இந்தியத் தேர்தல்களை முன்னறிவிப்பது எப்படி

2019 மக்களைவைத் தேர்தலை முன்னறிவித்தல்: எவற்றைப் பார்க்கவேண்டும்?

1

தேர்தல்களை முன் கணித்தல்: நல்லதும், கெட்டதும், விகாரமும்

இந்தியாவில் தேர்தல்களை முன் கணித்தல்: ஓர் இனிய கனவா? கொடுங் கனவா?

இந்தியா மாறுபட்டது. இது ஒரு பலமுறை சொல்லி அலுத்துப்போன சொற்றொடராக இருக்கலாம். ஆனால் பன்னாட்டுக் கருத்துக் கணிப்பாளர்கள் இந்தியாவில் இருக்கும் சிக்கலான நிலைகளை அடையாளம் காண்பதில்லை. இந்தியாவில் வாக்குப் பதிவுக் கணிப்புச் சரியாக இருக்க வேண்டுமென்றால், பன்னாட்டுக் கணிப்பு முறைகளில் என்ன மாற்றங்கள் செய்ய வேண்டும் என்பதை அவர்கள் புரிந்து கொள்வதில்லை.

தேர்தல் கருத்துக் கணிப்பாளர்களுக்கு இந்தியா ஓர் இனிய கனவா? அல்லது பயங்கரக் கனவா? அதனை ஓர் இனிய கனவென்று ஏன் காண வேண்டுமென்று நீங்கள் பார்க்கலாம். பெருவாரியான வெற்றிகளை முன்னிறிவிப்பது மிக எளிது. இந்தியத் தேர்தல்களில் பெருவாரியான வெற்றிப் பதிவுகள் ஏராளம். மக்களவைத் தேர்தல்களில் 75 விழுக்காடு பெருவாரி வெற்றிகள் தான். பெருவாரி வெற்றி முடிவு கருத்துக் கணிப்பாளர்களுக்கு ஓர் இனிய கனவு தான்.

இன்னொரு வகையில் பார்த்தோமென்றால், இந்தியா முழுவதும் காணப்படும் வியப்பிற்குரிய பல்வகைத் தன்மை, பிற நாடுகளை விட மாதிரி பார்த்தலையும், கருத்துக் கணிப்புகளையும் பெரும் குழப்பத்திற்கு உள்ளாக்குகின்றன. பல்வகைத் தன்மையின் முக்கியத்துவத்தை ஆராய்வதற்கு முன்னர், இந்தியாவிலிருக்கும் ஒரு பொதுக் காரணியைச் சொல்லியாக வேண்டும். அதுதான் எங்கும் காணப்படும் புன்னகை. முன்னறி கருத்துக் கணிப்புகளை

நாங்கள் எடுத்த போதெல்லாம், ஆண்டுதோறும், மாநிலங்கள் தோறும், இந்தியா முழுவதும் ஒரே மாதிரியான எதிர்வினையைச் சந்தித்திருக்கிறோம். "யாருக்கு நீங்கள் வாக்களிக்கப் போகிறீர்கள்?" என்று வாக்காளர்களைக் கேட்கும் போதெல்லாம் எங்களுக்குக் கிடைக்கும் முதல் பதில் ஒரு பெரிய புன்னகைதான். அது பல கதைகளைச் சொல்லும். "அது எனது இரகசியம், உங்களோடு அதை நான் ஏன் பகிர்ந்து கொள்ள வேண்டும்" அல்லது "வெளியில் தெரிவதுபோல நான் அவ்வளவு முட்டாளென்று நினைக்கிறீர்களா? நான் எந்தக் கட்சி என்று சொல்ல வேண்டுமென்று நீங்கள் எதிர்பார்க்கிறீர்கள்? அது ஒன்றைத்தான் நான் யாரிடமும் சொல்லப் போவதில்லை; என் கணவரிடமோ, வேறு யாரிடமோ சொல்லப் போவதில்லை," - இவற்றில் எது வேண்டுமென்றாலும் அந்தப் புன்னகைக்குப் பொருளாக இருக்கலாம்.

இந்தப் புன்னகைக் கதையை ஏன் நினைவு கூர்கிறோம் என்றால் அதற்குக் காரணம் வாக்களிப்பு பற்றி மிகவும் இடைஞ்சலான கேள்விகளைக் கூட இந்தியாவில் ஏற்றுக் கொள்கிறார்கள். எங்கள் கேள்விக்கு முறைப்பான, கோபமான, எதிர்மறையான விடையை நாங்கள் ஒரு முறை கூடச் சந்தித்ததில்லை. எனினும், புன்னகை எப்போதும் நம்மை வலிமையிழக்கச் செய்துவிடுமாதலால், நமது கேள்விக்குத் துல்லியமான விடை கிடைப்பதை அது கடினமாக ஆக்கி விடும். முதலில் பல கேள்விகளைக் கேட்டு ஒரு நல்லுறவை ஏற்படுத்திக் கொண்டு பிறகு தேர்தல் பற்றிய கேள்வியைக் கேட்க வேண்டுமென்று கண்டுபிடித்திருக்கிறோம். வாக்குப் பதிவு பற்றிய ஆய்வில் இப்படிச் செய்வது சரியான வழியில்லை. ஏனென்றால் இது பற்றிய தரமான நூல்கள் கூறுவது முற்றிலும் வேறு. "வாக்களிப்பு பற்றிய உங்களுடைய கேள்வியைக் கேட்பதற்கு முன்னால் வேறு கேள்விகளைக் கேட்காதீர்கள். ஏனென்றால் அது மிக முக்கியமான கேள்வியான 'இன்று தேர்தல் நடந்தால் நீங்கள் யாருக்கு வாக்களிப்பீர்கள்?' என்ற கேள்விக்கான விடையில் தாக்கத்தை ஏற்படுத்தி விடும்." ஆனால் இந்தியாவில் இது நடைமுறைக்கு உதவாது. ஏதாவது ஒரு வகைப்பட்ட உறவை நீங்கள் ஏற்படுத்திக் கொள்ளாவிட்டால், "வினாவிற்கு விடையளிக்க மறுக்கிறார்" அல்லது "விடை தரவில்லை" என்று நீங்கள் அதிக முறை உங்கள் கருத்தறி வினாத்தாளில் குறிக்க வேண்டியதிருக்கும்.

பொதுவாக, ஓரளவு சரியான விடை கிடைக்கக் கூடிய வினாக்கள் "இப்பகுதி மக்கள் எப்படி வாக்களிப்பார்கள் என்று நீங்கள் நினைக்கிறீர்கள்?" "இந்தப் பகுதியில் எந்தக் கட்சிக்கு செல்வாக்கு இருக்கிறது?" முதலியவற்றில் தொடங்கலாம். இவைபோன்ற,

ஆயத்தப்படுத்தக் கூடிய கேள்விகளைக் கேட்கலாம். அவற்றிற்கான விடைகளும் பல விஷயங்களை நமக்குத் தரும். விடையளிப்போரில் பெரும்பாலானோர், ஒரு குறிப்பிட்ட கட்சி அவர்கள் பகுதியில் முன்னிலையில் இருக்கிறது என்றும், ஆனால் அவர்கள் வேறு ஒரு கட்சிக்கு வாக்களிக்கப் போவதாகவும் சொல்வார்கள். இந்த அணுகுமுறையினால் நாம் மாதிரிக்கு எடுத்துக் கொள்வோர் ஒரு பக்கம் சாய நேரிடலாம். ஆனால் 'நாளை தேர்தல் நடந்தால் நீங்கள் யாருக்கு வாக்களிப்பீர்கள்?' என்பது போன்ற கேள்விகளுக்கு விடையளிக்க வாக்காளர்களை ஊக்குவிப்பதில் இது பயன்படும்.

உண்மையில், தேர்தல் முன்னறிவிப்பாளர்களுக்கு பல காரணங்களுக்காக இந்தியா கோரக் கனவுதான், இனிய கனவில்லை. இங்கே தேர்தல் கணிப்பு நடத்தப் போகும்போது அதற்கே உரிய குழப்பம் நிறைந்த சிக்கல்களைச் சந்திக்க நேரிடும். இந்தச் சமுதாயத்திலுள்ள எல்லையற்ற பல்வகைத் தன்மை, களஆய்வாளர் கேட்க விரும்பும் விடை என்று தாங்கள் நினைப்பதைக் கள ஆய்வாளருக்குத் தந்து வம்பில் மாட்டிக் கொள்ள விரும்பாதவர்கள் சிறிய எண்ணிக்கையில் இருந்தாலும், புள்ளி விபரக் கணக்கில் முக்கியமானதாக இருக்கும் ஒரு பகுதியினரின் மனப்போக்கு தேர்தல் அமைப்புகள், வம்பில் மாட்டிக் கொள்ளக் கூடாது என்று நினைப்பது, மக்கள் தொகையில் பெரும் பகுதியினர் பற்றிய விபரமான தரவுகள் கிடைக்காமை, அதிகச் செலவு ஏற்படுத்தும் பெரிய அளவிலான மாதிரிகளின் தேவை, பல்வகையான எதிர்க் கட்சிகளால் வாக்குகள் சிதறுவது, இறுதியாக வாக்குகளை இடங்களாக மாற்றுவதிலுள்ள பெரிய சவால் - இவையெல்லாம் தேர்தல் முன் கணிப்பாளர் சந்திக்க வேண்டிய வித்தியாசமான தலைவலிகளில் சில.

எனவே உலக அளவில் பல நாடுகளில் தரமானவையாகக் கருதப்படுகிற முறைகளை அப்படியே இந்தியச் சூழல்களுக்கு இறக்குமதி செய்ய முடியாது. மிகப் பெரிய வேறுபாடு, இந்தியாவின் தலைசுற்ற வைக்கிற பல்வகைத் தன்மை மாதிரியின் வடிவமைப்பு (Sample design), மாதிரியின் அளவு (sample size) ஆகியவற்றில் ஏற்படுத்தும் தாக்கமாக இருக்கலாம். பிற மக்களாட்சி நாடுகளில் நாடு முழுவதற்கும் பிரதிநிதித்துவம் அளிக்கக் கூடிய வகையில் 1000 முதல் 2000 வரையிலான மக்களைத் தேர்ந்தெடுப்பது எளிது. ஆனால் இந்தியாவில் அப்படி முடியாது.

எங்களது முன்னோருக்குக் கருத்துக் கணிப்புகளில் வியப்பளிக்கக் கூடிய இந்தியாவின் பல்வகைத் தன்மையை எப்போதுமே

சந்தித்து வந்திருக்கிறோம். மிக அதிகமாக எழுதப் படிக்கத் தெரிந்த மக்களுள்ள, அதே சமயம் அரசியல் விழிப்புணர்வுள்ள மாநிலமான கேரளாவில் கருத்துக் கணிப்பு நடத்துவது நமக்குப் பாடம் கற்றுத் தருவது மட்டுமல்ல, மற்ற மாநிலங்களை விடப் பத்து மடங்கு அதிகமான நேரத்தையும் எடுத்துக் கொள்ளும். ஒரு கருத்தறி வினாத்தாளைக் கையில் வைத்துக் கொண்டு இங்கு ஒரு வாக்காளரைத் தெருவிலோ, அவர்கள் வீட்டிலோ சந்திப்பதே ஒரு அனுபவம் தான். அவர்கள் மந்தமாகப் பதில் சொல்வதில்லை. கள ஆய்வாளரைத் திருப்பிக் கேள்வி கேட்பார்கள்; எப்போதும் புதிதாகத் தெரிந்து கொள்ள வேண்டும் என்று அவர்களுக்கு ஆசை. எனவே கேரளாவில் அரசியல் விஷயமாகக் கள ஆய்வு நடத்த விரும்புவோருக்கு ஒரு அன்பான எச்சரிக்கை. அவர்களுடைய படிப்பறிவு நாட்டிலேயே உயர்வானது என்பது மட்டுமில்லை; அவர்களுடைய அரசியல் விழிப்புணர்வும், பேச்சும் மிகவும் கூர்மையாகவும் இருக்கும்; உங்களுடையதையும், என்னுடையதையும் விடப் பண்பட்டதாகவும், சிக்கல் நிறைந்ததாகவும் இருக்கும். இந்த மாநிலத்தில் நடத்தும் எந்தக் கருத்துக் கணிப்பின் நேர்காணலுக்கும் அதிக நேரம் ஒதுக்கத் தயாராக இருங்கள். விடை தரும் ஒவ்வொருவரும் ஒருவர் பாக்கியில்லாமல் நம்மை ஒரு விவாதத்திற்கே அழைப்பார்கள்; 'என்ன சிறுபிள்ளைத்தனமாக கேள்விகளைக் கேட்கிறீர்கள்... இப்படிக் கேளுங்கள்... நான் சொல்வதைக் கவனியுங்கள்...' நீண்ட ஒரு சொற்பொழிவிற்கு இது ஒரு முன்னுரைதான். மாநிலத்தில் வாக்காளரின் தன்மைகளைப் பற்றியும், மாநிலத்தின் பல மண்டலங்களைப் பற்றியும் பேசுவார்கள்; அதன் பிறகு சில நிமிடங்கள் ஒரு தன்னுரை. அதிலிருந்து நாம் பல பாடங்களைக் கற்றுக் கொள்ள முடியும்; உள்ளொளி பெற முடியும். ஒவ்வொரு கேள்விக்குப் பிறகும் ஒரு விவாதமும், அறிவுரையும் இருந்தால், ஒரு நாளைக்கு ஒரு குறிப்பிட்ட எண்ணிக்கையில் கருத்துக் கணிப்புக்காக நேர்காணல் செய்ய வேண்டும் என்று முடிவு செய்திருந்தால், அது காற்றில் பறந்து விடும்!

இதேபோல, மேற்கு வங்காளத்திலும் வாக்காளர்கள் நடந்து கொள்வார்கள். ஆனால் இங்கே ஆலோசனை கொஞ்சம் தத்துவார்த்தமாக இருக்கும். மக்கள் ஏன் இப்படிக் கருத்துக் கணிப்புகள் நடத்த வேண்டும்?

"என்ன அவசரம்? இன்னும் சில வாரங்களில்தான் முடிவுகள் வந்து விடுமே, காத்திருந்தால் என்ன?" இதனைத் தொடர்ந்து லியோ டால்ஸ்டாயிலிருந்தோ ஃபிரடரிக் ஏங்கல்சிலிருந்தோ காலத்தின்

நிலையாமை பற்றிய ஒரு மேற்கோள் இருக்கும். ஒவ்வொரு கருத்தறி வினாத்தாளுக்கும் சராசரியாக இருபது நிமிடங்கள் என்றால், கேரளாவிலும், மேற்கு வங்காளத்திலும் ஒரு மணிக்கும் மேலான ஆர்வமூட்டும் செய்திகள் அதிக நேரம் எடுத்துக்கொள்ளும்.

இந்தியாவின் பல பகுதிகளிலும் வாக்காளர் நட்புடனும், அன்புடனும் நடந்து கொள்வார். ஆனால் ஒரு மாநிலத்தில் மட்டும் - காஷ்மீரில் மட்டும் - கருத்துக் கணிப்பு அச்சமூட்டுவதாக இருக்கும். காஷ்மீர் மக்கள் பொதுவாக மிக மிக நட்புடன் நடந்து கொள்வார்கள். ஆனால் இந்த கடினமான நாட்களில் கருத்துக் கணிப்பு வாக்கெடுப்பு மட்டும் 'பரவலாகக் காணப்படும் புன்னகை' என்ற வழி எடுபடாது. அம்மாநிலத்தில் விரைப்பும், அந்நியப் படுத்தலும் மிகுந்துள்ள இந்நாட்களில் காஷ்மீருக்கு வெளியிலிருந்து போகும் நம்மைப் போன்ற கருத்துக் கணிப்பு வாக்கு எடுப்போருக்கு அவர்கள் தரும் பதில் கவனத்துடன் தரப்படுவதாக, நம் மேல் நம்பிக்கையின்மையைக் காட்டுவதாக இருக்கும். எனவே காஷ்மீர் பள்ளத்தாக்கில் கடந்த பல தேர்தல்களில் கருத்துக் கணிப்புகள் நடத்த நாங்கள் முனையவில்லை என்பது வருத்தம் தான். எனினும் CSDS போன்ற மற்ற நிறுவனங்கள் காஷ்மீரில் இப்போது கருத்துக் கணிப்புகள் நடத்துவதாகவும், அவர்கள் நம்பத் தகுந்த விடைகள் பெறுகிறோம் என்று ஓரளவு உறுதியாக இருப்பதாகவும் சொல்கிறார்கள்.

பதற்றப்படாமல் கருத்துக் கணிப்பு நடத்த மிகவும் உகந்த மாநிலம் பீகார் என்று சொல்லலாம். எல்லோருமே நட்போடு இருந்தார்கள். திறந்த மனம், அச்சமின்மை. ஆனால் இந்த நட்புணர்வினால் ஒரு நாளில் சில வாக்காளர்களைத் தான் சந்திக்க முடியும். ஒரு வீட்டுக்குப் போனால் உள்ளேபோய் தேநீர் குடிக்காமல் விட மாட்டார்கள். எவ்வளவுக்கு எவ்வளவு ஏழைகளாக மக்கள் இருக்கிறார்களோ அவ்வளவுக்கு அவ்வளவு அவர்கள் நட்புறவோடும், விருந்தினரை வரவேற்பதிலும் இருக்கிறார்கள் என்பது எங்கள் அனுபவம். எனவே மாலையில் பத்துக் கோப்பை தேநீருக்குப் பிறகு இந்தியாவின் சிக்கல்களைத் தீர்ப்பது எப்படி என்பது பற்றி விரிவான விவாதங்களுக்குப் பிறகு, நீங்கள் நேர்காணலில் பதினைந்து பேரைக் கூடத் தாண்டியிருக்க மாட்டீர்கள்! பஞ்சாபில் விருந்தோம்பல் தேநீரை விட 'வீரியமுள்ளதாக' இருக்கும். பஞ்சாப்பில் எங்கள் கணக்கெடுப்பை மாலைக்குள் முடிக்கக் கற்றுக் கொண்டு விட்டோம்.

தேர்தல்களுக்கு முன் நாட்டின் எல்லாப் பகுதிகளிலும் காணப்படும் ஒரு சீரியசான நிகழ்வு நாங்கள் பல நகரங்களில் சந்தித்த ஒன்று; ஆனால் அதுபற்றி அதிகம் எழுதப்படாதது விநோதமாக இருக்கிறது. தேர்தல் காலத்தில் இலவசமாகக் கிடைக்கும் மதுவில் பெரும்பாலான ஆண்களும், சில பெண்களும் கூட, உச்சத்தில் இருப்பார்கள். தேர்தல் பரப்புரையில் முதலாவதாக கவனம் பெறுவது "மது தான் முதல்" என்பது. எனவே பல வாக்காளர்களுக்குத் தேர்தல் வந்து விட்டால், செலவின்றி போதையேற்றிக் கொள்ளும் கொண்டாட்டம். நாங்கள் நேர்முகம் காணும்போது தள்ளாடும் வாக்காளர் என்ன பதில் சொல்கிறோம் என்பதையே தெரியாமல் இருக்கும்போது, எங்கள் முன்னறி நேர்முகங்களையே நடுவில் நிறுத்தி விட வேண்டியிருக்கும். ஓர் எடுத்துக்காட்டு; ஒரு முறை ஆட்டோ ரிக்சாக்காரர் ஒருவர் தனது ரிக்சாவில் தொற்றிக் கொண்டு, தள்ளாடியபடி எங்களை அவரிடம் வந்து பேசுமாறு கையை அசைத்து அழைத்தார். "நான் யார் ஜெயிப்பார் என்று சொல்கிறேன்" என்றார். நாங்கள் அவரிடம் சென்றோம். அவர் செய்ததெல்லாம், தனது கையை நீட்டி ஆட்டிக்கொண்டு "புரிந்ததா, புரிந்ததா?" என்று திரும்பத் திரும்பப் பேசுவது மட்டும்தான். அவர் கையை ஆட்டியது காங்கிரசுக் கட்சியின் சின்னத்தைக் குறிக்கத்தான் என்று வழியில் சென்ற ஒருவர் எங்களுக்கு விளக்க வேண்டியதாயிற்று. காங்கிரசுக் கட்சி தான் அங்கு வெற்றி பெற்றது. ஆனால் அப்போதைக்கு எங்களது கவலையெல்லாம் ஆட்டோவில் ஏறப் போகும் பயணிகள் பற்றித் தான். இந்தியாவில் பல வாக்காளர்களுக்கு, வாக்குச் சீட்டுக்குப் போகும் பாதை நீண்டு வளைந்து வளைந்து சென்றது. தேர்தல் சமயத்தில் கதிரவன் மேற்கே மறையும்போது இந்தியா தள்ளாடிப் போகிறது என்று சொல்வது மிகையாகாது.

பல்வகைத் தன்மை (heterogeneity) பற்றி மீண்டும் பார்ப்போம். பல்வகைத் தன்மையைப் பொறுத்தவரையில் ஐரோப்பிய ஒன்றிய நாடுகள், வட அமெரிக்க நாடுகள் ஆகிய அனைத்தையும் சேர்த்தால் கிடைக்கும் ஒரு பில்லியனுக்கு மேற்பட்ட மக்களின் பல்வகைத் தன்மை இந்தியாவின் 1.3 பில்லியன் மக்களிடமுள்ள பல்வகைத் தன்மையைவிடக் குறைவாகவே இருக்கும். பல்வகைத் தன்மையில், இனப் பாகுபாடுகள், சாதிகள், மதங்கள், உட்பிரிவுகள், மொழிகள், பழங்குடி மக்கள், வகுப்புகள், வருவாய்களில் வேறுபாடுகள், அரசியல் கோணங்கள், மண்டல மாறுபாடுகள் ஆகியன அடங்கும். இந்தக் கணக்கிலடங்காத வேறுபாடுகள் ஒவ்வொரு வாக்காளரையும் வெவ்வேறு விதமாகப் பாதிக்கும்.

பல்வகைப்பட்ட உட்கட்டமைப்பு, ஊடகங்கள், ஒழுங்கற்றத் தூண்டல்களால் இன்னும் அதிகமாகின்றன. இந்தியாவில் வாக்களிப்பு அமைப்பு முறைகளைப் புரிந்து கொள்வது சில வேளைகளில் கலைடாஸ்கோப்பில் கிடைக்கும் கணக்கிட முடியாத அமைப்பு முறைகளைப் புரிந்து கொள்வதைப் போல இருக்கும்.

எந்த நாடும் ஒரே மாதிரித் தன்மைகள் (homogeneous) உடையதாக இருக்க முடியாது. ஆனால் இந்தியாவில் எல்லாவற்றைக் காட்டிலும் பன்முகத் தன்மை அதிகம். இந்தியாவில் வாக்கெடுப்பு என்பது எவ்வளவு பெரியது என்பதை எண்ணிக்கைகள் தெளிவாக்கும். ஐரோப்பாவின் மக்கள் தொகை 742 மில்லியன். இந்தியாவின் மக்கள் தொகை 1339 மில்லியன் - ஏறத்தாழ இரண்டு மடங்கு, ஐரோப்பாவில் நாற்பத்தி எட்டு நாடுகள் உள்ளன. ஒரு நாட்டில் சராசரியாக மக்கள் தொகை 15 மில்லியன். இந்தியாவில் இருபத்தி ஒன்பது மாநிலங்களில் சராசரி மக்கள் தொகை 46 மில்லியன். ஏறத்தாழ மூன்று மடங்கு அதிகம். பல்வகைப்பட்ட தன்மைக்கு இந்த எண்ணிக்கைகள் சான்று.

"யாருக்கு நீங்கள் வாக்களிப்பீர்கள்?" என்று ஐரோப்பாவில் ஒவ்வொருவரையும் கேட்பது எவ்வளவு சிக்கலோ அவ்வளவு சிக்கல் இந்தியாவில் வாக்காளரிடம் கருத்துக் கணிப்பு எடுப்பது. மேலும் ஐரோப்பா முழுவதுமாக இப்படிப்பட்ட கருத்துக் கணிப்பு எடுப்பது அபூர்வம். 2019 ஐரோப்பிய பாராளுமன்றத் தேர்தல்களுக்கு முன்னர் ஸ்டீவ் பானன் மக்கள் செல்வாக்கு உள்ள வலதுசாரி வேட்பாளர்களுக்காகத் தேர்தலுக்கு முந்தைய கருத்துக் கணிப்பு நடத்தினார். இதனை இதுவரையில் எடுக்கப்படாத விரிவான கருத்துக் கணிப்பு என்று வர்ணித்தார்கள். ஆனால் அது ஏழு ஐரோப்பிய நாடுகளில்தான் நடந்தது!

அடுத்து, எந்தக் கருத்துக் கணிப்பு வாக்கெடுப்பு நடத்தினாலும், களப் பணியாளருக்கும், வாக்காளருக்கும் இடையில் பயனுள்ள உரையாடல் நடக்க வேண்டுமென்றால் அதில் பயன்படுத்தப்படும் மொழியும், வட்டார வழக்கும் மிக முக்கியம். மீண்டும் ஐரோப்பாவோடு இந்தியாவை ஒப்பிடுவோம். ஐரோப்பாவில் இருபத்து நான்கு மொழிகள் உள்ளன. இந்தியாவிலோ இருபத்திரண்டு அட்டவணையிடப்பட்ட மொழிகளும், அட்டவணையில் வராத தொண்ணூற்று ஒன்பது மொழிகளும், 1600 வட்டார மொழிகளும் உள்ளன! ஒரே மொழியில் கூட சிறு சிறு மாற்றங்கள் மலையளவு மாற்றத்தைத் தந்து விடும். பிரிட்டனில், 'பிரெக்சிட்டில்' முடிந்த (ஐரோப்பிய ஒன்றியத்திலிருந்து பிரிட்டன்

விலகுவதற்கு பொது வாக்கெடுப்பில் பிரிட்டன் விலகுவதாக முடிவு எடுக்கப்பட்டது...) வாக்கெடுப்பில் வெற்றி பெற்றது 3.78 விழுக்காடு வித்தியாசத்தில் தான். 1.89 விழுக்காடு அலைவு ஏற்பட்டிருந்தால் முடிவு வேறு மாதிரியாக இருந்திருக்கும். பிரிட்டனுடைய தேர்தல் ஆணையம் ஒரு வாக்களிப்பு வினாவின் சொல் / வாக்கிய அமைப்பு பற்றி விவாதித்தது. பின் நடத்திய ஆய்வில், அந்தக் கேள்வி நடுநிலை வாய்ந்ததாக இல்லை என்பதும், வேறு கேள்வி மிக முக்கியமான அலைவுகளை - 2 விழுக்காட்டிற்கு மேலான அலைவுகளை ஏற்படுத்தியிருக்கும் என்பதும் தெளிவாயின. எனவே மொழி எப்படிப் பயன்படுத்தப்படுகிறது என்பது மிக முக்கியம். ஆகவே தான் எங்கள் முன்னறி கருத்துக் கணிப்புகளில் இரட்டை அர்த்தங்கள் தரக்கூடியவற்றை நீக்கி கவனமாக வினாக்களைத் தயாரிக்கிறோம்.

எந்த ஒழுங்குமுறையற்ற மாதிரிக் கருத்துக் கணிப்பும் ஒரு நாட்டின் பல்வேறு சமயங்களையும் கணக்கிலெடுத்துக் கொள்ள வேண்டும். ஐரோப்பாவில் ஐந்து முக்கிய மதங்கள் இருக்கின்றன; இந்தியாவில் ஆறு. மேலும் இந்தியாவில் 138 பழங்குடிகளும் 3200 சாதிகளும் இருக்கின்றன. எந்த மாதிரிக் கணக்கெடுப்பு வடிவத்திலும் இவற்றைக் கணக்கிலெடுப்பது அவசியம்.

அடுத்து, இந்தியா முழுவதுமுள்ள படிப்பறிவின் பல படிகளும், செய்தியைத் தெரிந்து கொள்ளக் கிடைக்கும் வாய்ப்பும் கருத்துக் கணிப்பில் முக்கிய பங்கு வகிக்கின்றன. அதன் விளைவாக ஐரோப்பிய வாக்காளர்களைப் போலன்றி இந்திய வாக்காளர்கள் பல்வேறுபட்ட செய்தி கிடைக்கும் வகைகளிலிருந்து தேர்தல் பற்றிய தங்களது கருத்தை உருவாக்கிக் கொள்கிறார்கள். இந்தியா முழுவதிலும், குறிப்பாக கல்வியறிவில்லாதவர்கள், ஏழைகள் முதலியோர் மத்தியில் வாக்காளர்கள் செய்திகளைச் சேகரிப்பது வாய்மொழி வழியில் தான். பல பகுதிகளில் இதுவே செய்திகள் பரவ முதன்மை மூலமாக இதுவரையில் இருந்து வந்திருக்கிறது. ஆனால் இன்று படிப்பறிவு வளர்ந்திருக்கிறது. வருவாய்கள் அதிகரித்திருப்பதால் தொலைக்காட்சிப் பெட்டிகளைப் பலர் வாங்க முடிந்திருக்கிறது. இந்தியாவில் 400-க்கு மேற்பட்ட தொலைக்காட்சி செய்தி அலைவரிசைகள். இருபத்து நான்கு மணி நேரமும் பல மாநில மொழிகளிலும், வட்டார மொழிகளிலும் செய்திகளையும் அரசியல் விபரங்களையும் ஒளிபரப்புகின்றன. ஐரோப்பாவிலேயே மொத்தம் 294 செய்தி ஒளிபரப்புகள் தான் உள்ளன. அப்படியிருப்பினும், வாய்மொழியாகச் செய்திபெறுவது பல இனக் குழுக்களில் முக்கியமானதாக இன்றும் இந்தியாவில்

இருக்கிறது. குறிப்பிட்ட ஊடகத்தை அணுக முடியாதவர்களும் கூட செய்தியை இரண்டாவது, மூன்றாவது ஆட்கள் மூலம் பெறுகிறார்கள்.

இந்தியாவில் வாக்காளர்கள் எந்தெந்த மூலாதாரங்களிலிருந்து செய்திகள் பெறுகிறார்கள் என்பதைக் கண்டறிய CSDS ஓர் ஆய்வு நடத்திற்று. அவர்களுடைய தேசியத் தேர்தல் ஆய்வுகள் என்பதில் கிடைத்த தரவுகள் அதிகமான வாக்காளர்கள் தொலைக்காட்சியிலிருந்து பெறுகிறார்கள் என்று காட்டுகின்றன. தொலைக்காட்சிச் செய்தியை அறிந்துகொள்ள மூலமாக இருப்பதற்கான வரைபடம் மிகக் குறுகிய காலத்தில் அதிகமான பேர் தொலைக்காட்சியிலிருந்து தேர்தல் பற்றிய விபரங்கள் பெறுகிறார்கள் என்று காட்டுகிறது. இந்த வளர்ச்சி தனியார் தொலைக்காட்சிகளின் எண்ணிக்கை உயர்ந்த அளவில் பொருந்திப் போகிறது (படம் 2.1.1). முன்னர் செய்தி பெறுவதற்கான மூலமாக அதிகம் இருந்தது வானொலி. இது குறைந்து விட்டது. இதுவும் இக்கால கட்டத்திலேயே தொடங்குகிறது. வாக்காளர்களின் பல தட்டுகளில் தொலைக்காட்சி வானொலியின் இடத்தைப் பிடித்துக் கொண்டது.

கள ஆய்வின் சூழல் 2014-க்குப் பிறகு இன்னும் அதிகமான மாற்றத்தைப் பெற்றிருக்கிறது. CSDS வரைபடம் 2014-ஆம் ஆண்டோடு முடிகிறது. இப்போது 'ஸ்மார்ட்' அலைபேசிகளின் எண்ணிக்கை அதிகமான பிறகு, செய்திகள் (சில சமயம் தவறான செய்திகளைக் கூட) பெறும் மூலாதாரமாக இணையதளம் எவ்வளவு முக்கியத்துவத்தைப் பெறுகிறது என்பதை எங்களது முன்னறி ஆய்வுகள் காட்டின. சிறு நகரங்களிலும் கிராமங்களிலும் கூட இதைக் காண முடிந்தது. சமூக வலைதளங்களான, வாட்ஸ் ஆப், ஃபேஸ்புக், இன்ஸ்டாகிராம் முதலியன தேர்தல் பரப்புரைகளிலும் மக்கள் கருத்தை உருவாக்குவதிலும் முக்கிய காரணிகளாக இருக்கும். (டுவிட்டர் கிராமப்புறங்களில் அவ்வளவு அதிகமாகப் பயன்படுவதில்லை).

இறுதியாக, இவ்வளவு பல்வகைத் தன்மை கொண்ட இந்தியாவில் கருத்துக் கணிப்பு நடத்துவதற்கு கொஞ்சம் பைத்தியம் பிடித்திருக்க வேண்டும் என்று சொல்லப்படுகிறது; குறைந்தஅளவு அது முட்டாள்தனமான முயற்சி என்று கூடச் சொல்வார்கள். நாங்கள் உட்பட இன்று நிறையப் பைத்தியகாரர்கள் இருக்கிறார்கள். இந்தச் சிக்கல்களும், குழப்பங்களும் கருத்துக் கணிப்பு இந்தியாவுக்கு ஏன் இவ்வளவு தாமதமாக வந்தது, வளர்ச்சியடைவதில் ஏன் மந்தமாக

வரைபடம் 2.1.1

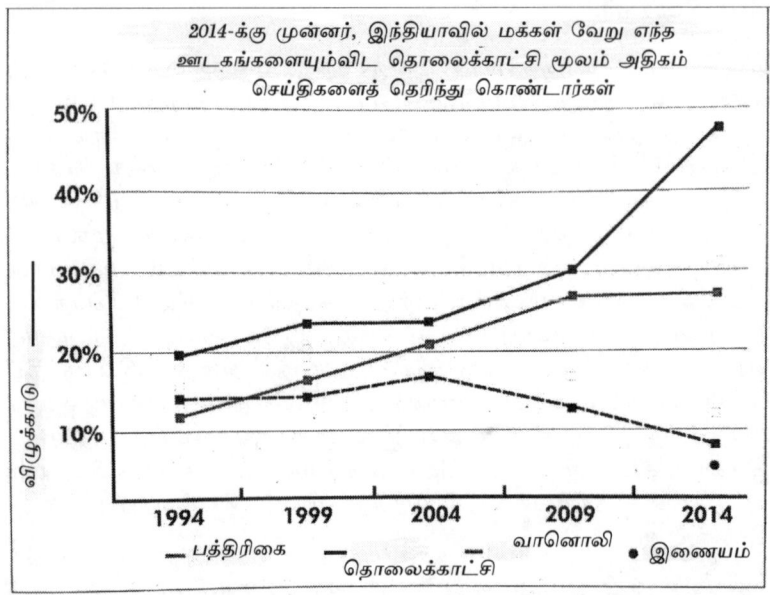

இருக்கிறது என்பதை விளக்கும். இந்தியக் கருத்துக் கணிப்பு பன்னாட்டு அளவில் வளர்ந்து வரும் புதிய முறைகளிலிருந்து நிறையக் கற்க வேண்டியதிருக்கிறது. "வித்தியாசமானது" என்ற சொல்லுக்கு ஏன் இந்தியா ஒரு வரையறையில் இருக்கிறது என்பதைச் சூழலுக்கு ஏற்பத் தெளிவாகப் புரிந்துகொண்டு உலகச் செயல்முறைகளோடு அவற்றைச் சேர்க்க அவசரத் தேவையிருக்கிறது.

நாம் தொடங்குவதற்கு முன் முன்னறிவித்தல் என்ற சொற்றொடருக்கு முன்னர் ஒரு எச்சரிக்கையும் விடுக்க வேண்டும். கருத்துக் கணிப்புகள் "முன்னறிவிப்புகள்" இல்லை. கள ஆய்வு நடத்தும்போது மக்கள் கருத்தின் நிலையையே அவை அளவிடுகின்றன. அவை வருங்காலம் பற்றி எதுவும் சொல்வதில்லை. கருத்துக் கணிப்புக்கும் அடுத்த தேர்தலுக்கும் இடையில் பொதுமக்களின் உணர்விலும், அரசியல் உணர்விலும் பல மாற்றங்கள் ஏற்படலாம். எனவே "முன்னறிவித்தல்" என்ற சொல்லை நாம் பயன்படுத்தும்போது சரியான பொருளில் இங்கே பயன்படுத்தவில்லை.

நல்லதும், கெட்டதும், விகாரமும்: இந்தியாவில் வாக்களிப்புகளின் கதை

மாநிலச் சட்ட மன்றங்களின் கீழவைகளுக்கும், மக்களவைத் தேர்தல்களில் மக்களவைக்கும் மட்டுமே நேரடித் தேர்தல்கள் நடக்கின்றன. எனவே அவற்றிற்கு மட்டுமே கருத்துக் கணிப்பு வாக்கெடுப்புகள் நடத்தப்படுகின்றன. 1952-இல் நடந்த தேர்தல்கள் முதல் அண்மையில் 2018 டிசம்பரில் நடந்த தேர்தல்கள் வரையிலும் இந்தியாவில் 392 தேர்தல்கள் நடந்திருக்கின்றன. அவற்றில் பதினாறு மக்களவைத் தேர்தல்கள், 376 சட்டமன்றத் தேர்தல்கள்.

எழுபது ஆண்டுகளாக இந்தியா குடியரசாக இருந்தாலும் தேர்தல்களுக்கான கருத்துக் கணிப்புத் தொழில் அண்மையில்தான் வந்தது. நாற்பது ஆண்டுப் பழமைதான் அதற்கு.

உலகெங்கிலும், கருத்துக்கணிப்புகளும், ஆய்வுகளும் சந்தை ஆய்வுக் குழுமங்களாலேயே நடத்தப்படுகின்றன. இக்குழுமங்களுக்கு வழக்கமாகவே அரசியல் கருத்துக் கணிப்பு நடத்துவதால் லாபம் எதுவும் இருக்காது. அவை ஈட்டும் உண்மையான பணம் அவர்களுடைய கூட்டிணைய வாடிக்கையாளர்களிடமிருந்து தான் கிடைக்கும். அவை அரசியல் கருத்துக் கணிப்பில் இறங்குவது செலவினத்தில் முதல்வராக ஆகத்தான் - அதாவது தங்கள் சேவைகளை எல்லோர் கண்களிலும் படும்படியாக விளம்பரப்படுத்தும் வழியாகத் தான் இருக்கும். மேலும் இத்துறையில் கடுமையான போட்டியும் இருக்கும். தேர்தல் முன்னறிவிப்பாளர்கள் சரியான முடிவுகளைத் தர ஒருவரோடு ஒருவர் போட்டி போட்டுக் கொள்வார்கள்.

1950-களின் பிற்பகுதி வரையில், இந்தியாவில் தனியார் சந்தை ஆய்வு அமைப்புகள் துறையை ஒரே ஒரு குழுமம் தான் தனியாதிக்கம் செலுத்தி வந்தது. அதன் பெயர் Indian Institute of Public Opinion (IIPO) அரசியல் சாராத எல்லா ஆய்வும் தேசிய மாதிரி கருத்தாய்வு (National Sample Survey, NSS) அல்லது இந்திய புள்ளி விபர நிறுவனம் (ISI) போன்ற தன்னாட்சி நிறுவனங்கள் அல்லது பல்கலைக் கழகங்கள் அல்லது யுனிலீவர் போன்ற பெரிய தனியார் நிறுவனங்களின் சிறு துறைகளின் அக மதிப்பீடு ஆகியவற்றாலே நடத்தப்பட்டு வந்தன.

கருத்துக் கணிப்பு, அதன் தொடக்க நிலையிலேயே இருந்தது. 1930-களின் மத்தியில் டாக்டர் கேலப் முதன் முதலாக கருத்துக் கணிப்பு ஆய்வுகளைக் கொண்டு வந்தார். 1948 அமெரிக்கத் தேர்தலின்போது கேலப், ஆளுநர் தாமஸ் டியூவி எளிதாக வென்று விடுவார் என்று தவறாக முன்னறிவித்ததால் கருத்துக்

தேர்தல்களை முன் கணித்தல்: நல்லதும், கெட்டதும், விகாரமும் । 113

கணிப்பு ஆய்வுகள் தோல்வியைத் தழுவின. அதிலிருந்து கருத்துக் கணிப்பு ஆய்வுகள் நம்பத்தக்கவையாக மாற சிறிது காலம் ஆயிற்று. கருத்துக் கணிப்பு ஆய்வு தொடங்கிய காலத்திலிருந்தே, முன்னறிவிப்பாளர்களின் நோக்கங்களும், அவற்றைப் பார்ப்போரின் எதிர்பார்ப்புகளும் ஒத்துப் போகவில்லை. முதல் கருத்துக் கணிப்புகள் ஒரு குறிப்பிட்ட காலத்தில் பொது மக்களின் கருத்து என்ன என்பதைப் பதிவு செய்ய முயன்றன. ஆனால் அரசியல்வாதிகளும், இதழாளர்களும், பொதுமக்களும், தேர்தல் கணிப்பாளர்கள் வருங்காலத்தை முன்னறிவிக்கக் கூடியவர்களாக இருக்க வேண்டும் என்று எதிர்பார்த்தார்கள். ஆனால் அதற்காக கருத்துக் கணிப்பு முதலில் வடிவமைக்கப்படவில்லை.

மேலும், தொடக்க ஆண்டுகளில், விடுதலை பெற்ற இந்தியாவில் ஒரு கட்சி ஆட்சியே நடந்து வந்தது. ஒவ்வொரு தேர்தலிலும் காங்கிரசுக் கட்சி பெரும்பான்மை பெற்று வந்ததால், தேவையற்ற ஒரு கல்விப்புலம் சார் பயிற்சியைச் செய்வதற்கு எந்த ஊக்க சக்தியும் இல்லை.

முதலாவது தேச அளவிலான கருத்துக் கணிப்பு இந்தியாவில் 1957-இல் இரண்டாவது மக்களவைத் தேர்தல்களுக்கு முன்னர் நடத்தப்பட்டது. அது கேலப்போடு இணைந்திருந்த IIPO-ஆல் நடத்தப் பெற்றது. IIPO-க்கு அப்போது பழம் புகழ்மிக்க எரிக் பி.டபிள்யூ.டி கோஸ்டா தலைவராக இருந்தார். இந்தியாவின் கருத்துக் கணிப்புகளின் தந்தை என்று அவரை அழைப்பது பொருத்தமாக இருக்கும். 1962, 1967 மக்களவைத் தேர்தல்களிலும் IIPO கருத்துக் கணிப்பு ஆய்வுகள் நடத்திற்று. IIPO இன்று வேறொரு பெயரில் செயல்பட்டாலும், அது நடத்திய தொடக்கக் கால கருத்துக் கணிப்புகள் பற்றிய ஆவணங்கள் கிடைக்கவில்லை. அதன் மாதிரி அளவு என்ன, அல்லது நாட்டின் எந்த நிலப் பகுதிகளை எல்லாம் அது ஆய்வுக்கு உட்படுத்திற்று போன்ற தரவுகளை மீண்டும் ஆராய்வது முடியாது போகிறது.

எரிக் டி கோஸ்டா ஒவ்வொரு பெரிய அரசியல் கட்சியும் பெறக்கூடிய வாக்குகளை முன்னறிவித்தார். ஆனால் வாக்குகளை இடங்களாக அவர் மாற்றவில்லை; அதாவது ஒவ்வொரு கட்சிக்கும் எத்தனை இடங்கள் கிடைக்கும் என்று சொல்லவில்லை. பல கட்சிகள் கொண்ட 'அதிக வாக்குப் பெறுவார் வெற்றிபெறுவார்' என்ற தேர்தல் அமைப்பில், கருத்துக் கணிப்பு ஆய்வின் மூலம் இடங்கள் எத்தனை கிடைக்கும் என்று கூறுவது முன்னறிவிப்பில் மிகச் சிக்கலான பகுதி.

1950-களில் தான் சர் டேவிட் பட்லர் அப்படி மாற்றுவதற்கான சூத்திரத்தை முதன் முதலில் பிரிட்டனில் வெளியிட்டார். அதுவும் ஏறத்தாழ சமநிலையில் ஆதிக்கம் செலுத்தும் இரண்டு கட்சிகள் போட்டியிடும் தேர்தலை அடிப்படையாகக் கொண்டது. அதனை இந்தியாவிற்குப் பயன்படுத்த முடியாது. இந்தியாவிற்குப் பொருத்தமான சூத்திரங்களைக் கண்டுபிடிப்பதில் எரிக் டி கோஸ்டா முன்னணியில் இருந்தார். அவர் தான் “காங்கிரஸ் பெருக்கி” என்ற சொற்றொடரை உண்டாக்கினார். அதாவது பெறப்பட்ட வாக்குகளுக்கும், பெறப்பட்ட இடங்களுக்கும் உள்ள தொடர்பு எப்போதும் பெரும்பான்மைக் கட்சிக்குச் சாதகமாக இருக்கும் என்ற முடிவுக்கு அவரை வரச் செய்தது. இவ்வாறு எதிர்க்கட்சிகள் பிரிவுபட்டு இருக்கும் வரையில் காங்கிரஸ் தொடர்ந்து வெற்றி பெற்றுக் கொண்டிருக்கும்.

1960-களில் பிற்பகுதியில் இன்னொரு அமைப்பு கருத்துக் கணிப்பு ஆய்வுகளை மேற்கொள்ளத் தொடங்கிற்று. அதன் பெயர் CSDS. ரஜனி கோத்தாரி என்ற சமூக அறிவியலாளரால் 1963-ஆம் ஆண்டு நிறுவப்பட்டது. 1967, 1971 பொதுத் தேர்தல்களில் CSDS கருத்துக் கணிப்பு ஆய்வுகளை நடத்திற்று. மிக்சிகன் பல்கலைக்கழகத்தின் பெயர் பெற்ற கருத்தாய்வுத் துறை உட்பட பல கல்விப்புலம் சார்ந்தவர்களோடு இணைந்து 1967-இல் கருத்துக் கணிப்பு நடத்தப்பட்டது. ஆனால் இந்த இரண்டு ஆய்வுகளும் தேர்தல்களுக்குப் பின்னர் நடத்தப்பட்டன. ஆய்விற்கு மக்கள் வாக்களிப்பதற்கான காரணம், அவர்களின் இடச் சூழல் போன்ற 250 மாறிகளை உட்படுத்தியது. எத்தனை வாக்குகள் கிடைக்கும் எத்தனை இடங்கள் கிடைக்கும் என்று முன்னறிவிப்புச் செய்வதற்காக நடத்தப்படவில்லை. எனினும் CSDS-இன் செயல்முறை சிக்கல்கள் கொண்டதாயிற்று. அப்படியிருக்கும்போது முதன் முதலாக 1980 பொதுத் தேர்தல்களில் தேர்தலுக்கும் முந்திய கருத்துக் கணிப்பை மேற்கொண்டது. IIPO-யின் களப் பணியின் மூலம் அது நடந்தது. அப்போதிருந்து பல தேசிய, மாநில அளவிலான கருத்துக் கணிப்புகளையும், தேர்தலுக்குப் பிந்தைய கணிப்புகளையும் நடத்தியிருக்கிறது. தேசிய அளவில் கருத்தாய்வுகள் செய்வதில் அது மிகச் சிறந்த இடத்தில் இருக்கிறது.

ஒரு கட்சி பெற்ற வாக்குகளை வெற்றி பெற்ற இடங்களாக (தொகுதிகளாக) மாற்றுவது ஒரு அறைகூவலாகவே இருந்து வந்திருக்கிறது. இந்நூலாசிரியர்களாகிய நாங்கள் இருவருமே அதில் தீவிரமாக ஈடுபட்டிருந்தோம். 1980-இல் இந்தியா டுடே இதழ் கருத்துக் கணிப்புக் களத்தில் இறங்கியது. டில்லி ஸ்கூல்

ஆஃப் எகனாமிக்சிலிருந்து இரண்டு கல்விசார் பொருளியல் வல்லுநர்கள் (அஷோக் லாகிரியும் பிரணாய் ராயும்) அதன் ஆசிரியர் வெளியீட்டாளரான அருண் பூரியை அணுகினார்கள். வரவிருக்கும் பொதுத் தேர்தல்களில் என்ன நடக்கும் என்று முன்கூட்டியே கணிப்பதற்குத் தேசிய அளவில் ஒரு கருத்துக் கணிப்பு நடத்தியவர் என்று எண்ணத்தோடு அவரைச் சந்தித்தார்கள். லாகிரியும், ராயும் உலகின் பிற நாடுகளில் எப்படிக் கருத்துக் கணிப்புகள் நடக்கின்றன என்பதைக் கவனித்து வந்திருந்தார்கள். இந்தியாவிலும் சீரியசான, பெரிய அளவிலான, பொது மக்களுக்குக் கணக்குச் சொல்லக்கூடிய ஒரு கருத்துக் கணிப்பு நடத்த காலம் வந்து விட்டது என்று அவர்கள் எண்ணினார்கள். அருண் பூரி இதழ் தொகுப்பதில் புதுமை செய்ய வேண்டும் என்று நினைப்பவர்; ரிஸ்க் எடுக்கத் துணிபவர். அவரை நாங்கள் முதன் முதல் சந்தித்தபோது எங்கள் யோசனையைக் கேட்டவுடன் அவரது கண்கள் பளபளத்தன. அவரும் லண்டனில் மாணவராக இருந்தபோது, தேர்தலுக்கு முந்தைய கருத்துக் கணிப்புகளைக் கவனித்து வந்திருக்கிறார். கணக்கெடுப்பது சாத்தியமா என்பது பற்றி எங்களைப் பல கேள்விகள் கேட்டார், அப்படிப்பட்ட கருத்துக் கணிப்புகள் முழுவதுமாகப் பிழையாகப் போகும் வாய்ப்புகள் பற்றியும் கேட்டார். நாங்கள் கேட்டதை ஒத்துக்கொள்ள அவருக்கு அதிக நேரம் பிடிக்கவில்லை. உடனே தேசிய அளவிலான கருத்துக் கணிப்பு ஆய்வை நடத்த எங்களை அமர்த்திக் கொண்டார். அப்போது மாதம் இருமுறை வந்த *இந்தியா டுடே* செய்தி ஏட்டில் வெளிவருவதால் ஏற்படும் நன்மை இருந்தது. கருத்துக் கணிப்பு ஆய்வு தொடங்கிற்று. நாட்டின் வாக்காளரின் கருத்தை தேர்தலுக்கு முன்னர் பதிவு செய்யும் மிகப் பெரும் முயற்சி அது. அரசியல்வாதிகளையும், வாசகர்களையும் அது வெகுவாகக் கவர்ந்தது. தொராப் சொபாரிவாலா தலைமையிலான இந்திய சந்தை ஆய்வு பீரோ (IMRB) கள ஆய்வுகளை மேற்கொண்டது. அதன்பிறகு நாட்டில் பலரும் கருத்துக் கணிப்பு ஆய்வுகளை மேற்கொள்ளத் தலைப்பட்டாரர்கள்.

1984 தேர்தல்களுக்கு முந்தைய கருத்துக் கணிப்பிலிருந்து எங்களுக்குப் பல பாடங்கள் கிடைத்தன. நாங்கள் காங்கிரசுக்குப் பெரிய வெற்றி கிடைக்கும் என்று முன் கணிப்பு செய்திருந்தோம். எங்களது முன்னறிவிப்புக்குப் பிறகு ஜனதா கட்சி படுதோல்வி அடைந்தது. எதிர்க்கட்சித் தலைவர்கள் காலம் சென்ற தலைவர் ஜார்ஜ் ஃபெர்னாண்டசின் அரசு மாளிகையில் எங்களை ஒரு கூட்டத்திற்கு அழைத்தார்கள். ஃபெர்னாண்டஸ் கூட்டத்திற்கு ஏற்பாடு செய்திருந்தார். எதிர்க்கட்சி பெரும் தோல்வியைச் சந்திக்கும்

என்று எதை வைத்து ஏன் முடிவுக்கு வந்தோம் என்று விளக்குவதற்கு கூட்டத்தைக் கூட்டியிருந்தார். நாங்கள் கொஞ்சம் தயக்கத்துடன் தான் அந்தப் பெரிய அறைக்குள் நுழைந்தோம். அங்கே ஏறத்தாழ இருபத்தைந்து தலைவர்கள் இருந்தார்கள். அவர்களது முகபாவங்கள் இறுக்கமானது முதல் கடுகடுப்பு வரை வெவ்வேறாக இருந்தன. ஒவ்வொருவரும் மாறி மாறி கேள்விகள் கேட்டுத் துளைக்க ஆரம்பித்து விட்டார்கள்.

முன்னர் 1980 நாடாளுமன்றத் தேர்தலில் நாங்கள் நடத்திய கருத்துக் கணிப்பு எங்கள் மேல் ஒரு நம்பகத் தன்மையை ஏற்படுத்தியிருந்தது. அது மிகத் துல்லியமான முன்னறிவிப்பு மட்டுமல்ல, காங்கிரசுக்கு அமோக வெற்றி கிடைக்குமென்று முன்னறிவிப்பு செய்தது நாங்கள் மட்டும்தான். அப்போது எங்கள் மேல் விரும்பத்தகாத விமர்சனங்களும், கேலிப் பேச்சுகளும் பல அரசியல் பத்திரிகை ஆசிரியர்களிடமிருந்து எங்களுக்குக் கிடைத்தன. ஏழைகளும், படிப்பறியாதவர்களும் நிறைந்த ஒரு நாட்டில் கருத்துக் கணிப்பு வாக்கெடுப்பின் நம்பகத் தன்மை பற்றி அவர்கள் சந்தேகம் கொண்டிருந்தார்கள். ஆனால் எங்களது ஆய்வின் சீர்மை பற்றிய எங்கள் கருத்தில் நாங்கள் உறுதியாக இருந்தோம். இறுதியில் வந்த தேர்தல் முடிவுகள் எங்களது கருத்துக் கணிப்பை ஒத்திருந்ததால் எங்கள் கணிப்பு சரியாகவே இருந்தது என்று காட்டிற்று. இந்தப் பதிவுடன் தான் நாங்கள் 1984-இல் எதிர்க்கட்சித் தலைவர்கள் முன் நின்றோம்.

அன்று அந்த அறையிலிருந்த மூத்த தலைவர்கள் உண்மையை ஒளிவு மறைவில்லாமல், - அதுவும் கெட்ட செய்தியை - சொல்வதைக் கேட்பதற்குப் பழக்கமில்லாதவர்கள். அவர்களிலெல்லாம் மிகக் கனிவான, அமைதியான, மென்மையான தலைவர் கர்நாடகத்தின் முதலமைச்சர் ராமகிருஷ்ண ஹெக்டே தான். ஆனால் அன்றைய கூட்டத்தில் மிகவும் ஆக்ரோஷமாக, நம்பவே மறுத்தவர் அவர் தான். அவர்கள் தேர்தலில் தோல்வியைத் தழுவப் போகிறார்கள் என்று உலகில் எந்தத் தலைவர்களிடம் சொன்னாலும் அவர்கள் இப்படித்தான் நடப்பார்கள். ஆனால் வழக்கமாக கோபப்படாத ஒரே நிலையில் இருக்கக் கூடிய ஒரு தலைவர் மறுக்க முடியாத சாட்சியத்தை ஏற்க மறுத்தது எங்களை வியப்பில் ஆழ்த்திற்று.

கூட்டம் முடிந்தபிறகுகூட எங்களிடம் வந்து, "என்னுடைய வார்த்தைகளைக் குறித்துக் கொள்ளுங்கள். உங்களது கருத்துக் கணிப்பு ஒரு குப்பை," என்றார். அவருடைய கட்சி கர்நாடகத்தில் இருபத்து எட்டு இடங்களில் ஒரு சிலவற்றைத்தான் பெறும் என்று நாங்கள் முன்னறிவித்திருந்தோம்.

தேர்தல்களை முன் கணித்தல்: நல்லதும், கெட்டதும், விகாரமும் । 117

ஹெக்டே சொன்னது கூடச் சரியாக இருந்திருக்கலாம். 1980 நாடாளுமன்றத் தேர்தல்களுக்குப் பிறகு இந்தியா டுடேக்காக மாநில அளவில் ஆந்திரப் பிரதேசத்திலும், டில்லியிலும் இரண்டு கருத்துக் கணிப்புகள் நடத்தியிருந்தோம். அவற்றில் டில்லி கணிப்பு மட்டும் தான் சரியாக இருந்தது.

ஆந்திரத் தேர்தலில், தெலுங்கு திரைப்பட நடிகரும், மக்கள் மனத்தைக் கவர்ந்தவருமான என்.டி.ராமராவ் ஒரு புதிய கட்சியைத் தொடங்கி முதல்வர் பதவிக்குப் போட்டியிட்டார். என்.டி.ஆர் என்று அனைவராலும் அறியப்பட்ட அவர் அரசியலுக்கு ஒரு வெளி ஆள். ஆனால் பரப்புரையில் இயற்கையாகவே அவருக்குத் திறமை இருந்தது. தனது செவர்லே வேனை மாற்றி சைதன்ய ரதம் (மனச்சான்று தேர்) என்ற பெயர் சூட்டி 3000-4000 கிலோ மீட்டர் தூரம் பயணம் செய்தார். போகும் இடங்களில் எல்லாம் அவருக்குப் பெருவாரியான மக்கள் கூட்டம். நாங்களோ என்.டி.ஆர் தேர்தலில் தோற்று விடுவார் என்று முன்னறிவித்திருந்தோம். ஆனால் அவர் 70 சதவீத இடங்களை (294-இல் 202) வென்று அமோக வெற்றி பெற்றார். தவறாகச் சொன்னதற்கு எங்களது சால்சாப்பு எல்லா தேர்தல் கணிப்பாளர்களும் சொல்வதுதான். 'காலந் தாழ்த்திய ஒரு அலைவு இருந்தது,' என்றோம். அதாவது நாங்கள் கருத்துக் கணிப்பு எடுத்ததற்குப் பிறகு மக்கள் மனத்தை மாற்றிக் கொண்டார்கள் என்றோம். இந்தியா டுடே மாதம் இருமுறை வெளி வந்த ஒரு பத்திரிகை. எனவே ஒவ்வொரு இதழும் அச்சிட்டு வெளி வருவதற்கு என்று ஒரு குறிப்பிட்ட நாள் கெடு இருக்கும். ஆகவே பரப்புரைகள் எல்லாம் தொடங்குவதற்கு முன்னரே தேர்தல் நடப்பதற்கு ஆறு வாரங்கள் முன்னரே நாங்கள் எங்கள் கருத்துக் கணிப்பை நடத்தி விட்டோம். அப்போது தான் என்.டி.ஆர் தனது 'ரதம்' பரப்புரையைத் தொடங்கியிருந்தார். எங்களது கள ஆய்வு முடிந்த பிறகுதான் அவருடைய பரப்புரையின் 80 விழுக்காடு நடந்தது.

உடனே நாங்கள் டில்லி தேர்தல்களுக்கு இன்னொரு கருத்துக் கணிப்பு நடத்தினோம். எங்கள் கணிப்பு சரியாக இருந்தது. எனினும், 1984-இல் எதிர்க் கட்சித் தலைவர்களைச் சந்தித்தபோது மூன்றில் இரண்டு அளவில்தான் எங்களது முன்னறிவிப்பு துல்லியமாக இருந்தது.

ஆந்திராவிலும், பின்னர் கர்நாடகத்திலும் நடந்த தேர்தல் முடிவுகள் சர் டேவிட் பட்லர் தோற்றுவித்த ஒரே சீரான அலைவு கோட்பாட்டில் எங்களுக்குக் கிடைத்த முதல் பாடங்களாக அமைந்தன. எங்களுடைய வாக்களிப்பியல் உலகில் நடந்த

சிறந்த நிகழ்வு சர் டேவிட் தான். அவர்தான் முதன்முதலில் வாக்களிப்பியல் *(Psephology)* என்ற சொல்லை ஒரு நூலில் பயன்படுத்தியவர். அமெரிக்கா, ஆஸ்திரேலியா, பிரிட்டன் ஆகிய நாடுகளின் தேர்தல்கள் ஆய்வில் வல்லுநரான அவர் 1983 ஜனவரியில் இந்திய தேர்தல் களத்தை ஆய்வு செய்ய எங்களோடு இருக்க அவர் ஆக்ஸ்போர்டில் இருந்து வந்தார். ஆந்திராவில் மூன்று நான்கு தேர்தல் முடிவுகள் வந்தவுடன், NTR பக்கம் அலைவு இருப்பதைக் காட்டியபோது அவர் "உங்களது கருத்துக் கணிப்பு என்ன சொன்னாலும் சரிதான். என்.டி.ஆர் வெற்றி உறுதி; எளிதாக வெற்றி பெறப் போகிறார்," என்று சொன்னது எங்களது நினைவிற்கு வருகிறது. அப்போதுதான் அவர் ஒரு சீரான அலைவு *(Uniform swing)* கோட்பாட்டை எங்களுக்கு விளக்கினார். அது மிக உன்னதமான கற்றல் அனுபவமாக இருந்தது. அதுவும் தேர்தல்களின் முதல் ஆசானிடமிருந்தே அது கிடைத்தது. அந்த அனுபவம் எங்களோடு தொடர்ந்து இருந்தது. எங்களது அடுத்த தேர்தல் பகுப்பாய்வுகளுக்கு பெரிதும் உதவிற்று.

கர்நாடகத் தேர்தல் முன்னறிவிப்பு பற்றி மீண்டும் பார்ப்போம். எங்களது கருத்துக் கணிப்பு சொன்னது போலவே 1984 தேர்தலில் ஹெக்டே படுதோல்வி அடைந்தார். தேர்தல் கருத்துக் கணிப்பையே நம்பாதிருந்த ஹெக்டே அதன் மேல் அசைக்க முடியாத நம்பிக்கை கொள்ள ஆரம்பித்து விட்டார். 1984 தேர்தல் முடிவுகளுக்குப் பிறகு எங்களை அழைத்து மன்னிப்புக் கோரினார். மக்களவைத் தேர்தல்களில் தோல்விக்காக அவர் பதவி விலக வேண்டியது அரசியலமைப்பில் சட்டப்படி தேவையற்றது. எனினும் கொள்கைவாதியான ஹெக்டே முதல் அமைச்சர் பதவியிலிருந்து விலகி உடனே சட்டமன்றத் தேர்தல்களை அறிவிக்கச் செய்தார். நாங்கள் பெரும்பாலும் ஒரு குறிப்பிட்ட அரசியல் கட்சிக்காக கருத்துக் கணிப்பு நடத்துவதில்லை. ஆனால் ஹெக்டேவுக்காக கர்நாடகா முழுவதும் இரண்டு கருத்துக் கணிப்புகள் நடத்த ஒத்துக் கொண்டோம். முதல் கருத்துக் கணிப்பு வாக்கெடுப்பின்படி ஹெக்டே சட்டமன்றத் தேர்தல்களில் மிகவும் பின்தங்கியிருந்தார். காங்கிரசுக் கட்சியோடு போட்டிகளில் ஏறக்குறைய சரிசமமாக ஆண் வாக்காளர் மத்தியில் இருப்பதையும், பெண் வாக்காளர்களிடம் 20 விழுக்காடு பின் தங்கியிருப்பதையும் அது காட்டிற்று.

நாங்கள் அழகான மெகாரா (இப்போது அதன் பெயர் மடிக்கெரி)-விற்குப் பயணம் செய்தோம். அது கர்நாடகாவின் மலை இருப்பிடம். (கணக்கெடுப்பின்போது இந்தியாவின் ஊர்ப்புறங்களில் பயணிப்பது எங்களுக்குக் கிடைக்கும் சில்லறை வசதி) இம்முறை

எங்களது முன்னறிவிப்புகளை மிகக் கவனத்துடன் கையாண்டார் ஹெக்டே. தனது பரப்புரையில் இருந்தபோது அவரைச் சந்திக்க அங்கே சென்றோம். அடுத்த நாளே அவர் கர்நாடகப் பெண்களுக்கு நிறைய இலவசங்களை அறிவித்தது எங்களை வியப்பில் ஆழ்த்தியது. விலையில்லாத சேலைகள் முதலியன அவற்றில் அடங்கும். அவருடைய பரப்புரைச் சொற்பொழிவுகளில், பெண்களை முன்னால் வரும்படி முதலில் அழைப்பார். சில வாரங்கள் கழித்து நாங்கள் நடத்திய இரண்டாவது கருத்துக் கணிப்பில் பெண்கள் மத்தியில் இருந்த இடைவெளியை நிறைத்து விட்டார் என்று தெரிய வந்தது. இப்போது அவரது கட்சியான ஜனதா தளம் முன்னணியில் இருந்தது. சட்டமன்றத் தேர்தலில் வெற்றி பெற்றார். சில மாதங்களுக்கு முன்னர் மக்களவைத் தேர்தலில் படுதோல்வியடைந்தார். இப்போது மாநிலத்தில் 224 இடங்களில் 139-ஐக் கைப்பற்றினார்.

வாக்களிப்பு நடத்தைக்குப் பின்னருள்ள பல்வித காரணங்கள் கள அளவில் வாக்காளர்களோடு பேசியபோது தெளிவாயின. வாக்காளர்களோடு நேரடியாகத் தொடர்பு கொள்வது இந்திய வாக்காளரின் அறிவுக் கூர்மையைக் குறைத்து மதிப்பிடக் கூடாது என்பது எவ்வளவு முக்கியம் என்பதைக் காட்டும். முடிந்தபோதெல்லாம், பெரிய அளவிலான கருத்துக் கணிப்பை நடத்த ஒரு தொழில்சார் நிறுவனத்தைக் கேட்டுக் கொள்வதற்கு முன்னர், நாங்களே முதலில் சிறிய அளவிலான முன்னறி சோதனை *(pilot study)* நடத்துவோம். அதன் மூலம் எங்களது கருத்தறி வினாத்தாள் தெளிவாகவும், பொருத்தமானதாகவும் இருக்கிறதா என்பதை உறுதிசெய்வோம். எங்களது முன்னறி சோதனை தரத்தையும், அளவையும் கண்டுபிடிக்கப் பயன்படும். நாங்களே ஒரு முறைசாராத மாதிரியைத் *(random sampling)* தேர்ந்து, ஒரு கிராமத்தை தேர்ந்தெடுத்து வீடு வீடாகச் சென்று வாக்காளர்களை நேரில் சந்தித்துக் கேள்விகள் கேட்போம். அது மற்ற எதையும் விட ஒரு சிறந்த கற்றல் பயிற்சி. அரசியல்வாதிகளை விட இக்கருத்துக் கணிப்புகள் இந்திய மக்களின் பொதுவான கருத்தினை விரிவாகவும், ஆழமாகவும் எங்களுக்கு உணர்த்தின.

இத்தகைய கள ஆய்வுகள் எங்களுக்கு எதிர்பாராத உண்மைகளை உணர்த்தின. எடுத்துக்காட்டாக, கர்நாடகாவில் முன்னறி சோதனை ஒன்றில் வாக்களிப்பதில் பொதுவாக எளிமையாக்கப்படுகிற சிக்கல்களையும் பல்வகைப்பட்ட காரணங்களையும் நாங்கள் காண முடிந்தது. ஒழுங்கு முறையற்ற மாதிரி ஆய்வில் மாநிலத்தின் தென்பகுதியில் ஒரு சிறு குடிசைக்குச் சென்றோம். அங்கு

குடியிருந்தவர்களிடம் அந்த வீட்டில் வாக்காளர் யார் என்று கேட்டோம். அவர்கள் ஒரு பனை மரத்தைக் காட்டினர். நாங்கள் முறைசாராத முறையில் தேர்ந்தெடுத்த வாக்காளர் கள்ளிறக்கும் தொழில் செய்பவர்; எங்களுடைய செயல்திட்டப்படியே அவர் மரத்திலிருந்து இறக்கும் வரையில் காத்திருக்கத் தீர்மானித்தோம். மொழிபெயர்ப்பாளர் உதவியுடன் வழக்கமான கேள்வியை அவரிடம் கேட்டோம். "நாளைக்கு கர்நாடக மாநிலச் சட்டமன்றத்திற்குத் தேர்தல் நடந்தால் யாருக்கு வாக்களிப்பீர்கள்?" என்று கேட்டோம். அவர் புன்னகை செய்து, "ஹெக்டேயின் ஜனதா கட்சிக்கு," என்றார். அதைத் தொடர்ந்து இன்னொரு கேள்வி கேட்டோம். "போன தேர்தலில் மக்களவைக்கு யாருக்கு வாக்களித்தீர்கள்?" அவர் "காங்கிரசுக் கட்சிக்கு" என்று பதிலளித்தார். ஏன் இப்படி மாறினார் என்று கேட்டதற்கு அந்தக் கள்ளிறக்குபவர் சொன்னது, "எங்களது கிராமத்தில் ஒரே ஒரு வெற்றிலை சிகரெட் கடை இருந்தால், அவர் கேட்கும் விலையை நாங்கள் கொடுக்க வேண்டியதிருக்கும். எங்கள் ஊரில் இரண்டு வெற்றிலை பாக்குக் கடைகள் உள்ளன. ஒரு கடை இன்னொன்றுக்குக் காவல். அதுபோலத்தான் அரசியலும் என்று நினைக்கிறேன். மத்தியில் காங்கிரசைத் தேர்ந்தெடுத்து விட்டோம். மாநிலத்தில் வேறொரு கட்சி காங்கிரசைக் கட்டுக்குள் வைத்திருக்கத் தேவைப்படுகிறது. அப்போதுதான் அவர்கள் நினைப்பதைச் செய்ய முடியாது. அதனால் தான் நான் மத்தியில் ஒரு கட்சிக்கும், மாநிலத்தில் இன்னொரு கட்சிக்கும் வாக்களிக்கிறேன்." வாக்குச் சீட்டின் சக்தி என்பதெல்லாம் தடுத்தலும், சமநிலைப்படுத்தலும் *(checks and balances)* தான் என்று அவர் புரிந்து வைத்திருக்கிறார். கள்ளிறக்குபவர் உள்ளுணர்வில் சிந்தித்து முடிவெடுக்கிறார். பனை மரத்திலிருந்து தெளிவான சிந்தனையை வளர்த்துக் கொண்டிருக்கிறார்.

இதுபோன்ற அனுபவங்கள் தெளிவான பாடம் கற்பித்தன: இந்திய வாக்காளரைக் குறைத்து மதிப்பிடாதீர்கள். அவர் படிப்பறிவில்லாதவராக இருக்கலாம், புதுமையான சிந்தனை நடத்தை இல்லாதவராக இருக்கலாம். ஆனால் இந்த இனக் குழுவிலும் ஒரு சீரியசான அரசியல் நடைவகை இருக்கும். இறுதியில் வாக்களிப்பதை சாதாரண விஷயமாகக் கருத்தில் கொள்ள மாட்டார்கள். யாருக்கு வாக்களிப்பு என்பது கடைசி நேர முடிவல்ல. கிராமத்தில் நண்பர்களோடு தேநீர் அல்லது வேறு பானம் அருந்திக் கொண்டே அமர்ந்து பல விவாதங்களுக்குப் பிறகு, அல்லது அவை உட்பட பல்வேறு சீரியசான செயல்முறைகளுக்குப் பிறகு அனைத்தும் மொத்தமாகச் சேர்ந்து தரும் ஒரு தீர்வு, ஒரு முடிவு.

அஷோக் கே. லாகிரியும், பிரணாய் ராயும் இந்தியத் தேர்தல் கணக்கெடுப்புகளில் முதல் முறையாக எப்படி மக்கள் வாக்களிக்கிறார்கள் என்பதில் மட்டும் கவனம் செலுத்தாமல், எத்தனை இடங்கள் கிடைக்கும் என்று முன்னறிவிப்பதில் கவனம் செலுத்தினார்கள். அருண் பூரியுடன் சேர்ந்தே அவர்களும் (இந்தியா டுடே வாசகர்களைப் போலவே) மக்களவைத் தேர்தலில் ஒரு கட்சி எத்தனை இடங்களைப் பெறும் என்று அறிந்து கொள்ள விரும்பினார்கள் என்று கண்டார்கள். ஒவ்வொரு கட்சியும் எத்தனை விழுக்காடு வாக்குகள் பெற்றது என்ற நுணுக்கமான தகவல்களில் மக்கள் அவ்வளவு ஆர்வம் காட்டவில்லை. அதிக வாக்கு பெற்றவர் வெற்றி பெறுவார் என்ற தேர்தல் அமைப்பின் இந்திய நடைமுறையில், அதாவது வாக்குகளில் பெரும்பான்மை இடங்களைப் பெறும் என்ற கருத்தின்படி, விழுக்காடு வாக்கினையே முன்னறிவிக்கும் கருத்துக் கணிப்புகள் பிரதான கேள்விக்குப் பதிலளிப்பதில்லை: யார் பதவிக்கு வருவார்கள், எத்தனை இடங்களைப் பெறுவார்கள்? எடுத்துக்காட்டாக, 1980-இல் காங்கிரஸ் 43 விழுக்காடு வாக்குகளைப் பெற்றது. ஆனால் 67 விழுக்காடு இடங்களைக் கைப்பற்றியது (அதாவது 529 இடங்களில் 353).

இந்தியாவில் வாக்களிப்பின் ஒரு சிக்கலான பகுதியாக வாக்குகளை இடங்களாக மாற்றுவது இருந்தது, இன்றும் இருக்கிறது. லாகிரியும், ராயும் பயன்படுத்திய செயல்முறை பட்லரின் ஒரே சீரான அலைவு என்ற கோட்பாட்டினை எளிய முறையில் மாற்றியதை அடிப்படையாகக் கொண்டது. (சர் டேவிட் பட்லரை "அலைவின் சுல்தான்" என விவரிக்கிறார்கள். அவரைப் பற்றிய நூலின் தலைப்பும் அது தான், அக்டோபர் 2018-இல் ஆக்ஸ்போர்டு பல்கலைக் கழகத்தின் நஃபீல்டுக் கல்லூரியில் வெளியிடப்பட்டது). ஒரே தன்மையில் உடைய பிரிட்டனைப் போன்ற நாடுகளில் இரண்டு கட்சிகளுக்கு இடையேயுள்ள வாக்குகளிலுள்ள மாற்றத்தைக்கொண்டு பார்க்கும்போது, 'ஒரே சீரான அலைவு'க் கோட்பாடு சரியாக இருந்தது. ஆனால் பல கட்சிகளைக் கொண்ட பெரிய, ஒரே மாதிரியான தன்மையில்லாத இந்தியாவில் 'அலைவு' ஒரே சீராக இருப்பதில்லை. இந்தியாவில் வாக்காளர்களைப் பாதிக்கும் காரணிகள் பல்வேறு வகைப்பட்டவை. எடுத்துக்காட்டாக, 1977 தேர்தல்களில் வடக்கிற்கும், தெற்கிற்கும் பெருத்த வேறுபாடு இருந்தது. வடக்கே காங்கிரசு தனது இடங்களில் 90 விழுக்காட்டினை இழந்தது; தெற்கில் காங்கிரஸ் பெரும்பாலான இடங்களை வென்றது. உண்மையில் ஒரு மாநிலத்தில் கூட ஒரே மாதிரியான தன்மை இருப்பதில்லை, வெவ்வேறு சாதிகள்,

பழங்குடியினர், மதங்கள் ஒரு மாநிலத்தின் வெவ்வேறு பகுதிகளில் ஆதிக்கம் செலுத்தும். எனவே ஒரே சீரான அலைவு என்ற ஐரோப்பிய பாணியைக் கொண்டு முன்னறிவிப்பது இந்தியாவில் பொருளற்றதாகிறது.

முதலில் பின்பற்றப்பட்ட பட்லர் - லாகிரி - ராய் அமைப்பு ஒரே மாதிரியான அலைவு மண்டலங்களாக ஒவ்வொரு மாநிலத்தையும் பிரித்து இதனைச் சரிசெய்ய முயற்சி செய்தது. இது முந்தைய வாக்களிப்பு அமைப்பு முறையைப் பகுப்பாய்வு செய்ததின் அடிப்படையில் செய்யப்பட்டது. இந்த மண்டலம் ஒவ்வொன்றுமே மிகப் பெரியது. இங்கிலாந்தின் வாக்காளர் எண்ணிக்கைக்குச் சமமானவையாக இருந்தது. ஒவ்வொரு அலைவு மண்டலத்திலிருந்தும் ஒன்று அல்லது அதற்கு மேற்பட்ட ஒரே மாதிரியான தொகுதிகள் தேர்ந்தெடுக்கப்பட்டன. இந்த மாதிரித் தொகுதிகளில் தான் கருத்துக் கணிப்பு நடத்தப்பட்டது. (ஒவ்வொரு தொகுதியிலும் கருத்துக் கணிப்புகள் நடத்த முடியாது. ஏனென்றால் செலவு தாங்க முடியாமல் போய்விடும். இது பத்து மில்லியன்கள் வாக்காளர்கள் உள்ள நாடுகளில் கூட எளிதானது இல்லை. நூற்றுக் கணக்கான மில்லியன் வாக்காளர்கள் கொண்ட நாடுகளில் மிகக் கடினம். எனவே, ஒரே மாதிரியான அலைவு மண்டலத்தை எடுத்துக் கொள்ளும் முறை, கடுமையான முறையில் பெறப்பட்ட தரவுகளின் அடிப்படையில் தொகுதிகளின் பிரதிநிதித்துவ மாதிரியைத் தேர்ந்தெடுக்க ஒரு வழியாக இருந்தது). IMRB கணக்கெடுப்பின் அடிப்படையில், ஒவ்வொரு கட்சியும் பெற்ற வாக்கின் சதவீதம் முந்தைய தேர்தலில் பெற்ற உண்மையான வாக்குகளோடு ஒப்பிடப்படும். ஒரு மாதிரித் தொகுதியில் முந்தைய தேர்தலிலிருந்து ஏற்பட்ட அலைவு ஒரே மாதிரியான அலைவு மண்டலத்திற்குள் உள்ள எல்லாத் தொகுதிகளுக்கும் பயன்படுத்தப்படும். ஒரு மண்டலத்திலுள்ள எதிர்பார்க்கப்பட்ட வாக்குகளைக் கணக்கிட்டால், எந்த இடங்களில் ஒவ்வொரு கட்சிக்கும் வெற்றி தோல்வி என்பது தெளிவாகிவிடும். இதனால் இறுதியில் கட்சிவாரியாக இடங்களின் முன்னறிவிப்புப் பட்டியலைத் தயாரிக்க முடியும்.

இந்தியத் தேர்தல்கள் பிரிட்டனிலுள்ள இரட்டைக் கட்சி அமைப்பிலிருந்து முற்றிலும் மாறுபட்டவை. இந்தியாவில் எப்போதுமே அதிக எண்ணிக்கையில் கட்சிகள் இருந்திருக்கின்றன. முதலில் இவை காங்கிரசல்லாத வாக்குகளைப் பிரித்தன. அண்மைக் காலங்களில் இவை பா.ஜ.க. அல்லாத வாக்குகளைப் பிரிக்கின்றன. எதிர்க் கட்சிகளிடம் உள்ள பிளவுகள் இடங்கள் பெறுவதில் ஆளும் கட்சிக்கு மிகவும் சாதகமாகவே இருந்தன. அதனால் குறைந்த

வாக்கு வித்தியாசங்களில் அதிக எண்ணிக்கையில் இடங்களைக் கைப்பற்ற முடிந்தது. அதாவது வாக்குகளில் மிகக் குறைந்த சதவீதம் ஆளும் கட்சி அல்லது பெரிய கட்சிக்கு இடங்களைப் பொறுத்த வரையில் பெரும்பான்மை இடங்களைப் பெற்றுத் தரும். பிரிட்டனைப் போல இரட்டைக் கட்சி அமைப்பிலும் கூட சாதாரணப் பெரும்பான்மை அமைப்பு பெரிய கட்சிக்கு வாக்குகள் எண்ணிக்கையை விட அதிகமான இடங்களைப் பெற்றுத் தருகிறது. இதனால் பெரும்பாலான சமயங்களில் நிலையான பெரும்பான்மை அரசுகள் அமைகின்றன.

ஒரே மாதிரியான அலைவு மண்டல முறை (இது இவ்வியலில் பின்னர் விரிவாக விளக்கப்படுகிறது) ஓரளவு நன்றாகவே செயல்பட்டது. 1980 முன்னறிவிப்பு பெருமளவு துல்லியமாக இருந்தது. எதிர்க்கட்சிகள் மத்தியில் வாக்குகளின் பரவலான பகிர்வு இரண்டு தேர்தல்களுக்கு இடையே மாறாமலிருக்கும் என்று அனுமானித்தது. ஆனால் இது அதிகப்படியாக எளிமைப்படுத்துவது என்பது தெளிவு. எனவே, எதிர்க் கட்சியின் ஒற்றுமை, ஒற்றுமையின்மை அமைப்பு முறைகளை ஏற்றுக் கொள்வதற்காக, லாகிரியும், ராயும் எதிர்க்கட்சி ஒற்றுமைக் குறியீட்டு எண் *(Index of Opposition Unity IOU)* ஒன்றை ஏற்படுத்தினார்கள்.

மைக்கல் ஸ்பீட் 1960-களில் பிரிட்டனில் பல கட்சி அலைவு பற்றி முன்னோடி ஆய்வுகள் செய்திருந்தாலும், IOU என்ற கருத்தியலை முன் வைத்து இந்தியாவுக்கு அதை முதன் முதல் பயன்படுத்தியது. அஷோக் லாகிரியும், பிரணாய் ராயும் எழுதிய கட்டுரையில்தான்.

எதிர்க்கட்சி ஒற்றுமை குறியீட்டெண் ஒரு வரையறையே தவிர, ஒரு சமன்பாடு இல்லை.

$$\text{IOU} = \frac{\text{பெரிய எதிர்க்கட்சியின் வாக்கு சதவீதம்} \times 100}{\text{எல்லா எதிர்க் கட்சிகளின் வாக்கு சதவீதங்களின் மொத்தம்}}$$

IOU-ஐப் பயன்படுத்தி, ஒவ்வொரு தொகுதியிலும் வெற்றிக்கான அதிக அளவு வாக்குகளிலுள்ள மாற்றங்களை இரண்டு காரணிகளாகப் பிரிக்க முடியும். வாக்குகளில் அலைவும், வாக்குகளில் பிரித்தலும் அதாவது எதிர்க்கட்சிகளின் ஒற்றுமையிலுள்ள பிளவு.

IOU என்ற கருத்தியலுக்கு சிறிய விளக்கம் தேவை. எந்தத் தேர்தலிலும் அல்லது எந்தத் தொகுதியிலும் IOU 100-இலிருந்து

சுழியன் (0) வரையில் வேறுபடலாம். இங்கே 100 என்பது இரட்டைக் கட்சி அமைப்பில் ஒரே ஒரு எதிர்க்கட்சி இருப்பதைக் குறிக்கிறது. எடுத்துக்காட்டாக, வெற்றி பெறும் கட்சி ஒரு தொகுதியில் 60 விழுக்காடு பெறும்போது, எதிர்க்கட்சி... 40 விழுக்காடு வாக்கையும் பெற்றால், IOU 100-ஆக இருக்கும். இது 40-ஐ 40-ஆல்வகுத்து 100-ஆல் பெருக்கும்போது கிடைக்கிறது. அதாவது 40-ஐ 40-இன் விழுக்காடாகக் கணக்கிடுகிறோம். மாறாக, வெற்றி பெறுபவர் 60 விழுக்காடு பெறுகிறார். இரண்டு எதிர்க்கட்சிகள் இருக்கின்றன. எதிர்க்கட்சிகளில் பெரிய கட்சி 30 விழுக்காடும், சிறிய கட்சி 10 விழுக்காடும் பெறும்போது, IOU, 30-ஐ 40-ஆல் வகுத்து 100-ஆல் பெருக்குவதால் கிடைக்கிறது. IOU= 75, IOU அதிகமாக இருக்கும்போது வெற்றி பெறுபவருக்கான அதிகப்படியான வாக்கு IOU குறைவாக இருக்கும்போது இருப்பதைக் காட்டிலும் குறைவாக இருக்கும். மேற்கூறிய எடுத்துக்காட்டில், இரட்டைக் கட்சி அமைப்பில் வெற்றிக்கு அதிகப்படியான வாக்கு 20 சதவீதம் (60%-40%). ஆனால் மும்முனைப் போட்டியில் வெற்றி பெற்றவர் அதே 60 விழுக்காடு பெற்றாலும், வெற்றிக்கான வாக்குகளின் அதிகப்படி அதிகம் அதாவது 30 விழுக்காடு (60%-30%). ஏனென்றால், IOU 100-ஐக் காட்டிலும் குறைவு. இவ்வாறு வெற்றிக்கான அதிக வாக்குகளின் மேல் IOU-இன் தாக்கம் வெளிப்படையாகத் தெரிகிறது. அதேசமயம் கணித ரீதியாக வாக்குகளை இடங்களை மாற்ற ஒரு திறவுகோலாகவும், எளிய வழியாகவும் இருக்கிறது.

கடைசியாக, பல்முனைப் போட்டி அல்லது பல கட்சி அமைப்பில் வாக்குகளை இடங்களாக மாற்ற ஒரு வழிமுறையைக் கண்டுபிடித்து விட்டோம். ஆனால் இந்தியச் சூழல்களுக்கு உரிய குறிப்பிட்ட பெரிய சவால்கள் தொடரவே செய்தன. IOU, காங்கிரசுக்கோ, பா.ஜ.க-வுக்கோ மட்டுமல்ல, ஒரு மாநிலம் அல்லது மண்டலத்தில் அதிக செல்வாக்குடன் இருக்கும் எந்தக் கட்சிக்கும் பொருந்தும். மேலும் வெற்றி வாக்குகளின் அதிகப்படியில் மாற்றத்தை எது ஏற்படுத்துகிறது என்பதை விளக்கும். மேலே கொடுக்கப்பட்டிருக்கும் சூத்திரம் ஒரு புள்ளியியல் தொடர்பிலிருந்து பெறப்பட்டது அல்ல; இது ஒரு வரையறையே. எனவே இதனைப் பல சூழல்களுக்கும் பயன்படுத்தலாம். இரட்டைக் கட்சி அமைப்புக்கு IOU 100. எனவே, அது அவ்வளவு முக்கியமில்லை. ஆனால் பல கட்சி அமைப்பில் கூட்டணி அல்லது கூட்டணி ஏற்படாததின் தாக்கத்தைப் புரிந்துகொள்ள இது அவசியமாகிறது.

1984 தேர்தல்களில் IOU தேர்தல் கணிப்புகளிலிருந்து கணக்கிடப்பட்டது; எதிர்க்கட்சிகளிடையே ஒற்றுமை அல்லது வரிசைகளை இது காட்டியது. லாகிரி - ராய் மாதிரியில் தரவுகளை உள்ளீடு செய்ய கருத்துக் கணிப்பு நடத்த, 1980 பொதுத் தேர்தல்களில் IMRB, இந்தியா டுடே அதன் ஆய்வு முகமையாக மார்கட்டிங் அன்ட் ரிசர்ச் குரூப் (MARG)-யைக் கொண்டு வேலை செய்தது. அதன் பிறகு பல ஆய்வு முகமைகளுடன் பணியாற்றியது.

அடிக்கடி கேட்கப்படும் கேள்வி இது: இவ்வளவு மிகப் பெரிய மக்களாட்சியில் முதல் ஐம்பது ஆண்டுகளில் எப்படி இவ்வளவு குறைவான கருத்துக் கணிப்புகள் செய்யப்பட்டன? முதலாவதாக, ஏற்கனவே சொல்லப்பட்டது போல, முதல் இருபத்தைந்து ஆண்டுகள் காங்கிரசு எவ்வளவு தனியதிகாரம் செலுத்தியதென்றால், கருத்துக் கணிப்புகள் நடத்துவதற்கு குறைந்த அளவே ஊக்கிகள் இருந்தன. இரண்டாவதாக, ஒலி / ஒளி பரப்பு ஊடகத்தின் வீச்சு மிகக் குறைவாகவே இருந்தது. (குறிப்பாக, ஆங்கில ஊடகங்களே அதிகம். அவை கருத்துக் கணிப்புக் கருத்தியலுக்குப் பழக்கமானவர்களையே அடைந்தது). அதே சமயம் குறைவான எழுத்தறிவு வீதம் இருந்தது அச்சு ஊடகம் பலரைச் சென்றடைவதையும் தடுத்து விட்டது. கருத்தறிக் கணிப்புகள் அதிகச் செலவு பிடித்ததால் இப்படிப்பட்ட கணக்கெடுப்புகள் மூலம் பலன் பெற முடியும் என்று பெரிய வெளியீட்டகங்களே நினைத்தன. மூன்றாவதாக, செயல்முறைப் படுத்துவதில் தொடக்கக் காலத்திலிருந்த சிக்கல்கள் மலைக்க வைத்தன: பலமொழி தெரிந்த பயிற்சி பெற்ற களப் பணியாளர்கள் அதிக எண்ணிக்கையில் இல்லாமை, வாக்காளர் பட்டியலைப் பெறுவதில் இயலாமை, மூலை முடுக்குகளை அணுகுவதிலுள்ள சிரமம், திறமையான மொழி பெயர்ப்பாளர் கிடைக்காதது, போக்குவரத்து வசதியின்மை, தொலைத் தொடர்பு வசதிகள் இல்லாதது ஆகியவை. உண்மையில் கருத்துக் கணிப்பு வளர்ந்தது டி.வி. அலைவரிசைகள் அதிக அளவில் வந்தபிறகு தான். தொலைக்காட்சிப் பெட்டிகள், கணினிகள், ஸ்மார்ட் கைபேசிகள் ஆகியவற்றினால் பார்வையாளரின் எண்ணிக்கை உயர்ந்தது, ஒலி / ஒளி பரப்புதலை கருத்துக் கணிப்பு பகுப்பாய்வுகளை வெளியிடும் கருவியாக ஆக்கி விட்டது. இதற்கிடையில் எளிதான பயணம், வாக்காளர் பட்டியல்கள் எளிதில் பெற முடிந்தது, தாள்களில் தரப்பட்ட கருத்தறி வினாத்தாள்களிலிருந்து டேப்ளட்டுகளுக்கு மாறியது, கணினித் திறனில் இந்தியா முன்னணிக்கு வேகமாக உயர்ந்தது ஆகியவை கருத்துக் கணிப்பில் உதவின.

அண்மை ஆண்டுகளில், மாநில, தேசியத் தேர்தல்களுக்குப் பல கருத்துக் கணிப்புகளும், 'எக்சிட்' கணிப்புகளும் நடத்தப்பட்டிருக்கின்றன. பல ஆண்டுகளாக, தேசிய அரசின் செல்வாக்கு மட்டுமின்றி, மக்கள் மத்தியிலிருக்கும் பல ஆளுமைகள், பிரச்சனைகள் பற்றியும் வாக்காளர்களின் கருத்துக்களைப் பற்றி வாசகர்களுக்கும், பார்வையாளர்களுக்கும் ஒரு குறிப்பைத் தர *இந்தியா டுடேயும்*, *ஆனந்த பசார் பத்திரிக்கா* (ABP குழுமம்) முதலான பத்திரிகைகளும் ஒவ்வொரு மூன்று முதல் ஆறு மாதங்களுக்கு ஒருமுறை 'நாட்டின் மனநிலை' பற்றிய கணிப்புகளை நடத்தி வருகின்றன.

தொகுப்பாகச் சொல்லப் போனால், இன்றைய கருத்துக் கணிப்புத் தொழிற்சாலை, பெரியது, பலதரப்பட்டது, துடிப்புள்ளது. எனினும், மற்ற நாடுகளில் போல இல்லாது, இத்தொழிற்சாலை அறிக்கை தருவதை ஒரு தரப்படுத்தவில்லை. எடுத்துக்காட்டாக, எந்த மாதிரி அளவு ஏற்புடையது, எத்தனை தொகுதிகளில் கணக்கெடுப்பு நடத்த வேண்டும், களப் பணி எவ்வளவு காலம் இருக்க வேண்டும் என்பனவற்றில் குழுமங்களுக்கு இடையே பெரிய வேறுபாடுகள் உள்ளன. பிரிட்டிஷ் போலிங் கவுன்சில் (BPC) போன்ற ஒன்று இந்தியாவில் இல்லை. இக்குறைபாடு, எப்படி கருத்துக் கணிப்பு அரசியல்வாதிகளினால் சரியாகவோ, தவறாகவோ பயன்படுத்தப்படலாம் என்பது பற்றி அதிகக் கவலைகளைத் தருகிறது. நன்றாகப் பயன்படுத்தப்பட்டால், ஒவ்வொரு வாக்காளரும் அறிவார்ந்த முடிவெடுக்க உதவும் வகையில் வாக்காளருக்கு அதிகாரம் தருவனவாக, கருத்துக் கணிப்புகள் இருக்க வேண்டும். ஆனால் ஒரே சீரான கருத்துக் கணிப்பு தரங்கள் இல்லாது, முதலிலேயே தீர்மானிக்கப்பட்ட விளைவைத் தருமாறு, மோசமான செயல்முறைகளில் கிடைத்த தரவுகள் தரும் கருத்துக் கணிப்பின் மூலம் பணம் படைத்த அரசியல் கட்சி அல்லது வேட்பாளர் உண்மையை மறைக்க வழிவகுக்கும். இது ஏற்றுக்கொள்ள முடியாதது. கருத்துக் கணிப்பு இந்தியாவில் உலகத் தரத்திற்கு இருக்கிறது என்று உரிமை கொண்டாட வேண்டுமென்றால் இந்தக் குறைபாடு களையப்பட வேண்டும்.

இந்தியத் தேர்தல்களை முன்னறிவிப்பது ஏன் ஒரு கனவாக இருக்க வேண்டும்?

வேறு எந்த நாட்டைக் காட்டிலும் பெருவாரியான வெற்றியுள்ள தேர்தல்கள் *(landslide victories)* இந்தியாவில் தான் காணப்படும். இந்த எளிமையான விதி தேர்தல்களை முன்னறிவிப்பதில், முன்கூட்டியே யூகங்கள் செய்வது இந்தியாவில் சாத்தியமாக்குகிறது. எனவே நாம் பெருவாரி முன்னறிவிப்பில் வல்லுநர்கள் என்று எங்களை நாங்கள் சொல்லிக் கொள்கிறோம். இந்தப் பட்டப் பெயர்பற்றி நாங்கள் இப்போது சிறிது கவலை கொள்ளத் தொடங்கியிருக்கிறோம். மிக நெருக்கமான போட்டிகளை விட அமோக வெற்றிகளை முன்னறிவிப்பது என்பது கொள்கையளவில் எளிது தான். மாதிரிகள் எடுப்பதில் பிழைகள் இருந்தாலும், கிடைக்கக் கூடிய இடங்களில் வேறுபாடு இருந்தாலும், சரியான வெற்றியாளரின் பெயரை ஒரு பெருவாரி வெற்றியில் சொல்ல முடியும்.

பெருவாரியான வெற்றிகளில் பெரிய எண்ணிக்கை இருப்பதற்கு ஒரு காரணம் புள்ளி விபரங்களும் பேரார்வமும் சேர்ந்திருப்பது. புள்ளி விபரங்களைப் பொறுத்த வரையில் ‘அதிக வாக்கு பெறுபவர் வெற்றி பெறுகிறார்’ என்ற தேர்தல் அமைப்பு பெரிய, நிலையான பெரும்பான்மைகளை உண்டாக்கிறது. எதிர்க்கட்சிகள் பிளவுபட்டிருப்பதோடு இதுவும் சேரும்போது பெருவாரி வெற்றிகள் நடப்பதுதான் வழக்கம். இதற்கு மேலாக, நாங்கள் நேர்முகம் கண்டவர்கள் மத்தியில் தங்களுடைய வாக்கின் வல்லமையில் ஆழ்ந்த பேரார்வத்தையும், நம்பிக்கையையும் பார்க்கிறோம். இந்தியாவின் சிறு நகரங்களிலுள்ள தேநீர்க் கடைகளில் உட்கார்ந்திருக்கும் போது, பொதுவாக அதிகம் காணப்பட்ட உணர்வு இதுதான்: “எம்.பி. (அல்லது எம்.எல்.ஏ) ஐந்தாண்டுகளுக்கு ஒருமுறை கூட எங்கள் ஊர்ப் பக்கம் வந்ததில்லை. இப்போது மன்னிப்புக் கேட்டுக்கொண்டு வருகிறார். இந்தத் தேர்தலில் அந்தப் போக்கிரியை அவரது இடத்திலிருந்து உதைத்துத் தள்ளப் போவதைப் பாருங்கள்.”

பொருளாதாரம் தொடர்பில்லாத சிக்கல்களோடு இது தொடர்புபடும்போது, இந்த ஆர்வம் பெரும்பாலும் நேர்மறையாகவே இருக்கிறது. தெலுங்கானாவில் அண்மையில் நடந்தத் தேர்தல்களில் வாக்காளர்களை மாநிலப் பெருமை உற்சாகமூட்டிற்று. ‘தெலுங்கானா வாழ்க’ என்ற முழக்கம் முப்பது ஆண்டுகளாக, ‘எங்களுக்கு எங்கள் மாநிலத்தைத் தரப் போராடியவர்’ என்று பலரும் சொன்ன தலைவருக்குப்

பெருவாரியான வெற்றியைத் தேடித் தந்தது. தேசிய உணர்வு/மாநில உணர்வு, பொதுமக்கள் ஆதரவையும், வாக்குகளையும் தேடித் தரச் சிறந்த முறையில் கருத்துக்களை உண்டாக்கும் வழியில் சிறந்த பங்களிப்பைத் தந்திருக்கிறது.

'அமோக வெற்றி' அல்லது பெருவாரியான வெற்றி (landslide) என்றால் என்ன? தெளிவான வெற்றி என்பதை 'sweep' என்றோ '(landslide)' என்றோ சொல்கிறோம். தமிழில் அமோக வெற்றி என்று சொல்வோம். எடுத்துக்காட்டாக, மிகப் பெரிய கட்சி குறைந்தது அடுத்து வரும் கட்சியை விட இரண்டு மடங்கு இடங்கள் பெறுவது அமோக வெற்றி என்பார்கள்.

ஆனால் இந்தியாவில் அமோக வெற்றிகள் என்பது இன்னும் அதிகமான எண்ணிக்கையில் இருக்கும். 1952 முதல் 2014 வரையிலான பதினாறு நாடாளுமன்றத் தேர்தல்களைப் பகுப்பாய்வு செய்தால், மிகப் பெரிய கட்சி / கூட்டணி சராசரியாக ஏறத்தாழ 60 விழுக்காடு இடங்களைப் பெற்றிருக்கும் என்பதைக் காட்டுகிறது. இதில் முக்கியமாக, அடுத்து வரும் கட்சி / கூட்டணியை விடச் சராசரியாக மூன்று மடங்கு இடங்களைப் பெற்றிருக்கிறது. உலகத் தரங்களில் 3-க்கு 1 என்ற வெற்றி மிகப் பெரிய அமோக வெற்றியாகும் (பார்க்க அட்டவணை 2.1.1).

இடங்களுக்குப் பதிலாக வாக்குகளைப் பகுப்பாய்வு செய்வது, பெரிய கட்சி / கூட்டணி பெறும் வாக்குகள் அடுத்து வரும் கட்சி பெறும் வாக்குகளை விட இரு மடங்கு என்று காட்டுகிறது.

அமோக வெற்றியில் வெற்றி பெறுபவருக்கும் அடுத்து வருபவருக்கும் இடையிலான இந்த மிகப் பெரிய வேறுபாடு தேர்தல் முடிவு முன்னுரைத்தலை எளிதாக்குகிறது. இந்தியாவில் வெற்றி பெறும் கட்சிகள் 20 விழுக்காடு வித்தியாசம் தேர்தல் கணிப்புகளில் அதிகமான பிழை வீதங்களை அனுமதிக்கிறது. 3 விழுக்காடு அளவிலான அதிகப்படியான மாதிரிப் பிழைகளும் (sampling error) இடங்களையும், வாக்குகளையும் தவறாகக் கணக்கிட்டாலும், சரியான வெற்றி வேட்பாளரை / கட்சியை முன்னுரைக்க முடியும்.

அப்படியானால் இந்தியத் தேர்தல் கணிப்பாளர்கள் அதிர்ஷ்டசாலிகளா? முழுவதும் அப்படிச் சொல்ல முடியாது. அது பற்றிப் பின்னர் பார்ப்போம்.

அட்டவணை 2.1.1

இந்தியத் தேர்தல்கள்: முன்னணியிலிருக்கும் கட்சி அடுத்து வரும் கட்சியை விட மிக அதிகமான இடங்களை வெல்கிறது			
எல்லா நாடாளுமன்றத் தேர்தல்களின் (1952-2019) சராசரி			
	வெற்றி பெற்ற கட்சி / கூட்டணி கைப்பற்றிய இடங்கள்	வெற்றி பெற்ற கட்சி / கூட்டணி வென்ற இடங்களின் சதவீதம்	வெற்றி பெற்ற கட்சி / கூட்டணி பெற்ற வாக்கு விழுக்காடு
மிகப் பெரிய கட்சி / கூட்டணி	306	58%	43%
அடுத்து வரும் கட்சி / கூட்டணி	98	19%	20%

இந்தியாவில் பிளவுபட்டுத் துண்டு துண்டாக எதிர்க்கட்சிகள் இருப்பது தான் வாடிக்கை. மிகப் பெரிய கட்சி 60 விழுக்காடு இடங்களைப் பெறும்போது அது வழக்கமாக அடுத்து வருபவர் பெறும் வாக்குகள் எண்ணிக்கையை விட இரண்டு மடங்கு இருப்பது நடைமுறை. இந்தியத் தேர்தல் வரலாறு அதீத எண்ணிக்கையிலான அமோக வெற்றிகளைக் காட்டுகிறது.

1952 முதல் 2019 வரை மிக அதிக 77 விழுக்காடு தேர்தல்கள் அமோக வெற்றிகளாக இருந்திருக்கின்றன. மக்களவைத் தேர்தல்களில் ஒவ்வொரு மாநிலத்திற்கும் தனித்தனியாக கணக்கிடும்போது இது காணப்படுகிறது. (பார்க்க அட்டவணை 2.1.2). இது குறிப்பிடத்தக்க அளவு அதிகம்.

குறிப்பு: அமோக வெற்றி என்பதன் வரையறை: தேர்தல்களில் ஒவ்வொரு மாநிலத்திலும் வெற்றி பெறும் கட்சி / கூட்டணி பெற்ற இடங்கள் அடுத்து வரும் கட்சி / கூட்டணியை விட இரண்டு மடங்கு அதிகமாக இருப்பது.

பல ஆண்டுகளாக ஒவ்வொரு மாநிலத்திலும் மக்களவைத் தேர்தல்களில், அமோக வெற்றிகளின் விழுக்காடு மாறவில்லை. இந்தியாவில் அமோக வெற்றிகள் 75 விழுக்காடுகளை ஒட்டியே

அட்டவணை 2.1.2

இந்தியா அமோக வெற்றிகளின் நாடு
மக்களவைத் தேர்தல்கள் 1952-2019 - ஒவ்வொரு மாநிலத்திலும் அமோக வெற்றிகளின் விழுக்காடு
மக்களவைத் தேர்தல்களின்போது பெரிய, நடுத்தர அளவு மாநிலங்களில் அமோக வெற்றி வீதம்
77%

குறிப்பு: அமோக வெற்றி என்பதன் வரையறை: தேர்தல்களில் ஒவ்வொரு மாநிலத்திலும் வெற்றி பெறும் கட்சி / கூட்டணி பெற்ற இடங்கள் அடுத்து வரும் கட்சி / கூட்டணியை விட இரண்டு மடங்கு அதிகமாக இருப்பது.

இருந்து வந்திருக்கின்றன. பல ஆண்டுகளாக இது தொடர்ந்து அதிகமாகவே இருந்து வந்திருக்கிறது (பார்க்க அட்டவணை 2.1.3). அதிகமான அமோக வெற்றி வீதம் இன்னும் அதிகமாகக் குறிப்பிடத்தக்கதாக இருக்கிறது. ஒன்றுபட்ட இந்திய தேசிய அளவிலான மக்களவைத் தேர்தலைவிட ஒரே சமயத்தில் நடக்கும் மாநிலத் தேர்தல்களின் ஒட்டு மொத்தத்திற்கு ஒத்திருக்கிறது. எடுத்துக்காட்டாக தமிழ்நாட்டில், மக்களவைத் தேர்தல்களின்போது இருந்த பிரச்சனைகள் கட்சிக் கூட்டணிகள் மேற்கு வங்காளத்திலோ மராட்டியத்திலோ இருப்பதைவிட முழுவதும் வேறுபாடானவை.

மக்களவைத் தேர்தல்களில் மிக அதிகமாக அமோக வெற்றிகள் இருந்தன என்றால், மாநிலச் சட்டமன்றத் தேர்தல்களின் வீதம் என்ன?

மாநிலச் சட்டமன்றத் தேர்தல்களில் அமோக வெற்றிகளின் வீதம் குறைவுதான். மாநிலச் சட்டமன்றத் தேர்தல்களுக்கும், மக்களவைத் தேர்தல்களுக்கும் சில முக்கியமான வேறுபாடுகள் உள்ளன (பார்க்க அட்டவணை 2.1.4). முதலாவதாக அண்மைக்காலமான 2002-2018 தேர்தல்களில் கவனம் செலுத்துவோம். இக்கால கட்டத்தில் மாநிலச் சட்டமன்றத் தேர்தல்களில் குறைவான அமோக வீதங்களே இருந்திருக்கின்றன. 53 விழுக்காடு தான். மக்களவைத் தேர்தல்களின் 74 விழுக்காட்டிற்கு இது குறைவு. எனினும் உலக அளவில் பார்க்கும்போது 53 விழுக்காடு அமோக வெற்றி என்பது அதிகம்

அட்டவணை 2.1.3

மக்களவைத் தேர்தல்கள் ஒவ்வொரு மாநிலத்திலும் உள்ள அமோக வெற்றிகளின் மொத்தம்				
பல ஆண்டுகளாக அமோக வெற்றிகளின் விழுக்காடு அதிகமாக இருந்து வந்திருக்கிறது (பெரிய / நடுத்தர அளவு மாநிலங்கள்)				
	முதல் கட்டம்	இரண்டாம் கட்டம்	மூன்றாம் கட்டம்	மொத்தம்
எல்லா மக்களவைத் தேர்தல்கள் (மாநிலங்கள் வாரியாக)	1952–1977	1977–2002	2002–2019	1952–2019
அமோக வெற்றி வீதம்	83%	76%	74%	77%

குறிப்பு: அமோக வெற்றி என்பதன் வரையறை: தேர்தல்களில் ஒவ்வொரு மாநிலத்திலும் வெற்றி பெறும் கட்சி / கூட்டணி பெற்ற இடங்கள் அடுத்து வரும் கட்சி / கூட்டணியை விட இரண்டு மடங்கு அதிகமான இடங்களைப் பெறுவது. பெரிய / நடுத்தர அளவிலான மாநிலங்கள்: 1952 முதல் 2014 வரை 256 தேர்தல்களில் 198 அமோக வெற்றிகள் இருந்திருக்கின்றன. 1952–1977: 62(75), 1977–2002: 96(127) 2002–2014: 40(54).

தான். ஆனால் மக்களவைத் தேர்தல்களை விட மாநிலச் சட்டமன்ற தேர்தல்களை முன்னுரைப்பதை இது கடினமாக்குகிறது.

இரண்டாவது வித்தியாசம்: மக்களவைத் தேர்தல்களைப் போலில்லாது, சட்டமன்றத் தேர்தல்களில் அமோக வெற்றிகள் மாநில அரசியல்கள் மிகவும் போட்டியுடையனவாக ஆகி விட்டன. அதன் விளைவாக, அண்மைக் காலத்தில் அமோக வெற்றிகளின் விகிதம் குறைந்திருக்கிறது (பார்க்க அட்டவணை 2.1.5).

பெரிய, நடுத்தர மாநிலங்களில், விடுதலைக்குப் பின் தேனிலவுக் காலத்திலிருந்த 83 விழுக்காடு அமோக வெற்றி 53 விழுக்காடாகக் குறைந்து விட்டது. இதேபோன்ற போக்கு சிறு மாநிலங்களிலும் காணப்படுகிறது.

அட்டவணை 2.1.4

மாநிலச் சட்டமன்றத் தேர்தல்களில் மக்களவைத் தேர்தல்களை விடக் குறைவாகவே அமோக வெற்றிகள்	
அமோக வெற்றிகளின் விழுக்காடு - பெரிய, நடுத்தர அளவிலான மாநிலங்கள்	
மக்களவைத் தேர்தல் 2002-2019	மாநிலங்களின் சட்டமன்றங்கள் 2002-2019
74%	53%

குறிப்பு: அமோக வெற்றி என்பதன் வரையறை: தேர்தல்களில் ஒவ்வொரு மாநிலத்திலும் வெற்றி பெறும் கட்சி / கூட்டணி பெற்ற இடங்கள் அடுத்து வரும் கட்சி / கூட்டணியை விட இரண்டு மடங்கு அதிகமான இடங்களைப் பெறுவது. 2002-2019 இடைவெளியில் 54 மக்களவைத் தேர்தல்களில் 40 அமோக வெற்றிகள் இருந்திருக்கின்றன. 2002-2019-இல் 64 சட்டமன்றத் தேர்தல்களில் 34 அமோக வெற்றிகள் இருந்திருக்கின்றன.

மக்களவைத் தேர்தல்களைப் பார்க்கும்போது இன்னொரு பயிற்சி ஒரே சமயத்தில் நடந்த முடிவுகளை (மக்களவைத் தேர்தலும், சட்டமன்றத் தேர்தல்களும் ஒரே சமயத்தில் நடப்பது), ஒரே சமயத்தில் தேர்தல் நடக்காதபோது பெற்ற முடிவுகளோடு ஒப்பிடுவது.

ஒரே சமயத்தில் மக்களவைக்கு, ஒரு மாநிலத்தின் சட்டமன்றத்திற்கும் தேர்தல்கள் நடக்காதபோது, வெற்றி பெறும் கட்சி அந்த மக்களவைத் தொகுதிகளிலும், சட்டமன்றத் தொகுதிகளிலும் அதே அளவு இடங்கள் பெறுகின்றது. (பார்க்க அட்டவணை 2.1.6). மக்களவை இடங்களின் மிகப் பெரிய கட்சி சராசரியில் 72 விழுக்காடு இடங்களைப் பெறும்போது, அவற்றில் இருக்கும் சட்டமன்றத் தேர்தல்களில் 5 விழுக்காடே குறைவாக இருக்கிறது.

எனினும், ஒரே நேரத்தில் மக்களவைக்கும் சட்டமன்றத்திற்கும் நடந்த தேர்தல்களில், உள்ளூர் சிக்கல்கள் தேர்தல் முடிவில் தாக்கம் ஏற்படுத்துகின்றன என்று தோன்றுகிறது (பார்க்க அட்டவணை 2.1.7). மக்களவை இடங்களில் வெற்றி பெற்ற கட்சியின் வெற்றி வீதம் அதேசமயம் நடந்த சட்டமன்றத் தொகுதிகளில் 9 விழுக்காடு

அட்டவணை 2.1.5

மாநிலச் சட்டமன்றத் தேர்தல்கள் முடிவுகள் இன்னும் பெருவாரியான வெற்றிகளாகவே பெரும்பாலும் இருக்கின்றன				
பெருவாரியான வெற்றி வீதம் அதிகமாகவே குறைந்து வந்திருக்கிறது				
	பெருவாரியான வெற்றி வீதம் (சதவீதம்)			
மாநிலச் சட்டமன்றத் தேர்தல்கள்	1952–1977	1977–2002	2002–2019	1952–2019 மொத்த சராசரி
பெரிய நடுத்தர அளவு மாநிலங்கள்	83%	78%	53%	73%
	1952–1977	1977–2002	2002–2019	1952–2019
சிறு மாநிலங்கள், யூனியன் பிரதேசங்கள்	71%	53%	55%	58%

குறிப்பு: 1952–க்கும் 2019–க்கும் இடையே நடந்த 239 தேர்தல்களில் 174 பெருவாரி வெற்றிகள்; 1952–1977–க்கான விபரங்கள்: 80 தேர்தல்களில் 66 பெருவாரி வெற்றிகள் – 66 (80); 1977–2002 – 95 தேர்தல்களில் 74 பெருவாரி வெற்றிகள் 74 (95); 2002–2019 64 தேர்தல்களில் 34 பெருவாரி வெற்றிகள் 34(64). வடகிழக்கு, சிறு மாநிலங்கள் 1952–2019 – 132 தேர்தல்களில் 76 பெருவாரி வெற்றிகள், 1952–1977: 20(28); 1977–2002:32 (60); 2002 – 2019: 24 (44).

குறைந்திருக்கின்றது. இது குறிப்பிடத்தக்க அளவு. அதைவிடக் குறிப்பிடத்தக்கது, மிகப் பெரிய கட்சி மாநிலச் சட்டமன்றத் தேர்தலில் 55 விழுக்காடு இடங்களையே பெற முடிந்தது. இது மக்களவைத் தேர்தல்களில் 70 விழுக்காடு வெற்றி வீதத்திலிருந்து 15 விழுக்காடு குறைந்தது.

மாநிலச் சட்டமன்றத் தேர்தல்களில் அதிகம் பேர் வாக்களித்தால் அது உள்ளூர் பிரச்சனைகளில் அதிக கவனம் செலுத்தப்பட்டது என்று பொருள்படும் என்று முன்னர் சொல்லியிருந்தோம். ஒரே நேரத்தில் சட்டமன்றத் தேர்தல்கள் மக்களவைத் தேர்தல்களில் அந்தச் சட்டமன்றத் தொகுதிகளில் வெற்றி வீதத்தைப் பாதிக்கின்றன என்பது இதனை உறுதிப்படுத்துகிறது. மக்களவைத் தேர்தலோடு ஒப்பிடும்போது, வாக்காளரிடம் மாநிலச் சட்டமன்றத் தேர்தல்கள்

அட்டவணை 2.1.6

ஒரே சமயத்தில் மாநில / மக்களவைத் தேர்தல்கள் நடக்காதபோது மக்களவைத் தேர்தல்கள் மட்டுமே நடக்கும்போது	
மக்களவைத் தேர்தல்களில் வெற்றி பெறும் கட்சி சட்டமன்றத் தொகுதிகளிலும் வெற்றி பெறுவது	
மாநிலங்களில் மக்களவைத் தேர்தல்கள் வெற்றிப் பரப்பின் ஒப்பீடு	
மக்களவை வெற்றி இடங்களின் விழுக்காடு	மாநிலப் பகுதிகளில் வெற்றி விழுக்காடு
72%	67%

குறிப்பு: பெரிய, நடுத்தர அளவு மாநிலங்களில் 2002–2014 நடந்த மக்களவைத் தேர்தல்கள் (இந்த ஆண்டுகளில் ஒரே நேரத்தில் தேர்தல்கள் நடந்த மாநிலங்கள் சேர்க்கப்படவில்லை). பெரிய கட்சி / கூட்டணி 1352 இடங்களில் 979 மக்களவை இடங்களைக் கைப்பற்றியது. அதே கட்சி / கூட்டணி 9106 சட்டமன்றப் பகுதிகளில் 6142 இடங்களை வென்றது.

அட்டவணை 2.1.7

ஒரே நேரத்தில் மக்களவை, சட்டமன்றத் தேர்தல்கள் நடக்கும்போது		
ஒரே நேரத்தில் மக்களவைக்கும் சட்டமன்றங்களுக்கும் தேர்தல் நடக்கும்போது சட்டமன்றப் பகுதிகளில் பெரிய கட்சியின் வெற்றி வீதம் 9% குறைவு (70% – 61%)		
வெற்றி பெற்ற மக்களவை இடங்களின் விழுக்காடு	மக்களவை இடங்களிலுள்ள சட்டமன்றப் பகுதிகளில் வெற்றி விழுக்காடு	வெற்றி பெற்ற சட்டமன்ற இடங்களின் விழுக்காடு
70%	61%	55%

குறிப்பு: 2004 முதல் 2014 வரையில் பெரிய, நடுத்தர அளவு மாநிலங்களில் ஒரே நேரத்தில் தேர்தல்கள் மிகப் பெரிய கட்சி / கூட்டணி வென்ற மொத்த மக்களவை இடங்கள் – 175-இல் 123. அதே தேர்தலில் அதே பெரிய கட்சி / கூட்டணி வென்ற சட்டமன்றப் பகுதிகள் 1253-இல் 763. அதே தேர்தலில் பெரிய கட்சி / கூட்டணி வென்ற சட்டமன்ற இடங்கள் – 1253-இல் 684.

வலிமையான தாக்கத்தையும் முக்கியத்துவத்தையும் இது காட்டுகிறது. இது ஒரு தொடக்க நிலைக் கண்டுபிடிப்பு. இத்துறையில் இன்னும் ஆய்வு மேற்கொள்ள வேண்டும்.

பெருவாரி வெற்றிகளின் பகுப்பாய்வுக்கு மீண்டும் செல்வோம். கடந்த இருபது ஆண்டுகளில் மாநிலச் சட்டமன்றத் தேர்தல்களில் பெருவாரியான வெற்றிகளின் எண்ணிக்கை குறைந்ததற்கு ஒரு காரணம் பெரிய தேசிய அரசியல் கட்சிகளின் மேலதிகாரம் குறைந்து போட்டிகள் வளர்ந்தது தான். இந்தியாவில் மண்டல (மாநில) கட்சிகளின் வளர்ச்சியும் (பார்க்க அட்டவணை 2.1.8). உள்ளூர் பிரச்சனைகள் அதிக முக்கியத்துவமுள்ள மாநிலத் தேர்தல்களில் அவை அதிகமாவதன் முக்கியத்துவமும் இந்திய மக்களாட்சி வரலாற்றில் குறிப்பிடத்தக்கவை. மாநிலக் கட்சிகளின் எழுச்சிக்கு இட்டுச் சென்ற காரணிகள் அதிக வாக்குப் பெறுபவர் வெற்றி பெறுகிறார் என்ற தேர்தல் அமைப்பு ஒன்றாகும். இதனைப்போல் கட்சிகளின் வாக்கு நாடு முழுவதும் பரவலாக இல்லாமல் ஒரு குறிப்பிட்ட மண்டலம் / மாநிலத்தில் குவிந்திருந்தால் மட்டுமே, இந்தத் தேர்தல் அமைப்பு கட்சிகளுக்கு ஒவ்வொரு சதவீத விழுக்காடு அதிக இடங்களைத் தருகிறது.

பெருவாரியான வெற்றிகளின் குறைவு வீதம் முன்னறிவித்தலை சிறிது கடினமாக்கினாலும் மாநிலங்களில் வாக்காளரின் அதிகப்படியாகக் காணப்படும் ஒரே மாதிரித் தன்மை அதைச் சரிக்கட்டி விடுகிறது. இது மாநிலச் சட்டமன்றத் தேர்தல்களுக்கு மாதிரிகள் எடுப்பதை எளிமையாக்கி விடுகிறது.

அட்டவணை 2.1.8

மாநிலக் கட்சிகளின் எழுச்சி			
மக்களவைத் தேர்தல்கள், 1952-2014			
	1952-1977	1977-2002	2002-2014
அங்கீகரிக்கப்பட்ட மாநிலக் கட்சிகள் பெற்ற இடங்கள்	35	77	162

மூலம்: இந்தியத் தேர்தல் ஆணையம், இக்கால கட்டகங்களில் பெற்ற சராசரி இடங்கள்.

எனவே, தேர்தல் முன்னறிவிப்பாளர்களுக்கு தங்கள் முன்னறிவிப்புச் சரியாக இருக்க வேண்டுமென்றால், மாதிரி வடிவத்தை சிக்கலாக்கும், மக்களவைத் தேர்தல்களின்போது எடுக்கும், அனைத்திந்திய மாதிரியின் வேறுபட்ட தன்மையின் எதிர்மறைத் தாக்கத்தையும், அதிகப்படியான வாக்கு வித்தியாசப் பிழையை ஏற்றுக் கொள்ளும் மக்களவையின் பெருவாரி வெற்றிகளின் அதிக விகிதாச்சாரத்தின் நேர்மறைத் தாக்கத்தையும் சமன்படுத்த வேண்டியது அவசியம்.

பெருவாரி வெற்றிகள், யார் பெருவாரி வெற்றி பெறுபவர் என்று சரியான முடிவு சொல்வதற்கு இந்திய, தேர்தல் முன்னறிவிப்பாளர்களுக்கு ஒரு கனவுபோல இருக்கும் என்று கருத்துச் சொன்னாலும், நடைமுறையில் இது முழுவதுமாக உண்மை இல்லை. ஆனால் ஒன்று மட்டும் உறுதி. ஒரு பெருவாரி வெற்றியை முன்னறிவிக்க நெஞ்சுறுதி வேண்டும்! ஒவ்வொரு முறையும் பெருவாரி வெற்றியைச் சொல்லும்போதும், அவர்கள் தங்கள் கழுத்தைக் கொலைக் களத்தில் நீட்டுவதுபோல நீட்டுகிறார்கள். தவறாக முன்னறிவித்தால் நம்பிக்கை போய் விடும். அதைப் பற்றியே மக்கள் நினைவுபடுத்துவார்கள். ஆனால் கடுமையான போட்டி என்று சொன்னால் அதை மறந்து விடுவார்கள், மறக்காவிட்டாலும் கருத்துக் கணிப்பாளர்களும், வாக்காளர்களைப் போலவே பாதுகாப்பாக இருப்பதால், கருத்துக் கணிப்பு முன்னறிவிப்பாளர்கள் வெற்றி பெறுபவரைக் குறைத்து மதிப்பிடுகிறார்கள்.

முடிவாக, இந்திய மக்களவைத் தேர்தல்களை முன்னறிவிப்பது எளிது. சராசரியாக 77% பெருவாரி வெற்றிகளின் வழக்கத்திற்கு மாறாக அதிக விகிதாச்சாரத்தால் இது சாத்தியமாகிறது. இது அதிகப் பிழைகள் ஏற்படுவதை அனுமதிக்கிறது. எனினும், பெருவாரி வெற்றி நிலையில் முன்னர் இருந்தாலும், மாநிலச் சட்டமன்றத் தேர்தல்களில் பெருவாரி வெற்றிகளின் எண்ணிக்கை கணிசமாகக் குறைந்து விட்டது. 80%-இலிருந்து 50% விழுக்காட்டிற்குச் சரிந்து விட்டது. அதாவது தேர்தல் கணிப்பாளர்கள் மாநிலச் சட்டமன்றத் தேர்தல்களில் பெருவாரி வெற்றியை முன்னறிவிப்பது மக்களவைத் தேர்தல்களை முன்னறிவிப்பதை விடக் கடினமானது என்று காண்கிறார்கள். எனினும், அனைத்திந்திய அளவில் காணப்படும் மிகுதியான வேறுபாட்டோடு ஒப்பிடும்போது மாநில வாக்காளர் ஓரளவு ஒரே மாதிரித் தன்மையாக இருப்பது, மாநில அளவில் மாதிரி வடிவமைப்பு செய்வதை எளிதாக்குகிறது.

2
இந்தியாவில் கருத்துக் கணிப்புகளை நீங்கள் நம்ப முடியுமா?

இந்தியாவில் கருத்துக் கணிப்புகளின் வெவ்வேறு வகைகள்

தொழில்சார் கருத்துக் கணிப்புகள் இந்தியாவில் நான்கு பதின்ம ஆண்டுகளாக இருந்து வந்தாலும், செயல்முறையும், நுணுக்க முறைகளும் மேலை மக்களாட்சி நாடுகளோடு ஒப்பிடும்போது இன்னும் சரியாக வளர்ச்சியடையவில்லை என்பதுதான் உண்மை.

எனினும், இந்தியாவும் கருத்துக் கணிப்புகளில் வெவ்வேறு வகையான பலவற்றை வளர்த்திருக்கிறது. அவற்றில் பெரும்பாலானவை மேலை மக்களாட்சி நாடுகளின் அதே கருத்தியலைப் பின்பற்றினாலும், சில இந்தியாவுக்கே உரியவை.

1. **தெருமுனைக் கருத்துக் கணிப்புகள்:** களப் பணியாளர்கள் தெரு முனைகளில் வாக்காளர்களிடம் கேள்வி கேட்பார்கள். இதன் பயன்பாடுகள் எவையென்றால்: இது எளிதானது, மலிவானது, அதைவிட மற்ற கணிப்புகளை விட இதில் மாதிரியின் அளவு பெரியதாக இருக்கும். எனினும் இதன் குறைபாடு முறைசாராத தற்செயல் மாதிரியை (random sampling) உறுதி செய்வது இதில் கடினம்.

2. **வீடு வீடாகச் சென்று கருத்துக் கணிப்பு நடத்துதல்:** களப் பணியாளர்கள் வீடு வீடாகச் சென்று குடியிருப்போரிடம் கேள்வி கேட்பார்கள். மாதிரியைத் தேர்வு செய்து வாக்காளர் பட்டியலிலிருந்து எடுக்கப்படும் அல்லது ஏதாவது ஒரு இடத்தில் தொடங்கிய வீட்டிலிருந்து நான்காவது அல்லது ஐந்தாவது வீட்டைக் களப் பணியாளர் தேர்ந்தெடுப்பார். இவற்றில் முதலில் சொன்னது

சிறந்த மாதிரி முறை. இதன் குறைகள் அதிகமான செலவும், மாதிரியின் அளவு சிறியதாக இருப்பதும்.

3. **வாக்குச் சாவடி அடிப்படையிலான, 'எக்சிட்' கணிப்புகள்:** களப் பணியாளர்கள் வாக்குச் சாவடிகளின் வெளியில் நின்று வாக்களித்து வெளியே வரும் வாக்காளரிடம் கேட்பார்கள். இதில் பயன்கள் எவையென்றால், எளிதானது; செலவு குறைவு; தெருமுனைக் கணிப்புகளைப் போலவே மாதிரியின் அளவு பெரியதாக இருக்கும். குறைபாடு தெருமுனைக் கருத்துக் கணிப்புகளைப் போலவே தற்செயலான மாதிரியை உறுதி செய்யாது. அதிகக் கவனம் செலுத்தாவிட்டால், கடினமாக இருக்கும்.

4. **வாக்களிப்பு முடிந்த பிறகு:** வாக்களித்து முடிந்த பிறகு, அடுத்த சில நாட்கள், களப் பணியாளர்கள் வீடு வீடாகச் சென்று, குடியிருப்பவர்களிடம் (அவர்களது விரல்களில் மையிருப்பதை வைத்து அவர்கள் வாக்களித்தவர்கள் என்று உறுதி செய்து) கேள்வி கேட்டார்கள். இப்போதும், வாக்காளர் பட்டியலிலிருந்து நேரடியாக மாதிரி தேர்வு செய்யப்படும். அல்லது குறிப்பிடப்பட்ட ஒரு வீட்டிலிருந்து தொடங்கி நான்காவது அல்லது ஐந்தாவது வீட்டைத் தேர்ந்தெடுப்பார். முதல் முறை நல்ல மாதிரித் தேர்வு. இதில் குறைபாடுகள் செலவு அதிகம்; மாதிரியின் அளவு சிறிது.

5. **உடனடிக் கணிப்புகள்:** இவையும் வாக்குச் சாவடிகள் அடிப்படையிலான 'எக்சிட்' கருத்துக் கணிப்புகள். ஆனால் பெரிய வித்தியாசம் என்னவென்றால், களப் பணியாளர்கள் விடையளிப்போரின் பதில்களை உடனுக்குடன் இணையதளத்தில் ஏற்றி விடுவார்கள். இதன் விளைவாக நிமிடத்துக்கு நிமிடம் மக்கள் எப்படி வாக்களித்தார்கள் என்பது தெரிந்து விடும். இந்தியாவில் இதுபோன்று ஒரு கருத்துக் கணிப்புதான் நடந்திருக்கிறது.

6. **சமூக ஊடகங்கள் கருத்துக் கணிப்பு:** சமூக ஊடகங்களின் வலைதளங்கள் மக்களை அவர்களது வாக்களிப்பு விருப்புகளை அனுப்பச் சொல்லுகின்றன. இவை தவறான தகவல்களைத் தரக்கூடிய கருத்துக் கணிப்புகள். ஏனென்றால் பயனாளர்கள் தங்கள் விருப்பத்தினை தாங்களாகவே தெரிவிப்பதைப் பொருத்தது. மாதிரி தற்செயலானதாக இருக்கும் என்பதற்கு எந்த உத்தரவாதமும் இல்லை. தவறாகவும் பயன்படுத்தலாம்.

அண்மைக் காலங்களில் சமூக ஊடக வலை தளங்கள் தற்செயலான தேர்வை அறிமுகப்படுத்த முயல்கின்றன. இது ஒரு நல்ல வளர்ச்சி.

மூன்று பரந்த காலகட்டங்களில் கருத்துக் கணிப்பில் இந்தியா வளர்ச்சி கண்டிருக்கிறது. 1950-கள் முதல் 1970-கள் வரையில், எரிக் பி.டபிள்யூ.டி. காஸ்டோ என்ற முன்னோடியின் காலத்தில், ஒரு கருத்துக் கணிப்பு நிறுவனத்தால் ஐந்தாண்டுகளுக்கு ஒருமுறை ஒரு கருத்துக் கணிப்பு நடந்திருக்கிறது. 1980-கள், 1990-களில் இது அஷோக் கே.லாகிரியும், பிரணாய் ராயும், IMRB, தொராப் சொபாரிவாலாவுடன் நடத்தியது இரண்டாண்டுகளுக்கு ஒரு கருத்துக் கணிப்பாக உயர்ந்தது. 2000-ஆம் ஆண்டில் முதல் ஆண்டுகளில், பல கணிப்பு நிறுவனங்கள் மக்களவை, சட்டமன்றத் தேர்தல்களுக்கு முன்னர் நடத்திய கருத்துக் கணிப்புகள் ஐம்பதைத் தாண்டி விட்டன.

கடந்த நாற்பதாண்டுகளில் எக்சிட் கணிப்புகள், கருத்துக் கணிப்புகள் சேர்ந்து நடந்த 800 கருத்துக் கணிப்புகள் பகுப்பாய்வுக்கு உட்படுத்தப்பட உகந்தவை. கருத்துக் கணிப்புகளின் எண்ணிக்கை உயர்ந்து கொண்டே போகிறது. எனினும், இந்த நீண்ட வரலாறு எதிர்பார்க்கும் அளவிற்கு அதன் தரம் உயரவில்லை. கருத்துக் கணிப்புக்குச் செலவு பிடிக்கும். அதன் விளைவாக, பல கருத்துக் கணிப்பாளர்கள் குறுக்கு வழிகளில் செல்கிறார்கள். மாதிரி எடுப்பதிலும், புள்ளியியல் முறையிலும் சமரசம் செய்து கொள்கிறார்கள் (விதி விலக்குகளும் உள்ளன).

எண்ணிக்கையிலும், ஆழத்திலும் இந்தியாவில் கருத்துக் கணிப்புகள் நடைபெற்ற மூன்று கால கட்டங்களும் ஏறக்குறைய 1952-1977, 1977-2002, 2002-2018 என்று அடையாளம் காணப்பட்ட தேர்தல் கால கட்டங்களை ஒத்திருக்கின்றன. செய்தி கிடைப்பதில் ஏற்பட்ட மாற்றம் மக்களின் மாறிவரும் மனப்போக்குகளோடு தொடர்புடையதா என்று கேட்பது பயனளிக்கக் கூடும். 1977-க்கு முந்திய 'ஆட்சியிலிருப்போருக்குச் சாதகமான' கால கட்டம் ஆட்சியிலிருக்கும் கட்சிகளில் நம்பிக்கையுடைய கால கட்டத்தோடு பொருந்திப் போகிறது. எனவே ஒவ்வொரு ஐந்தாண்டிலும் ஒரு கணக்கெடுப்பு போதுமானதாக இருந்தது. முடிவுகள் அவ்வளவு எளிதாக முன்னரே சொல்லப்படக் கூடிய நிலையில், கருத்துக் கணிப்புகள் பற்றிய ஆர்வம் குறைவாகவே இருந்தது, 1980-களில் லாகிரி பிரணாய் ராய், IMRB கருத்துக் கணிப்புகள்

மாறி வரும் மக்கள் மனத்திற்கு ஒத்துப் போயின. இப்போது வாக்காளர்கள் அரசியல்வாதிகளைக் கூர்ந்து கவனிக்கத் தொடங்கி விட்டார்கள். ஆட்சியிலிருப்போருக்கு எதிரான ஆண்டுகளில் ஏற்பட்ட சோர்வுக்கு இது இட்டுச் சென்றது. இறுதியாக 2000-களின் தொடக்கத்திலிருந்து ஒழுங்கான, விரிவான கருத்துக் கணிப்புக் கிடைப்பது முதிர்ச்சியடைந்த மக்களாட்சியின் 'அறிவு பெற்ற வாக்காளர்களோடு ஒத்துப் போயிற்று'. இவர்கள் கட்சியின் நிலையில் ஏற்படும் மிகச் சிறிய மாற்றங்களைப் பற்றியும் உடனுக்குடன் அறிய விரும்பினார்கள்; அவர்களது வாக்கின் தாக்கத்தை எப்படி அதிகப்படுத்துவது என்ற விழிப்புணர்வை மதித்தார்கள்.

பிறவற்றை விட எந்தக் கருத்துக் கணிப்புகள் சிறந்திருந்தன?

கருத்துக் கணிப்புகள் என்பவை ஒரு தேர்தலுக்குச் சில மாதங்கள், வாரங்கள் அல்லது நாட்களுக்கு முன்னர் எடுக்கப்படுபவை. 'எக்சிட்' கணிப்புகள் (exit polls) வாக்காளர்கள் வாக்குச் சாவடியிலிருந்து வெளிவந்த பிறகு வாக்குப் பதிவு நாளன்றே வாக்காளர்களிடம் எடுப்பவை. இவற்றில் உலக அளவில் கருத்துக் கணிப்புகள் எக்சிட் கணிப்புகளை விடத் துல்லியமாக இருப்பதில்லை, இதற்குப் பல காரணங்கள் உள்ளன.

முதலாவதாக, எத்தனை பேர் வாக்களிக்க வருவார்கள் என்பதை எக்சிட் கணிப்புகள் முன்னறிவிக்க வேண்டிய அவசியமில்லை. இதுதான் முன்னறிவிப்பதில் கடினமான மாறிகளில் ஒன்று. மேலும் வாக்காளரிடம் வந்து வாக்களித்து விட்டு வாக்குச் சாவடிகளிலிருந்து அப்போதுதான் வெளிவரும் வாக்காளர்களின் கருத்துக்களை மட்டும் பிரதிபலிக்கின்றன.

இரண்டாவதாக, வாக்களிக்கும் தேர்தல் நாளில் வாக்களிக்கும்போது எடுக்கப்படும் முடிவுகளை எக்சிட் கணிப்புகள் எடுக்கின்றன. எந்தத் தேர்தலிலும், முக்கியமாக 'அலைவு' வாக்காளர்கள், வாக்களிக்கும் நாளுக்கு முன்னர் பல முறை தங்களது மனங்களை மாற்றிக் கொள்வார்கள். தேர்தல் நாளன்று அவர்கள் கருத்தைக் கேட்டால் தான் அவர்கள் எப்படி வாக்களித்தார்கள் என்பதைத் துல்லியமாக அளவிட முடியும். கருத்துக் கணிப்புகளில் பிழை ஏற்படுவதற்கு முக்கிய காரணமான கடைசி நிமிட 'அலைவு' எக்சிட் கணிப்புகளில் தவிர்க்கப்படுகிறது.

மூன்றாவதாக, 'எக்சிட்' கணிப்புகளுக்கு பெரிய மாதிரி அளவுகளின் பயன் கிடைக்கிறது. இதனால் பிழை ஏற்படுவதற்கான வாய்ப்புக் குறைகிறது. வாக்காளர்கள் வாக்குச் சாவடிகளுக்குப் போவதையும், வருவதையும் தொடர்வது எளிதாக இருக்கும். இதனால் வாக்காளர்களைத் தேர்தல் நாளன்று அணுகுவது எளிதாகிறது. எனவே பெரிய அளவிலான மாதிரிகளை எடுப்பது சாத்தியமாகிறது.

நான்காவது, கருத்துக் கணிப்பில் ஒரு வாக்காளர் வீட்டிலிருந்து அடுத்த வாக்காளர் வீட்டுக்கு, எதிர்பாராத தற்செயல் மாதிரி முறையில் தேர்ந்து போக வேண்டியிருக்கிறது. ஆனால் எக்சிட் கணிப்பில் பயணம் குறையும், செலவும் குறையும். வினாத்தாளின் அமைப்பும் வாக்காளர்களை எளிதாகவும், விரைவாகவும் அணுக உதவுமாறு வடிவமைக்கப்படும்.

இதன் மொத்த விளைவு என்னவென்றால், இந்தியாவில் எக்சிட் கணிப்புகளின் மாதிரி அளவுகள் 80,000 முதல் 1,50,000 வரைகூட இருக்கும். அதுவும் மிகுந்த சிக்கனமான வேலை. மாறாக, கருத்துக் கணிப்புகளில் பொதுவாகவே மாதிரி அளவுகள் 10,000 முதல் 30,000 வரைதான். பிரிட்டனிலும், அமெரிக்காவிலும் பெரும்பாலான கருத்துக் கணிப்புகள் தேசிய அளவில் 1,000 முதல் 2,000 வரைதான் மாதிரி அளவு இருக்கும். ஏனென்றால் அங்கு அதிகமாக ஒரே மாதிரித் தன்மை இருக்கும்; வாக்காளர் பற்றிய தரவு துல்லியமாக இருக்கும். இதனால் மாதிரி சிறிய அளவு இருந்தாலே போதும்.

இந்தியாவில் எத்தனை முன்னறிவிப்புக் கருத்துக் கணிப்புகள் நடந்திருக்கின்றன?

அடிப்படையில் இரண்டு வகையான கருத்துக் கணிப்புகள் இருக்கின்றன. 1. ஒரு தேர்தல் முடிவை முன்னறிவிப்பவை 2. தேர்தல்களுக்கு இடைப்பட்ட ஆண்டுகளில் தலைவர்கள், கட்சிகளுடைய செல்வாக்கை அல்லது தரத்தை மட்டுமே கணக்கிடுபவை. தேர்தல்களின் வெற்றிகளை முன்னறிவிக்கும் கணக்கெடுப்புகள் ஒரு தேர்தலுக்குச் சற்றுமுன்பு நடத்தப்படும். இது கடைசி நிமிட அலைவுகளின் சாத்தியக் கூறைத் தவிர்க்கும். ஆனால் தேர்தல்களுக்கு இடையே நடத்தப்படும் கணக்கெடுப்பு எப்போது வேண்டுமென்றாலும் நடத்தப்படலாம். இடையில் நடத்தப்படும் கணிப்புகளின் துல்லியத்தைச் சோதிக்க முடியாது. எனவே கருத்துக் கணிப்போருக்கு அழுத்தமோ, பதற்றமோ இருக்காது. ஆகவே தான் இப்படிப்பட்ட இடைக்காலக் கணக்கெடுப்புகளின்போது

கணிப்பாளர்கள் கடுமையான முறைகளைப் பின்பற்றுவதில்லை என்று பல பகுப்பாய்வாளர்கள் கருதுகிறார்கள். துரதிர்ஷ்டவசமாக, தகுதியில்லாதவர்களுக்கு சாதகமாக தரப்படுத்துதலில் தவறு இருக்கிறது என்று நிரூபிக்க முடியாததால், சில ஊடகங்கள் ஆட்சியிலிருக்கும் கட்சியிடம் சாதகங்கள் பெறுவதற்காக இவ்வகைக் கருத்துக் கணிப்புகளைத் தவறாகப் பயன்படுத்தலாம் என்றாகிறது.

மாறாக, முன்னறிவிக்கும் கணிப்புகள் தேர்தல் முடிவுகளோடு ஒப்பிட்டுச் சரிபார்க்கப்படுகின்றன. ஒரு கருத்துக் கணிப்பு மதிப்பீட்டிற்குப் பிறகு ஒரு கருத்துக் கணிப்பாளரின் புகழ் வளரும் அல்லது சரியும். எங்கள் கருத்துப்படி, முன்னறிவிப்பு செய்யும் கணக்கெடுப்புகள் தான் தேர்தல்களின் சாரம். சரியாகச் சொல்ல வேண்டும் என்ற அழுத்தம், இடைக்காலக் கணிப்புகளை விட மாதிரி வடிவம் அளவிலும், துல்லியத்திலும் அதிகமாக இருக்க வேண்டியதைக் கட்டாயமாக்குகிறது.

இந்த நூல் தேர்தல்கள் பற்றியதாகையால், எங்களது பகுப்பாய்வுக்கு, முன்னறிவுக்கும் கணக்கெடுப்புகளில் மட்டுமே கவனம் செலுத்துகிறோம். எங்களது அளவுகோலின்படி, முன்னறிவிப்புக் கணிப்பு தேர்தலுக்கு ஆறு மாதங்களுக்குக் குறைவாக எடுக்கப்படும் கணிப்பையே குறிக்கும்.

எங்களுடைய பதிவுகளின்படி இந்தியாவில் 1980-இலிருந்து 833 முன்னறிவிப்புக் கணிப்புகள் நடத்தப்பட்டிருக்கின்றன. நாங்கள் சிலவற்றை விட்டு விட்டிருப்பதற்கு வாய்ப்புண்டு.

மக்களவைத் தேர்தல்களை விட மாநிலச் சட்டமன்றத் தேர்தல்கள் அதிகமிருந்ததால், மாநிலச் சட்டமன்றத் தேர்தல்கள் ஆறு மடங்கு அதிக எண்ணிக்கையில் நடத்தப்பட்டிருக்கின்றன என்பது வியப்பளிக்கவில்லை (பார்க்க அட்டவணை 2.2.1).

அதிக அளவில் கருத்துக் கணிப்புகள் நடக்கும் மேலை மக்களாட்சி நாடுகளுடன் ஒப்பிடும்போது, இந்தியாவில் கருத்துக் கணிப்புகளைவிட எக்சிட் கணிப்புகள் அதிகம் நடத்தப்பட்டிருக்கின்றன (பார்க்க அட்டவணை 2.2.2).

இந்தியாவில் நடந்த எல்லாவகையான கருத்துக் கணிப்புகளின் தொகுப்பு அட்டவணை, மாநிலச் சட்டமன்றத் தேர்தல்களில் கருத்துக் கணிப்புகளில் மக்கள் மத்தியில் அதிகம் செல்வாக்குள்ளவை எக்சிட் கணிப்புகள் தான் என்று காட்டுகிறது (பார்க்க அட்டவணை 2.2.3).

அட்டவணை 2.2.1

மக்களவைத் தேர்தல்களை விடச் சட்டமன்றத் தேர்தல்கள் அதிகம்	
1980 முதல் 2019 வரையில் நடத்தப்பட்ட கருத்துக் கணிப்புகள்	
மாநிலச் சட்டமன்றங்களுக்கு நடத்தப்பட்ட கணிப்புகள்	மக்களவைத் தேர்தல்களுக்கு நடத்தப்பட்ட கணிப்புகள்
700	133

குறிப்பு: தேர்தலுக்கு முன் ஆறு மாதங்களுக்குள் நடத்தப்பட்ட மொத்தக் கருத்துக் கணிப்புகள் எக்சிட் கணிப்புகள் (இவற்றுக்கு எங்களிடம் தரவுகள் உள்ளன). 1967-இல் IIPO நடத்திய கருத்துக் கணிப்பும் இதில் அடங்கும்.

அட்டவணை 2.2.2

கருத்துக் கணிப்புகளை விட எக்சிட் கணிப்புகள் அதிகம்	
1980 முதல் 2019 வரையில் நடத்தப்பட்ட கருத்துக் கணிப்புகள்	
இந்தியாவில் நடத்தப்பட்ட கருத்துக் கணிப்புகள்	இந்தியாவில் நடத்தப்பட்ட 'எக்சிட்' கணிப்புகள்
386	447

அட்டவணை 2.2.3

சுருக்கம்: 1980-லிருந்து நடத்தப்பட்ட கருத்துக் கணிப்புகளின் மொத்தம்			
	கருத்துக் கணிப்புகள்	எக்சிட் கணிப்புகள்	மொத்தம்
மக்களவை	79	54	133
மாநிலச் சட்டமன்றம்	307	393	700
மொத்தம்	386	447	833

மொத்தத் துல்லியத்தை எடைபோட நாற்பதாண்டுகளில் 833 கணிப்புகள் அதிகமான எண்ணிக்கை தான்.

இந்தியாவில் கணிப்புகள் எவ்வளவு துல்லியமாக இருக்கின்றன? அவற்றை நீங்கள் நம்ப வேண்டுமா?

கருத்துக் கணிப்புகளின் துல்லியத்தைச் சோதிக்கப் பல வழிகள் உள்ளன. நாம் மிக எளிய வழியொன்றில் தொடங்குவோம். கணிப்பு சரியான வெற்றியாளரை முன்னறிவித்ததா? இதனை வெற்றி வீதம் (Strike-rate) என்போம். அதாவது கணிப்புகள் சரியான வெற்றியாளரை அறிவித்த எண்ணிக்கைகளின் விழுக்காடு.

இந்த வெற்றி வீதம் உங்களுக்கு எந்தக் கட்சி வெற்றியை நோக்கிப் போய்க் கொண்டிருக்கிறது என்ற பொதுவான அடையாளமே தவிர, எத்தனை இடங்கள் கிடைக்கும் என்று குறிப்பாகச் சொல்லாது.

1980-இலிருந்து நடத்தப்பட்ட 833 கணிப்புகளில் (பார்க்க அட்டவணை 2.2.3) அனைத்திலும் சரியான முன்னறிவிப்பைப் பார்க்கும்போது, ஒரு சராசரியான வெற்றி வீதமான 75 விழுக்காட்டைக் காட்டுகிறது. அதாவது நான்கில் மூன்று கணிப்பு வெற்றி பெறுபவரைச் சரியாகச் சொன்னது. எல்லா வகையான கணிப்புகளுக்கும் உலக அளவிலான வெற்றி வீதத்திற்கு இது குறைவு. எனினும் நாம் பின்னர் பார்க்கப் போவதைப் போல, இந்தியாவில் கருத்துக் கணிப்புகள், போகப் போக மிகவும் துல்லியமாகிக் கொண்டிருக்கின்றன என்பதற்கான அறிகுறிகள் தென்படுகின்றன.

அட்டவணை 2.2.4

எல்லாக் கணிப்புகளிலும் வெற்றி வீதம் (மக்களவை, சட்டமன்றங்கள்)	
(வெற்றி வீதம் = சரியான வெற்றியாளரை முன்னறிவித்த கணிப்புகளின் சதவீதம்)	
மொத்த கணிப்புகளின் எண்ணிக்கை	சரியாக வெற்றியாளரை முன்னறிவித்த வெற்றி வீதம்
833	75%

அட்டவணை 2.2.5

கருத்துக் கணிப்புகள் x எக்சிட் கணிப்புகள்: வெற்றி வீதம் (மக்களவையும் மாநிலச் சட்டமன்றங்களும்)	
வெற்றி வீதம் = சரியான வெற்றியாளரை முன்னறிவித்த எண்ணிக்கைகளின் சதவீதம்	
கருத்துக் கணிப்புகள்(368)	எக்சிட் கணிப்புகள்(431)
71%	84%

குறிப்பு: இந்த வெற்றி வீதங்கள் 2004 மக்களவைத் தேர்தல்களுக்கான கருத்துக் கணிப்பு, எக்சிட் கணிப்புகளைத் தவிர்த்தது. ஏனென்றால் 2004-ஆம் ஆண்டு ஒரு விதிவிலக்கு. 34 கணிப்புகளில் (18 கருத்துக் கணிப்பு 16 எக்சிட் கணிப்பு) ஒன்று கூடச் சரியாக இல்லை. 2004 கருத்துக் கணிப்புகளையும் சேர்த்தால், வெற்றி வீதம் 71%-இலிருந்து 68% ஆகக் குறையும். எக்சிட் கணிப்பில் 2004-ஐச் சேர்த்தால் 84%-இலிருந்து 80% ஆகக் குறையும்.

இந்தியாவில் கருத்துக் கணிப்புகள் x எக்சிட் கணிப்புகள்: எது மிகத் துல்லியமானது?

வெற்றி வீதத்தின் எளிய அளவுகோலின் அடிப்படையில், உலகின் பிற நாடுகளைப் போலவே, இந்தியாவிலும் வெளியே வருதல் கணிப்புகள் கருத்துக் கணிப்புகளை விட அதிகம் துல்லியமானவை (பார்க்க அட்டவணை 2.2.5). இந்தியாவில் எக்சிட் கணிப்புகளின் வெற்றி வீதம் ஐந்தில் ஒன்று சரியான வெற்றியாளரைக் காட்டுகிறது. அதாவது 84 விழுக்காடு. கருத்துக் கணிப்புகள் குறைவான வெற்றி வீதமே காட்டுகின்றன. 71 விழுக்காடு.

மக்களவைக் கணிப்பா, மாநிலச் சட்டமன்றத் தேர்தல்கள் கணிப்பா? எது நம்பத் தகுந்தது?

மேலோட்டமாகப் பார்க்கும்போது, மாநிலச் சட்டமன்றத் தேர்தல்களின் கணிப்புகளும், மக்களவைத் தேர்தல் கணிப்புகளும் ஒரே மாதிரியாகவே தோன்றுகின்றன. எல்லா சட்டமன்றத் தேர்தல்களின் வெற்றி வீதம் 75 விழுக்காடு, மக்களவைக்கு 72 விழுக்காடு. ஆனால் 2004 ஆண்டுத் தேர்தல் ஒன்றை மட்டும் தவிர்த்து விட்டால் மக்களவைக் கணிப்புகளில் வெற்றி வீதம் 97 விழுக்காடு அளவிற்கு அதிகம் (பார்க்க அட்டவணை 2.2.6).

அட்டவணை 2.2.6

மாநிலச் சட்டமன்றம் x மக்களவைக் கணிப்புகள் வெற்றி வீதம் (கருத்துக் கணிப்பும், எக்சிட் கணிப்பும்)	
வெற்றி வீதம் = சரியான வெற்றியாளரை முன்னறிவித்த எண்ணிக்கைகளின் சதவீதம்	
மாநிலச் சட்டமன்ற கணிப்புகள் (700)	மக்களவைத் தேர்தல் கணிப்புகள் (99)
75%	97%

குறிப்பு : இந்த 97 வெற்றி வீதம் 2004 தேர்தல்களைத் தவிர்த்து எல்லா மக்களவைத் தேர்தல்களுக்கும்.

இது ஏனென்றால் 1980-க்குப் பிறகு 133 கணிப்புகளில் 2004 தேர்தல்களுக்கு நடத்திய முப்பத்து நான்கு கணிப்புகள் அடக்கம் (16 எக்சிட் கணிப்புகள், 18 கருத்துக் கணிப்புகள்). 2004 மக்களவைத் தேர்தல்களில் எல்லாக் கணிப்புகளுமே தவறாகி விட்டன. எனவே இப்போதைய அல்லது மிக அண்மைக்கால மக்களவைக் கணிப்புகளை மதிப்பிட அதிகப்படியான 97 விழுக்காடு வெற்றி வீதமே சிறந்தது என்று பல ஆய்வாளர்கள் கருதுகிறார்கள்.

முடிவாகத் தெரிவது என்னவென்றல் 2004-ஆம் ஆண்டைத் தவிர்த்து மக்களவைக் கணிப்புகளின் 97 விழுக்காடு சரியானது என்று அனுமானித்தால் மக்களவை கணிப்புகளின் முன்னறிவிப்புகளை நம்பலாம் என்பதுதான். கணிப்பில் ஒரு தடுப்பும் இருக்கும் என்பதை நினைவில் கொள்ளுங்கள். 2004-ஐப் போலவே 2019-ஆம் ஆண்டும் கருத்துக் கணிப்பாளர்களுக்கு கடினமான ஆண்டாக இருக்கப் போகிறது.

கருத்துக் கணிப்புகளை விட எக்சிட் கணிப்புகள் எப்போதும் அதிகமான வெற்றி வீதம் தருகின்றனவா?

மக்களவைக் கணிப்புகளுக்கும், மாநிலச் சட்டமன்றக் கணிப்புகளுக்கும் துல்லியத்தைப் பொறுத்தவரையில் தெளிவான வேறுபாடு உள்ளது. ஒவ்வொன்றையும் தனித்தனியாகவே பகுப்பாய்வு செய்ய வேண்டும்.

அட்டவணை 2.2.7

மக்களவைக் கணிப்புகளின் வெற்றி வீதம் சட்டமன்றக் கணிப்புகளின் வெற்றி வீதத்தை விட அதிகம்		
(வெற்றி வீதம் = சரியான வெற்றியாளரை முன்னறிவிக்கும் கணிப்புகளின் சதவீதம்)		
	வெற்றி வீதம்	
	கருத்துக் கணிப்புகள்	எக்சிட் கணிப்புகள்
மாநிலச் சட்டமன்றம்	66%	82%
மக்களவை	97%	97%

குறிப்பு: 1980 முதல் 2019 வரை மொத்தக் கணிப்புகள்: மாநிலச் சட்டமன்றம் – 307, கருத்துக் கணிப்புகள் – 393, எக்சிட் கணிப்பு – 393. மக்களவைக் கணிப்பு (2004 தவிர்த்து) 60 கருத்துக் கணிப்பு, 38 எக்சிட் கணிப்பு, 2004 மக்களவைத் தேர்தலில் எல்லாக் கணிப்புக் கணக்குகளும் தவறாக ஆயின. அதனால் வெற்றி வீதம் குறைந்து 2004–ஆம் ஆண்டைச் சேர்த்தால், மக்களவை எக்சிட் வீதம் 69% கருத்துக் கணிப்பு 75%.

சட்டமன்றத் தேர்தல்களுக்கு எக்சிட் கணிப்புகளின் வெற்றி வீதம் 82 விழுக்காடு. இது கருத்துக் கணிப்புகளின் வெற்றி வீதமான 66 விழுக்காட்டை விடச் சிறந்தது (பார்க்க அட்டவணை 2.2.7). உண்மையில் மாநிலச் சட்டமன்றங்களுக்கான கருத்துக் கணிப்புகளை சீரியசாக எடுத்துச் கொள்ளாமலிருப்பது அறிவுடைமை. 66 விழுக்காடு வெற்றி வீதம் சாதாரண அனுபவத்தில் முன்னறிவிப்பதை விடச் சிறந்தது இல்லை.

எனினும், மக்களவைத் தேர்தல்களில் கருத்துக் கணிப்புகள் எக்சிட் கணிப்புகளைப் போலவே நம்பகமானவை. எக்சிட் கணிப்பு, கருத்துக் கணிப்பு இரண்டுக்குமே வெற்றி வீதம் 97 விழுக்காடு. இது உலகளாவிலான தரத்திற்கு ஒப்பானது.

உண்மையில் உலக அளவில் கணிப்பு அண்மைக் காலங்களில் பெரிய தோல்விகளால் பாதிக்கப்பட்டிருக்கிறது. அமெரிக்காவில் ஒவ்வொரு கணிப்பும் டொனால்ட் டிரம்ப் தோல்வி அடைவார், ஹிலாரி கிளிண்டன் வெற்றி பெறுவார் என்று முன்னறிவித்தது. அவை வாக்குகளைச் சரியாகவே கணக்கிட்டன. ஆனால் வாக்குகளை ‘எலக்டோரல் காலேஜாக’ மாற்றுவதில் தவறு செய்து விட்டார்கள். இங்கிலாந்தில் பிரெக்சிட் வாக்கெடுப்பின் கணிப்புகள் முடிவுக்கு நெடுந்தூரத்தில் இருந்தன.

சில கணிப்பு முகமைகள் பிறவற்றை விடச் சிறந்தவையா?

'வெற்றி பெறக் கூடிய பக்கத்துக்கு மாற அதிக வாக்காளர்களில் மேல் தாக்கம் ஏற்படுத்தவும் ஒருவர் பின்னாலேயே அடுத்தவர் போவதை உறுதி செய்யவும் ஒரு கட்சிக்குச் சாதகமாக கருத்துக் கணிப்புகள் 'சரி செய்யப்படுகின்றன,' என்பது பெரிதும் காணப்படும் நம்பிக்கை. இந்தக் குற்றச்சாட்டு பெரும்பாலும் தோல்வியடைபவர்களால் செய்யப்படுவது; இதற்கு எந்த ஆதாரமும் இல்லை. எங்கள் அனுபவத்தில், ஒரு சில 'அயோக்கிய' கருத்துக் கணிப்புகள் இருந்தாலும், பெரும்பாலான இந்தியக் கருத்துக் கணிப்பாளர்கள் தொழில்முறை சார்ந்தவர்கள். தங்களது பெயர் சரியான முன்னறிவிப்பைச் சார்ந்திருப்பதால் அவர்கள் சரியாகச் சொல்வதற்கு கடும் முயற்சி மேற்கொள்கிறார்கள்.

கருத்துக் கணிப்புகளுக்குத் தடை போடாமல், அதிகக் கருத்துக் கணிப்புகளை அனுமதிக்க வேண்டும். நிறைய கருத்துக் கணிப்புகள் இருக்கும்போது, நேர்மையான கருத்துக் கணிப்புகள் அதிகமாக இருக்கும், அவற்றில் ஏமாற்றுக் கணிப்புகள் எப்போதாவது இருந்தால் அவை புதையுண்டு போகும். நல்லது தீயதை விரட்டி விடும். இந்தியாவில் அண்மையில் செய்திருப்பது போல வாக்குப் பதிவுக்கு முன்னர் கணிப்புகளை வெளியிடுவதைக் கட்டுப்படுத்துவதோ, தடை செய்வதோ ஏமாற்றுக் கணிப்புகள் அதிகமான தாக்கத்தை ஏற்படுத்த வாய்ப்பளிக்கும். இன்றைக்கு சமூக ஊடகத்திற்கு இருக்கும் மதிப்பீட்டைக் கொண்டு பார்க்கும்போது இது உண்மை என்று தெரியும். பெரும்பாலான போலிக் கணிப்புகள் தொலைக்காட்சியிலோ செய்தித் தாள்களிலோ இடம் அளிக்கப்படுவதில்லை. எனவே அவை தங்களது பொய் முடிவுகளைப் பரப்ப டுவிட்டரையும், வாட்ஸ் ஆப்-ஐயும், ஃபேஸ்புக்கையும் நாடுகிறார்கள். அண்மையில் 2018-இல் நடந்த சட்டமன்றத் தேர்தல்களில் பெரிய மாதிரி அளவுடன் (ஒரு மாநிலத்தில் மட்டும் 1,50,000 பதிலாளர்கள்) அடுக்குகளுள்ள மாதிரி எடுத்தல் முதலான தங்களது செயல்முறையைப் பற்றி விரிவான விபரங்களைத் தந்ததாகச் சொல்லப்பட்ட ஒரு கருத்துக் கணிப்பை நாங்கள் புலன் விசாரணை செய்தோம். அது முழு ஏமாற்று வேலை என்று தெரிந்தது.

2019 மக்களவைத் தேர்தல்களில் இப்படிப்பட்ட ஏமாற்றுக் கணிப்புகள் சமூக ஊடகங்களில் பரப்பப்படுவதைப் பார்க்கத் தயாராக இருங்கள். துரதிர்ஷ்டவசமாக, சமூக ஊடகத்தில் பெயரில்லாமல் இருப்பது இப்படிப்பட்ட ஏமாற்றுக் கணிப்புகளைக்

கண்டுபிடிப்பதை இயலாததாக ஆக்குகிறது. இப்பிரச்சனையை தேர்தல் ஆணையம் மிகவும் கடுமையாக ஆராய வேண்டும். சமூக ஊடகங்களில் பொய்யானக் கணிப்புகளை நிறுத்த ஏதாவது செய்ய முடியுமா? முடியாவிட்டால் நேர்மையான கணிப்புகளைத் தடை செய்வதன் மூலம் பொய்யானக் கணிப்புகளுக்கு இடம் தருவது அறிவுடைமை ஆகுமா? இப்போது தேர்தல் ஆணையம் எந்தத் தேர்தலுக்கும் முந்தி எல்லாக் கணிப்புகளையும் வெளியிடுவதைத் தடை செய்திருக்கிறது. வாக்களிப்புத் தொடங்குவதற்கு நாற்பத்தெட்டு மணி நேரத்திலிருந்து கணிப்புகள் தடை செய்யப்படுகின்றன. தடை வாக்களிப்பு முடியும் வரையில் நீடிக்கிறது. பல கட்டத் தேர்தல்களில் முதல் கட்டத் தேர்தலுக்கு நாற்பத்தெட்டு மணி நேரத்திற்கு முன்னர் தொடங்கி, கடைசிக் கட்ட வாக்குப் பதிவு முடிந்தபிறகே முடிகிறது. எனவே மக்களவைத் தேர்தலில் பல கட்டங்கள் இருப்பதால் தடை ஆறு வாரங்கள் வரையில் நீடிக்கிறது.

ஒருவரைப் பார்த்து ஒருவர் வாக்களிப்பதோ, பரிதாபப்பட்டு வாக்களிக்கும் தாக்கமோ உலகளவில் தேர்தல்களில் இருப்பதில்லை என்று ஆய்வுகள் காட்டுகின்றன. ஆனால் அரசியல்வாதிகள், அவை வாக்காளரிடம் இல்லாவிட்டாலும், கட்சித் தொண்டர்களிடம் பாதிப்பை ஏற்படுத்துகின்றன என்று நம்புகிறார்கள். ஒரு கட்சி வெற்றி பெறுகிறது என்று கணிப்பு காட்டினால் அது தொண்டர்களை உற்சாகப்படுத்துகிறது. ஆனால் சமூக ஊடகத்தில் பொய்க் கணிப்புகளைப் பரப்ப அரசியல் கட்சிகளை இது ஊக்கப்படுத்துகிறது. ஆனால் அது பெயர் போடாமலேயே நடக்கிறது. மேலும், கணிப்புகளை வெளியிடுவதற்குத் தடையிருப்பதால், பரவி வரும் பொய்க் கணிப்புகளை எதிர்கொள்ள நேர்மையான கணிப்புகளால் உண்மையானச் செய்தியை சொல்ல முடியவில்லை.

போலிக் கணிப்புகள் தடையென்ற இருளில் கொழிக்கின்றன

எனவே, தேர்தல் ஆணையம் தனது நிலை பற்றி மறு ஆய்வு செய்ய வேண்டும். கணிப்புகளைத் தடைசெய்வது கீழ்த்தரமான, ஒரு சார்பான போலிக் கணிப்புகளை ஊக்குவித்து அவற்றிற்கு இடமளிக்கிறது.

இந்தியாவில் பெரும்பாலான கணிப்பு முகமைகள் உண்மையாகவும், தங்கள் அணுகுமுறையில் தொழில் முறையிலும் குறிப்பாக, பாரம்பரியமான ஊடகங்களைப் பயன்படுத்துபவை, எனவே

தங்கள் பெயர் குறிப்பிடுபவை செயல்படுகின்றன. அவற்றில் பல எதிர்பார்ப்பது போலவே தங்கள் முன்னிறிவிப்புகளில் தவறி விடுகின்றன. தெரிந்து கொள்ள வேண்டுமென்ற எங்கள் ஆர்வத்திலும், பிற முகமைகளைக் காட்டிலும் சில கணிப்பு முகமைகள் தங்களது முன்னறிவிப்புகளில் எப்படிச் சரியாக இருக்கின்றன, சில முகமைகள் வழக்கமாகவே தவறாக இருக்கின்றன என்று கண்டறியவும் எங்களால் அணுகக் கூடிய இந்தியாவிலுள்ள எல்லா கணிப்பு முகமைகளிடமிருந்தும் விபரம் சேகரித்தோம். அவற்றின் கடந்த சில பதின்ம ஆண்டுகளில் எல்லாக் கணிப்புகளின் (கருத்துக் கணிப்பு, எக்சிட் கணிப்பு) அடிப்படையில் நாங்கள் அட்டவணைகளைத் தொகுத்திருக்கிறோம் (பார்க்க அட்டவணைகள் 2.2.8 முதல் 2.2.11). இவை அவற்றின் வெற்றி வீதத்தின் அடிப்படையில் தர வரிசைப்படுத்தப்பட்டிருக்கின்றன. அதாவது அவற்றின் கணிப்புகள் சரியானவையாக இருந்த எண்ணிக்கைகளின் விழுக்காடு ஒவ்வொரு முகமைக்கும் அதன் பெயரைத் தராமல் எழுத்தையே தந்திருக்கிறோம் (முகமை அனுமதித்தால்தான் நாங்கள் பெயரை வெளியிட முடியும்).

சட்டமன்றத் தேர்தல்கள்: சட்டமன்றத் தேர்தல்களில் முகமைகளின் முன்னறிவிப்புகளைக் கொண்டு அவற்றின் செயல்பாட்டை மதிப்பிட்டால், வெவ்வேறு முகமைகளின் செயல்திறன் அல்லது அவை பெற்ற முடிவுகள் பலதரப்பட்டவையாக இருக்கின்றன. முகமைகள் B, C ஆகியவை கருத்துக் கணிப்பிலும் எக்சிட் கணிப்பிலும் முதல் ஐந்திடங்களில் தரவரிசை பெற்றிருப்பதால் அவை மிகச் சிறப்பானவை என்பது தெளிவாகிறது. சில எக்சிட் கணிப்புகளைவிட, கருத்துக் கணிப்பில் சிறப்பாக இருக்கின்றன. முகமை கருத்துக் கணிப்பில் முதலிடமும், எக்சிட் கணிப்புகளில் பதினான்காவது இடமும் பெற்றிருக்கிறது. சில முகமைகள் தொடர்ந்து முன்னறிவிப்புகளில் மோசமாக இருக்கின்றன. எடுத்துக்காட்டாக, ‘O’ முகமை கருத்துக் கணிப்பில் 50 விழுக்காடும் எக்சிட் கணிப்பில் 33 விழுக்காடும் பெற்றிருக்கிறது. சாமானியர்களின் யூகக் கணிப்பை விட மோசம். சில முகமைகள் மிகக் கீழான வெற்றிவீதம் இருந்தாலும் சளைக்காமல் பல கணிப்புகளைத் தொடர்ந்து நடத்துகின்றன.

முகமைகளுக்கு இடையே வெற்றி வீதத்தில் இவ்வளவு அதிகமான வேறுபாடு இருப்பது, 2019-க்கான பாடம்; எல்லா கணிப்பு முகமைகளின் முன்னறிவிப்பையும் கண்ணை மூடிக் கொண்டு நம்பக் கூடாது என்று பாடம் கற்பிக்கிறது. முன்னறிவிப்பு செய்யும் முகமையின் முந்தைய தரவுகளை இணையதளத்தில்

அட்டவணை 2.2.8

மாநிலச் சட்டமன்றத் தேர்தல்களில் எக்சிட் கணிப்புகளில் இந்தியாவின் கணிப்பு முகமைகளின் தரவரிசை				
(முகமைகளின் தரவுகள் இரகசியமாகத் தரப்பட்டதால் அவற்றின் பெயர்கள் தரப்படவில்லை)				
தர வரிசை	கணிப்பு முகமை	நடத்தப்பட்ட மொத்தக் கணிப்புகள்	வெற்றி பெறுபவரைச் சரியாகக் கணித்த கணிப்புகள்	வெற்றி பெறுபவரைச் சரியாகக் கணித்த சதவீதம்
1	A	3	3	100%
2	B	9	8	89%
3	C	18	15	83%
4	D	5	4	80%
5	E	19	15	79%
6	F	15	11	73%
7	G	14	10	71%
7	H	17	12	71%
9	I	3	2	67%
10	J	56	36	64%
10	K	28	18	64%
12	L	14	8	57%
13	M	11	6	55%
14	N	6	3	50%
14	O	2	1	50%
16	P	5	2	40%
17	Q	3	1	33%
18	R	2	0	0%
	பிறர்	77	48	62%
	மொத்தம்	307	203	66%

குறிப்பு: ஐந்து அல்லது அதற்கு மேற்பட்ட கணிப்புகளை நடத்தியிருந்தால் மட்டுமே (மக்களவை, சட்டமன்றங்கள் கருத்துக் கணிப்புகள் எக்சிட் கணிப்புகள் சேர்த்து) முகமைகள் மதிப்பீடு செய்யப்பட்டன. எல்லா, கணிப்புகளும் சேர்ந்து ஐந்துக்கும் குறைவாக இருந்தால் அவை அனைத்தும் 'பிற' என்பதில் சேர்த்துக் கொள்ளப்பட்டன. கணிப்புகள் 1980 முதல் 2019 வரை நடத்தப்பட்டவை. எங்களிடம் உள்ள பதிப்புகளின் அடிப்படையில் மொத்த எண்ணிக்கை கணக்கிடப்பட்டது. நாங்கள் மதிப்பிடாத வேறு முகமைகள் இருக்கலாம். மேலும் 1967-இல் IIPO நடத்திய ஒரு கருத்துக் கணிப்பும் சேர்க்கப்பட்டுள்ளது. தேர்தலுக்கு ஆறு மாதங்களுக்குள் நடத்தப்பட்ட எல்லாக் கருத்துக் கணிப்புகளும் தேர்வு செய்யப்பட்டவை.

அட்டவணை 2.2.9

மாநிலச் சட்டமன்றத் தேர்தல்களில் எக்சிட் கணிப்புகளில் இந்தியாவின் கணிப்பு முகமைகளின் தரவரிசை				
(முகமைகளின் தரவுகள் இரகசியமாகத் தரப்பட்டதால் அவற்றின் பெயர்கள் தரப்படவில்லை)				
தர வரிசை	கணிப்பு முகமை	நடத்தப்பட்ட மொத்தக் கணிப்புகள்	வெற்றி பெறுபவரைச் சரியாகக் கணித்த கணிப்புகள்	வெற்றி பெறுபவரைச் சரியாகக் கணித்த சதவீதம்
1	C	14	14	100%
1	R	12	12	100%
1	I	3	3	100%
1	B	2	2	100%
5	K	46	42	91%
6	J	61	55	90%
7	H	39	33	85%
8	F	12	10	83%
8	Q	6	5	83%
10	G	17	14	82%
10	S	22	18	82%
10	E	22	18	82%
13	N	5	4	80%
14	A	3	2	67%
15	P	11	7	64%
16	D	9	5	56%
17	T	5	2	40%
18	O	3	1	33%
	பிறர்	101	76	75%
	மொத்தம்	393	323	82%

குறிப்பு: ஐந்து அல்லது அதற்கு மேற்பட்ட கணிப்புகளை நடத்தியிருந்தால் மட்டுமே (மக்களவை, சட்டமன்றங்கள் கருத்துக் கணிப்புகள் எக்சிட் கணிப்புகள் சேர்த்து) முகமைகள் மதிப்பீடு செய்யப்பட்டன. எல்லா கணிப்புகளும் சேர்ந்து ஐந்துக்கும் குறைவாக இருந்தால் அவை அனைத்தும் 'பிற' என்பதில் சேர்த்துக் கொள்ளப்பட்டன. கணிப்புகள் 1980 முதல் 2019 வரை நடத்தப்பட்டவை. எங்களிடம் உள்ள பதிவுகளின் அடிப்படையில் மொத்த எண்ணிக்கை கணக்கிடப்பட்டது. நாங்கள் மதிப்பிடாத வேறு முகமைகள் இருக்கலாம். மேலும் 1967-இல் IIPO நடத்திய ஒரு கருத்துக் கணிப்பும் சேர்க்கப்பட்டுள்ளது. தேர்தலுக்கு ஆறு மாதங்களுக்குள் நடத்தப்பட்ட எல்லாக் கருத்துக் கணிப்புகளும் தேர்வு செய்யப்பட்டவை.

இந்தியாவில் கருத்துக் கணிப்புகளை நீங்கள் நம்ப முடியுமா? | 153

அட்டவணை 2.2.10

| மாநிலச் சட்டமன்றத் தேர்தல்களில் எக்சிட் கணிப்புகளில் இந்தியாவின் கணிப்பு முகமைகளின் தரவரிசை |||||
(முகமைகளின் தரவுகள் இரகசியமாகத் தரப்பட்டதால் அவற்றின் பெயர்கள் தரப்படவில்லை)				
தர வரிசை	கணிப்பு முகமை	நடத்தப்பட்ட மொத்தக் கணிப்புகள்	வெற்றி பெறுபவரைச் சரியாகக் கணித்த கணிப்புகள்	வெற்றி பெறுபவரைச் சரியாகக் கணித்த சதவீதம்
1	B	7	7	100%
1	H	6	6	100%
1	A	7	7	100%
1	R	1	1	100%
1	U	2	2	100%
6	F	5	4	80%
7	E	17	12	71%
8	K	13	8	62%
9	J	7	4	57%
10	L	2	1	50%
11	V	2	0	0%
12	I	1	0	0%
	பிறர்	11	7	64%
	மொத்தம்	79	59	75%

சோதிப்பது நல்லது. O, P ஆகிய முகமைகள் போன்றவற்றின் முன்னறிவிப்புகளை மொத்தமாகக் கண்டுகொள்ளாமல் விட வேண்டும்.

மக்களவைத் தேர்தல்கள்: சில முகமைகள் மக்களவைத் தேர்தல்களுக்கான வெற்றியாளரைச் சரியாக முன்னறிவிப்பதில் சிறந்த பதிவினை ஏற்படுத்தியிருக்கின்றன (பார்க்க அட்டவணைகள் 2.2.10, 2.2.11). எடுத்துக்காட்டாக, A, H, U ஆகியவற்றின் வெற்றிவீதம் 100 விழுக்காடு. இது கருத்துக் கணிப்பிலும், வெளிவரும்போது கணிப்பிலும் காணப்படுகிறது. இன்னொரு முகமையான B மக்களவைக் கருத்துக் கணிப்பில் சிறந்து விளங்குகிறது. மாநிலச் சட்டமன்றக் கருத்துக் கணிப்பிலும் வெளிவருதல் கணிப்பிலும்

முன்னறிவிப்பில் முதல் இடங்களைப் பெறுகிறது. மக்களவைத் தேர்தல்களில் கருத்துக் கணிப்பு முன்னறிவிப்புகளில் முகமை வாரியான பதிவு துல்லியத்தில் பெரிய வேறுபாடு காட்டுகிறது. சில மிக மோசமான பதிவு காட்டுகின்றன. எடுத்துக்காட்டு I. நான்கு மக்களவைக் கணிப்புகளும் தவறாக இருந்தன.

வதந்திகளும் போலிக் கணிப்புகளும் பரவுவது கணிப்பு வாக்கெடுப்புகளைத் தடை செய்ததன் நேரடி விளைவு. இந்நூலின்ஆசிரியர்கள் உட்பட பலரும் தடையை நீக்கி கணிப்புகளை வெளியிட அனுமதிப்பது நல்லது என்று கருதுகிறார்கள். ஒன்றையொன்று முரண்படும் பல கணிப்புகள் இருக்கும்போது நல்ல கணிப்புகள் மோசமானவற்றை அழித்து விடும்.

அட்டவணை 2.2.11

மாநிலச் சட்டமன்றத் தேர்தல்களில் எக்சிட் கணிப்புகளில் இந்தியாவின் கணிப்பு முகமைகளின் தரவரிசை				
(முகமைகளின் தரவுகள் இரகசியமாகத் தரப்பட்டதால் அவற்றின் பெயர்கள் தரப்படவில்லை)				
தர வரிசை	கணிப்பு முகமை	நடத்தப்பட்ட மொத்தக் கணிப்புகள்	வெற்றி பெறுபவரைச் சரியாகக் கணித்த கணிப்புகள்	வெற்றி பெறுபவரைச் சரியாகக் கணித்த சதவீதம்
1	N	2	2	100%
1	H	2	2	100%
1	A	1	1	100%
1	D	1	1	100%
1	U	3	3	100%
1	E	3	3	100%
1	S	1	1	100%
8	F	5	3	60%
9	J	6	3	50%
10	K	7	3	43%
10	V	7	3	43%
12	I	3	0	0%
	பிறர்	13	12	92%
	மொத்தம்	54	37	69%

கணிப்பு முன்னறிவிப்புகள் ஏன் வெற்றி பெறும் இடங்களைக் குறைவாக மதிப்பிடுகின்றன?

எக்சிட் கணிப்புகள் வெற்றி பெறுபவரைச் சரியாக பெருமளவு முன்னறிவுக்கும் அதே நேரம் அவை தங்கள் முன்னறிவிப்புகளில் ஒரு பக்கமான விருப்பு வெறுப்பைக் காட்டுகின்றனவா? அதாவது எக்சிட் கணிப்புகள் வெற்றி பெறும் கட்சியின் இடங்களை மிகைப்படுத்துகின்றனவா? அல்லது வெற்றி பெறும் கட்சி பெறும் இடங்களைக் குறைத்து மதிப்பிடுகின்றனவா?

நாற்பதாண்டு பதிவுகளிலிருந்து, எக்சிட் கணிப்புகள் வெற்றியாளரைச் சரியாக முன்னறிவிக்கும் அதே நேரம் வெற்றி பெறும் கட்சிகள் பெறக்கூடிய இடங்களை முன்னறிவிப்பதில் பின்தங்கி இருப்பதாகத் தெரிகிறது. வெற்றி பெறும் கட்சி பெறும் இடங்களைக் குறைத்து மதிப்பிடுகின்றன (பார்க்க அட்டவணை 2.2.12). நாற்பதாண்டுகளில் சராசரியாக இந்தியக் கணிப்புகள் வெற்றி பெறும் இடங்களை 17 விழுக்காடு குறைவாக மதிப்பிட்டிருக்கின்றன.

மொத்த சராசரியைக் காட்டிலும் மக்களவைக் கணிப்புகளில் குறைவாக மதிப்பிட்டது, 8 முதல் 14 விழுக்காடு குறைவாக இருக்கிறது. இதுவும் கூட மக்களவை கணிப்புகள் வெற்றி பெறும் கட்சியின் இடங்களில் 20 முதல் 40 இடங்களைக் குறைத்து விடுகிறது.

மக்களவைக் கணிப்புகளை விட மாநிலச் சட்டமன்றக் கருத்துக் கணிப்புகளும், எக்சிட் கணிப்புகளும் அதிக சதவீத அளவில் குறைத்து மதிப்பிடுகின்றன (பார்க்க அட்டவணை 2.2.14). கருத்துக் கணிப்புகளில் 23 விழுக்காடு வரையிலும் குறைத்து மதிப்பிடுகின்றன. உலகத் தர அளவில் இவ்வளவு குறைவாக மதிப்பிடுவது ஏற்றுக் கொள்ளக் கூடியதில்லை.

இந்தத் தரவுகளின் அடிப்படையில் பார்த்தால், உங்கள் பார்வைக்கு வரும் எந்தக் கணிப்பு முன்னறிவிப்புக்கும் நீங்களாகவே சில இடங்களை அதிகப்படியாகச் சேர்த்துக் கொண்டால் முன்னறிவிப்பு துல்லியமாக ஆகிவிடும் என்பது தெளிவாகிறது. கட்டைவிரல் விதியின்படி, கண்டிப்பான வெற்றி பெறும் கட்சி முன்னறிவிக்கப்பட்டால், அந்த இடங்களோடு மக்களவையாக இருந்தால் முப்பது விழுக்காடு இடங்களையும், மாநிலச் சட்டமன்றங்களாக இருந்தால் இருபது விழுக்காடுகளையும் சேர்த்துக் கொள்ளலாம்.

அட்டவணை 2.2.12

எல்லாக் கணிப்புகளிலும் இந்தியாவில் எவ்வளவு குறைவாக வெற்றி பெறும் கட்சியின் இடங்களைக் குறைத்து மதிப்பிடுகின்றன
(மக்களவை, மாநிலச் சட்டமன்றங்கள் இரண்டுக்கும் கருத்துக் கணிப்புகளும், எக்சிட் கணிப்புகளும்)
எல்லாக் கணிப்புகளிலும் இடங்களைக் குறைவாக மதிப்பிட்டதன் சதவீதம்
17%

குறிப்பு: இது மொத்தம் 799 கணிப்புகளுக்கானது. 2004-இல் நடந்த 34 மக்களவைத் தொகுதிகள் சேர்க்கப்படவில்லை. அவை விதிவிலக்காகக் கருதப்படுகின்றன.

அட்டவணை 2.2.13

மக்களவைத் தேர்தல்கள்		
வெற்றியாளரைக் குறைத்து மதிப்பிடல்		
எக்சிட் கணிப்பும், கருத்துக் கணிப்பும் வெற்றி பெறும் கட்சி இடங்களைக் குறைத்து மதிப்பிடுகின்றன		
கணிப்புகளின் எண்ணிக்கை	1980 முதல் 2019 வரையிலான மக்களவை கணிப்புகள்	
	வெற்றி பெற்ற கட்சியின் இடங்களைக் குறைத்து மதிப்பிட்ட சதவீதம்	வெற்றி பெற்ற கட்சியைக் குறைவாக மதிப்பிட்ட இடங்கள்
61 கருத்துக் கணிப்புகள்	8%	23 இடங்கள்
38 எக்சிட் கணிப்புகள்	14%	39 இடங்கள்

குறிப்பு: 2004 மக்களவைக் கணிப்புகள் சேர்க்கப்படவில்லை. அவை விதிவிலக்குகளாகக் கருதப்படுகின்றன.

அட்டவணை 2.2.14

மாநிலச் சட்டமன்றத் தேர்தல்கள்	
கணிப்புகள் எவ்வளவு குறைத்து வெற்றி பெறுபவரை மதிக்கின்றன?	
கருத்துக் கணிப்புகள் எக்சிட் கணிப்புகளை விட அதிகமாக குறைத்து மதிப்பிடுகின்றன	
1983 முதல் 2019 வரை எல்லா சட்டமன்றக் கருத்துக் கணிப்புகளும், எக்சிட் கணிப்புகளும்	
கணிப்புகளின் எண்ணிக்கை	குறைத்து மதிப்பிட்ட வெற்றி இடங்களின் சதவீதம்
307 கருத்துக் கணிப்புகள்	23%
393 எக்சிட் கணிப்புகள்	15%

எல்லாக் கணிப்புகளுமே பெரிய கட்சியின் இடங்களைக் குறைவாக மதிப்பிடுகின்றனவா?

துரதிர்ஷ்டவசமாக, இந்தியாவில் கணிப்புகள் வெற்றி பெறும் கட்சியின் இடங்களைத் திட்டமிட்டு ஒருதலைப்பட்சமாக முன்னறிவிக்கின்றன. உண்மையில் 75 விழுக்காடு கணிப்பு முன்னறிவிப்புகள் வெற்றி பெறும் கட்சியின் இடங்களைக் குறைவாக மதிப்பிடுகின்றன (பார்க்க அட்டவணை 2.2.15). இவ்வாறு குறைத்து மதிப்பிடும் ஒருதலைப்பட்சமான நிலைக்குப் பல காரணங்கள் இருக்கின்றன. அவற்றில் பெரும்பாலானவை புள்ளி விபரம் சார்ந்தவை இல்லை.

எனினும், இந்தியாவில் கணிப்புகளின் வழக்கமான முறையிலான, எனவே 'முன்னரே' சொல்லக்கூடிய ஒரு சார்பான நிலைப்பாட்டால் எதிர்பாராத சில நன்மைகளும் உள்ளன. பிழை தற்செயலானதல்ல. தொடர்ந்து குறைத்து மதிப்பிடல் இருக்கிறது என்பது தெரிந்தபிறகு, நீங்கள் உங்களுக்கு விருப்பமான வகையில் கணிப்புகளைச் சரிசெய்து கொள்ளலாம். எடுத்துக்காட்டாக, முன்னறிவிக்கப்பட்ட கணிப்பு இடங்களோடு குறிப்பிட்ட சில இடங்களைச் சேர்த்துக் கொள்வது. அப்போது முன்னறிவிப்பு இன்னும் துல்லியமாக இருக்கும். எனினும் கூட்டவேண்டிய இடங்களின் எண்ணிக்கையை முடிவு செய்வதில் கவனமாக, ஒரு முறையோடு செயல்பட

அட்டவணை 2.2.15

எத்தனை கணிப்புகள் வெற்றி பெறும் கட்சியின் இடங்களைக் குறைத்து மதிப்பிடுகின்றன
பட்டும்படாமல் வெற்றி பெறும் கட்சியின் இடங்களைக் குறைத்து மதிப்பிடும் பரவலான போக்கு இருக்காது
வெற்றி பெறும் கட்சியின் இடங்களைக் குறைத்து மதிப்பிடும் கணிப்புகளின் சதவீதம் எல்லாக் கணிப்புகளும் மக்களவை, சட்டமன்றங்களுக்கான கருத்துக் கணிப்பு எக்சிட் கணிப்பு
75%

குறிப்பு: குறைத்து மதிப்பிடுவது = கணிப்பு உண்மையான தேர்தல் முடிவை விடக் குறைவாக இருப்பது. 2004 மக்களவை வாக்கெடுப்புகளைத் தவிர்த்து; அது விதிவிலக்கானது.

வேண்டும். ஏனென்றால், கணிப்பின் வகையைப் பொருத்து மக்களைவைத் தேர்தலா, சட்டமன்றத் தேர்தலா என்பதைப் பொறுத்து இந்த எண்ணிக்கை மாறும். உண்மையில் மக்களவைத் தேர்தலில் இடங்களைக் கூட்டுவது பற்றிக் கவனமாக இருக்க வேண்டும் என்று நூலாசிரியர்கள் எச்சரிக்கிறார்கள். ஏனென்றால் மக்களவைத் தேர்தல்கள் அதிகம் அதிகமாக மாநிலச் சட்டமன்றத் தேர்தல்களோடு சேர்ந்தே நடத்தப்படுகின்றன. இவை மொத்த மக்களவை முன்னறிவிப்பில் ஒன்றையொன்று முறித்துக் கொள்கின்றன. மாநில அளவில் எல்லா சரி செய்தல்களையும் முடித்துக் கொண்டு மக்களவை இடங்களைச் சரிசெய்வது நல்லது.

எக்சிட் கணிப்புகள்: கடந்த பதினைந்து ஆண்டுகளில் ஐந்தில் நான்கு (82 விழுக்காடு) எக்சிட் கணிப்புகள் பெரிய கட்சி வெற்றி பெறும் இடங்களைக் குறைத்து மதிப்பிட்டிருக்கின்றன. சட்டமன்றத் தேர்தல்களில் நான்கில் மூன்று (73 விழுக்காடு) எக்சிட் கணிப்புகள் வெற்றி பெறும் இடங்களைக் குறைவாக மதிப்பிட்டிருக்கின்றன (பார்க்க அட்டவணை 2.2.16).

கருத்துக் கணிப்புகள்: மக்களவைக் கருத்துக் கணிப்புகள் வெற்றி பெறும் இடங்களை எக்சிட் கணிப்புகளை விடக் குறைத்து மதிப்பிடுகின்றன. முன்னது 62%, பின்னது 82%. இது ஒருவேளை தேர்தல்களை நெருங்க நெருங்க மக்களவைக் கணிப்பாளர்கள்

அகப்பட்டுக் கொள்ளாமல், இக்கட்டில் மாட்டிக்கொள்ளாமல் இருக்க விரும்புவதைக் (playing safe) காட்டலாம் (எக்சிட் கணிப்பை விட வேறு எதுவும் தேர்தல் காலத்திற்கு நெருக்கமாக இருக்க முடியாது). ஆனால் மாநிலச் சட்டமன்றத் தேர்தல் கருத்துக் கணிப்புகள் எக்சிட் கணிப்புகளை விட மோசமாக உள்ளன. ஏறத்தாழ ஐந்தில் நான்கு (79%) சட்டமன்றத் தேர்தல் கருத்துக் கணிப்புகள் பெரிய கட்சி வெற்றி பெறும் இடங்களைக் குறைத்து மதிப்பிடுகின்றன.

ஒழுங்குமுறையாக நடைபெறும் குறைத்து மதிப்பிடலும் அதன் பெரிய அளவும் (75%) உலகத் தரங்களை விட மிகவும் குறைவு.

இந்தியாவில் கணிப்புகள் தவறான முன்னறிவிப்புகளைத் தருவதற்குப் பல காரணங்கள் உள்ளன: போதுமான அளவில் இல்லாத மாதிரி அளவுகள், தவறான மாதிரி வடிவமைப்பு, கணிப்பின் போது பெரும்வாக்குகளை இடங்களாக மாற்றுவதிலுள்ள பிரச்சனைகள் முதலியவை. ஆனால் பெரிய கட்சி பெறும் இடங்களைக் கணிப்பாளர்கள் தவறாகச் சொல்வதற்கு இந்தியாவிற்கே உரிய காரணங்கள் இரண்டு உள்ளன. அவை அ) வாக்களிப்பவர்கள் இக்கட்டில் மாட்டிக் கொள்ளாமல் இருப்பதற்கு ஆ) கணிப்பாளர்கள் இக்கட்டில் மாட்டிக் கொள்ளாமல் இருப்பதற்கு.

அட்டவணை 2.2.16

வெற்றி பெறும் இடங்களைக் குறைத்து மதிப்பிடும் சதவீதம்	
மக்களவை: எக்சிட் கணிப்புகள்	82%
மக்களவை: கருத்துக் கணிப்புகள்	62%
சட்டமன்றம்: எக்சிட் கணிப்புகள்	73%
சட்டமன்றம்: கருத்துக் கணிப்புகள்	79%
அனைத்துக் கணிப்புகள்	75%

குறிப்பு: குறைத்து மதிப்பிடல் = கணிப்பு முன்னறிவிப்பு உண்மையான முடிவை விடக் குறைவாக இருப்பது. 2004 மக்களவைக் கணிப்பில் சேர்த்துக் கொள்ளப்படவில்லை, அவை விதிவிலக்காக கருதப்படுகின்றன.

சில மாநிலங்களில் முன்னறிவிப்பது பிற மாநிலங்களை விட எளிது

நாம் ஏற்கனவே பார்த்தது போல, உலகில் பிற நாடுகளைப் போலவே இந்தியாவிலும் தேர்தல் கணிப்புகளில் பிழை ஏற்படுவதற்கு சாத்தியம் உண்டு என்று கருத்துக் கணிப்பு வரலாறு காட்டுகிறது. அது மட்டுமல்ல, இடங்களை முன்னறிவிப்பது தொடர்ந்து உண்மையான முடிவுக்கும் குறைவாக இருப்பது இந்தியத் தேர்தல் கணிப்புகள் ஒரு அமைப்புக்கு உட்பட்ட விருப்பு - வெறுப்பைக் கொண்டிருக்கின்றன என்பதைக் காட்டுகிறது.

அடுத்த மக்களவைத் தேர்தல்கள் நெருங்கி வரும் வேளையில் வெளியிடப்படவிருக்கிற பல தேர்தல் முன்னறிவிப்புகளை எப்படி மதிப்பீடு செய்வது?

வெளியிடப்படும் முன்னறிவிப்புகளில் நீங்களே சில மாற்றங்களைச் செய்யும் அளவிற்கு நீங்கள் அறிவுடையவராக இருக்கலாம். வரிசையாகக் கருத்துக் கணிப்புகள் அறிவிக்கப்படும்போது, உண்மையான இறுதித் தேர்தல் முடிவு பற்றிய மதிப்பீடு வேண்டுமென்றால், முதலில் எல்லாக் கருத்துக் கணிப்புகளின் சராசரியைக் கணக்கிடுங்கள். அடுத்த இடங்கள் பற்றிய முன்னறிவிப்புகள் ஒரு சார்புடையவையாக இருக்குமாதலால், நீங்களே இந்த சராசரியைச் 'சரி' செய்து கொள்ளுங்கள். இந்த ஒரு சார்புத் தன்மை எக்சிட் கணிப்புகள் தரும் முன்னறிவிப்புகளுக்கும் பொருந்தும்.

எனினும், கருத்துக் கணிப்புகள் எல்லாம் தெளிவாக உறுதியாக ஒரு கட்சி வெற்றி பெறும் என்று முன்னறிவிக்கும்போது, கணிப்பு முன்னறிவிக்கும் இடங்களோடு ஒரு குறிப்பிட்ட இடங்களைக் கூட்டுவது பொருத்தமாக இருக்கும். மாறாக, 2019 மக்களவைத் தேர்தல் கணிப்புகள் உறுதியாக வெற்றி பெறும் கட்சியைக் காட்டா விட்டால், நீங்களே தேர்தல் கணிப்பு முன்னறிவிப்புகளைச் 'சரி' செய்துகொள்ள வேண்டிய அவசியம் ஏற்படலாம்.

கருத்துக் கணிப்பாளர்கள் இக்கட்டில் மாட்டிக் கொள்ளாமல் இருக்கும் அணுகுமுறையைப் பயன்படுத்துவது மக்களவைத் தேர்தலுக்கு மட்டுமில்லை. மாநிலச் சட்டமன்றத் தேர்தல்களை முன்னறிவித்தலிலும் இது தெளிவாகக் காணப்படுகிறது (பார்க்க அட்டவணை 2.2.17). மாநிலத் தேர்தல்களில் எக்சிட் கணிப்புகள் கருத்துக் கணிப்புகளை விட நல்ல முன்னறிவிப்புகள் செய்திருக்கின்றன. 1983 முதல் 2018 வரையிலான மாநிலச் சட்டமன்றத் தேர்தல்களின் கருத்துக் கணிப்பு முன்னறிவிப்புகள்

இறுதி முடிவுகளில் பெறக் கூடிய இடங்களை 23 விழுக்காடு குறைத்து மதிப்பிடுகின்றன. ஒப்பிடும்போது, எக்சிட் முன்னறிவிப்புகள் இறுதி முடிவை 15 விழுக்காடு மட்டுமே குறைத்து மதிப்பிட்டிருக்கின்றன.

ஒவ்வொரு மாநிலத்திற்கும் வெவ்வேறு எண்ணிக்கையிலான இடங்கள் இருப்பதால், இந்த சதவீதப் பிழைகள் வெவ்வேறு எண்ணிக்கையுள்ள இடங்களுக்கு மாற்றி ஒவ்வொரு மாநிலத்திற்கும்

அட்டவணை 2.2.17

சுருக்கம் **எல்லாக் கணிப்புகளும் சரியாக முன்னறிவிப்பு செய்கின்றனவா?**		
கணிப்புகள் வெற்றி பெறும் கட்சியை சரியாக முன்னறிவிக்கின்றன. ஆனால் அவை பெறும் இடங்களின் எண்ணிக்கையை முன்னறிவிப்பதில் துல்லியமாக இல்லை. அவை வெற்றி பெறும் கட்சிக்கும் கிடைக்கும் இடங்களைக் குறைத்து மதிப்பிடுகின்றன		
	கருத்துக் கணிப்புகள் (2004-ஐத் தவிர்த்து)	எக்சிட் கணிப்புகள் (2004-ஐத் தவிர்த்து)
1. சரியாக வெற்றி பெறும் கட்சியை முன்னறிவிக்கும் கணிப்புகளின் சதவீதம்		
மாநிலச் சட்டமன்றத் தேர்தல்கள்	66%	82%
மக்களவைத் தேர்தல்கள்	97%	97%
2. வெற்றி பெறும் கட்சிக்குக் கிடைக்கும் இடங்களைக் குறைத்து மதிப்பிடும் கணிப்புகளின் சதவீதம்		
மாநிலச் சட்டமன்றத் தேர்தல்கள்	79%	73%
மக்களவைத் தேர்தல்கள்	62%	82%
3. கணிப்புகள் வெற்றி பெறும் கட்சிக்குக் கிடைக்கும் இடங்களைக் குறைத்து மதிப்பிட்ட சதவீதம்		
மாநிலச் சட்டமன்றத் தேர்தல்கள்	23%	15%
மக்களவைத் தேர்தல்கள்	8%	14%

கூட்டிக் கொள்ள வேண்டும். எல்லா மாநிலங்களுக்கும் மொத்த சராசரிகள் 23%-ஆகவும் 15%-ஆகவும் இருப்பதால், சிலவற்றிற்குப் பிறவற்றைக் காட்டிலும் பிழை வீதம் அதிகம் இருக்கும். வாக்காளர்களுக்கும், கணிப்பாளர்களுக்கும் அளவிடக் கூடிய இக்கட்டில் மாட்டிக்கொள்ளக் கூடாது என்று மனப்பான்மைகளுக்கும் அப்பால் சிக்கல்கள் இருக்கின்றன. துல்லியமான வாக்குக் கணிப்பு செய்வதில் சில மாநிலங்களில் அதிகச் சிரமம் இருக்கும் என்பது சந்தேகமில்லாத உண்மை. சில மாநிலங்களில் பிரச்சனை இருப்பதற்குப் பல காரணங்கள் உள்ளன. அந்த மாநிலத்தில் பெருவாரியான வெற்றிகள் பெறுவது குறைவாகவும், மிகக் குறைந்த வாக்கு பதிவுகள் இருக்கும் கடுமையான போட்டிகள் அதிகமாகவும் இருக்கலாம், சில மாநில அரசுகள் தான்தோன்றித்தனமாகவும், அதிகாரம் செலுத்துபவையாகவும் இருக்கலாம், அப்போது வாக்காளர்கள் தங்களது விருப்பத்தை வெளிப்படையாகச் சொல்வதற்குத் தயங்கலாம். கட்சிக் கூட்டணிகளும், கட்சி உடைவதும் தரும் சிக்கல் தேர்தல் முன்னறிவிப்புச் செய்வதைக் கடினமாக்கும். அந்த மாநிலத்தில் பிறவற்றை விட அதிகப்படியாக ஒரே மாதிரி இல்லாத வாக்காளர்கள் இருக்கலாம், எனவே மாதிரி அளவு அதிகமாக இருக்க வேண்டும். இவ்வாறு பல காரணங்கள்.

அட்டவணைகள் 2.2.18 a-யும் 2.2.18 b-யும் துல்லியமாக, கணிப்பு முன்னறிவிப்பு செய்வதில் எளிதான அல்லது கடினமான மாநிலங்களை வரிசைப்படுத்துகின்றன.

கருத்துக் கணிப்பு முன்னறிவிப்புகள்: கருத்துக் கணிப்புகளுக்கு எளிதாக இருக்கும் மாநிலங்கள் ராஜஸ்தான், மகாராஷ்ட்ரா, கேரளா, ஹரியானா ஆகியவை. அவற்றில் கருத்துக் கணிப்பு முன்னறிவிப்புகளில் மிகக் குறைந்த அளவு பிழையே இருக்கின்றது. ஆந்திரப் பிரதேசம், பீகார், உத்தரப்பிரதேசம் ஆகியவை தேர்தல் கணிப்பாளர்கள் தங்கள் கருத்துக் கணிப்பு முன்னறிவிப்பதை துல்லியமாகச் செய்வதற்கு மிகவும் கடினமான மாநிலங்கள்.

எக்சிட் முன்னறிவிப்புகள்: எக்சிட் கணிப்புகளுக்கு மகாராஷ்ட்ரா, ஒடிஷா, ஜார்கண்ட், கர்நாடகா ஆகியவை எளிதாகவுள்ள மாநிலங்கள். அவற்றில் எக்சிட் கணிப்புகளில் மிகக் குறைந்த அளவு பிழையே உள்ளது. ஆனால் தமிழ்நாடு, ஆந்திரப் பிரதேசம்,

அட்டவணை 2.2.18 a

கருத்துக் கணிப்புகளில் குறைத்து மதிப்பிடும் ஒரு சார்புத் தன்மை			
சில மாநிலச் சட்டமன்றத் தேர்தல்களில் கருத்துக் கணிப்புகளின் முன்னறிவிப்புகள் பிற மாநிலங்களோடு ஒப்பிடும்போது, நன்றாகவே இருக்கின்றன			
மாநிலம்	கருத்துக் கணிப்புகள் வெற்றி பெறும் கட்சியைக் குறைவாக மதிப்பிட்ட இடங்கள்	கருத்துக் கணிப்பு நடத்த சிறந்த மாநிலங்களும் மோசமான மாநிலங்களும் (தர வரிசை)
ராஜஸ்தான்	3	1
மகாராஷ்ட்ரா	4	2
கேரளா	6	3
ஹரியானா	7	4
ஜார்கண்ட்	10	5
குஜராத்	11	6
அஸ்ஸாம்	14	7
பஞ்சாப்	17	8
மத்தியப் பிரதேசம்	19	9
கர்நாடகா	19	9
ஒடிஷா	21	11
டில்லி	23	12
தெலுங்கானா	23	12
சட்டிஸ்கர்	30	14
தமிழ்நாடு	38	15
மேற்கு வங்காளம்	39	16
ஆந்திரப் பிரதேசம்	51	17
பீகார்	63	18
உத்தரப்பிரதேசம்	84	19

குறிப்பு: 1980 முதல் 2019 வரையில் கணிப்பு முன்னறிவிப்பு.

அட்டவணை 2.2.18 b

எக்சிட் கணிப்புகளில் குறைத்து மதிப்பிடும் ஒரு சார்பு		
எக்சிட் கணிப்புகளில் துல்லியத்தை அதிகமாக்க நீங்களே எப்படி சரி செய்யலாம்?		
பிற மாநிலங்களோடு ஒப்பிடும்போது சிலவற்றில் மாநிலச் சட்டமன்றத் தேர்தல்களை முன்னறிவிப்பது சிறப்பாக இருக்கிறது		
மாநிலம்	வெற்றி பெறும் கட்சியில் இடங்களைக் குறைத்து மதிப்பிட்ட எக்சிட் கணிப்புகள்	எக்சிட் கணிப்புகளுக்கு சிறந்த மாநிலங்கள் முதல் மோசமான மாநிலங்கள் வரை
மகாராஷ்ட்ரா	1	1
ஒடிஷா	1	1
ஜார்கண்ட்	2	3
கர்நாடகா	2	3
ஹரியானா	3	5
கேரளா	4	6
குஜராத்	4	6
டில்லி	8	8
பஞ்சாப்	9	9
அஸ்ஸாம்	12	10
சட்டிஸ்கர்	13	11
ராஜஸ்தான்	14	12
மேற்கு வங்காளம்	17	13
மத்தியப் பிரதேசம்	21	14
தெலுங்கானா	22	15
பீகார்	35	16
தமிழ்நாடு	49	17
ஆந்திரப் பிரதேசம்	60	18
உத்தரப்பிரதேசம்	65	19

குறிப்பு: 1980 முதல் 2019 வரையில் நடத்தப்பட்ட கணிப்புகளின் முன்னறிவிப்புகள்.

உத்தரப்பிரதேசம் ஆகியவை தேர்தல் கணிப்பாளர்கள் தங்கள் எக்சிட் கணிப்பதைத் துல்லியமாகச் செய்வதற்கு மிகவும் கடினமான மாநிலங்கள்.

ஆகவே, பிழை வீதம் அதிகமாகவும், ஒரு சார்புத் தன்மையால் குறைத்து மதிப்பிடுதல் அதிகமாகவும் இருக்கும்போது, மாநிலச் சட்டமன்றக் கணிப்புகளை வருங்காலத்தில் நம்ப வேண்டுமா? ஆனால் முன்னறிவுப் பிழை குறைத்து மதிப்பிடுதலிலேயே பெரும்பாலும் இருப்பது நல்லது. ஏனென்றால், ஒரு ஒழுங்குமுறையில்லாத பிழையை விட முறையான சார்புத் தன்மையை ஈடுகட்டுவது எளிது.

3
தேர்தல்களை முன்னறிவிப்பதிலுள்ள மிகப்பெரிய அறைகூவல்கள்

தேர்தல் கணிப்புகள் ஏன் தவறாகப் போகின்றன: வாக்களிப்போர் இக்கட்டுக்குள் அகப்பட விரும்பாத நிலை.

இந்தியாவில் 'எக்சிட்' கணிப்புகளைக் கருத்துக் கணிப்புகளோடு ஒப்பிடும்போது துல்லியக்கணிப்பில் வேறுபாடு இருப்பதற்கு மாதிரியின் அளவு மட்டும் காரணம் இல்லை. நாடு முழுவதும் இரண்டு வகைக் கணிப்புகளையும் பல ஆண்டுகளாக மேற்கொண்ட அனுபவத்தில், 'எக்சிட்' கணிப்புகள் கருத்துக் கணிப்புகளைவிட அதிகம் துல்லியமாக இருப்பதற்குக் இந்தியாவிற்கே உரிய கூடுதலான ஒரு காரணம் இருப்பதாக நம்புகிறோம். ஒரு ஆய்வில் பதில் சொல்பவர்களைத் தேர்ந்தெடுக்கப்படும் போது இந்திய வாக்காளர்களில் ஒரு வகையினர் அவர்கள் தேர்தலுக்கு வாக்களிப்பதற்கு முன்னர் யாருக்கு வாக்களிக்கப் போகிறோம் என்று வெளியிடத் தயங்குகிறவர்கள். ஆனால் வாக்களித்தப்பிறகு தாராளமாகச் சொல்வார்கள். வாக்களிப்பதற்கு முன்னர் இந்திய வாக்காளர் சிறிதளவு கூச்சப்படுபவராகவும், தயங்குபவராகவும் இருக்கிறார்.

இந்த வகையாக வாக்காளர்கள் சிறிது கிளர்வான கேள்விகளுக்குப் பிறகு ஒரு கணிப்பாளரின் கேள்விக்கு இவ்வாறு பதில் சொல்லவும் கேட்டிருக்கிறோம். "நான் யாருக்கு வாக்களிக்கப் போகிறேன் என்று தீர்மானித்திருந்தாலும் உங்களுக்கு அதைச் சொல்ல விரும்பவில்லை. ஏனென்றால் நீங்கள் ஏதாவது ஒரு அரசியல் கட்சியைச் சேர்ந்தவராக இருப்பீர்கள்; நீங்கள் கருத்துக் கணிப்பவராக நடிக்கலாம். நான் யாருக்கு வாக்களிக்கப் போகிறேன் என்று தெரிந்தவுடன் நீங்கள்

எனது மனத்தை மாற்ற முயற்சி செய்வீர்கள் - விஷயம் அசிங்கமாக ஆவது எனக்குப் பிடிக்காது!" எப்படியிருப்பினும் அவர் வாக்களித்த பிறகு அவருக்கு இறுக்கம் குறைகிறது. நடந்தது நடந்து விட்டது என்று மனத்தை மாற்ற இனி எந்த முயற்சியும் செய்ய முடியாது.

இக்கட்டில் மாட்டிக் கொள்ளாமல் இருப்பதின்(*playing safe*) நோய்க்குறியாகவும், கருத்துக் கணிப்பாளர்களுக்கு சிக்கலாகவும் இது பல ஆண்டுகளாக இருந்து வந்திருக்கிறது. விடையளிப்போர் தங்களது கருத்தைச் சுதந்திரமாகச் சொன்னாலும், ஒரு பகுதியினர் தயக்கம் காட்டுகிறார்கள். விடையளிக்க மறுப்பதான 'தெரியாது / பதில் சொல்ல மறுக்கிறார்' என்பதில் மறைந்து கொள்கிறார்கள். கருத்துக் கணிப்புகளில் இவை போன்ற விடைகள் 10 முதல் 15 விழுக்காடு வரையில் இருக்கும். எனினும் இவற்றில் பெரும்பாலானவை உண்மையானவையாக இருக்கும், அல்லது இன்னும் முடிவெடுக்காதவர்களாக இருக்கலாம், அல்லது அவர்களது வாக்கு தங்களது தனிப்பட்ட உரிமை, ரகசியம் என்று கருதுபவர்களாக இருக்கலாம். எனினும் 15 விழுக்காட்டினரில் 5 விழுக்காட்டினர் ஏற்கனவே முடிவெடுத்திருக்கலாம். அவர்கள் எதிலும் எச்சரிக்கையாகத் தங்களது முடிவை வெளிப்படுத்தாமல் இருப்பார்கள். இவர்களில் பெரும்பான்மையினர் மாநிலத்தில் ஆளுங்கட்சிக்கு எதிராக இருக்கும் வாக்காளர்கள். விடையளிப்போரில் இரண்டாவது வகையினர் அரசியலில் 'சரியானது' என்று கருதுவதைச் சொல்பவர்கள், ஆளுங்கட்சிக்கு ஆதரவாக இருப்பவர்கள். இது முன்னறிவிப்பை பெருமளவு பாதிக்கும்.

இக்கட்டில் மாட்டிக் கொள்ளாமல் இருக்கும் வாக்காளர்கள் (மாநிலத்திலோ, மையத்திலோ) ஆளும் கட்சிக்கு எதிராக இருப்பவர்கள். ஆனால் யாருக்கு வாக்களிக்கப் போகிறோம் என்பதை வெளியில் சொல்லாதவர்கள் என்பதைக் கவனித்திருக்கிறோம். எனவேதான் தேர்வுக் கருத்துக் கணிப்புகளில் பெறப்படும் தரவுகள் சிறிதளவு ஆளும் கட்சியைச் சார்ந்திருக்கிறது என்று காட்டி, எதிர்க்கட்சிகளுக்குக் கிடைக்கும் வாக்குகளைக் குறைத்து மதிப்பிடும்.

பெரும்பாலான கருத்துக் கணிப்புகளின் புள்ளிவிபரங்கள் ஆளுங்கட்சிக்கு ஆதரவான சதவீதம் தேர்தலில் ஆளும் கட்சி பெறும் இறுதி வாக்குகளைவிட ஒருசில புள்ளிகள் அதிகமாக இருப்பதைக் காட்டுகின்றன. எனவே, இக்கட்டில் மாட்டிக் கொள்ளாமலிருக்கும் காரணி அல்லது ஆளுங்கட்சிக்கு ஆதரவான நிலையை ஈடுகட்ட

முயற்சி செய்ய கருத்துக் கணிப்பாளர் கட்டாயப்படுத்தப்படுகிறார். சிக்கலான கணிதச் சூத்திரங்களைப் பயன்படுத்துவது இதற்குத் தேவைப்படும். இந்த ஒரு சார்புடைமையின் அளவு, - அது 1 விழுக்காடாக அல்லது 3 விழுக்காடாக அல்லது 4 விழுக்காடாக இருந்தாலும், - ஊகக்கணிப்புதான். தெரியாது / சொல்ல இயலாது/ சொல்ல முடியாது போன்று விடைதரும் பகுதியினர் ஆளும் கட்சிக்கு விளிம்பு நிலையில் அல்லது எதிராக இருப்பவர்கள் என்பதற்கு ஆதரவும் இருக்கிறது. ஆனால் இது இன்னும் ஆராயப்பட வேண்டும்.

மேலும் இக்கட்டில் மாட்டிக் கொள்ளாத காரணியின் அளவு எல்லாக் கணிப்புகளிலும் ஒரே மாதிரி இருப்பதில்லை. உள்ளூர் நிலையின் காரணமாக இது மாநிலங்களுக்கு மாநிலம் மாறுபடும். உண்மையைச் சொல்ல வேண்டுமென்றால் இக்காரணியின் அளவு யாருக்கும் தெரியாது. எப்படியிருப்பினும் சமுதாயத்தின் ஒடுக்கப்பட்ட பகுதியினர், சில சாதி, மதச்சிறுபான்மையினரும் பிறரும் ஆதிக்கசக்திகளால்அச்சுறுத்தப்படும்போது மாநிலங்களில் இவ்வாறு இக்கட்டில் மாட்டிக் கொள்ள விரும்பாத சிறு பகுதியினர் இருப்பது சாத்தியம்.

இந்தியாவிலுள்ள பெரும்பான்மையான வாக்காளர்கள் வெளிப்படையாக, அச்சமின்றி தாங்கள் யாருக்கு வாக்களிக்கப் போகிறோம் என்று சொல்லும் அதே நேரம், சிறிது பதற்றமும், அச்சமும் அடையும் வாக்களர்களின் எண்ணிக்கை கூடிக்கொண்டே போகிறது என்பது இதன் பொருள். சில பதின்ம ஆண்டுகளுக்கு முன்னர் இரண்டிலிருந்து 3 விழுக்காடாக இருந்த எண்ணிக்கை, இப்போது 4 முதல் 5 விழுக்காடாக இருக்கிறது.

மேலை நாட்டு மக்களாட்சி நாடுகளின் கருத்துக்கணிப்பாளரும் நமது இக்கட்டில் மாட்டிக்கொள்ள விரும்பாத காரணியைப் போன்ற ஒன்றைச் சந்திக்கிறார்கள். பல வாக்காளர்கள் தாங்கள் வலதுசாரி கட்சிக்கு வாக்களிப்பதை வெளிப்படையாகச் சொல்வதையோ எல்லோர் முன்னரும் ஒத்துக் கொள்வதையோ விரும்புவதில்லை என்று தோன்றுகிறது. இதன் விளைவாக அமெரிக்காவில் மறைவாக இருந்த பழமைசார் வாக்குகளும், குடியேற்றத்திற்கு எதிரான டிரம்ப் வாக்குக் கணிப்பு முன்னறிவிப்புகளில் வலதுசாரி வாக்கைக் குறைத்து மதிப்பிடுவதற்கு இட்டுச் சென்றன.

இந்தியா உட்பட பல நாடுகளில் இக்கட்டில் சிக்காமல் விடையளிக்கும் வாக்காளர்களின் அளவைக் கணக்கிட முயற்சி

மேற்கொள்ளப்பட்டது. ஒவ்வொரு வாக்காளரிடமும் ஒரே மாதிரியான கேள்வி கேட்கப்பட்டது: "சென்ற தேர்தல்களில் யாருக்கு நீங்கள் வாக்களித்தீர்கள்?" யாராவது இப்போது இக்கட்டில் மாட்டாதிருக்குமாறு விடை தந்தால் முந்தைய தேர்தல்களிலும் அப்படித்தான் சொல்லியிருப்பார்கள்; ஆகவே சென்ற முறை யாருக்கு வாக்களித்ததாக எப்படி மக்கள் சொன்னார்கள் என்பதை உண்மையான தேர்தல் முடிவோடு ஒப்பிடும்போது, ஆளும்கட்சி சார்பு என்பதை ஈடுகட்ட கணிப்பாளர்களால் முடியும். அதன் அடிப்படையில் இப்போதைய கணக்கெடுப்பு முடிவோடு மறு அளவீடு செய்ய உதவும். அதாவது உண்மையாக பா.ஜ.க.-விற்கு வாக்களித்தவர்களைவிட அதாவது வாக்களித்ததாக நினைவு கூர்பவர்களைவிட 2 விழுக்காடு அதிகமிருந்தால் அந்த முடிவுகளைக் கணக்கில் எடுத்துக் கொள்ளலாம். ஆனால் பெரும்பாலான நேரங்களில் உலகம் முழுவதும் பொதுவாகவே இது சரியாக இருப்பதில்லை. ஏனென்றால், சென்ற முறை வெற்றி பெற்ற கட்சிக்கு வாக்களித்திருந்ததாகப் பெரும்பான்மையோர் சொல்ல விரும்புவார்கள். மேலும், மக்களவை, சட்டமன்றம், பஞ் சாயத்து, நகராட்சித் தேர்தல்கள் என்று பலவகையான தேர்தல்கள் இருப்பதால் ஒரு குறிப்பிட்ட தேர்தலில் சென்ற முறை யாருக்கு வாக்களித்தோம் என்பதை நினைவுகூர்வதற்கு வாக்காளர்கள் உண்மையில் சிரமப்படுகிறார்கள்.

இக்கட்டில் மாட்டிக் கொள்ள விரும்பாத காரணி இந்திய வாக்காளர்கள் மத்தியில் எங்கும் இருக்கிறது என்றோ, அச்ச உணர்வு பரவலாக இருக்கிறது என்றோ அனுமானிப்பது தவறாக இருக்கலாம். சில பத்தாண்டுகளில் இந்தியாவெங்கும் பல நூற்றுக்கணக்கான கிராமங்களில் கருத்துக் கணிப்பு நடத்திய அனுபவத்திலிருந்து பெரும்பாலான வாக்காளர்கள் வெளிப்படையாகவும் நேர்மையாகவும் இருக்கிறார்கள் என்பது தெளிவாயிற்று. அண்மையில் ராஜஸ்தானில் எங்களது முன்னோட்ட ஆய்வின்போது, கிராம மக்கள் தங்களது விளைபொருட்களை விற்க வரும் சந்தை கூடும் ஒரு சிறு நகரத்தில் நின்றோம். தலையில் காய்கறிகள் சுமந்து வந்த ஒரு பெண்ணிடம், அவர் யாருக்கு வாக்களிக்கப் போகிறார் என்று கேட்டோம். அவர் பெரிதாக ஒரு புன்னகை செய்து, "இந்தச் சந்தைக்கு நடுவில் நான் ஒரு சண்டையை ஆரம்பிக்க வேண்டும் என்று விரும்புகிறீர்களா?" என்று கேட்டார். அவருக்கு அரசிடம் அச்சமில்லை, ஆனால் நகரச் சந்தைகள் போன்ற ஒரு பொது இடத்தில் விவாதம் செய்யவோ தனது உணர்ச்சிகளை வெளிப்படுத்தவோ அவர் விரும்பவில்லை. அவருடன் செலவழிக்க

சில மணித்துளிகளிகள் எங்களுக்குக் கிடைத்திருந்தால், அவர் ஒரு வேளை தான் யாருக்கு வாக்களிக்கப் போகிறோம் என்று மட்டுமல்லாமல், பிற வேட்பாளர்களுக்கு ஏன் வாக்களிக்கப் போவதில்லை என்பதற்கான கோபமான காரணங்களைப் பட்டியலிட்டிருந்திருப்பார். அவருடைய கருத்துக்களை மக்கள் மத்தியில் எங்களோடு பகிர்ந்து கொள்ள அவர் தயங்குவதற்கு அச்சம் ஓர் உண்மையான காரணம் இல்லை.

எனினும் இக்கட்டில் மாட்டிக்கொள்ள விரும்பாத காரணி வாக்காளர்களில் ஒரு சிறு விழுக்காட்டினருக்கு மட்டுமே பொருந்தும். என்றாலும், இன்று இந்தியத் தேர்தல்கள் முன்னறவிப்பில் ஏற்படும் பிழைக்கு இது முக்கிய காரணிகளில் ஒன்று. பல இந்திய அறிஞர்கள் இதற்குத் தீர்வு காண இன்றும் முயன்று கொண்டிருக்கிறார்கள்.

மேலை மக்களாட்சி நாடுகளில் வாக்களிப்பவர் தன் விருப்பங்களைத் தெரிவிக்க முன்வராமை, தொடர்ந்து செல்லும் கணிப்புகளால் *(tracking polls)* ஈடு செய்யப்படுகிறது. இது வழக்கப்படியான கருத்துக் கணிப்பு, சில வேளைகளில் வாரம் ஒரு முறைகூட நடக்கும். இது பல்வகை முகமைகளிடமிருந்து பெறும் தரவுகளை ஆராய்வது. அதனால் அவ்வப்போது ஏற்படும் மாற்றங்களின் போக்குகளைப் பகுப்பாய்வு செய்து எளிதாக முன்னறிவிப்பு செய்ய முடியும். எடுத்துக் காட்டாக அண்மையில் அதாவது 2015-ஆம் ஆண்டு. பிரிட்டனில், கன்சர்வேட்டிவ் கட்சி எதிர்பார்ப்புகளை எல்லாம் ஏமாற்றிவிட்டு பெரும்பான்மை பெற்றது. எல்லாக் கருத்துக் கணிப்புகளும் அதை இரண்டாவது இடத்திற்குத் தள்ளியிருந்தது. ஆனால் தேர்தலுக்கு முந்திய ஆண்டுகளில் ஒரு தெளிவான போட்டி ஏற்பட்டிருந்தது. கன்சர்வேட்டிவ் வாக்குகளில் தொடர்ந்து முன்னேற்றமும், லேபர் கட்சியில் தொடர்ந்து பின்னேற்றமும் காணப்பட்டன. கன்சர்வேட்டிவ் கட்சி முந்தும் நிலை 2015 மே-இல் நடந்தது. அப்போதுதான் தேர்தலும் நடந்தது. கன்சர்வேட்டிவ் கட்சி தொழிற்கட்சியை முந்தி விட்டது. இவ்வாறு தொடர்ந்து பின்பற்றிச் செல்லும் கணிப்புகளால் மாற்றங்களையும், போட்டிகளையும் எளிதில் கண்டு கொள்ள முடியும். ஆனால் அதற்கு மிகுந்த செலவாகும். மேலும் இந்தியாவில் கணிப்புக்குத் தேவைப்படும் மாதிரி அளவு இந்த முறையை இங்கு பயன்படுத்த முடியாதபடி செய்கிறது.

இந்தச் சிக்கல் மிகப் பெரியது, இதனால் இந்தியக் கணிப்பில் ஒரு நெருக்கடி என்று கூடச் சொல்லலாம். சராசரியான இக்கட்டில்

சிக்காமலிருக்கும் காரணி மாறிக்கொண்டே இருக்கிறது. 'எக்சிட்' கணிப்புகளின் பதில் சொல்லாததால் ஏற்படும் ஒரு பக்கச் சார்பு 2 முதல் 3 விழுக்காடு இருக்கும். கருத்துக் கணிப்புகளில் ஒருபக்கச் சார்பு இன்னும் அதிகமிருக்கும். இக்கட்டில் சிக்க விரும்பாத காரணியில் ஏற்படும் மறைவான ஒருபக்கச் சார்பு 3 முதல் 5 விழுக்காடு இருக்கும். இதனை ஒவ்வொரு கட்சியும் பெறும் இடங்களாக மாற்றும்போது. பெருவிரல் விதியின்படி வாக்குகளில் மக்களவைத் தேர்தலில் ஒரு சதவீத மாற்றம் பதினைந்து இடங்களைக் கைமாறச் செய்யும். அதாவது ஆளும் கட்சிக்கு வாக்கு சதவீதத்தில் மூன்று சதவீதம் மிகைப்படுத்துவது நாற்பத்தைந்து இடங்கள் தவறாக ஆவதற்கு வழி வகுக்கும். இதன் தாக்கம் ஏற்படுத்தும் விளைவு தொண்ணூறு இடங்கள் ஆகிவிடும். ஒரு கட்சி நாற்பத்தைந்து இடங்களை இழந்தால், இன்னொரு கட்சிக்கு நாற்பத்தைந்து இடங்கள் கூடுதலாகிவிடும். இப்படிப்பட்ட பிழை ஒரு தேர்தலில் வெற்றி, தோல்வியை முன்னறிவிப்பதில் பிரதிபலிக்கும். எனினும் இக்கட்டில் மாட்டிக் கொள்ள விரும்பாத காரணி முன்னறிவிப்பதைப் பாதிப்பதைத் தடுக்க எளிதான தீர்வு இல்லை. ஒரே வழி, வாக்களிப்பு இல்லாத வினாவிற்கு கிடைக்கும் தொனியையும் திசையையும் ஆராய்ந்து சரி செய்யலாம்.

வாக்காளரின் இக்கட்டில் மாட்ட விரும்பாத காரணியால் ஆளும் கட்சிக்குச் சார்பான ஒரு நிலை பரவலாக இருக்கும்போது அதிக அளவில் வெற்றி பெறுபவரைக் குறைத்து மதிப்பிடுவது எப்படி? முதலாவதாக, ஆளும்கட்சியிடம் சார்பு இருப்பதைத் தெரிந்து வைத்திருக்கும் கணிப்பாளர்கள் இச்சார்பினை அதிகமாகமதிப்பிட்டு, அதிகமாகவே ஈடு செய்து விடுவார்கள். ஆனால் ஆளும் கட்சி வாக்குகளைக் குறைத்து மதிப்பிடுவதற்கு இது இட்டுச் செல்லும், மீண்டும் அதே கட்சி வெற்றி பெற்றால், அது பெறக்கூடிய இடங்களையும் குறைத்து மதிப்பிடும். இரண்டாவதாக, பல வேளைகளில் கணிப்பாளர் சார்பு நிலையைக் குறைத்து மதிப்பிட்டு ஆளும் கட்சிக்கு அதிக இடங்களையும் எதிர்க் கட்சிக்கு குறைந்த இடங்களையும் முன்னறிவித்து விடுவார். இன்றைய தேர்தல்களில் 50 சதவீதத்தில் இப்படித்தான் நடக்கிறது. (ஏனென்றால் நாம் முதல் பகுதியில் பார்த்தது போல 50:50 காலகட்டத்தில் இருக்கிறோம்.)

இன்றைய புள்ளியியல் அறிஞர்களைவிட கணிப்பு முடிவுகளை சிறப்பாக ஆராய்ந்து முடிவு சொல்வதற்கு செயற்கை நுண்ணறிவும் ஆழமாகக் கற்கும் தொழில் நுட்பங்களும் வரும் காலம் தொலைவில் இல்லை.

ஏன் கணிப்புகள் தவறான முடிவுக்கு வருகின்றன: கணிப்பாளர்களும் இக்கட்டில் மாட்டிக் கொள்ள விரும்புவதில்லை.

வாக்காளர்கள் சிலர் பட்டும் படாமலும் பதில் சொல்வது ஒரு புறமிருக்க கணிப்பாளர்களும் தங்களது முன்னறிவிப்புகளில் இக்கட்டில் மாட்டிக் கொள்ள விரும்புவதில்லை என்பது அனைவரும் அறிந்த இரகசியம். இது முறைசார்ந்ததொரு சார்புநிலைக்கும், பெருவாரி வெற்றிகளைக் குறைத்து மதிப்பிடுவதற்கும் இட்டுச் செல்கிறது.

கணிப்பாளர்களைப் பொறுத்த வரையில், பிறவற்றையெல்லாம் விட அதிக கனமுள்ளதாக இருக்கும் ஒரு அதிமுக்கிய காரணி வெற்றியாளரைச் சரியாக முன்னுரைப்பது. X கட்சி வெற்றி பெறும் என்று முன்னறிவித்தப் பிறகு முடிவில் Y கட்சி வெற்றி பெறுவது போல மோசம் எதுவுமில்லை. வெற்றி பெறும் கட்சியைச் சரியாக முன்னறிவித்து - பெறும் இடங்கள் 20 விழுக்காடு குறைவாக இருந்தாலும்கூட - அதனைச் சிறப்பு என்று சொல்லாவிட்டாலும், வெற்றி பெறுகின்ற கட்சியைத் தவறாகச் சொல்லுவதைவிட நல்லது தான். ஆனால் கணிப்பாளர் வெற்றி பெறுபவரைத் தவறாகச் சொல்லவிட்டால் முன்னறிவிக்கப்பட்ட இடங்களின் எண்ணிக்கைகளை யாரும் பார்க்க சிரமம் எடுத்துக் கொள்ள மாட்டார்கள். நோக்கங்களின் இந்தத் தெளிவான படிநிலை கணிப்பாளர்கள் மேற்கொள்ளும் முறையைத் தீர்மானிக்கிறது.

கணிப்பு முன்னறிவிப்பாளர்களுக்கு கீழே குறிப்பிட்ட குழப்பம் எப்போதும் இருக்கும். அவர்களது வாக்கெடுப்பின் மையப்புள்ளி பெரிய கட்சி 315 இடங்களில் வெற்றி பெறும் என்பது காட்டுகிறது என்று வைத்துக் கொள்வோம்.

இது பெரிய பெருவாரியான வெற்றியாகும். (பெரும்பான்மையான 272-ஐ விட இது நாற்பது இடங்கள் அதிகம்.) ஆனால் எல்லா வாக்கெடுப்புகளிலும் சிறப்பாக இந்தியாவில், குறிப்பிடத்தக்க பிழை இருக்கும். கணிப்பாளர்கள் 315 பெருவாரியான வெற்றி என்பது முன்னறிவித்து அது சரியாக நடந்து விட்டால் அவர்களுக்கு இது பெருமதிப்பைத் தேடித்தரும். ஆனால் பெரிய கட்சி 260 இடங்களுக்கும் குறைவாக, அதாவது பெரும்பான்மைக்குக் கீழே போனால், அவர்களது பெருவாரி வெற்றி முன்னறிவிப்பை அவமானமாகப் பேசுவார்கள். இது மிகப் பெரிய தவறு என்று கருதப்பட்டு நெடுங்காலம் மறக்கப்படாமலே இருக்கும்.

அவர்களது கணிப்பின் நடுப்புள்ளியில் 315-ஆக வரக்கூடிய முடிவு இருக்குமென்று தெரிந்த பிறகு, வெற்றி பெறுபவரைத் தவறாக முன்னறிவிப்பதை எப்படியாவது தடுக்கத் தீர்மானித்து பெரிய கட்சி 260 இடங்களையாவது குறைந்த பட்சம் பெறும் என்று சொல்லிவிட்டு ஒருவேளை வெற்றிபெறும் கட்சி 300 இடங்களுக்கு மேலும் பெறக்கூடும் என்று முடிப்பார்கள்.

அதாவது, கணிப்பாளர்கள் துல்லியமான புள்ளிவிவரக் கணக்குப்படி சரியாக முன்னறிவிப்பைத் தரும் ரிஸ்க்கிற்குப் பதிலாக இக்கட்டிலிருந்து தப்பிக்கும் பிழையைத் தேர்ந்தெடுப்பார்கள். அவர்கள் 315 இடங்களாகச் சரியாக முன்னறிவிப்பதால் பாராட்டப்படும் அளவிற்கு இப்போது பாராட்டப்பட மாட்டார்கள்.. ஆனால் அவர்கள் வெற்றி பெறும் கட்சியைச் சரியாகச் சொல்லி விட்டார்கள் என்று குறிப்பிடப்படுவதோடு அவர்கள் வெற்றி பெறும் கட்சி 300 இடங்களுக்கு மேல் பெறும் என்று சொல்லியிருக்கிறார்கள் என்பதும் சுட்டிக் காட்டப்படும்.

இன்னொரு காட்சியைப் பார்ப்போம். கணிப்பு முடிவு துல்லியமாக இல்லை. கடைசி முடிவு பெரிய கட்சி 260 இடங்களைப் பெற்றிருக்கிறது என்று காட்டுகிறது. கணிப்பாளர்கள் தாங்கள் கணிப்புகளில் ஏற்படக்கூடிய பிழையை அறிந்து இக்கட்டில் மாட்டாது இருக்க முடிவு செய்தது பற்றி நிம்மதிப் பெருமூச்சு விடுவார்கள். முன்னறிவிப்பினை மிகப் பிரகாசமானது என்று மக்கள் போற்றுவார்கள்.

பல கணிப்பாளர்கள், குறைவான பாதுகாப்பான எண்ணிக்கையைத் தேர்ந்து கொள்ளவே விரும்புகிறார்கள். புகழையும் அதே சமயம் அதோடு அவமானத்தைத் தரும் ஆபத்தைக் கொண்டிருப்பதையும் விட்டு விட்டு, அவற்றிற்குப் பதிலாக மொத்தமாகத் தவறு செய்யவில்லை, உண்மையான முடிவுக்கு மிக நெருக்கமாக இருக்கிறது என்பதற்காகக் கவனிக்கப்பட்டுப் பாராட்டப்பட விரும்புகிறார்கள்.

கருத்துக் கணிப்பில் ஒரு புது மொழி உண்டு. நீண்ட காலம் இத்தொழிலில் இருக்க அது வழி சொல்கிறது "ஒரு ரிஸ்க் எடுக்கும் ஊமைச் சிங்கமாக இருப்பதைவிட தந்திரமான எலியாக இருப்பது நல்லது."

வரலாற்றுத் தரவுகள், எக்சிட் கணிப்புகள் அறிவிக்கப்படும் போதெல்லாம் வெற்றி பெறுபவரைச் சரியாக முன்னறிவிக்கும் அதிகமான சாத்தியக்கூறு (80 - 97 விழுக்காடு) இருக்கின்றது

என்று கூறுகின்றன. ஆனால், ரிஸ்க் எடுக்கத் தயங்கும் கருத்துக் கணிப்பாளர்களால், வெற்றி பெறும் கட்சிக்கு இன்னும் அதிகமான வெற்றி வாய்ப்புக் கிடைக்கும் என்று எதிர்பார்க்க வேண்டும் என்று பார்வையாளர்களுக்கு அனுபவம் கற்றுத் தந்திருக்கிறது.

நாங்கள் கற்ற பாடம் என்னவென்றால் இந்தியாவில் நீங்கள் கணிப்பு முன்னறிவிப்பைப் பார்க்கும் போதெல்லாம் கணிப்பு முன்னறிவிப்பைவிட அதிகமாக, வெற்றி பெறும் கட்சி இடங்களைப் பெறும் என்பதுதான். எனவே நீங்கள் முன்னறிவிப்பு கணிப்பைச் சரி செய்யும் போது நீங்களே சில அதிகப்படியான இடங்களைச் சேர்த்துக் கொள்வது நல்லது.

கணக்கிடுதலில் எங்களது தொடக்க நாட்களில், நாங்களும் கீழ் எல்லையை - அதாவது குறைவான இடங்களின் எல்லையை - முன்னறிவிப்பதையே தேர்ந்தோம். ஆனால் முன்னறிவிப்பை விட இறுதி முடிவு அதிகமாக இருக்கும் என்று தெளிவாகக் குறிப்பிட்டு விடுவோம். இதன்விளைவாக வாக்குகள் எண்ணும்போது இருபத்து நான்கு மணிகளைப் பதற்றத்தில் கழிக்க வேண்டியிருந்தது. 1980 மே தேர்தலில் *இந்தியா டுடே*-க்கான கருத்துக் கணிப்பில் எங்களது தரவுகள் காங்கிரசுக்கு 352 இடங்கள் கிடைத்து அறுதிப் பெரும்பான்மை பெறும் என்று காட்டின. இதற்கு முந்தைய 1977 தேர்தல்களில் காங்கிரசின் மோசமான தோல்விக்குப்பிறகு, இப்போது எல்லாத் தேர்தல் பகுப்பாய்வாளர்களும் விமர்சகர்களும் காங்கிரஸ் தனிப்பெரும்பான்மைக்குத் தேவையான 272-க்கும் குறைவாக 200 - 220 இடங்களைப் பிடிக்கும் என்று எதிர்பார்த்தார்கள்.

உண்மையைச் சொல்லப் போனால் எங்களது கருத்துக் கணிப்பின் முன்னறிவிப்பு அதிக எண்ணிக்கையில் காங்கிரசுக்கு இடங்களைக் காட்டியவுடன் நாங்கள் அதிர்ந்து போனோம். அப்போதும்கூட எங்களுக்கு இக்கட்டில் மாட்டிக் கொள்ள விரும்பாத காரணி பற்றியும் சில வாக்காளர்கள் எங்களைத் திசை திருப்பியிருக்கலாம் என்பது பற்றியும் ஓரளவு தெரிந்திருந்தது. எனவே நாங்கள் எச்சரிக்கையாக இருக்கவிரும்பி, எங்களது முன்னறிவுப்படி சரியாக இருப்பதற்கான சாத்தியக்கூறை அதிகப்படுத்தவும், குறைந்த அளவாவது கேலிப் பொருளாக ஆகாமல் இருக்கவும், கீழ் எல்லையிலேயே முன்னறிவிப்பு செய்தோம். (15 ஜனவரி 1980) "*இந்தியா டுடே*"யில் வெளியிடப்பட்ட எங்களது முன்னறிவிப்பு காங்கிரஸ் பெறப்போகும் இடங்களின் கீழ் எல்லையைத் தந்தது. காங்கிரஸ் குறைந்தது 291 இடங்களை வெல்லும் என்றும்

இன்னும் அதிக இடங்களை வெல்லும் சாத்தியம் உண்டு என்றும் குறிப்பிட்டிருந்தோம்.

சராசரி முன்னறிவிப்பை விடக் குறைத்துச் சொன்னதற்கு எங்களது சமாதானம்:

அ. எங்களது கீழ் எல்லை முன்னறிவிப்புகூட காங்கிரசுதான் பெரிய கட்சி என்றும், அது தனிப்பெரும்பான்மையைப் பெற்று வெற்றி பெறும் என்றும் காட்டியது.

ஆ. எப்படியிருப்பினும் 220 இடங்களைவிடக் குறைவாகக் கிடைக்கும் என்று முன்னறிவித்தவர்களுடைய எண்ணிக்கையை விட எங்களுடையது அதிகம் தான்.

இ. புள்ளி விவரப்படி இது குறைந்தபட்ச அளவு என்றும் தேர்தல் முடிவு இன்னும் அதிகமிருக்கும் என்று தெளிவாக்கினோம்.

ஈ. எங்களுடைய கருத்துக் கணிப்பிற்குப் பிறகு வாக்களிப்பு நடக்க இன்னும் நான்கு வாரங்கள் இருந்தன. எனவே கடைசி நிமிட அலைவு எப்போதும் இருக்கும். (கடைசி நிமிட அலைவு கணிப்பாளர்களுக்கு கடைசிப் புகலிடம். அதிர்ஷ்டவசமாக எங்களுக்கு அது தேவைப்படவில்லை)

1980 மக்களவைத் தேர்கல்களின் இறுதி முடிவில் காங்கிரசு 353 இடங்களைக் கைப்பற்றியது.

நாங்கள் எங்களது கருத்துக் கணிப்பின் மையப்புள்ளியாக 352 இடங்களை முன்னறிவித்திருந்தால் - இறுதி முடிவுக்கு ஒன்று குறைவு அது - வாழ்க்கை எப்படி இருந்திருக்கும் என்று நாங்கள் பகற் கனவு காண்பது உண்டு!

உண்மையைச் சொல்லப் போனால் இந்த விளையாட்டிற்கு நாங்கள் புதியவர்கள். எல்லா அறிஞர்களும் 220 இடங்களை முன்னறிவிக்கும் போது நாங்கள் 352 இடங்கள் என்று சொல்வதற்கு அச்சமாக இருந்தது. இந்தியா டுடேவின் ஆசிரியர் அருண் பூரி தன்னுடைய பையில் எப்போதும் 352 இடங்கள் என்று எழுதிய காகிதத் துண்டை வைத்துக்கொண்டு தனது நெருங்கிய நண்பர் வட்டத்தினுள் அதை இரகசியமாக அடுத்த இரண்டு வாரங்கள் காண்பித்துக் கொண்டிருந்தார். அந்த இரகசியமில்லாத துண்டுப் பிரசுரத்தை வைத்துக் கொண்டு பல இரவு விருந்துகளுக்குப் போனதாக அவர் பின்னர் எங்களிடம் சொன்னார்.

1984-இல் இது போன்ற இன்னொரு நெருக்கடியை நாங்கள் சந்தித்தோம். இந்தியா டுடேக்காக நாங்கள் நடத்திய கருத்துக் கணிப்பின் முடிவுகள் இதற்கு முன் இருந்திராத தீவிரமான ஒரு முடிவைக் காட்டின. எங்களது கருத்துக் கணிப்பு முன்னறிவிப்பின் மையப்புள்ளி 387 இடங்களைக் காங்கிரஸ் வெல்லும் என்று காட்டியது. அதாவது மக்களவையின் இடங்களில் 70 விழுக்காடு. இது பெரும்பான்மை இடங்களைக்கூட காங்கிரஸ் வெல்லும் என்று எதிர்பாராத சில இதழாளர்களால் செய்யப்பட்ட முன்னறிவிப்புகளுக்கு முற்றிலும் எதிராக இருந்தது.

இந்தியா டுடேயில் மீண்டும் எங்களது கணிப்பில் கீழ் எல்லையைச் சொல்ல முடிவெடுத்தோம். ஆனால் காங்கிரசு பெருவாரியான வெற்றியைப் பெறும் என்று தெளிவாகச் சொன்னோம். எனவே கீழ் எல்லையை எடுத்துக் கொண்டு காங்கிரசு 366 இடங்களை வெல்லும் என்றும் காங்கிரசு 366 இடங்களுக்கு மேலும்பெறக்கூடும் என்றும் அடுத்த மக்களவைத் தேர்தலில் தன்னுடைய கூட்டணிக் கட்சிகளோடு சேர்ந்து 400 இடங்களைக் கைப்பற்றலாம் என்றும் இந்தியா டுடேயில் எழுதினோம். தேர்தல் முடிவுகள் வருவதற்கு இரண்டு வாரங்களுக்கு முன்னர் இது வெளியிடப்பட்டது (அப்போது இந்தியா டுடே மாதம் இருமுறை வெளிவந்தது). எனவே அடுத்த இரண்டு வாரங்களை அதிகப் பதற்றத்துடன் கவனித்தோம்.

எங்களுக்குக் காங்கிரஸ் கட்சி ஒன்றரை மில்லியன் ரூபாய் கொடுத்தது என்றும் பணம் கைமாறியதை நேரடியாகவேப் பார்த்திருக்கிறார்கள் என்றும் அதனால்தான் நாங்கள் இவ்வாறு முன்னறிவிப்பு செய்திருக்கிறோம் என்று தங்களுக்குத் தெரியும் என்றும் பலர் உறுதிபடச் சொன்னார்கள். இது முழுப் பொய்தான். ஆனால் அது எங்களது நம்பகத் தன்மையையும், கருத்துக்கணிப்பாளர்களாக நாங்கள் நடுநிலைமையோடு இருக்கிறோம் என்ற எண்ணத்தையும் எவ்வளவு பாதிக்கும் என்று நாங்கள் கவலைப்பட்டோம். ஒரு நாள் இந்தியா டுடே அலுவலகத்தில் இருந்தபோது அருண் பூரியிடம் கிறுக்குத்தனமான முன்னறிவிப்பு செய்ய நமக்கு ஒன்றரை மில்லியன் ரூபாய் கொடுக்கப்பட்டதை மக்கள் பார்த்ததாகச் சொன்னதைக் கூறினோம். அருண் சிரித்துக்கொண்டே, "ஏன் ஒன்றரை மில்லியன்தானா?" என்று கேட்டார்.

தேசிய தொலைக்காட்சியான தூர்தர்ஷனில் நாங்கள் முதன்முதலாகத் தோன்றிய அன்றைய காலையில் ஒரு பெரிய செய்தித்தாளில் ஒரு மூத்த பத்திரிகையாளர் முதல் பக்கத்தில் ஒரு கட்டுரை எழுதினார்.

அதில் எங்களது புதிதாக உருவாக்கப்பட்ட புள்ளி விபரக் கணக்கெடுப்பு, தேர்தல் பகுப்பாய்வு என்று விவரித்து எங்களது இந்தியா டுடே 366 இட முன்னறிவிப்பைக் கேலி செய்திருந்தார். மேலும் காங்கிரசு 366 இடங்களைப் பெறவே முடியாதென்றும், 225 இடங்களைத் தாண்டுவதே அரிது என்றும் கூறினார்.

இந்தக் கட்டுரையின் விளைவாக நாங்கள் நாட்டின் கேலிக்கு ஆளாகப் போகிறோம் என்று பயந்துகொண்டே தொலைக்காட்சி நிலையத்திற்குச் சென்றோம். வாக்கு எண்ணப்படும் நாளன்று நாங்கள் தோன்றும் தொலைக்காட்சி நிகழ்ச்சி அது. நாங்கள் முடிவைச் சந்திக்கவும், எங்களது கருத்துக் கணிப்பு முன்னறிவிப்போடு எவ்வாறு ஒப்பிடப்படுகிறது என்று அறியவும் உள்ளே நுழைந்தோம்.

இறுதி முடிவில் காங்கிரஸ் 415 இடங்களில் வெற்றி பெற்றது. (எங்களது கருத்துக் கணிப்பில் மையப் புள்ளி 387 இடங்கள்).

(1980-இல்) இறுதி முடிவு 352 இடங்களாக இருக்கும்போது எங்களது கணிப்பின் 353 இடங்களை கீழ் எல்லைக்குக் கொண்டு வந்து 291 என்று அறிவித்தப் பிறகும், (1984 இல்) இறுதி முடிவு 415 இடங்களாக இருக்கும்போது எங்களது கணிப்பில் 387 இடங்களைக் குறைத்து கீழ் எல்லைக்குக் கொண்டு வந்து 366 என்று அறிவித்தப் பிறகும் வருந்தினோமா? உண்மையில் வருத்தமே இல்லை.

இதே போன்ற 'கீழ் எல்லை' முன்னறிவிப்பை மீண்டும் செய்திருக்கிறோமா? ஆம்... ஆனால் ...

1989 தேர்தல்களின் போது 30 நவம்பர், 1989 'இந்தியா டுடே'யில் தெளிவான கருத்துக் கணிப்பு 'மாற்றத்திற்கான ஒரு வாக்கு' என்று தலைப்பிடப்பட்டிருந்தது. எங்களது முந்தைய 'கீழ் எல்லை' முன்னறிவிப்பைத் தேர்ந்து குறைத்து மதிப்பிட்ட அனுபவத்திலிருந்து பாடம் கற்றுக் கொண்டு நாங்கள் எங்களது மையப் புள்ளியை வெளியிட்டோம். கீழ் எல்லைக்கும் போகவில்லை. எங்கள் முன்னறிவிப்பின்படி காங்கிரசு 195 இடங்களில் வெற்றி பெற வேண்டும். இக்கட்டில் மாட்டிக் கொள்ளாமலிருப்பதிலிருந்து பாடம் கற்றுக் கொண்டதற்கு மேலாக, எங்கள் கணிப்பின் மையப்புள்ளியை அறிவித்தபோது ஒரு எண் கீழே போவதால் ஒன்றும் மாறப் போவதில்லை. வேறு அரசியல் கதையை அது சொல்லப் போவதில்லை. 175 இடங்கள் என்று குறைத்துச் சொன்னாலும் காங்கிரஸ் பெரும் பின்னடைவைச் சந்திக்கும் என்ற அடிப்படைச் செய்தி மாறப் போவதில்லை.

நாங்கள் மையப் புள்ளியில் 195 இடங்களை அறிவித்தோம். முடிவு 197 இடங்கள்!

எல்லோரும் இடங்களின் முன்னறிவிப்பைத்தான் எதிர்பார்ப்பார்கள், வாக்குகளை அல்ல.

இந்தியாவில் கணிப்பாளர்கள் மத்தியில் எழுதப்படாத புதுமொழி உண்டு. "வாக்குகள் உங்களைப் பிடிக்காவிட்டாலும் இடங்கள் உங்களைப் பிடித்து விடும்."

மக்களுடைய வாக்களிக்கப் போகும் நோக்கங்கள் பற்றியும் ஒரு கட்சி பெறக்கூடிய வெற்றி தோல்வி பற்றியும் ஒரு கருத்துக்கணிப்பு நடத்தப்பட்ட பிறகு, பாதி வேலைதான் முடிந்திருக்கும். உண்மையில் வேலை அப்போதுதான் தொடங்குகிறது. எடுத்துக்காட்டாக 2014 தேர்தல்களில் பா.ஜ.க. 31 விழுக்காடு வாக்குகளைப் பெறும் என்று எந்தக் கணிப்பாளரும் அறிவிக்க மாட்டார். வாசகர் எவரும் ஆர்வம் காட்டமாட்டார். பா.ஜ.க. எத்தனை இடங்களை வெல்லும், அது பெரும்பான்மை பெறுமா, இல்லையா என்பதை அறியத்தான் எல்லோரும் விரும்புவார்கள். கடைசியில் 31 சதவீத வாக்குகள் 282 இடங்களாக மாற்றப்பட்டன; மிக முக்கியமாக அது தனிப்பெரும்பான்மைக்குத் தேவையான 272-ஐ விடப் பத்து இடங்கள் ஆகும்.

கடைசிப் பகுப்பாய்வில் இந்தியாவில் எல்லாக் கணிப்புகளும் அவை இடங்களைச் சரியாகச் சொல்லியிருக்கின்றனவா என்பதைப் பொறுத்தே மதிப்பிடப்படும்; வாக்குகள் பற்றிய முன்னறிவிப்பு நினைவில் வைக்கப்படுவதில்லை.

ஒருவேளை, 2016 அமெரிக்க அதிபர் தேர்தல்களின் போது கருத்துக் கணிப்புகளைக் கவனித்து வந்தவர்களுக்கு இது பழக்கப்பட்டதாக இருக்கலாம். கருத்துக் கணிப்புகள் ஹிலாரி கிளிண்டன் டிரம்பை வெற்றி கொண்டு விடுவார் என்று கூறின. ஆனால் வரலாறு வேறொன்றைக் கூறுகிறது. உண்மையில் கிளிண்டன் டிரம்பை விட அதிக வாக்குகள் பெறுவார் என்ற முன்னறிவிப்பு ஓரளவு துல்லியமாகவே இருந்தது. ஆனால் யார் அதிபர் என்பதற்கு முக்கியமானதான மக்கள் வாக்குகளை எலக்டோரல் காலேஜ் வாக்குகளாக மாற்றுவதில் தவறு செய்து விட்டார்கள். இதன் விளைவாக, பெரும்பாலான மக்கள் கருத்துக் கணிப்பில் நியாயமில்லாமல் தங்களது நம்பிக்கையை இழந்து விட்டார்கள்.

எனவே 2014 இல் பா.ஜ.க.வுக்கான 31 சதவீத வாக்கு 52 சதவீத வாக்குகளாக மாற்றப்பட்டது. (தேசிய ஜனநாயகக் கூட்டணியில் 38 சதவீத வாக்கு 61 சதவீத இடங்களாக மாற்றப்பட்டது) காங்கிரசைப் பொறுத்த வரையில் 19 சதவீத வாக்கு 8 இடங்களையே கொடுத்தது.

பா.ஜ.க.வும், என்டிஏயும் ஒரு சதவீத வாக்குக்கு எண்பது இடங்களைப் பெற்றன. காங்கிரசோ ஒரு சதவீத வாக்குக்கு இரண்டு இடங்களையே பெற முடிந்தது.

ஒரு பல கட்சிச் சூழலில் அதிக வாக்குப் பெறுபவர் வெற்றி பெறுகிறார் என்ற தேர்தல் அமைப்பில் இவைதான் வினோதமான முடிவுகள்.

அதிக வாக்குப் பெறுபவர் வெற்றி பெறுகிறார் (first-past-the-post) என்ற அமைப்பு பிரிட்டிஷ் தேர்தல் அமைப்பு. இந்தியாவிலும் அதுதான் பின்பற்றப்படுகிறது. இதன்படி நாடு பல தொகுதிகளாக அல்லது இடங்களாகப் பிரிக்கப்படுகிறது. ஒவ்வொரு தொகுதியும் ஒரு உறுப்பினரைத் தேர்ந்தெடுக்கும். ஒரு தொகுதியில் ஒரு கட்சி வெற்றி பெறுவதற்கு செய்ய வேண்டியதெல்லாம் இரண்டாவது பெரிய கட்சியை விட அதிக வாக்குகளைப் பெற வேண்டும். வாக்குகளில் 50 விழுக்காடு பெற வேண்டியதில்லை. எடுத்துக்காட்டாக இரண்டாவது வரும் வேட்பாளர் 34.9 விழுக்காடு வாக்குகளுக்குக் குறைவாகப் பெற்றால் 35 விழுக்காடு பெற்றவர் வெற்றி பெறுவர்.

காங்கிரசு 1952 ஆம் ஆண்டு தேர்தல்களுக்குப் பிறகு பல பதின்ம ஆண்டுகள் 'காங்கிரசு பெருக்கி'யால் (எரிக் பி. டபிள்யூ டி கோஸ்டா பயன்படுத்திய சொற்றொடர்) பயன்பெற்று, பிற கட்சிகளை விட ஒரு சதவீத வாக்கு அதிகம் பெற்று பல இடங்களை வென்றது. ஆனால் நகைமுரணாக அதே நிகழ்நிலைக்கு காங்கிரசும் 2014 இல் தள்ளப்பட்டது. அதிக வாக்கு பெறுவோர் முதலிடம் என்ற அமைப்பில் இரண்டு கட்சிகள் மட்டும் இருந்தால் வாக்குகளை இடங்களாக மாற்றுவது எளிது. பல ஆண்டுகளாக 'கியூப் விதி' என்ற ஒரு கணித சூத்திரத்தைப் பயன்படுத்தி மாற்றி வந்தார்கள். ஆனால் பல கட்சி அமைப்பில் இதுவரை அப்படிப்பட்ட எளிதான சூத்திரங்கள் கண்டுபிடிக்கப்படவில்லை. இது கணிப்பாளர்களுக்கு ஒரு அறைகூவலாக இருக்கிறது.

இந்தியாவின் வாக்குகளை இடங்களாக மாற்றுவதிலுள்ள இன்னொரு குழப்பம் இந்தியத் தேர்தல்களின் ஒரே மாதிரியான தன்மை இல்லாதது. மொத்த தேசிய முடிவு ஒவ்வொரு

மாநிலத்திலும் பல வாக்குகளிலிருந்து இடங்களாக மாற்றுவதின் மொத்தமாகும். ஒவ்வொரு மாநிலத்திற்கும் குறிப்பிட்ட அதற்கே உரிய வாக்குகளை இடங்களாக மாற்றும் சூத்திரம் தேவைப்படுகிறது. சில மாநிலங்களில் இரண்டு கட்சி அமைப்பு இருக்கிறது. சில மாநிலங்களில் மூன்று அல்லது நான்கு கட்சிகளும், வேறு சிலவற்றில் பல கட்சிகளும் போட்டியிட்டுச் சிக்கலான பல கட்சி அமைப்பை உண்டாக்குகின்றன. இந்தியாவைப் போல் வாக்குகளை இடங்களாக மாற்றுவதில் குழப்பம் உள்ள நாடு எதுவும் இல்லை. எனவே இந்திய தேர்தல் கணிப்பாளர்கள் மேல் கொஞ்சம் இரக்கம் காட்டுங்கள். கணிப்பு வாக்குகளைச் சரியாக முன்னறிவித்தாலும் - அதுவே பெரிய போராட்டம் தான் - இட முன்னறிவிப்பதின் இறுதிப் போரில் தோற்றுப் போவார்கள்.

வாக்குகளிலிருந்து எப்படி இடங்களை முன்னறிவிப்பது?

கணிப்பாளர்கள் எப்படி முன்னறிவிப்பு செய்கிறார்கள்? எப்படி வாக்குகளை இடங்களாக மாற்றுகிறார்கள்? வாக்குகளை இடங்களாகத் துல்லியமாக மாற்ற எளிதான வழி 543 தொகுதிகள் ஒவ்வொன்றிலும் ஆய்வு மேற்கொள்வது. ஆனால் தேர்ந்தெடுக்கப்பட்ட ஒவ்வொரு தொகுதியிலும் அந்த இடத்தைத் துல்லியமாக முன்னறிவிக்க உதவக்கூடிய வகையில் மாதிரியின் அளவு பெரிதாக இருக்க வேண்டும். ஆனால் இதற்காகும் செலவு இதனை நடைமுறைச் சாத்தியமற்றதாக ஆக்குகிறது. எனவே சிறிய எண்ணிக்கையிலான மாதிரி தொகுதிகளில் கருத்துக் கணிப்பு எடுப்பதற்குச் செலவு குறைவாகவே ஆகும்.

அப்படியானால் முறைசாராமல் தேர்ந்தெடுத்த தொகுதிகளில் பல கட்சிகளின் வாக்கு சதவீதங்களைக் கொண்டு, நாட்டின் எல்லாத் தொகுதிகளுக்கும் சதவீதத்தைக் கணக்கிடுகிறார்களா? உலகமெங்கும் பயன்படுத்தப்படும் ஒரு முன்னறிவிக்கும் கருவி 'ஒரு சீரான அலைவுக் கோட்பாடு' ஆகும். ஒவ்வொரு தொகுதியிலும் வெற்றி வாக்கு வித்தியாசத்திற்கு அலைவு பயன்படுத்தப்பட்டு எத்தனை இடங்கள் இடம் மாறுகின்றன என்று கணக்கிடுவது. அதாவது எத்தனை தொகுதிகளில் வாக்கு வித்தியாசம் உடன்பாட்டு நேர்மறையிலிருந்து எதிர்மறைக்குப் போகிறது?

ஒரே கட்சி வெற்றி பெறக்கூடிய இடங்களை முன்னறிவிப்பதற்கு, ஒரு முக்கிய மாறி*(Variable)* வாக்குகளின் வித்தியாசம். (அதாவது வெற்றி பெறுபவர்களின் வாக்குகளிலிருந்து அடுத்து வருபவரின்

வாக்குகளைக் கழித்து வருவது). புள்ளி விபரப்படி பார்க்கும் போது வெற்றி பெறுவதும் தோல்வியடைவதும் ஒரு தேர்தலிலிருந்து அடுத்ததற்கு வாக்கு வித்தியாசத்தில் ஏற்படும் மாற்றத்தின் விளைவே. ஒரு கட்சியின் வித்தியாசம் நேர்மறையிலிருந்து எதிர்மறைக்கு மாறினால் பதவியிலிருக்கும் கட்சி அந்த இடத்தை இழக்கும். வித்தியாசம் நேர்மறையாகத் தொடர்ந்தால், அது அந்த இடத்தைத் தக்க வைத்துக் கொள்ளும்.

பிரிட்டனிலும், பிறகு உலகம் முழுவதும், தேர்தல் ஆய்வாளர்கள் தேர்தல்களைக் காணும் முறையை மாற்றியமைத்த இந்தக் கருத்தியல் சர் டேவிட் பட்லரால் கண்டுபிடிக்கப்பட்டது. அவர் 'அலைவு' *(swing)* என்ற கருத்தியலை அறிமுகப்படுத்தினார். 'அலைவு' என்பது ஒரு கட்சியில் வாக்கு சதவீதத்தில் ஏற்படும் மாற்றம் ஆகும். இரண்டு கட்சி அமைப்பில் ஒரு கட்சியின் வாக்கு அதிகரிப்பு இன்னொரு கட்சியின் இழப்புக்குச் சமம்.

ஒரு தொகுதியில் எதிர்க்கட்சி வெற்றி பெறுபவதற்கு என்ன தேவை என்பதைப் புரிந்து கொள்ள, முந்தைய தேர்தலில் அந்தந்தத் தொகுதியில் வெற்றி பெற வாக்கு வித்தியாசம் எதுவென்று தெரிந்தால் போதும். எடுத்துக்காட்டாக, A கட்சி 55 விழுக்காடும் B கட்சி 45 விழுக்காடும் வாக்குகள் பெற்றால் வாக்கு வித்தியாசம் 10 விழுக்காடு. அடுத்த தேர்தலில் B கட்சி வெற்றி பெற வேண்டுமென்றால் அதற்கு அதனுடைய வாக்கு 5 சதவீதம் அதிகரித்தால் போதுமானது. B கட்சியின் வாக்கு 5.1 சதவீதம் அதிகமானால், A கட்சியின் வாக்கு 5.1 சதவீதம் குறைந்து விடும். இதனால், B யினுடைய வாக்கில் 5.1 சதவீதம் அதிகமானால் அதற்கு இப்போது 50.1 சதவீதம் கிடைத்து விடும். (45 + 5.1). A கட்சியின் வாக்கு 49.9 சதவீதமாக ஆகி விடும் (55 - 5.1). இப்போது தொகுதி கை மாறி விடும்.

அதாவது இரண்டாவது வரும் கட்சி அடுத்து வெற்றி பெற வேண்டுமென்றால் அதனுடைய வாக்கை வெற்றி வித்தியாசத்தில் பாதியை அதிகரித்தால் போதும். பட்லரின் 'அலைவு' ஒரு இரு கட்சி முறையில் வெற்றி வித்தியாசத்தில் பாதி எனப்படும். இதனை இன்னும் மேம்படுத்தி பட்லர் ஒரே சீரான அலைவு *(uniform swing)* என்கிற தனது கோட்பாட்டை விளக்கினார். அதன்படி ஒரு மாநிலம் அல்லது நாட்டில் வாக்கு அலைவுகளை ஒவ்வொரு தொகுதியின் வெற்றி வித்தியாசத்திற்குப் பயன்படுத்தி இறுதியில் எத்தனை வெற்றி வித்தியாசம் நேர்மறையிலிருந்து எதிர்மறைக்கு மாறுகிறது என்பது கணக்கிடப்படுகிறது.

இந்தியாவில் 'ஒரு-நாடு ஒரு-அலைவு' இருக்கிறதா?

'ஒரே சீரான அலைவு' கோட்பாட்டில் ஒரு கட்சியிலிருந்து இன்னொரு கட்சிக்கு வாக்குகளில் 'அலைவு' ஏற்படும் சதவீதம் நாடு முழுவதிலுமுள்ள வேறொரு தொகுதியிலும் ஒரே மாதிரியாக இருக்கும் என்று பட்லர் அனுபவ அடிப்படையில் காட்டினார்.

இரு-கட்சி அமைப்புக்கான இந்த அலைவுக் கோட்பாடு இந்தியா போன்ற பல கட்சி அமைப்புகளுக்குப் பொருந்தாது என்று நமக்குத் தெரியும். லாகிரியும் நானும் (ராயும்) பல விவாதங்களுக்குப் பிறகு இந்தியாவுக்கான (பல கட்சி அமைப்புகளுள்ள எந்த நாட்டுக்கும் பொருத்தமான) அலைவு பற்றிய வரையறையைச் சிறிது மாற்றினோம். அந்த வாய்பாடின்படி, "ஒரு கட்சிக்கு எதிரான அல்லது சாதகமான அலைவு ஒரு தேர்தலிலிருந்து இன்னொன்றுக்கு அந்தக் கட்சியின் வாக்குகளில் ஏற்படும் மாற்றத்திற்குச் சமம்."

அஷோக் லாகிரியும், பிரணாய் ராயும் இடங்களை எப்படி ஒரு கட்சி இழக்கிறது அல்லது பெறுகிறது என்பதற்கான வரையறையை வகுத்துக் கொண்டு இதனை மேம்படுத்தினார்கள். அதாவது பல கட்சி அமைப்பில் வெற்றி வித்தியாசத்திற்கு எது காரணமாக இருக்கிறது என்பதைக் காண்பதாகும்.

> **வெற்றி வாக்கு வித்தியாசத்தில் மாற்றம் = அலைவு காரணி + பிரித்தல் காரணி**
>
> *(வெற்றி வித்தியாசத்தில் மாற்றம் = செல்வாக்கில் மாற்றம் (வாக்கு சதவீதம்) +IOU- இல் மாற்றம் (எதிர்க்கட்சிக் கூட்டணிக் குறியீடு).*

முதல் அறைகூவல்: இந்தியாவின் பல்வகைப்பட்டத் தன்மையால், நாடு முழுவதும் ஒரே மாதிரியான அலைவு என்று ஒன்றும் இருக்காது. அலைவுகளில் ஒரு மாநிலத்திலிருந்து இன்னொரு மாநிலத்திற்கு வேறுபாடுகள் இருக்கும். ஒரே மாநிலத்தில் அலைவுகள் ஒரே மாதிரியாக இருப்பதற்கு ஆதாரம் உள்ளது. எனினும் பல பெரிய மாநிலங்களில் (அல்லது வித்தியாசம் அதிகமாக இருக்கும் மாநிலங்களில்), ஒரு மாநிலத்தின் ஒரு பகுதிக்கும் இன்னொரு பகுதிக்கும் வேறுபாடு இருக்கும். இதனை எதிர்கொள்ள பட்லர், லாகிரி, ராய் ஆகியோர் ஒரு மாநிலத்திற்குள்ளேயே 'ஒரே மாதிரியான அலைவுள்ள மண்டலங்களைக்' கண்டு பிடிக்க முயன்றார்கள். இது அனுபவ ரீதியான ஒரு முயற்சி. பெரும்பாலும் ஒரே மாதிரியான அலைவு

மண்டலங்கள், சாதி, பொருளாதாரம், மதம் சார்ந்த ஒரே மாதிரித் தன்மையோடு பொருந்திப் போயின.

ஒரே சீரான அலைவு மண்டலங்களாக இந்தியாவைப் பிரித்த பிறகு, ஒவ்வொரு மண்டலத்திலிருந்தும் ஒன்று அல்லது அதற்கு மேற்பட்ட மாதிரித் தொகுதிகள் கருத்துக் கணிப்புகளாகத் தேர்ந்தெடுக்கப்படுகிறது. கணிப்பு முடிவுகளிலிருந்து, ஒவ்வொரு தொகுதியிலும் அலைவு கணக்கிடப்படுகிறது. இறுதியில் ஒவ்வொரு மாதிரித் தொகுதியின் அலைவு இம்மண்டலத்தின் எல்லாத் தொகுதிகளுக்கும் ஏற்றப்படுகிறது.

எப்படியிருப்பினும், பல கட்சிச் சூழலில் வாக்குகளை இடங்களாக மாற்றம் செய்ய, ஒவ்வொரு கட்சியின் அலைவைக் கண்டுபிடித்தோம்.

IOU வைக் கணக்கிட வேண்டும். இது தேர்தல்களுக்காகக் கட்சிகள் அமைத்துக் கொள்ளும் கூட்டணியைப் பொறுத்தது. பெரும்பாலான அரசியல் கூட்டணிகள் ஒரு மாநிலத்திலிருந்து இன்னொன்றுக்கு வேறாக இருக்கும். ஆனால் பெரும்பாலும் ஒரு மாநிலத்தில் ஒரே மாதிரியாகவே இருக்கும். எனவே, குறைந்தபட்சம் ஒரு சீரான அலைவு மண்டலமாக IOU ஓரளவு ஒரே மாதிரியாகவே இருக்கிறது.

இறுதியில், ஒவ்வொரு ஒரே சீரான மண்டலத்திற்கு கருத்துக் கணிப்புகள் நடத்தி, ஒவ்வொரு மண்டலத்திற்கும் அலைவுகளையும் IOU வையும் கணக்கிட்டப் பிறகு, எல்லா மண்டலங்களுக்கும் நாடு முழுவதுமே ஒவ்வொரு கட்சிக்கான முன்னறிவிப்பு கணக்கிடப்படுகிறது.

சுருக்கமாகச் சொன்னால், இறுதி முன்னறிவிப்பில் பிழைகள் ஏற்படக் காரணமான பல இடைப்பட்ட நிலைகள் இருக்கும். பல கட்சி பன்முகத்தன்மைகளைக் கொண்ட இந்தியா போன்ற நாட்டில் வாக்குகளை இடங்களாக மாற்றம் செய்வது சிக்கலான வேலை. இந்தியாவில் இந்த அறைகூவல்களை வெற்றி கொள்வதுடன் ஒரு வெற்றியாளரைச் சரியாக முன்னறிவிப்பதில் 97 விழுக்காடு பெறுவதும் 'எக்சிட்' கணிப்புகளில் வெற்றி கொள்வதும் உற்சாகத்தை ஏற்படுத்துகின்றன. எனினும், இந்தியாவில் தேர்தல் முன்னறிவிப்பு செய்வது வாக்குகளை இடங்களாக மாற்றுவதற்கான கோட்பாட்டு அடிப்படைகளிலும் கணக்கெடுப்பு முறை, வடிவம் ஆகியவற்றிலும் நெடுந்தூரம் செல்ல வேண்டியதிருக்கிறது.

பகுதி 3

நீங்களே முன்னறிவிப்புகளைச் செய்வது எப்படி?

நல்ல கணிப்புகள், மோசமான கணிப்புகள்...
கணிப்புகளுக்கு அப்பால்

1
வேறு பெரிய முன்னறிவிப்புகளும் குறியீடுகளும்

அதிக எண்ணிக்கையில் வாக்களிக்க மக்கள் வந்தால் அது யார் வெற்றி பெறுவார்கள் என்பதற்கு அடையாளமா?

ஊடகங்கள் முக்கியமாகக் கவனம் செலுத்துபவை கணிப்புகளும் முன்னறிவிப்புகளும்தான். இந்தியாவில் பிற தேர்தல் குறியீடுகள் பற்றி அக்கறை கொள்ளாமல் இதுபற்றித்தான் அவை மிகுந்த கவனம் செலுத்துகின்றன. சமூக அரசியல் மாற்றங்களை அளவிடுவதற்கும், போக்குகளில் நிலையான ஆழமான மாற்றங்களைக் கண்டறிந்து முன்னறிவிப்புச் செய்வதற்கும் வேறு பல சிறப்பானத் தேர்தல் நிகழ்வுகள் இருக்கின்றன. ஊராட்சி, நகராட்சித் தேர்தல்கள், இடைத்தேர்தல்கள், மாநிலச் சட்டமன்றத் தேர்தல்கள் ஆகியவை மாற்றத்தின் உண்மையான அறிகுறிகளாக இருக்கின்றன. இவை மாதிரி வடிவமைப்பு, முறை சேராத தேர்வு, வாக்களிப்பவர்களின் எதிர்பாராத மாற்றங்களின் சிக்கலான தாக்கம் ஆகிய பிரச்சனைகளுக்கு உட்படாதவை. கருத்துக்கணிப்புகளின் இப்படிப்பட்ட விரும்பத்தகாத விளைவுகள் இங்கே இருக்காது.

ஆனால், மிக முக்கியமான அடிப்படைத் தேர்தல்களும் கருத்துக்கணிப்புகள் உட்பட, பிற அரசியல் நிகழ்வுகளும், பகுப்பாய்வு செய்யும் நோக்கம் வருங்காலம் பற்றி முன்னறிவிப்பு செய்வது மட்டுமல்ல, அதோடு இந்தியாவில் மாற்றம் ஏற்படுத்தும் உள்ளோட்டமானச் சக்திகளைப் புரிந்து கொள்வதும் அவசியம் என்பதை நமக்கு நினைவுப்படுத்துகின்றன.

தேர்தலில் இருக்கும் உண்மையான காரணி ஒன்று கவனிக்காமல் விடப்படுகிறது. அதுதான் வாக்களிக்க வருபவர்களின் எண்ணிக்கை ஆகும். எந்தத் தேர்தலிலும் அதிகமாக அல்லது குறைவாக

வாக்காளர்கள் வாக்களிக்க வருவது, தேர்தல் முடிவில் மாற்றத்தைக் குறிப்பிடுகிறதா என்பது பார்க்கப்படுவதில்லை. அவை முடிவு மாறப்போகிறது என்பதைக் காட்டுகின்றன என்பது பற்றியும் அக்கறை காட்டுவதில்லை. உண்மையில் இந்தியாவிலும் உலகிலும் நடக்கும் தேர்தல்களில் விடையளிக்கக் கடினமான முக்கியமான கேள்விகளுள் ஒன்று அதிகமாக வாக்களிக்க வருவது இறுதி முடிவுக்கான நல்ல அறிகுறியா என்பதுதான்.

அதிகமாக வாக்களிப்பு இருந்தால் அது ஒரு கட்சியை விட இன்னொன்றுக்குச் சாதகமாக அல்லது பாதகமாக இருக்கிறதா? எடுத்துக்காட்டாக பிரிட்டனில் தேர்தலை அறுவடைக் காலத்தில் நடத்தும் போது குறைந்த அளவு வாக்குப்பதிவு இருப்பது கன்சர்வேட்டிவ் கட்சிக்குச் சாதகமாக இருக்கும் என்று நெடுங்காலமாக நம்பப்பட்டு வந்தது. இதற்கான காரணம் பரம்பரையாக லேபர் கட்சிக்கு ஆதரவளிக்கும் பண்ணை வேலையாட்கள் தோட்ட வேலையில் ஈடுபட்டிருப்பார்கள், கன்சர்வேட்டிவ் கட்சிக்கு எதிராக வாக்களிக்க நேரம் எடுத்துக் கொள்ள மாட்டார்கள் என்பது. ஆனால் இந்தப் பார்வை சில பதின்ம ஆண்டுகளாக பலமுறை மீள்சோதனை செய்யப்பட்டு மாற்றப்பட்டிருக்கிறது.

மக்கள் வாக்களிக்க வரும் எண்ணிக்கை பல கருத்துகளைத் தோற்றுவிக்கிறது: குறைந்த அளவு வாக்குப் பதிவு ஆளும் கட்சிக்கு உதவுகிறதா, எதிர்க்கட்சிக்கு உதவுகிறதா? அல்லது அதிக அளவிலான வாக்குப்பதிவு, ஆட்சியில் இருக்கிறார்களோ எதிர்க்கட்சியில் இருக்கிறார்களோ சில குறிப்பிட்டத் தன்மைகளை உடைய சிலவகைக் கட்சிகளுக்கு உதவுகிறதா? இந்தக் கேள்விகள் எளிமையாகத் தோன்றலாம், ஆனால் விடைகள் நேரடியானவையாக இல்லை. ஒரு தேர்தலில் அதிக வாக்குப் பதிவுக்கும் ஒரு கட்சி வெற்றி அல்லது தோல்வி அடைவதற்கும் காரணமான உறவு இருக்கிறதா, அல்லது வாக்குப் பதிவிற்கும் வாக்குகளின் சதவீதப் பங்குக்கும் நேரான அல்லது தலைகீழ் ஒப்பீட்டு எண் இருக்கிறதா என்று கணக்கிட நாங்களும் பிறரும் பல ஆண்டுகளாக முயன்று வந்திருக்கிறோம். இதுவரையில் வாக்குப்பதிவிற்கும் ஒரு கட்சி பெறும் வாக்குகளுக்கும் எந்த உறுதியான தொடர்பும் ஏற்படுத்தப்படவில்லை.

அண்மையில், புதிரான, முக்கியமான கேள்வியை இன்னொரு முறை ஆராய்ந்தோம். எங்களுடைய தற்காலிக முடிவுகளை இங்கே தருகிறோம். ஒரு எச்சரிக்கை: இந்த முடிவுகள் தற்காலிகமானவை.

இன்னும் இது பற்றி ஆய்வுகள் மேற்கொள்ளப்பட வேண்டும். எனினும் இந்தியத் தேர்தல்களில் வாக்குப்பதிவுக்கும் வெற்றி தோல்விகளுக்கும் உள்ள தொடர்பைப் புரிந்துகொள்ள இது ஒரு சிறிய முயற்சியாக இருக்கும் என்று நம்புகிறோம்.

சமகாலத்திலுள்ள பிரச்சனையைப் புரிந்து கொள்ள, இந்நூற்றாண்டின் தொடக்கத்திலிருந்து மக்களவைத் தேர்தல்களில் கவனம் செலுத்தினோம். 2004, 2009, 2014 மக்களவைத் தேர்தல்களில் பா.ஜ.க. + (தேசிய ஜனநாயகக் கூட்டணி) காங்கிரசு + ஐக்கிய முற்போக்குக் கூட்டணி ஆகிய இரண்டு பெரிய கூட்டணிகளில், குறைவான அல்லது அதிகமான வாக்குப்பதிவு இருக்கும் போது எந்தக் கூட்டணி குறைவாக அல்லது அதிகமாகப் பயனடைந்தது என்பதைப் பகுப்பாய்வு செய்தோம். (பார்க்க அட்டவணை 3.1.1) இப்பகுப்பாய்வின் நோக்கம் வாக்குப்பதிவுக்கும் ஒவ்வொரு தொகுதியிலும் பா.ஜ.க. கூட்டணி காங்கிரசுக் கூட்டணியிடம் பெற்ற அதிக வாக்குகளின் சதவீதத்திற்கும் உள்ள தொடர்பைப் பார்ப்பது மட்டும்தான்.

தொடர்ந்து நடத்தப்பட்ட இந்த மூன்று தேர்தல்களிலும் பா.ஜ.க. கூட்டணி குறைவான வாக்குப்பதிவுள்ள தொகுதிகளில் அதிக வாக்கு பெற்றது. அதிக அளவு வாக்குப்பதிவுள்ள இடங்களில் பா.ஜ.க. கூட்டணியின் வெற்றி சதவீதம் குறைந்தது அல்லது சில இடங்களில் காங்கிரசிடம் இழந்தது. (இதற்கு வாக்களிப்பாளர்களின் எதிர்மறை அதிக வாக்கு என்று பெயரிட்டார்கள்). குறைந்த வாக்குப்பதிவு இருந்த இடங்களில் பா.ஜ.க. கூட்டணி நேர்மறை அதிக வாக்குப் பெற்றது.

மொத்த சராசரி முடிவுகள், அதிகமான/குறைவான வாக்குப் பதிவானத் தொகுதிகளில் தெளிவாகவே இருக்கின்றன. வாக்குப் பதிவு குறைவாக இருக்கும்போது பா.ஜ.க. கூட்டணி காங்கிரசுக் கூட்டணியை விட 10 விழுக்காடு அதிகமான வாக்குகளைப் பெறுகிறது. வாக்குப் பதிவு அதிகமாக இருக்கும் தொகுதிகளில் காங்கிரசுக் கூட்டணியை விட அதிகமாக பா.ஜ.க. வாங்கும் வாக்குகளின் எண்ணிக்கை 2 விழுக்காடு குறைகிறது. இது பா.ஜ.க.வின் வெற்றியில், அதிக வாக்குகளின் வாக்குப் பதிவு குறிப்பிடத்தக்கத் தாக்கத்தை ஏற்படுத்துகிறது என்பதைக் காட்டுகிறது.

குறைவான வாக்குப் பதிவிற்கும் அதிக வாக்குப் பதிவிற்கும் இடையேயுள்ள மாறுதல் அதிகமான காங்கிரஸ் கூட்டணி

அட்டவணை 3.1.1

குறைந்த வாக்குப் பதிவுள்ள தொகுதிகளில் (மக்களவை) பா.ஜ.க. + தே.ஜ.கூ. அதிக வெற்றி பெறுகிறது. அதிக வாக்குப்பதிவுள்ள இடங்களில் காங்கிரஸ்+ஐ.மு.கூ. அதிக வெற்றி பெறுகிறது		
மக்களவைத் தேர்தல்கள் (2004 - 2014)		
எல்லா இடங்கள்	UPA யைவிட NDA அதிகமாகப் பெற்ற வாக்கு சதவீதம்	
மக்களவைத் தேர்தல் ஆண்டு	அதிக வாக்குப் பதிவு	குறைவான வாக்குப் பதிவு
2004	−2.2%	4.8%
2009	−5.8%	3.6%
2014	14.8%	22.9%
UPA யைவிட NDA அதிகமாகப் பெற்ற வாக்கு சதவீதம்	2.3%	10.4%

குறிப்பு: பெரிய நடுத்தர அளவிலான மாநிலங்கள். சராசரிகள் மாநிலத் தரவுகளில் அடிப்படையில் கணக்கிடப்படுகின்றன. அதிக வாக்குப் பதிவு என்பது 60 விழுக்காடுகளுக்கு மேலானது. NDA அல்லது UPA வலிமை குன்றியிருக்கும் மாநிலங்களான கேரளா, ஆந்திரா, தமிழ்நாடு, மேற்கு வங்காளம் ஆகியவை சேர்க்கப்படவில்லை.

வாக்குகளும், குறைந்த பா.ஜ.க. கூட்டணி வாக்குகளும்; அதிக வாக்குப் பதிவு இடங்களில் சேர்ந்து கொண்டன. அதேபோல் குறைவு வாக்குப்பதிவுள்ள தொகுதிகளில் குறைவான காங்கிரசு கூட்டணி வாக்குகளும், அதிகமான பா.ஜ.க. கூட்டணி வாக்குகளும் சேர்ந்து கொண்டன.

வாக்குப் பதிவு - வாக்குத் தொடர்பு:

அ. ஐக்கிய முற்போக்குக் கூட்டணியை 'அதிக - அதிகக் கட்சி' என்றழைக்கலாம்.

ஆ. தேசிய ஜனநாயகக் கூட்டணியை 'குறைவு - அதிகக் கட்சி' என அழைக்கலாம்.

பா.ஜ.க. கூட்டணிக்கும்; வாக்குகளுக்கும்; வாக்களிப்புகளுக்கும் உள்ள தலைகீழ் விகிதத்திற்கான அடிப்படைக் காரணம் பா.ஜ.க. போன்ற தொண்டர்களை அடிப்படையான கட்சிகளின் உள்ளார்ந்த தன்மையோடு தொடர்புபடுத்த முடியும். அதனுடைய கட்சித் தொண்டர்களின் வலுவான அமைப்புத் திறமை, அதே போல அதன் தாய் அமைப்பான ராஷ்ட்ரிய சுயம் சேவக் சங்கத்தின் (ஆர்.எஸ்.எஸ்.) திறன் ஆகியவை ஏறத்தாழ 80 முதல் 90 விழுக்காடு அதனுடைய ஆதரவாளர்கள் கண்டிப்பாக வந்து வாக்களிப்பதை உறுதி செய்யும் அளவுக்கு அடிமட்ட அளவில் தகுதியுள்ளவையாக இருக்கின்றன. இது பல தேர்தல்களில் அதற்குச் சாதகமாக இருக்கிறது. எதுவும் தற்செயலாக நடக்கும் என்று விடப்படுவதில்லை. தொண்டர்களை அடிப்படையாகக் கொண்ட கட்சிகள், சிறப்பாக பா.ஜ.க.வும், பொதுவுடைமைக் கட்சிகளும் வாக்காளர்களைக் கொண்டு வருவதில் திறமையானவை.

மாறாக, தொண்டர்களை அடிப்படையாகக் கொள்ளாத கட்சிகளுக்குச் செயல்திட்டம் இருக்காது. அதனால் அவற்றின் ஆதரவாளர்களைச் சிறிய எண்ணிக்கையிலேயே திரட்ட முடியும். இதன் விளைவாக இக்கட்சிகளெல்லாம் அவற்றின் ஆதரவாளர்களில் தாமாக முன்வரும் தன்னார்வம் கொண்டவர்கள், வந்து வாக்களிப்பார்கள் என்ற நம்பிக்கை ஒன்றுதான் அவர்களுக்குக் கிடைக்கும்.

அதேசமயம் மிக முக்கியமான பிரச்சனைகள் பிற கவனங்களைப் புறந்தள்ளும் சூழல்களும் இருக்கும். இது தாமாக வாக்களிக்கக் கூடுதல் உற்சாகம் தருவதால் அது எந்தக் கட்சிக்கும் சாதகமாக இருக்கும்.

ஆனால் உற்சாகக் குறைவு பரவலாக இருந்து வாக்களிப்புக் குறைவாக ஆனால் அது பா.ஜ.க.வுக்கு ஆதாயம். அப்போதுதான் அக்கட்சி அதிக வெற்றி பெறுகிறது.

வாக்களிப்பதைப் பாதிக்கும் பல காரணிகளில் நகர்ப்புற கிராமப்புற வித்தியாசமும் ஒன்று. நகரத் தொகுதிகளில் வழக்கமாகவே ஊரகத் தொகுதிகளை விடக் குறைவான வாக்குப் பதிவே இருக்கும். அதே சமயம் பா.ஜ.க. கூட்டணி நகர்ப்பறங்களில் வலிமையுடன் இருந்து வந்திருப்பதால், நகர்ப்புறமும் கிராமங்களும் கலந்திருக்கும் தொகுதிகளில் வாக்குப் பதிவு குறைவாக இருக்கும் போது பா.ஜ.க. கூட்டணி அதிக வெற்றி பெறுகிறது எனலாம். பகுப்பாய்வு செய்யும்போது இந்த நகரம் - கிராமப்புறக் கலப்பைக் கணக்கில் எடுக்க வேண்டும்.

அட்டவணை 3.1.2

கிராமப்புற இடங்கள் மட்டும் கவனத்தில் கொள்ளப்படுகின்றன வாக்களிப்பு குறைவாக இருக்கும் கிராமத் தொகுதிகளில் பா.ஜ.க. + தே.ஜ.கூ. அதிக வெற்றி பெறுகிறது.		
மக்களவைத் தேர்தல்கள் (2004 - 2014)		
இடங்கள் > 60 சதவீதம் கிராமப்புறம்	ஐ.மு.கூ. யைவிட தே.ஜ.கூ.யின் வெற்றி விகிதத்தின் சதவீதம்	
மக்களவைத் தேர்தல் ஆண்டு	அதிக வாக்குப் பதிவு	குறைவான வாக்குப் பதிவு
2004	−2.3%	5.3%
2009	−5.8%	4.5%
2014	12.0%	22.1%
ஐ.மு.கூ.–யை விட தே.ஜ.கூ. அதிக சதவீத வாக்கு	1.3%	10.6%

குறிப்பு: பெரிய நடுத்தர அளவிலான மாநிலங்கள். சராசரிகள் மாநிலத் தரவுகளில் அடிப்படையில் கணக்கிடப்படுகின்றன. அதிக வாக்குப் பதிவு என்பது 60 விழுக்காடுகளுக்கு மேலானது. NDA அல்லது UPA வலிமை குன்றியிருக்கும் மாநிலங்களான கேரளா, ஆந்திரா, தமிழ்நாடு, மேற்கு வங்காளம் ஆகியவை சேர்க்கப்படவில்லை.

நகரப்புற - கிராமப்புற பாதிப்பைச் சோதிக்க, கிராமப்புற, தொகுதிகள் மட்டுமே தேர்வு செய்யப்பட்டன. (பார்க்க அட்டவணை 3.1.2). இது நகர்ப்புற- கிராமப்புற வித்தியாசத்தின் தாக்கத்தைக் குறைக்கும்.

கிராமங்கள் அதிகமாக இருக்கும் இந்தத் தொகுதியிலும், வாக்குப்பதிவு குறைந்து இருக்கும்போது காங்கிரஸ் கூட்டணியை விட பா.ஜ.க. கூட்டணி வாக்கு 10 விழுக்காட்டிற்கு மேலிருக்கிறது என்பதை முடிவுகள் காட்டுகின்றன. அதிக வாக்குப்பதிவுள்ள கிராமமப் புறங்களில் காங்கிரசுக் கூட்டணியை விட பா.ஜ.க. கூட்டணி பெறும் அதிக வாக்கு 1 சதவீதமே குறைகிறது.

கிராமப்புற - நகர்ப்புற வித்தியாசத்தைக் கட்டுக்குள் வைக்க, கிராமப்புற இடங்களுக்கு எல்லையாக (cut-off) மக்கள் தொகையில்

75 விழுக்காடு கிராமப் பகுதித் தொகுதிகள், தேர்ந்தெடுப்பதற்காக 60 விழுக்காடாக அதிகரித்தோம்.

மீண்டும், அந்த 75 விழுக்காடு கிராமப்புறத் தொகுதிகளிலும் அதிக வாக்களிப்பு இடங்களைவிடக் குறைந்த வாக்களிப்பு இடங்களில் பா.ஜ.க. கூட்டணி காங்கிரசை விட அதிகம் பெறுகிறது என்ற முந்தைய முடிவுகளை இந்தத் தரவுகள் உறுதி செய்கின்றன.

நகர்ப்புற ஊரகத் தொகுதிகளைப் பற்றிய இந்த முடிவுகளைச் சில நிபந்தனைகளையோடு பார்க்க வேண்டும். 75 கிராம எல்லைகளுடன் இருக்கும் அவற்றோடு, 25% நகர்ப்புற வாக்காளர்களும் சில தொகுதிகளில் இருப்பார்கள். இது முடிவுகளைப் பாதிக்கும்.

அட்டவணை 3.1.3

கிராமப்புற இடங்கள் மட்டும் கவனத்தில் கொள்ளப்படுகின்றன வாக்களிப்புக் குறைவாக இருக்கும் கிராமத் தொகுதிகளில் பா.ஜ.க. + தே.ஜ.கூ. அதிக வெற்றி பெறுகிறது.		
மக்களவைத் தேர்தல்கள் (2004 - 2014)		
இடங்கள் >75 சதவீதம் கிராமப்புறம்	ஐ.மு.கூ. யைவிட தே.ஜ.கூ.யின் வெற்றி விகிதத்தின் சதவீதம்	
மக்களவைத் தேர்தல் ஆண்டு	அதிக வாக்குப் பதிவு	குறைவான வாக்குப் பதிவு
2004	–3.5%	4.4%
2009	–5.8%	4.7%
2014	11.2%	21.6%
ஐ.மு.கூ.–யை விட தே.ஜ.கூ. அதிக சதவீத வாக்கு	0.6%	10.2%

குறிப்பு: பெரிய நடுத்தர அளவிலான மாநிலங்கள். சராசரிகள் மாநிலத் தரவுகளில் அடிப்படையில் கணக்கிடப்படுகின்றன. அதிக வாக்குப் பதிவு என்பது 60 விழுக்காடுகளுக்கு மேலானது. NDA அல்லது UPA வலிமை குன்றியிருக்கும் மாநிலங்களான கேரளா, ஆந்திரா, தமிழ்நாடு, மேற்கு வங்காளம் ஆகியவை சேர்க்கப்படவில்லை.

இன்னும் ஆய்வுக்கு எடுத்துக் கொள்ள வேண்டிய அடுத்த முயற்சி மாநிலச் சட்டமன்றத் தொகுதிகளில் வாக்குப்பதிவுகளை ஒப்பிடுவது. இங்கு 100 சதவீதம் கிராம வாக்காளர்கள் உள்ள இடங்கள் அதிகம் இருக்கும். ஏனென்றால் சட்டமன்றத் தொகுதிகளின் இடங்கள் மக்களவை இடங்களை விட அதிகம் இருக்கும்.

வாக்குப்பதிவிற்கு முன்னர் மற்றொரு மாதிரியையும் முயற்சி செய்யத் தீர்மானித்தோம். ஒரே சீரான 60 விழுக்காடு cut-off ஐப் பயன்படுத்துவதற்குப் பதிலாக, மாறக்கூடிய அடையாளத்தைப் பயன்படுத்தினோம். ஒவ்வொரு மாநிலத்திலும் மிக அதிகமான வாக்குப் பதிவுள்ள இடங்களில் 15 சதவீதத்தைத் தேர்ந்தெடுத்தோம். இந்த முடிவுகளை மிகக் குறைந்த 15 சதவீத வாக்குப் பதிவுகளுள்ள இடங்களின் முடிவுகளோடு ஒப்பிட்டுப் பார்த்தோம். (பார்க்க 3.1.4).

அட்டவணை 3.1.4

குறைந்த வாக்குப் பதிவுள்ள தொகுதிகளில் (மக்களவை) பா.ஜ.க. + தே.ஜ.கூ. அதிக வெற்றி பெறுகிறது.	
வாக்குப் பதிவு குறைவாகவுள்ள இடங்களில் ஐ.மு.கூ.யை விட தே.ஜ.கூ. வாக்குகள் அதிகம் பெறுகிறது.	
அதிக வாக்குப் பதிவு = முதல் 15% குறைவு வாக்குப் பதிவு – கடைசி 15% இடங்கள்	ஐ.மு.கூ.யை விட தே.ஜ.கூ.யின் வெற்றி வாக்கு வித்தியாசம் (குறைந்த வாக்குப் பதிவு இடங்கள் – அதிக வாக்குப் பதிவு இடங்கள்)
2004	2.9%
2009	3.4%
2014	9.6%

குறிப்பு: அதிக வாக்குப் பதிவு, குறைந்த வாக்குப் பதிவு இடங்கள் என்பவை கீழ்க்கண்டவாறு வரையறுக்கப்படுகின்றன. ஒவ்வொரு மாநிலத்திலும் முதல் 15 சதவீதமும், கடைசி 15 சதவீதமும் பெரிய, நடுத்தர மாநிலங்கள். சராசரிகள் மாநிலத் தரவுகளை அடிப்படையாகக் கொண்ட தே.ஜ.கூ. அல்லது ஐ.மு.கூ. மிகவும் வலிமை குன்றி இருக்கும் மாநிலங்களான கேரளா, தமிழ்நாடு, ஆந்திர பிரதேசம், மேற்கு வங்காளம் ஆகியவை சேர்க்கப்படவில்லை.

இந்த மாதிரி மிக அதிக, மிகக் குறைந்த வாக்குப் பதிவு வகைகளில் ஒரே எண்ணிக்கையிலான இடங்களைக் கொடுத்தது.

பா.ஜ.க. கூட்டணி காங்கிரசுக் கூட்டணியை விட அதிகமாக இடங்கள் பெறுவது வாக்குப்பதிவு குறைவாக இருக்கும் இடங்களில் இருப்பது தெளிவாகத் தெரிந்தது போலத் தோன்றியது. 2014 இல் குறைந்த வாக்குப் பதிவு இடங்களோடு அதிக வாக்குப் பதிவு இடங்களை ஒப்பிடும் போது, குறைந்த வாக்குப் பதிவு இடங்களில் பா.ஜ.க. கூட்டணி காங்கிரஸ் கூட்டணியைவிட 10 சதவீதம் அதிகமாக இருந்தது.

இறுதியாக, பா.ஜ.க. கூட்டணியின் வாக்குகளில் மட்டுமே கவனம் செலுத்த இன்னுமொரு தடைக் கட்டைச் சேர்க்கத் தீர்மானித்தோம் (பார்க்க 3.1.5). காங்கிரசை விட அதிகமாகப் பெற்ற வாக்குகளை மட்டும் கணக்கில் எடுத்துக் கொள்ளவில்லை. மூன்று தேர்தல்களிலும் அதிக வாக்குப் பதிவு இடங்களில் விடக் குறைவு வாக்குப் பதிவு இடங்களில் பா.ஜ.க. கூட்டணியின் வாக்கு அதிகம் இருக்கிறது.

அட்டவணை 3.1.5

குறைந்த வாக்குப் பதிவுள்ள தொகுதிகளில் (மக்களவை) பா.ஜ.க. + தே.ஜ.கூ. அதிக வெற்றி பெறுகிறது.	
அதிக வாக்குப் பதிவு = முதல் 15% குறைவு வாக்குப் பதிவு – கடைசி 15% இடங்கள்	தே.ஜ.கூ.யின் பெற்ற வாக்கு வித்தியாசம் சதவிகிதம் (குறைந்த வாக்குப் பதிவு இடங்கள் – அதிக வாக்குப் பதிவு இடங்கள்)
2004	2.6%
2009	2.3%
2014	6.2%

குறிப்பு: அதிக வாக்குப் பதிவு, குறைந்த வாக்குப் பதிவு இடங்கள் என்பவை கீழ்க்கண்டவாறு வரையறுக்கப்படுகின்றன. ஒவ்வொரு மாநிலத்திலும் முதல் 15 சதவீதமும், கடைசி 15 சதவீதமும் பெரிய, நடுத்தர மாநிலங்கள். சராசரிகள் மாநிலத் தரவுகளை அடிப்படையாகக் கொண்ட தே.ஜ.கூ. அல்லது ஐ.மு.கூ. மிகவும் வலிமை குன்றி இருக்கும் மாநிலங்களான கேரளா, தமிழ்நாடு, ஆந்திரப் பிரதேசம், மேற்கு வங்காளம் ஆகியவை சேர்க்கப்படவில்லை.

இறுதிப் பகுப்பாய்வில், முதலில் கிடைக்கும் குறிப்பீடுகள் பா.ஜ.க. கூட்டணி குறைந்த வாக்குப்பதிவுள்ள இடங்களில் வெற்றி பெறுகிறது என்று காட்டுகின்றன.

வாக்குப் பதிவிற்கும் கட்சி ஆதரவுக்குள் உள்ள தொடர்பை இன்னும் விரிவாக ஆய்வு செய்ய வேண்டும் என்பதில் ஐயமில்லை. முக்கியமாக,தொகுதிகளின் குறுக்குவெட்டுப் பகுதியில் வாக்குப் பதிவு பற்றிய பகுப்பாய்வின் அடிப்படையில் தொடக்க ஆய்வு மேற்கொள்ளப்பட்டது. ஆனால் அடுத்து ஒரு தேர்தலிலிருந்து இன்னொன்றுக்கு வாக்குப் பதிவில் மாற்றம் பற்றிக் கவனத்தில் எடுத்துக் கொள்ள கால வரிசை*(time-series)*யில் ஆய்வு கவனம் செலுத்த வேண்டும்.

இதற்கு ஒரு கிளைத் தேற்றமும் உள்ளது. வாக்களிப்பதை இந்தியாவில் கட்டாயமாக்குவது ஏன் ஏற்றுக் கொள்ளப்படவில்லை என்பதை அது விளக்குகிறது. தொண்டர்களை அடிப்படையாகக் கொண்ட பல பெரிய கட்சிகள் தங்களுக்குச் சாதகமான சூழலைத் தொண்டர்களைச் சார்ந்திராத கட்சிகளிடம் இழக்கத் தயாரில்லை.

உலகின் பல நாடுகளில், குறிப்பாக அமெரிக்காவில், 'வாக்காளரை அடக்கி வைத்தலின் இருண்ட கலைகள்' கவலையளிக்கத்தக்க வகையில் வளர்ந்து வரும் காலம் இது என்று குறிப்பிட வேண்டும். தேர்தல்களின் போது முக்கியப் பிரச்சனைகள் பற்றியும் நல்லாட்சி தர உறுதிமொழிகள் பற்றியும் எடுத்துக் கூறி வாக்காளர் ஆதரவைப் பெற முயற்சி செய்வதில்லை. மாறாக, அவர்கள் தேர்ந்துஎடுத்துக்கொண்ட வாக்காளரின் வாக்களிப்பில் கவனம் செலுத்துகிறார்கள். அவர்களுடைய ஆதரவு வாக்காளர்கள் வெளியில் வந்து வாக்களிப்பதையும் மிக முக்கியமாக, எதிர்க்கட்சி வேட்பாளர்கள் வந்து வாக்களிக்கத் தடுப்பதையும் உறுதி செய்வது இந்த யுத்தி. ஏதிர்க்கட்சி ஆதரவாளர்கள் தகுதியிருந்தாலும் பதிவு செய்ய முடியாமல் செய்வது போன்ற பாதி சட்டப்பூர்வமான அல்லது சட்டத்திற்கு விரோதமான வழிகளில் எதிர்க்கட்சி ஆதரவாளர்களை அடக்குவது உலக அளவில் மக்களாட்சிக் கொள்கைக்கு உலை வைக்கும் மிக அதிர்ச்சியடையச் செய்யும் ஒரு போக்கு.

வாக்காளரை அடக்கும் இத்தகைய இருண்ட கலைகளால் பாதிக்கப்படாதவை ஆஸ்திரேலியா போன்ற வாக்களிப்பைக் கட்டாயம் ஆக்கியுள்ள நாடுகள் மட்டுமே.

இதுபோன்ற பல காரணங்களுக்காக இந்தியாவிலும் கட்டாய வாக்களிப்பைக் கொண்டு வருவது பற்றிச் சிந்திக்க வேண்டிய காலம் இது. அது வரையில் இந்திய மக்களாட்சியில் வாக்காளரை அடக்கும் இருண்ட கலைகள் மேல் கவனமாக ஒரு கண்ணை வைத்திருக்க வேண்டியது அவசியம்.

அடுத்து வரும் மக்களவைத் தேர்தல்கள் பற்றி முன்னறிவிப்புச் செய்ய சட்டமன்றத் தேர்தல்கள் நல்ல அறிகுறிகள்

மாநிலச் சட்டமன்றத் தேர்தல்களும் மக்களவைத் தேர்தல்களும் ஒன்றோடொன்று தொடர்பின்றிப் போய்க் கொண்டிருக்கின்றன. வெவ்வேறு பிரச்சனைகள், வெவ்வேறு வாக்குப் பதிவு எண்ணிக்கை (நாம் ஏற்கனவே பார்த்தது போல சட்டமன்றத் தேர்தல்களில் மக்களவைத் தேர்தல்களை விட அதிகமான வாக்குப்பதிவு இருக்கும்) வெவ்வேறுக் கட்டாயங்கள், வெவ்வேறு தலைவர்கள்! உண்மையில் நாடு முழுவதும் மக்களவைத் தேர்தல்களைவிட மாநிலச் சட்டமன்றத் தேர்தல்கள் வாக்காளர்களுக்கு முக்கியமாக ஆகி வருகின்றன.

சட்டமன்றத் தேர்தல் முடிவுகள் மக்களவைத் தேர்தல்களில் அம்மாநிலத்தில் என்ன நடக்கும் என்பதற்கான நல்ல அறிகுறிகளா? மோசமான அறிகுறிகளா?

இந்நூற்றாண்டின் தொடக்கத்திலிருந்து சட்டமன்ற, மக்களவைத் தேர்தல்களின் பகுப்பாய்வு, அடுத்த மக்களவைத் தேர்தல்கள் ஓராண்டுக்குள் நடந்தால், அம்மாநிலத்தில் எது பெரிய கட்சி என்பதற்கான நல்ல அறிகுறிகளாக மாநிலச் சட்டமன்றத் தேர்தல் முடிவுகள் இருக்கும் என்று காட்டுகிறது. (பார்க்க அட்டவணை 3.1.6)

1999 - 2004 கால கட்டத்தில் பதினான்கு மாநிலச் சட்டமன்றத் தேர்தல்கள் மக்களவைத் தேர்தல் நடந்து ஓராண்டுக்குள் நடந்திருக்கின்றன. மாநிலச் சட்டமன்றத் தேர்தலில் வெற்றி பெற்ற அதே கட்சி மக்களவைத் தேர்தலிலும், சட்டமன்றத் தேர்தல் நடந்து ஓராண்டுக்குள் நடந்தால், 93 விழுக்காடு வெற்றி பெறும் என்று பதிவுகள் காட்டுகின்றன.

உண்மையில் மாநிலச் சட்டமன்றத் தேர்தல்களில் பெற்றி பெறும் கட்சி, பின்னால் வரும் மக்களவைத் தேர்தலில் அதிக வெற்றியையே பெற்றிருக்கிறது. முந்தைய மாநிலச் சட்டமன்றத் தேர்தல்களில்

அட்டவணை 3.1.6

ஒரு மாநிலத்தில் மாநிலச் சட்டமன்றத் தேர்தல்கள் அடுத்த மக்களவைத் தேர்தல்களுக்குச் சிறந்த முன்னறிவிப்புகள்		
மாநிலச் சட்டமன்றத் தேர்தல்கள் நடந்து ஓராண்டுக்குள் மக்களவைத் தேர்தல் நடந்தால்		
	மாநிலச் சட்டமன்ற தேர்தலகளில் வெற்றி பெற்றவர் அதே மாநிலத்தின் மக்களவைத் தேர்தலில் வெற்றி பெறும் சதவீதம்	
மக்களவைத் தேர்தல் நடந்து முடிந்து பன்னிரெண்டு மாதங்களுக்குள் நடந்த மாநிலத் தேர்தல்களில் அதே கட்சி வெற்றி பெறுவது 14 இல் 13	93%	மாநிலச் சட்டமன்றத் தேர்தல்கள் சிறப்பான முன்னறிகுறிகள்

குறிப்பு: 2002 – 2014 கால கட்டத்தில் கீழ்க்கண்ட மாநிலங்களில் சட்டமன்றத் தேர்தல்கள் மக்களவைத் தேர்தல்கள் முடிந்த ஓராண்டிற்குள் நடை பெற்றன: சட்டிஸ்கார், டில்லி, கர்நாடகா, மத்தியப் பிரதேசம், ராஜஸ்தான்.

வென்ற இடங்களோடு ஒப்பிடும் போது அம்மாநிலத்தில் அதிகமாக 25 விழுக்காடு இடங்களைப் பிடித்திருக்கிறது. இந்த அதிகப்படி வேகத்திற்குக் காரணங்கள் புதிய மாநில அரசின் தேனிலவுக் காலமும், வரவிருக்கும் மக்களவைத் தேர்தல்களில் கூடுதல் இடங்களைப் பெறுவதற்காக மாநிலத் தேர்வுகளுக்குப் பிறகு உடனடியாக உத்தியுடன் கூடிய கொள்கைகளை அறிவிப்பதும்.

ஆனால் மாநிலச் சட்டமன்றத் தேர்தல்கள் நடந்து ஓராண்டுக்குப் பிறகு நாடாளுமன்றத் தேர்தல் நடந்தால், இரண்டு தேர்தல்களின் முடிவுகள் வேறாக இருக்கும்.

2019 தேர்தல்களுக்கு அது முக்கியத்துவம் எதுவும் பெறுகிறதா? தரவுகள் முக்கியத்துவம் என்று சொல்லுகின்றன. ஆனால்

அட்டவணை 3.1.7

சட்டமன்றத் தேர்தலில் வெற்றி பெறும் கட்சி அடுத்த மக்களவைத் தேர்தலில் அந்த மாநிலத்தில் தனது வெற்றியை அதிகரித்துக் கொள்கிறது		
சட்டமன்றத் தேர்தல் நடந்து ஓராண்டுக்குள் மக்களவைத் தேர்தல் நடந்தால் வெற்றி பெறும் கட்சியின் இடங்கள் அதிகரிக்கும்		
சட்டமன்றத் தேர்தலில் வெற்றி பெறும் கட்சி பெற்ற இடங்களின் சதவீதம்	சட்டமன்றத் தேர்தலில் வெற்றி பெற்ற கட்சி மக்களவைத் தேர்தலில் பெறும் இடங்களின் சதவீதம்	சட்டமன்றத் தேர்தலில் வெற்றி பெற்ற கட்சியின் இடங்களில் அதிகரிப்பு சதவீதம்
60%	85%	+25%

அட்டவணை 3.1.7 இல் தரப்படும் தொடர்பு புதிய நூற்றாண்டின் தொடக்கத்திற்குப் பிறகு நடந்த மக்களவைத் தேர்தல்களைத் தொடர்ந்து நடந்த கடந்த பதினான்கு சட்டமன்றத் தேர்தல்களையும் அடிப்படையாகக் கொண்டது. ஏறத்தாழ எல்லாத் தேர்தல்களிலும், சட்டமன்றத் தேர்தல்களில் வெற்றி பெற்ற பெரிய கட்சி நல்ல இட வித்தியாசங்களோடு வெற்றி பெற்றது. 2018 இல் மேலே பகுப்பாய்வு செய்யப்பட்டது போல இரண்டு மாநிலங்களில் தேர்தல்கள் நடைபெற்றன. ஆனால் இரண்டு முக்கிய மாநிலங்களான ராஜஸ்தான், மத்தியப் பிரதேசம் ஆகியவற்றில் மிகக் குறுகிய வித்தியாசங்களிலேயே வெற்றி பெற்றன. இது முந்தைய தேர்தல்களின் பெரிய வெற்றிகள் போல இல்லை. எனவே மாநிலச் சட்டமன்றத் தேர்தலில் கிடைத்த பெருவாரியான வெற்றியால் ஏற்பட்ட வேகத்தைக் குறைக்குமா என்பது தெளிவாகத் தெரியவில்லை.

அடுத்த சட்டமன்றத் தேர்தல்களுக்கு மக்களவைத் தேர்தல்கள் குறிகாட்டிகளாக இருக்குமா?

இந்தியாவில் மக்களவைத் தேர்தல்கள் மாநிலச் சட்டமன்றத் தேர்தல்களைவிட வாக்காளர்களுக்கு மதிப்பு மிக்கவை என்று சிலர் நம்புகிறார்கள். ஆனால் தரவுகளை ஆராய்ந்தால் அது வேறு மாதிரி காட்டுகிறது. மக்களவைத் தேர்தல்கள் அவற்றிற்குப் பின்னால்

வரப்போகும் மாநிலச் சட்டமன்றத் தேர்தல்களுக்குச் சிறந்த குறிகாட்டிகளா என்று கேள்வியைக் கேட்டோம்.

வரலாற்றுத் தரவுகளின் அடிப்படையில் பார்க்கும் போது, மக்களவைத் தேர்தல்கள் அடுத்து வரும் சட்ட மன்றத் தேர்தல்கள்மேல் குறைந்த அளவே பாதிப்பை ஏற்படுத்துகின்றன என்று தோன்றுகிறது. எனவே அவை நல்ல குறிகாட்டிகள் இல்லை. (*பார்க்க: அட்டவணை 3.1.8*) மக்களவைத் தேர்தல்களில் ஒரு மாநிலத்தில் வெற்றி பெறும் பெரிய கட்சி சட்டமன்றத் தேர்தல்களிலும் சிறப்பான வெற்றியடையும் என்பது அவசியமில்லை. இரண்டு தேர்தல்களிலும் வெற்றி பெறும் அதே

அட்டவணை 3.1.8

மக்களவைத் தேர்தல் முடிவுகள் அடுத்த சட்டமன்றத் தேர்தல்களுக்கு நல்ல குறிகாட்டிகள் இல்லை		
மக்களவைத் தேர்தலுக்குப் பிறகு ஓராண்டுக்குள் மாநிலச் சட்டமன்றத் தேர்தல்கள் நடக்கும்போது		
	எந்த மாநிலத்திலும் முந்தைய மக்களவைத் தேர்தலில் பெற்ற வெற்றி மாநிலத் தேர்தல்களிலும் ஒன்றாக இருக்கும் சதவீதம்	
சட்டமன்றத் தேர்தல்களுக்குப் பிறகு பன்னிரெண்டு மாதங்களுக்குள் பன்னிரெண்டில் ஏழில் மட்டுமே ஒரே கட்சி பெற்றது	58%	மக்களவைத் தேர்தல்கள் மோசமான குறிகாட்டிகள்

குறிப்பு: எல்லா சட்டமன்றத் தேர்தல்களும் மக்களவைத் தேர்தல் நடந்து ஓராண்டுக்குள் நடைபெற்றன. கணக்கிலெடுக்கப்பட்ட மொத்தத் தேர்தல்கள்: 12. பன்னிரெண்டு மக்களவைத் தேர்தல்களில் வெற்றிபெற்றவர்களில் ஏழுதான் அதே மாநிலத்தில் சட்டமன்றத் தேர்தல்களில் அதிக இடங்களைப் பெற்றது. 2002 – 2015 கால கட்டத்தில், அடுத்த சட்டமன்றத் தேர்தல்களுக்கு ஓராண்டுக்கு முன்னர் மக்களவைத் தேர்தல் நடந்த மாநிலங்கள்: பீகார், டில்லி, ஹரியானா, ஜார்கண்ட், மகாராஷ்ட்ரா.

கட்சி மீண்டும் வெற்றி பெறுவது 58 விழுக்காடுதான். ஆனால் சட்ட மன்றத் தேர்தல் வெற்றியினால் அடுத்த மக்களவைத் தேர்தலில் மீண்டும் வெற்றி பெறுவது 93 விழுக்காடு. இவ்வாறு, மாநிலத் தேர்தல்கள் இந்திய வாக்காளர்களின் மனத்தில் முக்கிய இடம் வகிக்கின்றன, சிறந்த தேர்தல்கள் இரண்டாம் தரம்தான் என்பதை இது வலியுறுத்துகினறது.

மேலும், பெற்ற இடங்களின் அடிப்படையில் 'எதிர் தேனிலவு' இருப்பதுபோலத் தெரிகிறது, அப்படி என்று ஒன்று இருந்தால்! மக்களவைத் தேர்தல்களின் போது பெரிய எண்ணிக்கையிலான இடங்களை வென்ற கட்சி அடுத்த சட்டமன்றத் தேர்தல்களில் 19 சதவீத இடங்களை இழக்கிறது. (பார்க்க அட்டவணை 3.1.9)

மக்களவைத் தேர்தல்களில் வெற்றி பெற்றவர் அடுத்த சட்டமன்றத் தேர்தல்களில் குறைவான இடங்களைப் பெறுவதற்கான காரணத்தைப் பல வாக்காளர்கள் எங்களிடம் சொன்னார்கள், 'ஒரே கட்சியே ஆதிக்கம் செலுத்துவதை நாங்கள் விரும்பவில்லை. மாநிலச் சட்டமன்றத்தில் இருக்கும் அதே கட்சி மக்களவையிலும் இருப்பதை நாங்கள் விரும்புவதில்லை.' சட்டமன்றத்திலிருக்கும் கட்சியில்லாமல் வேறு ஒரு கட்சி மத்தியில் இருப்பது ஓர் தடையாக இருக்கும். மேலும் வாக்காளர்கள், கட்சித் தொண்டர்கள் ஆகியோருக்கு பேரம் செய்யும் சக்தியை அதிகரிக்கும்.

மாநிலங்களே ஆட்சி செலுத்துகின்றன!

அட்டவணை 3.1.9

எந்த மாநிலத்திலும், மக்களவைத் தேர்தலில் வெற்றி பெறும் கட்சி அடுத்த சட்டமன்றத் தேர்தலில் (ஓராண்டுக்குள் தேர்தல் நடந்தால்) மோசமான முடிவு		
மக்களவை இடங்களில் அதிக இடங்களைப் பெறும் கட்சியின் அதே மாநிலத்தில் மக்களவை இடங்கள் சதவீதம்	முந்தைய மக்களவைத் தேர்தலில் வெற்றி பெற்ற அதே கட்சி சட்டமன்றத் தேர்தலில் வெல்லும் இடங்களின் சதவீதம்	மக்களவைத் தேர்தலில் வென்ற கட்சி அடுத்த சட்டமன்றத் தேர்தலில் குறைந்தும் பெற்ற இடங்களின் சதவீதம்
76%	57%	–19%

இடைத் தேர்தல்கள் நல்ல முன்னறிவிப்புகளாக இருக்குமா?

மக்களவை, மாநிலச் சட்டமன்றங்கள் ஆகியவற்றில் ஏற்படும் காலியிடங்களுக்கு நடத்தப்படும் இடைத் தேர்தல்கள் ஒரு கட்சியின் செல்வாக்கை அளவிட கருத்துக் கணிப்புகளை விடச் சிறந்த மாற்றாக இருக்குமா? அடுத்து வரவிருப்பதற்கு குறிகாட்டியாக, ஏன் முன்னறிவிப்பாகக் கூட இருக்கலாமா?

இந்தியாவில் ஒவ்வொரு முறை இடைத் தேர்தல்கள் நடக்கும் போதும் அவை மக்களின் உண்மையான கருத்தைக் கணிக்கின்றனவா என்று காரசாரமான விவாதங்கள் நடக்கும். தேர்தலில் தோற்றவர்கள் தேர்தல் முடிவு எதிர்ப்பு வாக்கு என்று சொல்ல முடியாது என்றும் அடுத்த தேர்தல் வரையில் காத்திருந்தால் எல்லாமே மாறி விடும் என்றும் சொல்வார்கள். வெற்றி பெற்றவர்களோ இடைத் தேர்தல்கள் மக்களின் மனநிலைமையைத்தான் பிரதிபலிக்கின்றன என்றும் அவை வரவிருப்பதன் அறிகுறி என்றும் சொல்வது தவிர்க்க முடியாதது.

இடைத் தேர்தல்களை நுணுக்கமாக ஆராய வேண்டிய காலம் இது. கருத்துக் கணிப்பு வாக்கெடுப்புகள் போல இல்லாமல், இடைத் தேர்தல்கள் ஒரு குறிப்பிட்ட சூழலில் இருந்தாலும், உண்மையான மக்களின் உண்மையான வாக்குகளைக் காட்டுகின்றன, அரசியல்வாதிகள் பற்றிய தீர்ப்பைத் தருகின்றன. எனினும், ஒரு ஒற்றை இடைத் தேர்தலைக் கொண்டு அதனை பரவலான கருத்தாகக் கொள்வதில் சிக்கல்கள் உள்ளன. அந்தத் தொகுதி மாநிலம் முழுவதின் ஒரு எடுத்துக்காட்டான மாதிரியா? இடைத் தேர்தல்களில் செய்வது போலவே மக்களவைத் தேர்தலிலும் வாக்காளர்கள் நடந்து கொள்வார்களா?

மக்களவைத் தேர்தல்கள் பற்றிய தரவுகளின்படி எங்களது முதல் முடிவுகள் அவை குறிப்பிடத்தக்கவை மட்டுமல்ல, அந்தத் தொகுதியில் அடுத்த மக்களவைத் தேர்தலில் என்ன நடக்கும் என்பதை முன்னறிவிக்கும் என்று காட்டுகின்றன (பார்க்க அட்டவணை *3.1.10*).

மக்களவை இடைத் தேர்தல்கள் அடுத்த மக்களவைத் தேர்தல்களில் அதே இடங்களுக்கான முடிவுகளுக்கு நல்ல முன்னறிகுறிகள்.

அடுத்த மக்களவைத் தேர்தல்கள் நடப்பதற்கு மிக நெருக்கமான கால கட்டத்தில் அதாவது ஒன்பது மாதங்களுக்குள் இருக்கும்போது, இடைத் தேர்தலில் வெற்றி பெறும் கட்சியே 75% அடுத்து உடனே வரும் மக்களவைத் தேர்தலில் வெற்றி பெறுகிறது.

இந்த வெற்றி வீத முன்னறிவிப்பு பெரும்பாலான கருத்துக் கணிப்புகளை விடச் சிறப்பாகவே இருக்கின்றது.

எனவே, இடைத் தேர்தல்களும், மக்களவைத் தேர்தல்களும் வெற்றி பெறும் கட்சியையே திரும்பக் கொண்டு வருவதால், அவை மக்கள் மனநிலையைப் பிரதிபலிக்க வேண்டும் என்றும், இடைத் தேர்தல்களில் எதிர்ப்பு வாக்குகள் மட்டும் இருப்பதில்லை என்றும் அனுமானிப்பது அறிவுடைமை ஆகும்.

அட்டவணை 3.1.10

மக்களவை இடைத் தேர்தல் முடிவுகள் அடுத்த மக்களவைத் தேர்தல்களில் அதே இடங்களுக்கான முடிவுகளுக்கு நல்ல முன்னறிகுறிகள்		
மக்களவைத் தேர்தலுக்கு ஒன்பது மாதங்களுக்குள் இடைத் தேர்தல் நடத்தப்பட்டால்		
மக்களவைத் தேர்தலுக்கு முன்னர் நடந்த இடைத் தேர்தல்கள்	ஒரு இடத்தில் வெற்றிபெற்றவரே மக்களவை இடைத் தேர்தலில் பெற்ற வெற்றி சதவீதம்	
மக்களவைத் தேர்தலுக்கு ஒன்பது மாதங்களுக்குள் இடைத் தேர்தல் நடந்தது	75%	மக்களவைத் தேர்தல் ஒன்பது மாதங்களுக்குள் நடக்கும் இடைத் தேர்தல்கள் **நல்ல முன்னறிகுறிகள்**
மக்களவைத் தேர்தல் இடைத் தேர்தல் நடந்த ஒன்பது மாதங்களுக்குப் பிறகு நடந்தது	47%	மக்களவைத் தேர்தல்கள் இடைத் தேர்தல் நடந்து ஒன்பது மாதங்களுக்குப் பிறகு நடப்பது **நல்ல முன்னறிகுறிகள் இல்லை**

குறிப்பு: 2002–2019-க்குள் நடந்த இடைத் தேர்தல்கள்

ஐந்து ஆண்டு காலத்தின் நடுவில் இடைத் தேர்தல்கள் நடந்தால், அப்போதுள்ள மக்களின் மனநிலையைக் காட்டும் அறிகுறிகள் என்று பொருள் கொள்வது துல்லியமாக இருக்கும். ஆனாலும் மனநிலை மாறக் கூடியது, சில வேளைகளில் வேகமாக மாறக் கூடியது. இடைத் தேர்தல்களின் ஆதாரம் இந்த மாற்றம் நடக்க ஒன்பது மாதங்கள் ஆகின்றன என்று காட்டுகிறது. எனவே அடுத்த தேர்தலுக்கு இரண்டு ஆண்டுகள் இருந்தால், நடுவில் நடக்கும் இடைத் தேர்தல் அப்போதுள்ள மக்களின் மனநிலையினுடைய அளவாக இருக்கலாமே தவிர அடுத்த பெரிய தேர்தலின் முடிவுகளை முன்னிறிவிப்பதாக இருக்க வேண்டிய அவசியமில்லை.

2019 மக்களவைத் தேர்தலுக்கு முன்னர் கர்நாடகத்தில் 2018 நவம்பரில் நடந்த மூன்று இடைத் தேர்தல்களும் முக்கியமானவை. காங்கிரஸ், மதச்சார்பற்ற ஜனதா தளம் கூட்டணி மூன்று இடைத் தேர்தல்களில் இரண்டைக் கைப்பற்றியது. 2014-இல் பா.ஜ.க. மூன்றில் இரண்டு இடங்களைப் பெற்றதற்கு இது மாறாக இருந்தது. எனவே கர்நாடகாவில் 2019 மக்களவைத் தேர்தல்கள் பா.ஜ.க-விற்கு கவலையளிக்கக் கூடியவையாக இருக்கும். ஆனால், மிகக் குறைத்துச் சொன்னால்கூட கர்நாடகாவின் அரசியல் நிலைகள் நிலையற்றதாக இருக்கிறது. எல்லாமே காங்கிரசு - மத சார்பற்ற ஜனதாதளக் கூட்டணி மக்களவைத் தேர்தல் வரையில் ஒற்றுமையாக இருக்கின்றதா என்பதையும் பொறுத்தது.

மேலை நாடுகளில் இடைத் தேர்தல்களின் தாக்கம் பற்றிக் குறிப்பிட்ட அளவில் ஆய்வு முடிவுகள் இருக்கின்றன. இந்தியாவோடு ஒப்பிடத்தக்கவை அவை. எடுத்துக்காட்டாக, பிரிட்டனில் பாராளுமன்ற இடைத் தேர்தல்களை, பொதுத் தேர்தல்களுக்கு இடையே வெவ்வேறு கட்டங்களின் நிலைமையைக் கணிக்க, ஒரு கருவியாக அச்சுத் துறை பத்தொன்பதாம் நூற்றாண்டிலிருந்து கூர்மையாகக் கவனித்து வந்திருக்கிறது. மத்திய காலத்தில் நடந்த இடைத் தேர்தல்களில் வலுவான எதிர்ப்பு போன்ற சில போக்குகள் வெளிப்படையாகத் தெரிந்தன. ஒரு கட்சி பொதுத் தேர்தலில் பெருவாரியான வெற்றி பெற்றிருந்தாலும், அது பெரும்பாலும் மத்திய காலத்தில் நடக்கும் இடைத் தேர்தல்களில், அரசுக்கு எதிரான பெரிய அளவிலான இடங்களை இழந்திருக்கிறது.

இந்தியாவில் பல ஆளும் கட்சியைச் சமாதானப்படுத்தவும் ஒருவேளை சில நன்மைகளைப் பெறவும் இடைத் தேர்தல்களில் ஆளும் கட்சிக்கு ஆதரவு தரும் போக்கு இருக்கிறது என்று பல ஆய்வாளர்கள் கூறுகிறார்கள். அப்படியானால் இந்திய

இடைத் தேர்தல்கள் பிரிட்டிஷ் இடைத் தேர்தல்களை விடப் பெரிதும் மாறுபட்டவை. அங்கே வாக்காளர்கள் நடுவில் வரும் இடைத் தேர்தல்களை தங்கள் உணர்ச்சியை வெளிக்காட்ட ஒரு வாய்ப்பாகவும், வழக்கமாகத் தாங்கள் ஆதரிக்கும் கட்சிக்கு எச்சரிக்கை விடுக்கவும் பயன்படுத்துகிறார்கள். பிரிட்டன் இடைத் தேர்தல்களில் வாக்களித்த பல வாக்காளர்கள் அது பொதுத் தேர்தலாக இருந்தால் ஆளும் கட்சிக்கு வாக்களித்திருப்பார்கள் என்றும் ஆனால் அவர்களது தொகுதி மட்டுமே வாக்களிக்கும் தேர்தலில் இடைத் தேர்தலில் வேறு மாதிரி நடந்து கொள்வார்கள் என்றும் சொல்லியிருக்கிறார்கள்.

அதே சமயம், பொதுத் தேர்தலுக்கு சற்று முன்னர் நடக்கும் இடைத் தேர்தலில் இந்திய அனுபவத்தையே பிரிட்டிஷாரும் கொண்டிருக்கிறார்கள், அடுத்து வரும் பொதுத் தேர்தல்களுக்கு வலிமையான அறிகுறியாக பொதுத் தேர்தலுக்கு சற்று முன்னர் நடக்கும் தேர்தல் முடிவு இருக்கிறது. உண்மையில் பிரிட்டனில், தேர்தல்களை நடத்தத் தகுந்த காலத்தைக் கணிப்பதில் அரசியல்வாதிகளை இடைத் தேர்தல்கள் தாக்கம் ஏற்படுத்துகின்றன.

இந்தியாவிலும் கூட, நாடாளுமன்றத்தைக் கலைத்து முன்னரே தேர்தல்கள் நடத்தும் உரிமை பிரதமர்களுக்கு உண்டு. ஆனால் அதனை ஒரு சில பிரதமர்களே பயன்படுத்தியிருக்கிறார்கள்.

சட்டமன்ற இடைத் தேர்தல்கள் சிறந்த முன்னறிவிப்புகளாக இல்லை

மக்களவைத் தேர்தல்களைப் போலில்லாமல், மாநிலச் சட்டமன்ற இடைத் தேர்தல்கள் அந்த மாநிலத்தின் அடுத்த சட்டமன்றத் தேர்தல்களுக்கு சுமாரான முன்னறிவிப்புகளாகத் தான் இருக்கின்றன. ஒரு சட்டமன்றத் தொகுதியில் வெற்றி பெறும் கட்சி, அடுத்த மாநிலத் தேர்தல் ஒன்பது மாதங்களுக்குள் நடந்தால், அதில் வெற்றி பெறுவது 67 விழுக்காடு தான் (பார்க்க அட்டவணை 3.1.11). முன்னறிவிப்பு செய்வதற்குரிய காலம் மக்களவை இடைத் தேர்தல்களைப் போலவே ஒன்பது மாதங்கள் தான். இடைத் தேர்தலுக்கும், சட்டமன்றத் தேர்தலுக்கும் இடையேயுள்ள காலம் அதிகமாக இருந்தால் எதிர்நிலைதான் ஏற்படும். இடைத் தேர்தலில் வென்ற கட்சி அடுத்த தேர்தலில் தோல்வி அடைய நேரிடும். இடைத் தேர்தலில் வென்ற கட்சியை சட்டமன்றத் தேர்தலில் அனுப்பும் சாத்தியம் 67 விழுக்காட்டிலிருந்து 46 விழுக்காடாகக் குறைகிறது என்று தரவுகள் காட்டுகின்றன.

மக்களவைத் தேர்தலுக்குப் பிறகு நடக்கும் இடைத் தேர்தல் தேனிலவுக் காலத்தைக் காட்டுகிறதா?

மக்களவைத் தொகுதிகளில் வென்றவர்களுக்கு தேனிலவுக் காலம் இருந்தாலும் அது அதிக காலம் நீடிப்பதாகத் தெரியவில்லை. மக்களவைத் தேர்தலில் வெற்றி பெற்ற கட்சி இடைத் தேர்தலில்

அட்டவணை 3.1.11

மாநிலச் சட்டமன்ற இடைத் தேர்தல்கள் அடுத்த சட்டமன்றத் தேர்தல்களை ஓரளவுதான் முன்னுரைக்கின்றன		
மாநிலச் சட்டமன்ற தேர்தல் இடைத் தேர்தல் நடந்து ஒன்பது மாதங்களுக்குள் நடந்தால்		
மாநிலச் சட்டமன்றத் தேர்தல்களுக்கு முன்னர் இடைத் தேர்தல் நடக்கிறது	சட்டமன்றத் தேர்தல்களிலும் இடைத் தேர்தலில் வென்ற கட்சியே வெற்றி பெறும் இடங்களின் சதவீதம்	
இடைத் தேர்தல்கள் நடந்து ஒன்பது மாதங்களுக்குள் சட்டமன்றத் தேர்தல் நடக்கிறது	67%	இடைத் தேர்தல்கள் நடந்து ஒன்பது மாதங்களுக்குள் சட்டமன்றத் தேர்தல் நடந்தால் **முன்னறிவிப்பு மிதமானதாக இருக்கிறது**
இடைத் தேர்தல்கள் நடந்து ஒன்பது மாதங்களுக்கு மேல் ஓராண்டுக்குள் சட்டமன்றத் தேர்தல் நடக்கிறது	46%	இடைத் தேர்தல்கள் நடந்து ஒன்பது மாதங்களுக்கு மேல் நடக்கும் சட்டமன்றத் தேர்தல் முடிவுகள் **குறைந்த அளவு முன்னறிவிப்புகளே தருகின்றன**

குறிப்பு: மாநிலச் சட்டமன்றத் தேர்தல்கள் 2002 முதல் 2019 வரை நடந்தவை.

வெற்றி பெறுவது ஏறத்தாழ 80 விழுக்காடு இருக்கிறது. ஆனால் பொதுத் தேர்தல்கள் நடந்து ஐந்து மாதங்களுக்குள் நடந்தால் தான் இது நடக்கும் (பார்க்க அட்டவணை 3.1.12). ஐந்து மாத காலம் முடிவடையும்போது, தேனிலவுக் காலம் கொடும் கனவுக் காலமாக வெற்றி பெற்றவர்களுக்கு ஆகி விடுகிறது. அவை மூன்றில் இரண்டு இடங்களில் தோற்று விடுகின்றன.

இதற்குப் பல காரணங்கள் இருக்கலாம். வேகமாக, உடனடியாக நடத்தப்படும் இடைத் தேர்தலை முந்தைய தேர்தல் நாளின் நீட்சி என்று வாக்காளர்கள் பார்க்கக் கூடும், முந்தைய சில மாதங்களுக்கு முன்னர் வாக்களித்தபடியே இப்போதும் வாக்களிக்கலாம். அல்லது, அவர்கள் தேர்ந்தெடுத்த கட்சியைப் பற்றி சிறிது ஐயம் இருந்தாலும், புதிய நாடாளுமன்றத்திற்கு சந்தேகத்தின் நன்மையைத் தரலாம் *(Benefit of doubt)*.

மேலும், ஏற்கனவே வெற்றி பெற்ற கட்சி மீண்டும் அந்த இடத்தைத் தக்க வைத்துக் கொள்வது இடைத் தேர்தலுக்கான காரணத்தைப் பொறுத்தது என்பதை மறந்து விடக் கூடாது. முந்தைய உறுப்பினர் தவறு செய்து பதவி விலகினால் வெற்றி பெற்ற கட்சிக்கு அது பாதகமாக இருக்கலாம். பதவியிலிருந்த உறுப்பினர் இறந்து விட்டதால் நடக்கும் தேர்தலாக இருந்தால் அது முற்றிலும் வேறு மாதிரி இருக்கும். பதவியிலிருக்கும் ஒரு நாடாளுமன்ற உறுப்பினர் மேல் குற்ற நடவடிக்கையில் இடைத் தேர்தல் நடந்த நிகழ்வுகளும் உள்ளன. பிரிட்டனில் 2009 செலவினங்கள் தொடர்பான ஊழலினால் ஏற்பட்ட இடைத் தேர்தல் ஒரு எடுத்துக்காட்டு. இந்தியாவில் 2013 செப்டம்பரில் மூன்று பேர் (மாநிலங்களவையில் ரஷீப் மசூத், மக்களவையில் ஜகதீஷ் ஷர்மா, லாலு பிரசாத் யாதவ்) குற்றத்திற்காகத் தண்டனையால் பதவியிழந்த முதல் தேசிய பாராளுமன்றவாதிகளாக ஆனார்கள். மாநிலங்களவையின் காலி இடம் நிரப்பப்பட்டது. ஆனால் நாடாளுமன்ற இடங்களுக்கு இடைத் தேர்தல் நடைபெறவில்லை. ஏனென்றால் இடைத் தேர்தல்கள் நடத்தப்படுவதற்கு முன்னரே 2014 பொதுத் தேர்தல்கள் நடந்து விட்டன. ஆனால் பெரும்பாலான கருத்துக் கணிப்புகளும், ஆய்வுகளும் பதவியிலிருந்த கட்சிகளுக்கு மோசமான முடிவுகளை முன்னறிவித்தன. மேல்நாடுகளில் அப்படிப்பட்ட சூழல்களில் நடந்த இடைத் தேர்தல்கள் பதவியிலிருந்த கட்சிக்கு பேரழிவு முடிவையே தந்தன என்று நாம் பாடம் கற்கிறோம். இது பல சட்டமன்றத் தேர்தல்களிலும் பிரதிபலித்தது.

அட்டவணை 3.1.12

மக்களவைக்கு ஐந்து மாத தேனிலவுக் காலம்தான். ஐந்து மாதங்களுக்குப் பிறகு தேனிலவுக் காலம் மோசமான கனவுக் காலமாக ஆகிவிடும்		
மக்களவைத் தேர்தலுக்குப் பிறகு இடைத் தேர்தல்கள்	முந்தைய மக்களவைத் தேர்தலில் அதே இடங்களில் இடைத் தேர்தலில் வெற்றி பெற்ற சதவீதம்	
மக்களவைத் தேர்தலுக்குப் பிறகு ஐந்து மாதங்களுக்குள் நடந்த இடைத் தேர்தல்	78% தேனிலவு	சட்டமன்றத் தேர்தல்கள் நடந்து ஐந்து மாதங்களுக்குள் தேர்தல் நடந்தால் தேனிலவு தொடர்கிறது
மக்களவைத் தேர்தலுக்குப் பிறகு 6 முதல் 13 மாதங்களுக்குள் நடந்த இடைத் தேர்தல்	33% மோசமான கனவு தொடங்குகிறது	ஆறு மாதங்களுக்குப் பிறகு நடக்கும் இடைத் தேர்தல்கள் தேனிலவு முடிந்து விட்டது என்று காட்டுகிறது

குறிப்பு: மக்களவை இடைத் தேர்தல்கள் 2002 முதல் 2019 வரை நடந்தவை.

சட்டமன்றத் தேர்தல்களின் தேனிலவுக் காலம் மிகக் குறுகியது மக்களவைத் தேர்தல்களில் தேனிலவுக்காலம் ஐந்து மாதங்கள் நீடித்தது என்றால், சட்டமன்றத் தேர்தல்களில் அதை விடக் குறைவான காலமே இருக்கும் (பார்க்க அட்டவணை 3.1.13). சட்டப் பேரவைக்கான தேர்தல்கள் நடந்து நான்கு மாதங்களுக்குள் இடைத் தேர்தல் நடந்தால் தான் முதலில் வெற்றி பெற்ற கட்சியே மீண்டும் வெற்றி பெறும். வெற்றி பெற்ற கட்சி மீண்டும் வெற்றி பெறுவது 65 விழுக்காடுகள். இது மக்களவைத் தேர்தலை விட மிகவும் குறைவானது. சட்டமன்றத் தேர்தலில் வெற்றி பெற்றவரின் முதல் நான்கு மாத கால தேனிலவு மங்கிப் போனவுடன், மீண்டும் வெற்றி பெறுவது 50:50 வாய்ப்புதான்.

எந்தக் காரணத்திற்காக இடைத் தேர்தல் நடத்தப்படுகிறது என்பது தேர்தலின் முடிவில் குறிப்பிடத்தக்கத் தாக்கத்தை ஏற்படுத்துகிறது என்பதற்கு மாநிலச் சட்டமன்ற இடைத் தேர்தல்களில் பல

எடுத்துக்காட்டுகள் இருக்கின்றன. எடுத்துக்காட்டாக, 2014 ஜார்கண்ட் மாநிலத் தேர்தலின்போது லோகர்டாகா தொகுதியில் அனைத்து ஜார்கண்ட் மாணவர் ஒன்றியத்தைச் சார்ந்த கமல் கிஷோர் வெற்றி பெற்றார். ஆனால் அடுத்த ஆண்டு அவர் கொலை முயற்சிக்காகத் தண்டனை பெற்று சிறையில் அடைக்கப்பட்டதால் அவர் தகுதி நீக்கம் செய்யப்பட்டார். இதனால் 2015-இல் டிசம்பரில் இடைத் தேர்தல் நடைபெற்றது. அதில் பகத்தின் மனைவி போட்டியிட்டார். (இடைத் தேர்தலில் ஏற்கனவே தேர்ந்தெடுக்கப்பட்டால் வாக்குகளைத் தக்க வைத்துக் கொள்ள அவரது மனைவியை நிறுத்துவது பொதுவான ஒரு யுத்தி). ஆனால் அவர் படுதோல்வி அடைந்தார். இந்திய தேசியக் காங்கிரஸ் வேட்பாளர் அதிகபட்ச அளவில் வெற்றி பெற்றார். எனவே ஏன் இடைத் தேர்தல் நடத்த வேண்டியிருக்கிறது என்பது வெற்றி பெற்ற கட்சி தனது இடத்தைத் தக்க வைப்பதற்கு ஒரு காரணமாக இருக்கிறது. ஒவ்வொரு வாக்காளரும் 'ஏன் நான் மத்தியில் வாக்குச் சாவடிக்குச் சென்று வாக்களிக்க வேண்டியிருக்கிறது?' என்று தெரிந்து கொள்ள விரும்புகிறார். அந்த இடத்தைத் தக்க வைத்துக் கொள்வதற்காக இருந்தாலும் சரி, கைப்பற்றுவதற்காக இருந்தாலும் சரி, கட்சிகள் தங்கள் வாக்காளர்கள் நம்பக்கூடிய காரணங்களைச் சொல்ல வேண்டியிருக்கிறது.

இடைத் தேர்தல்களில் வாக்குப் பதிவு வழக்கமாகவே குறைவாக இருக்கும்

இடைத் தேர்தல்கள் ஒரு பிறழ்வு மட்டுமில்லை, அவை முக்கிய அறிகுறிகள். ஆனால் மாநில/ தேசியத் தேர்தல்களுக்கும், இடைத் தேர்தல்களுக்குமுள்ள வேறுபாடு என்னவென்றால் இடைத் தேர்தல்கள் மக்களிடம் குறைந்த அளவு ஆர்வத்தை ஏற்படுத்துகின்றன. எனவே தான் குறைந்த அளவு வாக்குப் பதிவு. 1952-இலிருந்து மக்களவை இடைத் தேர்தல்களில் முந்தைய மக்களவைத் தேர்தல்களை விட 76% குறைவாக இருந்திருக்கிறது (பார்க்க அட்டவணை 3.1.14).

இடைத் தேர்தல்கள் குறைவான வாக்குப் பதவினால் பாதிக்கப்படக் கூடும் என்று இதற்குப் பொருள். தொண்டர்களை அடிப்படையாகக் கொண்ட கட்சிகள் குறைந்த வாக்குப் பதிவைத் தங்களது ஆதரவாளர்களை உற்சாகப்படுத்துவதற்கு ஒரு வாய்ப்பாகக் கருதுவார்கள்.

அட்டவணை 3.1.13

சட்டமன்றத் தேர்தல்களுக்குப் பிறகு தேனிலவுக் காலம் நான்கு மாதங்களே நீடிக்கிறது		
மாநிலச் சட்டமன்றத் தேர்தல்கள் நடந்து நான்கு மாதங்களுக்குள் இடைத்தேர்தல் நடந்தால் வெற்றி பெற்ற கட்சியே மீண்டும் வெற்றி பெறும்		
சட்டமன்ற தேர்தலுக்குப் பிறகு நடந்த இடைத் தேர்தல்	மாநிலச் சட்டமன்றத்தில் இடைத் தேர்தல்களில் வெற்றி பெற்ற அதே கட்சி மீண்டும் வரும் சதவீதம்	
சட்டமன்றத் தேர்தல்கள் நடந்த நான்கு மாதத்திற்குள் இடைத் தேர்தல்	65%	தேனிலவுக் காலம் நான்கு மாதம் வரைத் தொடர்கிறது
சட்டமன்றத் தேர்தல்கள் நடந்து ஐந்து முதல் ஆறு மாதங்களுக்குள்	53%	ஐந்தாறு மாதங்களில் தேனிலவுக் காலம் மறைகிறது

குறிப்பு: மாநிலச் சட்டமன்றத் தேர்தல்கள் 2002 முதல் 2019 வரை நடந்தவை.

எனவே வாக்குப் பதிவின் எண்ணிக்கையைப் போலவே இடைத் தேர்தல்களில் வாக்களிக்க வருபவரின் தன்மையும் முக்கியமானது. வழக்கமாகக் கவனிக்காமல் விடப்படும் குறிப்பிட்ட சிறுபான்மை இன மக்களின் வாக்குகள் எதிர்பாராதவிதமாக வாக்கு நிலைகளில் பெரிய அளவினராக இருப்பார்கள். இதற்குப் பன்னாட்டு எடுத்துக்காட்டாக 2017-இல் அமெரிக்காவில் அலபாமாவில் நடந்த சிறப்புத் தேர்தலைக் குறிப்பிடலாம். அது இனங்களின் அடிப்படையில் பிரிவுபட்டிருந்தது. அங்கு ஜனநாயகக் கட்சி வேட்பாளர் டவ் ஜோன்சுக்கு வெள்ளையர் வாக்காளர்களில் ஆண்களில் 26 சதவீதமும், பெண்களில் 34 சதவீதமுமே ஆதரவு இருந்தது. ஆனால் குடியரசுக் கட்சி வேட்பாளருக்கு முறையே 76 சதவீதமும், 63 சதவீதமும் இருந்தது. ஆனால் ஜோன்சுக்கு மாநில சிறுபான்மை கறுப்பினத்தாருடைய வாக்குகளில் ஆண்களில் 93 விழுக்காடும் பெண்களில் 98 விழுக்காடும் கிடைத்தன.

அட்டவணை 3.1.14

இடைத் தேர்தல்களின் வாக்காளரின் ஆர்வம் குறைவு
மக்களவை இடைத் தேர்தல்களில், மக்களவைப் பொதுத் தேர்தல்களை விடக் குறைவான வாக்குப் பதிவு
முந்தைய மக்களவைத் தேர்தலை விட இடைத் தேர்தலில் குறைந்த வாக்குப் பதிவு குறைவு சதவீதம்
76%

குறிப்பு: 1952 முதல் 2019 வரையிலான மக்களவைத் தேர்தல்கள்.

குடியரசுக் கட்சி வேட்பாளருக்கு முறையே 6 சதவீதமும், 2 சதவீதமும் மட்டுமே கிடைத்தது. அலபாமாவில் வெள்ளையரே பெரும்பான்மையினர். கறுப்பு வாக்காளர்கள் மூன்றில் ஒரு பங்கு தான் என்றும் கறுப்பின வாக்காளர்கள் பெரிய எண்ணிக்கையில் வாக்களிக்க வந்ததால் இருபத்தைந்து ஆண்டுகளில் முதல் முறையாக ஒரு ஜனநாயகக் கட்சி வேட்பாளர் வெற்றி பெற்றார். தேர்தலில் வேறு காரணிகளும் இருந்திருக்கலாம். ஆனால் வாக்காளர் மத்தியிலிருந்த இனப் பாகுபாடு முக்கியமான ஒன்றாக இருந்தது. அலபாமா தேர்தல் எப்படி உள்ளூர் செயல்பாடுகள் இடைத் தேர்தலில் முக்கியத்துவம் பெறுகின்றன என்பதற்கு ஒரு எடுத்துக்காட்டு.

இறுதியாக, இந்தியத் தேர்தலில் இடைத் தேர்தல்கள் மிகக் குறைவாக ஆய்வுக்கு உட்படுத்தப்படுவதற்குக் காரணம் அவை வழக்கமான நிகழ்வுக்கு அப்பாற்பட்டவை என்று கருதப்படுவதால் இருக்கலாம். (ஆனால் இடைத் தேர்தல்களை மிகச் சிறப்பாக ஆராய்ந்த ஆய்வுகளும் இருக்கின்றன. ஆனால் அவை மிகக் குறைவு). இந்திய இடைத் தேர்தல்கள் வழக்கமான நிகழ்வுக்கு மாறுபட்டவை இல்லை. அவை ஒரு கட்சியின் செல்வாக்கை அளவிடும் சிறந்த சோதனையாக இருக்கலாம். மேலும் கருத்துக் கணிப்புகளை விட அவை பொதுத் தேர்தல்களை முன்னறிவிப்பதில் சிறப்பானவையாக இருக்கலாம்.

ஊராட்சி, நகராட்சித் தேர்தல்கள் சிறந்த முன்னறிவிப்பாக இருக்கின்றனவா?

இந்தியாவில் தேசிய ஊடகங்கள் முழுவதுமாகக் கண்டு கொள்ளாமல் இருக்கும் தேர்தல்கள் பன்முக ஊராட்சி நகராட்சித் தேர்தல்கள் தான். ஆனால் நல்ல வேளையாக உள்ளூர், மாநில ஊடகங்கள் கவனம் செலுத்துகின்றன. அவை மிக முக்கியமானவை என்பது அவற்றில் வாக்காளர் அதிகம் பங்கெடுப்பதிலிருந்து விளங்கும். மக்களவைத் தேர்தல்களை விட ஊராட்சி, நகராட்சித் தேர்தல்களில் அதிக வாக்குப் பதிவுகள் இருக்கின்றன.

கடந்த முப்பதாண்டுகளில் நடந்த ஊராட்சி, நகராட்சித் தேர்தல்களைப் பகுப்பாய்வு செய்து பார்க்கும்போது, (பார்க்க அட்டவணை *3.1.15*) இடைத் தேர்தல்கள் அல்லது கருத்துக் கணிப்புகளை விட சட்டமன்றத் தேர்தல்களை முன்னறிவிக்க உள்ளாட்சித் தேர்தல்கள் நம்பத் தகுந்தவையாக இருக்கின்றன என்று தெரிகிறது.

இங்கே தொகுதிகளின் சிறப்பை உள்ளூர் அரசியல்வாதிகள் வாக்காளர்களுக்கு நேரடியாகப் பதில் சொல்ல வேண்டும். எனவே பெரிய மக்களவை சட்டமன்றத் தேர்தல்களை விட உள்ளாட்சித் தேர்தல்கள் மக்களின் வாழ்க்கையோடு நேரடித் தொடர்புடையவை. ஊராட்சி, நகராட்சித் தேர்தல்களின் வாக்களிப்புப் போக்கு, உண்மையான நிலைகள், முன்னறிவிப்புகள் ஆகியவற்றில் பெரிய குறிகாட்டிகளைக் காண்பதில் ஆய்வாளர்களும், பெரிய அளவிலான ஊடகங்களும் அதிகக் கவனம் செலுத்த வேண்டிய காலம் வந்திருக்கிறது. நாம் ஏற்கனவே பார்த்தது போல, உள்ளாட்சித் தேர்தலில் அதிகவாக்காளர்கள் பங்கு பெறுகிறார்கள், எனவே அவை பெரிய அளவில் மக்களின் எண்ணத்தைப் பிரதிபலிப்பனவாக இருக்கின்றன. இதனால் மாநிலச் சட்டமன்றத் தேர்தல்கள் அவை நடந்து ஏழு மாதங்களுக்குள் நடந்தால், அவற்றைப் பற்றி முன்னறிவிக்கச் சிறந்த கருவிகளாக அவை உதவும்.

பெரிய சட்டமன்றத் தேர்தல்களுக்குப் பிறகு, நடந்த ஊராட்சி, நகராட்சித் தேர்தல்களும், சட்டமன்றத் தேர்தல்களுக்கும், உள்ளாட்சித் தேர்தல்களுக்கும் இடையேயான நெருங்கிய தொடர்பை உறுதி செய்கின்றன. வரலாற்றுத் தரவுகளிலிருந்து சட்டமன்றத் தேர்தல்களில் வெற்றி பெறும் கட்சியே அடுத்த இரண்டு ஆண்டுகளுக்கு (பார்க்க அட்டவணை *3.1.16*) ஊராட்சி, நகராட்சித் தேர்தல்களிலும் வெற்றி பெறுகிறது என்று

அட்டவணை 3.1.15

ஏழு மாதங்களுக்குள் சட்டமன்றத் தேர்தல்கள் நடந்தால் ஊராட்சி மாநகராட்சித் தேர்தல்கள் நல்ல முன்னறிவிப்புகளாக இருக்கும்
ஊராட்சி நகராட்சித் தேர்தல்களில் வெற்ற பெற்ற கட்சி அடுத்த சட்டமன்றத் தேர்தலிலும் வெற்றி பெறும் விழுக்காடு
78%

குறிப்பு: முப்பத்தி மூன்று ஊராட்சி, நகராட்சித் தேர்தல்களுக்குப் பிறகு, ஒன்பதில் சட்டமன்றத் தேர்தல்கள் ஏழு மாதங்களில் நடைபெற்றன (1989 முதல் 2019).

முன்னறிவிப்பது எளிது. ஊராட்சித் தேர்தல்களுக்கும் சட்டமன்றத் தேர்தல்களுக்கும் இடையேயான உறவு முன்னறிவிப்புக்கு உதவுவது மட்டுமல்ல, இரண்டு ஆண்டுகளுக்கு சட்டமன்றத் தேர்தல்களில் வெற்றி பெறும் கட்சியின் தேனிலவுக் காலம் இருப்பதையும் காட்டுகிறது. அதன் பிறகு மங்கி விடுகிறது.

பெரிய தேர்தல்களுக்கு தேனிலவுக் குறியீடுகளும், பிரதிபலிப்புகளும்

மக்களவை அல்லது மாநிலச் சட்டமன்றத் தேர்தல்களில் வெற்றி பெற்ற கட்சிக்கு கண்மூடித்தனமாக மக்கள் எவ்வளவு காலம் ஆதரவு தருவார்கள் என்பதைத் துல்லியமாக முன்னறிவிப்பது கடினமானது, எனினும் பெரிய தேர்தல்களில் வெற்றி பெற்ற கட்சி எத்தனை தேர்தல்களில் தொடர்ந்து வெற்றி பெறுகின்றது என்றும், அது தேனிலவுக் காலம் எவ்வளவு காலத்திற்கு முன்னர் என்றும் ஆய்வு செய்வதன் மூலம் வழக்கமான தேனிலவுக் காலத்தை அளவிடலாம். ஒவ்வொரு வகைத் தேனிலவுக்கும் வெவ்வேறு கால அளவுகள் இருப்பதைச் சான்றுகள் காட்டுகின்றன (பார்க்க அட்டவணை 3.1.17).

பெரும்பாலும் மக்களவைத் தேர்தலில் வெற்றிபெறுபவர்கள் பெருவாரியான பெரும்பான்மையை, அதாவது 78 விழுக்காட்டை, அடுத்த ஐந்து மாதங்களில் நடைபெறும் தேர்தல்களிலும் வெற்றிபெறுவதில் தொடர்கிறார்கள். இந்த ஐந்து மாதகாலம் முடிந்த உடன், மக்களவைத் தேர்தல்களில் வெற்றி பெற்றவர்கள் அதிக அளவில் இடைத் தேர்தல்களில் தோல்வி அடைகிறார்கள்.

அட்டவணை 3.1.16

மாநிலச் சட்டமன்றத் தேர்தல்கள்: ஊராட்சி, நகராட்சித் தேர்தல்களின் தேனிலவுக் காலம்
சட்டமன்றத் தேர்தல்களுக்குப் பிறகு நடந்த ஊராட்சி, நகராட்சித் தேர்தல்கள் நடந்தால், தேனிலவுக் காலம் 24 மாதங்கள் முந்தைய சட்டமன்றத் தேர்தலில் வெற்றி பெற்ற கட்சிக்கு இருக்கும்
முந்தைய சட்டமன்றத் தேர்தல்களில் வெற்றி பெற்ற கட்சி ஊராட்சி, நகராட்சித் தேர்தல்களிலும் வெற்றி பெறும் சதவீதம்
81%

குறிப்பு: 32 நகராட்சி, ஊராட்சிமன்றத் தேர்தல்களில் முப்பத்தி ஒன்று சட்டமன்றத் தேர்தல்கள் நடந்து 24 மாதங்களுக்குள் நடைபெற்றன (1994-2018). இருபத்தைந்தில் சட்டமன்றத் தேர்தல்களில் வெற்றி பெற்ற கட்சியே வென்றது.

மாநிலச் சட்டமன்றத் தேர்தல்களுக்குப் பிறகு, அடுத்துவரும் சட்டமன்ற இடைத்தேர்தல்களில், தேனிலவுக்காலம் இன்னும் குறைந்து விடுகிறது. நான்கு மாதங்களிலேயே மங்கத் தொடங்குகிறது.

மாநிலத்தில் ஆட்சியில் இருக்கும் அரசின் வெற்றி வேகம் அடுத்து வரும் ஊராட்சி, நகராட்சித் தேர்தல்களிலும் பத்துக்கு எட்டு என்ற அளவில் தொடர்கிறது. இவ்வாறு அடிமட்டம் வரையில் மாநிலத்தில் அது தனது ஆதிக்கத்தை நிலைநிறுத்திக் கொள்கிறது. மாநிலச் சட்டமன்றத் தேர்தல்களில் வெற்றிபெற்ற கட்சிக்கே உள்ளாட்சித் தேர்தல்களிலும் வாக்களிப்பதற்குக் காரணம் அக்கட்சியின் கட்டுப்பாட்டில் இருக்கும் நகராட்சி, ஊராட்சி மன்றங்களுக்கு மாநில அரசிடமிருந்து அதிகப்படியான நிதி ஒதுக்கீடுகளும், புதிய திட்டங்கள் தொடங்கப்படுவதும் கிடைக்கும் என்ற நம்பிக்கையாக இருக்கலாம். உண்மையில், உள்ளாட்சித் தேர்தல் பரப்புரைகளில் ஆளும் கட்சி எம்.எல்.ஏக்கள் அதிகம் பயன்படுத்தும் வாசகம், "நீங்கள் எங்களுக்கு வாக்களித்தால், உங்களுடைய பகுதிக்கு அதிக நிதி கிடைக்க நாங்கள் உறுதிகூறுகிறோம்," என்றிருக்கும்.

குறிகாட்டிகளாகவும் முன்னறிவிப்புகளாகவும் எடுத்துக் கொள்ளும்போது, இனி வரவிருக்கும் பொதுத்தேர்தல் முடிவுகளுக்கும், ஒவ்வொரு தேர்தலும் அதனுடைய

அட்டவணை 3.1.17

சுருக்கம்: தேனிலவு பிரதிபலிப்புகள்		
வாக்காளர் அரசியல்வாதி தேனிலவுக் காலங்கள் மாறுபடுவது		
தேர்தலில் வெற்றிபெற்ற பிறகு அதன் வேகம் தொடர்வது அது மறைவது வெவ்வேறு கால கட்டங்களில் நிகழ்கிறது		
ஏதோவொரு தேநிலவின் காலத்தைக் காட்டும் முக்கிய குறியீடுகள்	தேனிலவின் அடர்வுக் காலம்	இரண்டு தேர்தலின் ஒரே கட்சி வெற்றி பெறுவதன் சதவீதம்
எவ்வளவு காலம் ஒரு மக்களவைத் தேர்தலில் வெற்றி பெறும் கட்சியின் வெற்றி தொடரும்	5 மாதங்கள்	78%
சட்டமன்றத் தேர்தல்களில் வெற்றி பெற்றவர்கள் அடுத்த இடைத் தேர்தலில் வெற்றி பெறுவது எவ்வளவு காலம் வரை	4 மாதங்கள்	65%
எவ்வளவு காலம் மாநிலச் சட்டமன்றத் தேர்தலில் வென்ற கட்சி அடுத்த ஊராட்சி நகராட்சித் தேர்தல்களில் வெற்றி பெறுவது	24 மாதங்கள்	81%

அட்டவணை 3.1.18

சுருக்கம்: நல்ல முன்னறிவிப்பாளர்கள், மோசமான முன்னறிவிப்பாளர்கள்		
கருத்துக் கணிப்புக்கு மாற்றாக வெவ்வேறு அறிகுறிகளும் முன்னறிவிப்புகளும்		
தேர்தலில் வெற்றிபெற்ற பிறகு அதன் வேகம் தொடர்வது அது மறைவது வெவ்வேறு கால கட்டங்களில் நிகழ்கிறது		
அடுத்த பெரிய தேர்தலில் வெற்றி பெறுவதன் முக்கிய முன்னறிவிப்புகள்	முன்னறிவிப்புகள் நம்பகமாக இருக்க அடுத்த பெரிய தேர்தலுக்கு முன்னர் இருக்க வேண்டிய அதிகபட்ச காலம்	அடுத்த பெரிய தேர்தலில் அதே கட்சி வெற்றி பெறுவதன் சதவீதம்
அடுத்த மக்களவைத் தேர்தல்களுக்கு மாநிலச் சட்டமன்றத் தேர்தல்கள் சிறந்த முன்னறிவிப்புகள்	12 மாதங்கள்	93%
அடுத்த சட்டமன்றத் தேர்தல்களுக்கு மக்களவைத் தேர்தல்கள் சிறந்த முன்னறிவிப்புகள்	9 மாதங்கள்	75%
அடுத்த சட்டமன்றத் தேர்தலுக்கு மக்களவைத் தேர்தல்கள் மோசமான முன்னறிவிப்புகள்	12 மாதங்கள்	58%
அடுத்த சட்டமன்றத் தேர்தலுக்கு ஊராட்சி, நகராட்சித் தேர்தல்கள் நல்ல முன்னறிவிப்புகள்	7 மாதங்கள்	78%

முன்னறிவிப்பின் காலக்கெடுவிலும் நம்பகத்தன்மையிலும் மாறுபட்டிருந்தாலும், அவை சரியான முன்னறிவிப்புகளாக இருக்கும் என்பதைக் காட்டுகிறது. எடுத்துக்காட்டாக, மாநிலச் சட்டமன்றத் தேர்தல்கள் ஓராண்டு தள்ளிப்போனாலும், அதே மாநிலத்தின் மக்களவைத் தேர்தல்களுக்கு மிக வலுவான முன்னறிவிப்புகளாக, 96 விழுக்காடு துல்லிய விகிதத்துடன் இருக்கும். கருத்துக் கணிப்பு முன்னறிவிப்புகளை நம்புவதோடு, துல்லியமான முன்னறிவிப்புகளுக்கு உண்மையான தேர்தல் முடிவுகளை நம்புவது அறிவுடைமை என்று அட்டவணை *3.1.18* காட்டுகிறது. மேலும் தேர்தல்களைப் புரிந்து கொள்ள சமூக அரசியல் சக்திகளை விட இவற்றை நம்பலாம் என்று இது காட்டுகிறது.

2019-இல் ஒரு போக்கினை வழி நடத்தும் அல்லது சுட்டிக் காட்டும் *(bell wether)* தொகுதிகளைக் கவனமாகப் பாருங்கள்.

ஒரு போக்கினைக் (trend) காட்டும் தொகுதிகள்: ஐந்து நட்சத்திர, நான்கு நட்சத்திர, மூன்று நட்சத்திர 'முன்னறிவிப்பாளர்கள்'

போக்கினைக் காட்டும் தொகுதிகள் உலகெங்கும் தெரியப்படுகிற தொகுதிகளில் என்ன நடக்கிறது என்று பார்ப்பது, குறிப்பாக ஊடகங்கள் மத்தியில் தேர்தல் முடிவுகளை முன்னறிவிக்க ஒரு வேடிக்கையான வழியாக இருக்கிறது. மொத்தத் தொகுதிகளிலும் சேர்ந்து வெற்றி பெறுகிற கட்சியே இந்தத் தொகுதிகளைத் தேர்ந்தெடுக்கும். மாநிலச் சட்டமன்றத் தேர்தல் அல்லது மக்களவைத் தேர்தலின் பெரும்பான்மையான முடிவைப் பிரதிபலிக்கும் (அதாவது போக்கினைக் காட்டும் மக்களவைத் தொகுதியில் வெற்றி பெறும் கட்சி அல்லது கூட்டணி, நாட்டில் நாடாளுமன்றத் தேர்தல்களிலும் வெற்றி பெறும்).

போக்கினைக் காட்டும் தொகுதிகள்பாலுள்ள ஊடகத்தின் கவர்ச்சி இந்தியாவிற்கு மட்டும் உரியதல்ல, பிற மக்களாட்சி நாடுகளிலும் காணப்படுகிறது. பிரிட்டனில் பாசில்டான், டார்ட்ஃபோர்ட் தொகுதிகள்: ஸ்பெயினில் அராகனின் தன்னாட்சி இனக்குழு, அமெரிக்காவில் ஓஹியோ, ஃப்ளோரிடா ஆகிய மாநிலங்கள்: (அமெரிக்காவின் இந்த மாநிலங்களைப் பொறுத்தவரையில் அவை பிறவற்றிற்கு ஒரு எடுத்துக்காட்டாக இருப்பது மட்டுமல்ல, அவை மக்கள் தொகை மிகுந்த பெரிய மாநிலங்கள். எனவே இந்தப் பெரிய மாநிலங்களின் ஆதரவு முடிவை நிர்ணயிக்கும் காரணியாக

இருக்கும். 1968, 1976, 2000, 2004, 2016 ஆகிய தேர்தல்களில் இது நடைபெற்றது).

பல புள்ளி விவரவியலாளர்களும், தேர்தலியலாளர்களும் இப்படிப்பட்ட போக்கினைக் காட்டும் தொகுதிகளின் நம்பகத் தன்மையை ஐயப்பாட்டுடன் பார்த்தாலும் பலமுறை அவை நம்பிக்கையில்லாதவர்களையும் எதிர்த்து மொத்த முடிவில் அதே மாதிரியான முடிவைக் காட்டுகின்றன. குறைந்தபட்சம் அப்படி இல்லை என்று ஆகும் நாள் வரையிலாவது காட்டுகின்றன.

போக்கைக் காட்டும் தொகுதிகள் மொத்த வாக்களிப்பினை ஒத்திருக்கின்றன என்று சிலர் வாதிடுகிறார்கள். ஏனென்றால், இத்தொகுதிகளின் வாக்காளர்களின் அரசியல் சார்புகள், நாட்டின் மொத்த அரசியல் சார்பு நிலைகளையும் சிறிய வெளியில் தராத ஆனால் குறிப்பிடத்தக்க வழிகளில் ஓரளவு ஒத்திருக்கின்றன. இதனை நிரூபிப்பது முடியாத காரியம். ஒரு குறிப்பிட்ட கால கட்டத்தில் முடிந்தாலும் கூட, ஒரு பகுதியின் மக்கள் தொகை மாற்றம் மொத்த மாநிலத்திலோ, நாட்டிலோ ஏற்படக்கூடிய மக்கள் தொகை மாற்றத்தைப் பிரதிபலிப்பது சாத்தியமில்லை. ஒரு தேர்தலில் மிகவும் சிறப்பான போக்கினைக் காட்டுவது அடுத்த தேர்தலில் முற்றிலும் மாறுபட்டுப் போகலாம். எனினும் போக்கினைச் சுட்டிக் காட்டும் தொகுதிகள் மற்ற எந்த தொகுதியையும் விட அதிக அளவில் சரியாக இருக்கின்றன என்று புள்ளியியல் அறிவியலாளர்கள் காட்டியிருக்கிறார்கள். இது எளிதில் விளங்கக் கூடியதாக இருந்தாலும் இல்லாவிட்டாலும் இவ்வாறு காணப்படுவதை மறுக்க முடியாது என்று கூறுகிறார்கள். வேறு சிலர் எச்சரிக்கையாக இருக்க வேண்டும் என்று கருதுகிறார்கள். அவர்கள் சராசரிகளின் விதியை மேற்கோள் காட்டுகிறார்கள். போக்கினைச் சுட்டிக் காட்டும் தொகுதிகள் அடிக்கடி சரியாக இருக்கின்றன. அவை சராசரிகளின் விதியின்படி இம்முறை தவறாக இருக்கும்.

போக்கினைச் சுட்டிக் காட்டும் தொகுதிகள் பற்றி எங்களுக்கும் ஐயம் இருந்தாலும், அவை சரியாகவே இருக்கின்றன என்பதற்கான வலிமையான பதிவினால் அரிய ஒரு கவர்ச்சி இருக்கிறது. எனவே அது பற்றியும் நாம் கவனம் செலுத்துவது அவசியம். ஒவ்வொரு முறையும் ஒரு குறிப்பிட்ட 'பேட்ஸ்மேன்' 50 அடிக்கிறார் என்றால் இந்திய அணி வெற்றி பெறும் என்று சொல்வது போல இது இருக்கிறது: எனவே குறிப்பிட்ட பேட்ஸ்மேன் அவருடைய ஆட்டம் சிறந்த முன்னறிவிப்பாக இருப்பதால் ஆட்டத்தின் போக்கினைக் காட்டுபவர் என்று சொல்லலாமா? அல்லது தவறு

செய்யாத சராசரிகளின் விதிப்படி ஆட்டமிழப்பாரா அல்லது அடுத்து போட்டியில் 50 எடுத்தாலும் அவருடைய அணி தோற்குமா?

'பெல்வெதர்' தொகுதிகள் என்ற ஒரு நிகழ்வு நிலை பற்றி ஐயப்படும் வாக்காளர்களுக்காக, 1971 முதல் 2014 வரையிலான பதினோரு மக்களவைத் தேர்தல்களை ஆராய்ந்தோம். எங்கள் நோக்கம் நாடு முழுவதையுமே அதே வழியில் ஏதாவது தொகுதிகள் வாக்களித்திருக்கின்றனவா என்று காண்பது. 2008-இல் தொகுதிகள்

அட்டவணை 3.1.19

ஐந்து - நட்சத்திர பெல்வெதர்கள் 100 சதவீத வெற்றி வீதம்		
(1977 முதல்) கடந்த பதினோரு மக்களவைத் தேர்தல்களில் ஒரே கட்சி வெற்றி பெறும் தொகுதிகள்		
தொகுதி	மாநிலம்	மாநிலத்தின் பகுதி
வாலசாட்	குஜராத்	தெற்கு குஜராத்
மேற்கு டில்லி	டில்லி	டில்லி

அட்டவணை 3.1.20

நான்கு - நட்சத்திர பெல்வெதர்கள் 90 சதவீத வெற்றி வீதம்		
(1977-க்குப் பின்னர்) கடந்த பதினோரு மக்களவைத் தேர்தல்களில் பத்தில் ஒரே கட்சி வெற்றி பெற்ற தொகுதிகள்		
தொகுதி	மாநிலம்	மாநிலத்தின் பகுதி
கர்கோவான்	ஹரியானா	தெற்கு
பாரிடாபாத்	ஹரியானா	தெற்கு
ஷாக்டால்	மத்தியப் பிரதேசம்	விந்தியப் பிரதேசம்
பீட்	மகாராஷ்ட்ரா	மரத்வாடா
சண்டிகர்	சண்டிகர்	சண்டிகர்
வடமேற்கு டில்லி	டில்லி	டில்லி
ராஞ்சி	ஜார்கண்ட்	தெற்கு
பலாமு	ஜார்கண்ட்	தெற்கு

அட்டவணை 3.1.21

மூன்று - நட்சத்திர பெல்வெதர்கள் 70 சதவீத வெற்றி வீதம்		
(1977–க்குப் பின்னர்) கடந்த பதினோரு மக்களவைத் தேர்தல்களில் ஒன்பதில் ஒரே கட்சி வெற்றி பெற்ற தொகுதிகள்		
தொகுதி	**மாநிலம்**	**மாநிலத்தின் பகுதி**
பாஸ்கிம்	பீஹார்	திர்ஹட்
பனாஸ்கந்தா	குஜராத்	வடக்கு
போர்பந்தர்	குஜராத்	சௌராஷ்ட்ரா
ஜாம் நகர்	குஜராத்	சௌராஷ்ட்ரா
ஜினாகாத்	குஜராத்	சௌராஷ்ட்ரா
குருச்சேத்திரா	ஹரியானா	வடக்கு
கர்நால்	ஹரியானா	வடக்கு
பவானி மகேந்திரகர்	ஹரியானா	மத்திய பகுதி
மாண்டி	இமாச்சலப் பிரதேசம்	இமாச்சலப் பிரதேசம்
கான்ட்லா	மத்தியப் பிரதேசம்	மால்வா
மாஸ்லா	மத்தியப் பிரதேசம்	மகாகோசல்
நாசிக்	மகாராஷ்ட்ரா	வடக்கு
சுந்தர்கார்	ஒடிசா	தென்மேற்கு
கங்கா நகர்	ராஜஸ்தான்	வடக்கு கரோடி
பில்வாரா	ராஜஸ்தான்	மேவார் – கரோடி
குஷி நகர்	உத்தரப் பிரதேசம்	வடகிழக்கு
வாரனாசி	உத்தரப் பிரதேசம்	கிழக்கு
கிழக்கு டில்லி	டில்லி	டில்லி

மாற்றியமைக்கப்பட்டன. எனவே தொகுதிகளை பெயர்களின் அடிப்படையில் அல்லது இட அடிப்படையில் பொருத்திப் பார்த்தோம். கீழ்க்கண்ட அட்டவணைகளில் (*3.1.19, 3.1.20, 3.1.21*), எவ்வளவு துல்லியமாக அவை மக்களவைத் தேர்தல் முடிவாக ஒத்திருக்கின்றன என்பதன் அடிப்படையில் 'பெல்வெதர்'

தொகுதிகளை வெவ்வேறு வகைகளாகப் பிரித்தோம். இரண்டு மட்டுமே 5 ஸ்டார் அளவிற்குத் தகுதி பெற்றன. ஏனென்றால் அவை 100 விழுக்காடு சரியாக இருந்திருக்கின்றன. பதினோரு மக்களவைத் தொகுதிகளில் பத்தில் சரியாக இருந்தவை எட்டுத் தொகுதிகள். இது 90 சதவீத வெற்றி வீதம். இவற்றை 4 ஸ்டார் பெல்வெதர்கள் என்று அழைக்கிறோம். இறுதியாக கடைசி அட்டவணையில் பதினெட்டு தொகுதிகளில் 70 சதவீதம் சரியானவையாக இருந்தன. அவை 3 நட்சத்திர 'பெல்வெதர்கள்'.

இதில் சுவாரசியமான நிகழ்வு என்னவென்றால் தென்னிந்திய மாநிலங்களில் ஒரு 'பெல்வெதர்' தொகுதி கூட இல்லை. 1977 தேர்தலில் அவை காங்கிரசுக்குப் பெருமளவில் வாக்களித்தன. நாட்டின் பிற பகுதிகளில் ஜனதா கட்சி பெருவாரி வெற்றி பெற்றது. இந்தத் தேர்தல் தென் மாநிலங்களும் இந்தியாவின் பிற மாநிலங்களிலிருந்து எப்படி வித்தியாசமாக வாக்களிக்கின்றன என்பதற்கு ஒரு சிறந்த எடுத்துக்காட்டு. மேலும், மாநிலக் கட்சிகளின் வளர்ச்சி தென்னிந்தியாவில் அதிகம். இது தேசியப் போக்கிலிருந்து வேறான முடிவுகளுக்கு இட்டுச் செல்கிறது.

வாக்கெண்ணும் நாள்: இறுதியில் 'தாவல்' (Bump) பற்றி எச்சரிக்கையாக இருங்கள்!

எல்லாத் தேர்தல்களிலும் வாக்கு எண்ணும் நாளின் உச்சக்கட்டம் படபடக்க வைக்கும் நேரமாகும். இதோ ஓர் எச்சரிக்கை: வாக்கெண்ணும் நாள் வினோதமானவை நிகழலாம். அவற்றிற்கு ஆயத்தமாக இருப்பது நல்லது. எடுத்துக்காட்டாக, நாங்கள் "வெற்றி பெறுபவரின் தாவல்" (winners Bump) என்று அழைக்கிறோம். ஏன் இந்தத் தாவல் நடக்கிறது என்பதைப் புரிந்து கொள்ள இந்தியாவில் வாக்கு எண்ணும் முறையைத் தெரிந்து கொள்ள வேண்டும்.

வாக்குகளை எண்ணும் முறையும், முடிவு அறிவிக்கப்படுவதற்கு முன்னர் அவ்வப்போது முன்னணி நிலவரங்களை அறிவிப்பதும், வெளிப்படையான செயல்முறை, இந்தியாவுக்கே உரியது அது. ஒவ்வொரு நிலையிலும் தடுப்புகளும், சமநிலைகளும் நிறைய இருக்கும். கழுகுக் கண்ணோடு கவனித்து தங்களையே முறைப்படுத்திக் கொள்ளும், போட்டியிடும் அரசியல் கட்சிகளின் பிரதிநிதிகள் ஒவ்வொரு அசைவையும் கவனமாகக் கண்காணிப்பார்கள். இது இச்செயல் முறையின் புனிதத் தன்மைகளைப் பாதுகாக்கும்.

வரிசையாக வரும் சுற்றுகளால் வாக்கெண்ணிக்கை நிறைவு பெறும். எடுத்துக்காட்டாக, ஒரு தொகுதியில் எல்லா வாக்குச் சாவடிகளிலிருந்தும் மொத்தம் 280 மின்னணு வாக்கு எந்திரங்கள் இருக்கின்றன என்று வைத்துக் கொள்வோம். இந்த எந்திரங்கள் முத்திரையிடப்பட்டு, ஒரு பாதுகாக்கப்பட்ட மைய அறையில் வைக்கப்படும். வாக்கு எண்ணிக்கை நாளன்று வாக்கு எண்ணப்படும் மையத்திற்கு அவை பகுதி பகுதியாக (ஒரு பகுதியில் பதினான்கு என்று வைத்துக் கொள்வோம்) கொண்டு வரப்படும். ஒவ்வொரு பகுதியும் ஒரு 'சுற்று' என்று சொல்லப்படுகிறது.

ஒரு பகுதியின் EVM-கள் முத்திரை உடைக்கப்பட்டு வாக்குகள் எண்ணப்படும். தேர்தல் அலுவலர் பதினான்கு EVM-களின் வாக்குகளும் கூட்டப்பட்ட பின் ஒவ்வொரு கட்சியும் பெற்ற வாக்கு எண்ணிக்கையை அறிவிப்பார். அந்தச் சுற்றின் முன்னணி நிலவரமாக அறிவிக்கப்படும்.

அடுத்த பதினான்கு EVM-கள் மைய அறையிலிருந்து கொண்டு வரப்பட்டு இரண்டாம் சுற்று எண்ணிக்கை தொடங்கும். இது முடிந்தவுடன் ஒவ்வொரு கட்சியும் பெற்ற வாக்குகளின் எண்ணிக்கை முதல் சுற்று எண்ணிக்கையோடு கூட்டப்படும். தேர்தல் அலுவலர் இரண்டாவது சுற்றுக்குப் பிறகு முன்னணி நிலவரங்களை கட்சிவாரியாக அறிவிப்பார்.

இந்தச் செயல்முறை சுற்று சுற்றாக எல்லா EVM-களின் வாக்குகளும் எண்ணப்படும் வரையில் தொடரும். நம்முடைய எடுத்துக்காட்டில் ஒவ்வொரு சுற்றிலும் 14 பெட்டிகள் எண்ணப்படுகின்றன. மொத்தம் 280 பெட்டிகள் 20 சுற்றுகளில் எண்ணி முடிக்கப்படும். இருபது சுற்றுகளின் எண்ணிக்கையும் முடிந்தபிறகு - அதாவது வேறு EVM எதுவும் மிச்சம் இல்லாதபோது தேர்தல் அலுவலர் அந்தத் தொகுதியின் முடிவை அறிவிப்பார்.

சுருக்கமாகச் சொன்னால், இறுதி முடிவு அறிவிக்கப்படும் வரையில், ஒவ்வொரு இடைப்பட்ட சுற்றிற்குப் பிறகும், கட்சிவாரியாக மொத்த வாக்குகள் முன்னணி நிலவரமாக அறிவிக்கப்படும். ஆனால் இந்த முன்னணி நிலவரங்கள் எல்லாப் பெட்டிகளும் எண்ணப்பட்ட பிறகு முடிவாக ஆகின்றன.

இங்கே ஒரு குறிப்பு: வாக்குச் சீட்டுகளோடு ஒப்பிடும்போது EVM-களில் ஒரு குறை உள்ளது. ஒரு தொகுதியின் எல்லா வாக்குச் சீட்டுகளும் ஒன்றாகக் கலந்த பிறகுதான் ஒவ்வொரு சுற்றாக எண்ணப்படும். இதனால் எந்தப் பகுதியில் எந்தக்

அட்டவணை 3.1.22

சுற்றுச் சுற்றாக எண்ணும் முறை				
இறுதியில் 'தாவல்' முன்னணி நிலவரங்கள் இடங்களாக மாற்றப்படுதல்				
ராஜஸ்தானில் 2013 சட்டமன்றத் தேர்தல்கள்				
ஒவ்வொரு கால இடைவெளியிலும் மொத்த முன்னணி நிலவரங்கள்				
முன்னணி நிலவரச் செய்தியின் நேரம்	பா.ஜ.க. (வெற்றி பெறும் கட்சி)	காங்கிரசு	பிற	மொத்தம்
காலை 8.15	4	3	0	7
காலை 8.31	17	7	0	24
காலை 8.46	46	14	1	61
காலை 9.01	74	22	9	105
காலை 9.16	95	23	13	131
காலை 9.31	110	23	20	153
காலை 9.46	125	21	20	166
காலை 10.01	122	30	23	175
காலை 10.16	122	31	23	176
காலை 10.31	130	28	24	182
காலை 10.46	131	28	25	184
காலை 11.01	132	30	28	190
காலை 11.16	132	35	27	194
காலை 11.31	135	34	26	195
காலை 11.46	137	35	25	197
இறுதி முடிவுகள்	163	21	16	200

இடங்களில் தாவல் (bumps) 137-இலிருந்து 163 = +26 இடங்கள் = வெற்றி பெற்ற கட்சிக்கு 19 விழுக்காடு தாவல்

குறிப்பு: முன்னணி நிலவரம் என்பது முன்னணி நிலவரம் அறிவிக்கப்பட்ட தொகுதிகளின் எண்ணிக்கையைக் குறைக்கிறது (சில சுற்றுகள் எண்ணப்பட்ட தொகுதிகள்).

கட்சி முன்னணியில் இருக்கிறது என்பது தெரியாது. EVM வாக்குகளைக் கலக்க முடியாது. ஏனென்றால் ஒவ்வொரு EVM-ம் எந்த வாக்குச் சாவடியில் வைக்கப்படுகிறதோ அதன் அடிப்படையில் அடையாளம் காணப்படும். எனவே வாக்கு எண்ணிக்கையின்போது 'எதேச்சையான நிலை' என்பது இல்லாமல் போகிறது. இதனால் அரசியல் கட்சிகள் எந்த வாக்குச் சாவடிகள் / கிராமங்கள் / பகுதிகள் தங்களுக்குச் சாதகமாக அல்லது பாதகமாக வாக்களித்தன என்று கண்டுபிடிக்க முடியும். தனி மனிதரின் வாக்களிப்பு இரகசியம் முழுமையாகப் பாதுகாக்கப்பட்டாலும் இப்படி அடையாளம் காணப்படுவது சாத்தியமாதலால், பின் விளைவுகள் ஏற்பட முடியும்.

அட்டவணை 3.1.22, ஒரு குறிப்பிட்ட மாநிலத்தின் வாக்குகள் எண்ணப்படும் நாளில் முன்னணி நிலவரங்கள் எவ்வாறு வருகின்றன என்பதைக் காட்டும் உண்மையான எடுத்துக்காட்டு.

ஒவ்வொரு சுற்றாக நிலவரங்கள் வரும்போது இரண்டு விஷயங்கள் நடக்கும்: முதலாவது, ஓரளவு எண்ணிக்கையிலான இடங்களுக்கு முன்னணி நிலவரங்கள் கிடைக்கும்போது, அதாவது மூன்றில் ஒரு பங்கு இடங்களுக்குள் கிடைக்கும்போது, இந்த இடங்களில் முன்னணி நிலவரங்களைக் கொண்டு யார் வெற்றி பெறப் போவது என்று முன்னறிவிக்க முடியும். ஆனால் 'நீ முந்தி நான் முந்தி' என்ற போட்டி இருக்கும்போது, பெரிய எண்ணிக்கையில் முன்னணி நிலவரங்கள் வரும்வரையில் காத்திருப்பது அறிவுடைமை. மாறாக, பெருவாரி வெற்றிச் சூழல்களில் வெற்றி பெறுவது எக்கட்சி என்பது விரைவிலேயே தெரிந்து விடும்.

இரண்டாவதாக, வெற்றி பெறும் கட்சிக்கு சாதகமான ஒரு 'தாவல்' என்றழைப்பதைக் குறிப்பிடலாம். (இதனை 'தி பிரிண்ட்' இதழின் மூத்த ஆசிரியரும் நிறுவனருமாகிய சேகர் குப்தா எங்களது நிகழ்ச்சிகளில் வருபவர், முதலில் சுட்டிக்காட்டியவர்). எடுத்துக்காட்டாக, ஒரு மாநிலத்தில் ஒவ்வொரு இடத்திற்குமான முன்னணி நிலவரம் கிடைக்கிறது என்று வைத்துக் கொள்வோம் (ஒவ்வொரு தொகுதியிலும் பாதி சுற்று முடிந்திருக்கலாம்). முன்னணியில் இருக்கும் கட்சி மூன்றில் இரண்டு இடங்களில் முன்னணியில் இருக்கிறது. இந்த முன்னணி நிலவரங்களை எல்லாம் இடங்களாக மாற்றிய பிறகு, (அதாவது, எல்லாச் சுற்றுகளும் எண்ணப்பட்டிருக்கின்றன) வெற்றி பெறும் கட்சி இரண்டில் மூன்று பங்கிற்கு மேல் இடங்களைப் பெற்று விடும். அதாவது 75 விழுக்காடுகளை நெருங்கி விடும். இந்த வெற்றி பெறும் கட்சியின்

அட்டவணை 3.1.23

மக்களவைத் தேர்தல்களில் வெற்றி பெற்ற கட்சியின் தாவல்	
90 சதவீத முன்னணி நிலவரத்திற்குப் பிறகு வெற்றி பெற்ற கட்சியின் தாவல்	100 சதவீத முன்னணி நிலவரங்களுக்குப் பிறகு வெற்றி பெற்ற கட்சியின் தாவல்
30%	18%

குறிப்பு: 2009, 2014 மக்களவைத் தேர்தல்கள்.

இடங்களில் இந்தத் தாவல் (bump) ஒவ்வொரு மாநிலத்திலும் ஒவ்வொரு வாக்கு எண்ணிக்கையின் போதும் காணப்படுகிறது.

ஆகவே, வாக்கெண்ணும் நாளன்று, ஒரு கட்சி 100 இடங்களில் வித்தியாசத்தில் முன்னணியிலிருந்தால் அக்கட்சி 100 இடங்களுக்கு மேல் பெறலாம் என்பதற்கும் நீங்கள் தயாராக இருக்க வேண்டும். இதுதான் 'தாவல்' என்பது.

வெற்றி பெறும் கட்சியின் 'தாவல்' மக்களவைத் தேர்தலில் அதிகமாகவே காணப்படுகிறது (பார்க்க அட்டவணை 3.1.23). தொகுதிகளில் 90 விழுக்காடுகளுக்கான முன்னணி நிலவரம் அறிவிக்கப்பட்ட பிறகு, கட்சி வாரியாக நிலவரம் இறுதி முடிவுக்கு நெருக்கமாக இருக்கும் என்று எதிர்பார்க்கலாம். ஆனால் அது உண்மையல்ல, 90 விழுக்காடு இடங்களுக்கு முன்னணி நிலவரம் கிடைத்த நேரத்திலிருந்து முடிவு வரும் இடைக்காலத்தில், முன்னணியில் இருக்கும் கட்சி 30 சதவீத இடங்களைக் கூடுதலாகப் பெற்று விடுகிறது. இது பத்து சதவீத முன்னணி நிலவரம் இருக்கும்போது நமது எதிர்பார்ப்பான 10 சதவீதத்திலிருந்து மிக அதிகமானது. ஆனால் இந்நிலை அதோடு முடிவதில்லை. 100 சதவீத இடங்களுக்கான முன்னணி நிலவரங்கள் அறிவிக்கப்பட்ட பிறகு ஒவ்வொரு தொகுதியின் முன்னணி நிலவரங்களை இடங்களாக மாற்றுவது தான் மீதி வேலை என்று நாம் நினைப்போம். ஆனால் ஆச்சரியம் நமக்காகக் காத்திருக்கும். 100 சதவீத முன்னணி நிலவரங்கள் கிடைத்த நேரத்திலிருந்து, மிச்ச சுற்றுகள் எண்ணப்பட்டு ஒவ்வொரு இடத்தின் முன்னணியும் முடிவாக மாற்றப்படும் நேரத்துக்குள், முன்னணிக் கட்சியின் இடங்களில் 18 சதவீதம் அதிகமாக 'தாவல்' ஏற்படுகிறது.

அட்டவணை 3.1.24

மக்களவைத் தேர்தல்கள் எண்ணிக்கை நாளன்று வெற்றி பெறும் கட்சியின் 'தாவலை'க் கவனியுங்கள்			
தாவல் (The Bump)	100 சதவீத இடங்களுக்கு முன்னணி நிலவரங்கள் அறிவிக்கப்படும்போது வெற்றி பெறும் கட்சியின் இடங்கள் (சராசரி)	இறுதி முடிவு: எல்லா முன்னணி நிலவரங்களும் இடங்களாக மாற்றப்பட்ட பிறகு (சராசரி)	வெற்றி பெற்ற கட்சியின் தாவல். 100 சதவீத முன்னணி, நிலவரங்களுக்கும் 100 சதவீத முடிவுகளுக்கும் இடையில் (சராசரி)
மக்களவைத் தேர்தலில் இடங்களில் தாவல்	254	299	+45

குறிப்பு: 2009, 2014 மக்களவைத் தேர்தல்கள்.

எடுத்துக்காட்டாக, 2014 மக்களவைத் தேர்தலில் 543 இடங்களில் 100 சதவீத முன்னணி நிலவரங்கள் வந்தபோது, தேசிய ஜனநாயகக் கூட்டணி 291 இடங்களில் முன்னணியில் இருந்தது. ஆனால் இறுதிச் சுற்றுகள் 543 இடங்களுக்கும் எண்ணப்பட்டு முன்னணி நிலவரங்கள் இறுதி முடிவுகளாக மாறியபோது, தேசிய ஜனநாயகக் கூட்டணியில் மொத்த இடங்கள் 291-லிருந்து 336-ஆக ஆனது. 45 இடங்கள் தாவல்.

எல்லா முடிவுகளும் வந்தபிறகு, வெற்றி பெற்ற கட்சியின் தாவல் அட்டவணை 3.1.24-இல் காட்டப்பட்டிருக்கிறது. கடந்த இரண்டு மக்களவைத் தேர்தல்களிலும் வாக்குகள் எண்ணிக்கைப் பற்றிய தரவுகள் எல்லா முன்னணி நிலவரங்களும் ஒரு தேர்தலில் வந்து விட்டாலும், வெற்றி அல்லது தோல்வி பெறுபவரின் கதை முடிவதில்லை. வெற்றி பெறும் கட்சி மேலும் சிறப்பாகவும், தோல்வியடையும் கட்சி இன்னும் மோசமாகவும் ஆவதை எதிர்பாருங்கள். மக்களவைத் தேர்தல்களில் 543 இடங்களும் முன்னணி இடங்கள் கிடைத்த பிறகு, முன்னணியில் இருக்கும் கட்சிக்கு இன்னும் 45 இடங்களைச் சேர்த்துக் கொள்ளத் தயாராக இருங்கள், அதே சமயம் அடுத்து வரும் கட்சிக்கு 45 இடங்களைக்

அட்டவணை 3.1.25

வாக்கு எண்ணும் நாளன்று சட்டமன்றத் தேர்தல்களில் தாவல்		
தாவல்= வாக்கு எண்ணிக்கை முடியும்போது வெற்றி முகத்தில் இருக்கும் கட்சியின் இடங்களில் திடீரென்று சதவீத அதிகரிப்பு	90 சதவீத இடங்களில் வெற்றி பெறும் கட்சியின் இடங்களில் தாவல் சதவீதம்	100 சதவீத இடங்களில் வெற்றி பெறும் கட்சியின் இடங்களில் தாவல் சதவீதம்
சட்டமன்றத் தேர்தல்களில் தாவல் சதவீதம்	35%	11%

குறிப்பு: 2010 முதல் 2018 வரை பெரிய, நடுத்தர அளவு மாநிலங்களில், 23 மாநிலச் சட்டமன்றத் தேர்தல்கள்

அட்டவணை 3.1.26

சட்டமன்றத் தேர்தல்களில் வாக்கு எண்ணிக்கை நாளன்று வெற்றி பெறும் கட்சியின் தாவல் கவனம்			
தாவல் (The Bump)	100 சதவீத இடங்களுக்கு முன்னணி நிலவரங்கள் அறிவிக்கப்படும்போது வெற்றி பெறும் கட்சியின் இடங்கள் (சராசரி)	இறுதி முடிவு: எல்லா முன்னணி நிலவரங்களும் இடங்களாக மாற்றப்பட்ட பிறகு (சராசரி)	வெற்றி பெற்ற கட்சியின் தாவல். 100 சதவீத முன்னணி, நிலவரங்களுக்கும் 100 சதவீத முடிவுகளுக்கும் இடையில் (சராசரி)
மாநிலச் சட்டமன்றத் தேர்தலில் இடங்களில் தாவல்	139	152	+13

குறிப்பு: பெரிய, நடுத்தர அளவு மாநிலங்களில் 2010 முதல் 2018 வரை சட்டமன்றத் தேர்தல்களின் சராசரிகள்.

வேறு பெரிய முன்னறிவிப்புகளும் குறியீடுகளும்

கழித்து விடுங்கள். அதாவது 543 இடங்களுக்கும் முடிவுகள் அறிவிக்கப்படும்போது தொண்ணூறு இடங்கள் அலைவு இருக்கும்.

வெற்றி பெறும் கட்சிக்கு இதே போன்ற தாவல், வாக்குகள் எண்ணும் நாளன்று, சட்டமன்றத் தேர்தல்களிலும் காணப்படுகிறது (பார்க்க அட்டவணை 3.1.25).

மக்களவைத் தேர்தலை விட மாநிலங்களில் சதவீதத்தை விட இடங்களின் தாவல் குறைவு (பார்க்க அட்டவணை 3.1.26). ஏனென்றால் மக்களவை இடங்களை விட மாநிலச் சட்டமன்ற இடங்கள் குறைவு.

ஒவ்வொரு மாநிலத்திலும், வெவ்வேறு தேர்தல்களில் தாவலின் அளவு மாறுபடும். முன்னணியில் இருக்கும் கட்சிக்கு தாவல் நேர்மறையாக இருக்கிறது (ஒரு தேர்தலைத் தவிர). எடுத்துக்காட்டாக டில்லி மாநில 2015 தேர்தலில், 90 சதவீத முன்னணி நிலவரங்கள் வந்தபோது, ஆம் ஆத்மி கட்சி முப்பத்தாறு இடங்களில் முன்னணியில் இருந்தது. இறுதியில் அது அறுபத்தேழு இடங்களை வென்றது. அதாவது இடங்களில் 86 சதவீத தாவலை அது பெற்றது. 100 சதவீத முன்னணி நிலவரம் வந்தபோது ஆம் ஆத்மி கட்சி 47 இடங்களில் முன்னணியில் இருந்தது. இறுதியில் 67 இடங்களை வென்றது. அதாவது இடங்களில் 43 சதவீத தாவல்.

இறுதியாக, வெற்றி பெறும் கட்சியின் தாவல் அக்கட்சி தேர்தலில் எவ்வளவு பெரிய வெற்றியைப் பெறுகிறது என்பதைப் பொறுத்தது (பார்க்க அட்டவணை 3.1.28). பெருவாரியான வெற்றிகளில், வெற்றி பெறும் கட்சியின் தாவல் குறுகிய அளவு வெற்றிகளை விட இரு மடங்கு இருக்கும். பெருவாரி வெற்றிகளில் இறுதி தாவல் 15 சதவீத அளவிற்கு அதிகமாக இருக்கும். குறுகிய வாக்கு வித்தியாசம் வெற்றிகளில் 6 சதவீதமும் இருக்கும்.

இதில் நல்ல செய்தி என்னவென்றால், இந்த உற்சாகமூட்டும் நிகழ்வு நிலையில் எந்த மர்மமும் இல்லை. தாவலுக்கு புள்ளி விபரம் சார்ந்த சிறந்த விளக்கம் இருக்கிறது.

வெற்றி பெறும் கட்சியின் தாவலுக்கு, பல சிறந்த புள்ளி விவர அறிவியலாளர்கள் ஏற்றுக் கொள்ளப்பட்ட புள்ளி விபரம் சார்ந்த விளக்கம் சிறிது தொழில்நுட்பம் வாய்ந்தது. எனினும் பொது அறிவின் அடிப்படையிலானது. பெரிய எண்ணிக்கையை அளவிடும்போது (இந்தியாவின் மக்கள் தொகை ஒரு எடுத்துக்காட்டு), பெரிய அளவிலான பிழையை

அட்டவணை 3.1.27

வெற்றி பெறும் கட்சியின் தாவல் பதிவு - மாநிலச் சட்டமன்றத் தேர்தல்கள் (2010-2018)					
அதிக அளவிலான தாவலிலிருந்து குறைந்த அளவிற்கு மாநிலங்கள் வரிசைப்படுத்தப்படுகின்றன					
தர வரிசை	மாநிலம்	ஆண்டு	மாநிலத்தின் மொத்த இடங்கள்	வெற்றிபெறும் சதவீதம் (90 சதவீதம் முன்னணி நிலவரங்களின் போது)	வெற்றி பெறும் கட்சியின் தாவல் சதவீதம் (100 சதவீத முன்னணி நிலவரங்கள் கிடைத்தபிறகு)
1	டில்லி	2015	70	86%	43%
2	பஞ்சாப்	2017	117	35%	20%
3	ராஜஸ்தான்	2013	200	34%	19%
4	சட்டிஸ்கர்	2018	90	62%	17%
5	தமிழ்நாடு	2011	234	37%	15%
5	அசாம்	2016	126	30%	15%
7	டில்லி	2013	70	33%	14%
7	மகாராஷ்ட்ரா	2014	288	27%	14%
7	ஒடிசா	2014	147	29%	14%
10	தெலுங்கானா	2018	119	54%	13%
10	பீகார்	2010	243	33%	13%
12	அசாம்	2011	126	32%	11%
12	மேற்கு வங்காளம்	2011	294	29%	11%
14	உத்தரப் பிரதேசம்	2017	403	46%	10%
15	தமிழ்நாடு	2016	234	20%	8%
15	ராஜஸ்தான்	2018	200	33%	8%
17	கேரளா	2016	140	36%	7%

18	குஜராத்	2012	182	15%	5%
19	கர்நாடகா	2013	224	39%	4%
20	குஜராத்	2017	182	9%	1%
20	மத்தியப் பிரதேசம்	2018	230	23%	1%
22	மேற்கு வங்காளம்	2016	294	37%	−1%
23	கேரளா	2011	140	18%	−5%

குறிப்பு: பெரிய சதவீத தாவலிலிருந்து சிறிய சதவீதத்திற்கு வரிசைப்படுத்தப்படுகிறது (100 சதவீத முன்னணி நிலவரங்களின்படி)

அட்டவணை 3.1.28

பெருவாரி வெற்றிகளில் வெற்றி பெறும் கட்சியின் தாவல் அதிகம்		
	90 சவீத நிலவரங்களுக்குப் பிறகு வெற்றி பெறும் கட்சியின் தாவல்	100 சதவீத முன்னணி நிலவரங்களுக்குப் பிறகு வெற்றி பெறும் கட்சியின் தாவல்
பெருவாரி வெற்றி (65% இடங்களுக்கு வெற்றி)	42%	15%
பிற வெற்றிகள் (65% இடங்களுக்குக் கீழ் வெற்றி)	25%	6%

குறிப்பு: பெருவாரி வெற்றிகள் வகையில் சராசரி 77% இடங்களில் வெற்றி பிறவற்றில் சராசரி 53%

அனுமதிக்கலாம் என்பது அடிப்படைக் கருத்து. எடுத்துக்காட்டாக, சராசரி இந்தியக் குடும்பம் போன்ற சிறிய அளவிலான ஒன்றை அளவிடும்போது பிழை அதிகம் இருக்க முடியாது. புள்ளி விபர மொழியில் சொல்லப் போனால் பெரிய எண்ணிக்கை அளவிலுள்ள ஒன்றை அளவிடும்போது அறுதி செந்தரப் பிழை (absolute standard error) பெரிதாக இருக்கும், அதே சமயம், சிறிய எண்ணிக்கையிலுள்ளதை அளவிடும் போது அறுதி செந்தரப் பிழை சிறிதாக இருக்கும்.

ஆகவே, இரண்டு தெளிவான புள்ளி விபரக் காரணிகள் தாவலுக்கு இட்டுச் செல்கின்றன.

முதலாவதாக, அறுதி செந்தரப் பிழை ஒவ்வொரு கட்சியின் வாக்கின் விகிதத்தில் இருக்கும். ஆகவே, எத்தனைச் சுற்றுகள் எண்ணப்பட்டிருந்தாலும், தோல்வியடையும் கட்சிகளை விட வெற்றி பெறும் கட்சியின் அறுதி செந்தரப் பிழை அதிகமிருக்கும். அதாவது, சராசரியைச் சுற்றியுள்ள விரவல் வெற்றி பெறும் கட்சிக்கு தோல்வி பெறும் கட்சியை விடப் பெரிதாக இருக்கும். இந்த EVM யுகத்தில் இது குறிப்பிடத்தக்கது. ஏனென்றால் வாக்குகள் எண்ணப்படுவது எதேச்சையான தேர்வுகளின் அடிப்படையில் அல்ல.

இரண்டாவது, சுற்றுச் சுற்றாக வாக்குகளை எண்ணும்போது இன்னும் சரியாக இருக்கிறது. ஏனென்றால் ஒரு சில சுற்றுகளே எண்ணப்படும்போது செந்தரப் பிழை மிக அதிகம். இதற்குக் காரணம், எண்ணப்படும்போது தொடக்கச் சுற்றுகளில் மாதிரி அளவு மொத்த வாக்காளர் தொகையோடு ஒப்பிடும்போது மிகக் குறைவு. வாக்காளர்களின் பொதுவான தன்மைகளைச் சரியாக மாதிரி வெளிப்படுத்த பல சுற்றுகள் தேவைப்படும். இவ்வாறு, அதிக சுற்றுகள் எண்ணப்படும்போது அறுதி செந்தரப் பிழை குறைகிறது.

சுருக்கமாகச் சொன்னால், ஒரு சில சுற்றுகளே எண்ணப்பட்டிருக்கும்போது செந்தரப் பிழை மிக அதிகம். ஏனென்றால் மாதிரி அளவு சிறியது. எண்ணும் சுற்றுகள் அதிகமாக அதிகமாக, எல்லாச் சுற்றுகளிலும் வாக்குகள் எண்ணிக்கை முடியும்போது செந்தரப் பிழை சுழியத்தை நோக்கிக் குறைகிறது.

இதன் விளைவாக, தொடக்கச் சுற்றுகளில், வெற்றி பெறுபவரோடு தொடர்புடைய செந்தரப் பிழை அதிகமாக இருப்பதால், பெருவாரி வெற்றியின்போது வெற்றி பெறும் கட்சி பெறும் இடங்கள் மாறி மாறிப் போகும். இதனால் வெற்றி பெறும் கட்சியைக் குறைத்து அளவிட நேரிடும். சில சமயங்களில் முன்னணி நிலை கூட மாறி மாறி வரும். மேலும், சுற்றுகள் எண்ணப்பட, எண்ணப்பட,

செந்தரப் பிழைகளும் குறைகின்றன. இதனால் படிப்படியாக வெற்றி, தோல்வி இடங்கள் நிலையாக முன் வரையப்படும். கடைசி சுற்றுகளில் சரியான இடங்களில் முடியும். இதனால் தொடக்கச் சுற்றுகளில் வெற்றி பெறும் கட்சிக்கு எதிரான நிலைப்பாடு உள்ளேயே இருக்கும். இது இறுதி வாக்குகள் எண்ணப்படும்போது மறைந்து விடும்.

இந்த இரண்டு காரணத்தால் சில விளைவுகளைக் காண முடியும். முதலாவது, வெற்றி பெறும் கட்சியின் பெரிய செந்தரப் பிழை வெற்றி பெறும் கட்சி பெறும் இடம் பரவலான விவரல் அதிகமிருக்கும் என்று பொருள். இவ்வாறு, தொடக்கச் சுற்றுகளில் வெற்றி பெறும் கட்சியின் இடம் தோல்வியடையும் கட்சி இடத்திற்கு நெருக்கமாக இருக்கும். தோற்கும் கட்சியின் இடம் மேல்நோக்கித் தாவி வெற்றி பெறும் கட்சியின் இடத்தைப் பெறுவது அரிது. இதற்குச் சிறிய அளவிலான செந்தரப் பிழை காரணம். இரண்டாவதாக, அதிகமாகச் சுற்றுகள் எண்ணப்படும்போது, எல்லாக் கட்சிகளின் செந்தரப் பிழை குறைகிறது. இதற்கு வெற்றி பெறுபவர் பெறும் இடங்கள் தோல்வியடைபவரின் இடங்களுக்கு நெருங்கி வருவதன் சாத்தியம் குறைவு. தொடக்கச் சுற்றுகளில் வெற்றி பெறுபவருக்கு எதிராக இருக்கும் மனநிலை மறைவதைக் குறிக்கிறது. அதாவது இறுதி வாக்குகள் எண்ணப்படும்போது தாவல் மேல் நோக்கி இருக்கிறது. பெருவாரி அல்லது பெரிய வெற்றிகள் குறுகிய வாக்கு வித்தியாச வெற்றிகளை விட பெரிய தாவல்களைப் பொதுவாக ஏன் கொண்டிருக்கின்றன என்பதை இது விளக்குகிறது.

2

இந்தியாவில் ஐந்து வகையான கருத்துக் கணிப்புகள்

உலகத்தில் ஒரே ஒரு Insta - Poll உடனடிக் கணிப்பு

கருத்துக் கணிப்புகள் பற்றி உலகெங்கிலுமுள்ள ஒரு மிகப் பெரிய நம்பிக்கை அவை வாக்களிப்போரின் நடத்தையை பெரிய அளவில் பாதிக்கின்றன என்பது. வாக்களிப்புக்கு முந்தைய நாளில் கருத்துக் கணிப்புகளை வெளியிடுவது பின்னாலேயே தொற்றிக் கொள்ளும் *(Band wagon)* விளைவை ஏற்படுத்துகிறது என்பது பொது மக்களின் ஒருமித்த கருத்து. ஏனென்றால் வெற்றி பெறக் கூடிய கட்சியை எதுவென்று முன்னறிவித்து விட்டால் அதுவரையில் முடிவெடுக்காத வாக்காளர்கள் அக்கட்சிக்கு வாக்களித்து விடுவார்கள் என்று நம்பப்படுகிறது. இது பற்றிய ஆய்வு முடிவு உறுதியாக எதையும் கூறவில்லை. கருத்துக் கணிப்புகள் வாக்களிப்போரின் நடத்தையில் தாக்கம் ஏற்படுத்துவதில்லை என்று ஆராய்ச்சி காட்டுகிறது.

கருத்துக் கணிப்புகள் 'பின்னால் தொற்றிக் கொள்ளும்' விளைவையோ, பரிதாப உணர்வு விளைவையோ *(underdog effect)*, (அதாவது முடிவெடுக்காத வாக்காளர்கள் வெற்றி பெறக் கூடியவர் அதிக வாக்குகள் பெற்றுவிடக் கூடாது என்பதை உறுதிசெய்ய தோற்கப் போகும் கட்சிக்கு வாக்களிப்பது) ஏற்படுத்தினால், பின்னால் தொற்றிக் கொள்ளும் விளைவை விட பரிதாபப்படும் விளைவு அதிகமாக இருக்கும் என்று முந்தையத் தரவுகள் தெரிவிக்கின்றன. எடுத்துக்காட்டாக, பிரிட்டிஷ் தேர்தல்களில், ஒரு கட்சி கடைசி நிமிடத்தில் போலி கருத்துக் கணிப்பு முடிவுகளை துண்டுப் பிரசுரங்களாக வெளியிடுவது ஒரு தந்திரம். வெற்றி வாய்ப்புள்ள எதிர்க்கட்சியை விட ஒன்றிரண்டு சதவீதம் மட்டும் பின்தங்கி இருப்பதாக அந்த முடிவுகள் காட்டும். ஒவ்வொரு வாக்கும் மதிப்புள்ளது என்று வாக்காளர்களுக்குக்

காட்டவும், தேர்தல் நீ முந்தி நான் முந்தி என்று ஒரு நெருக்கமான போட்டியாக இருப்பதால் வாக்களிக்க வருவது முக்கியமானது என்று வாக்காளர்களை நம்ப வைப்பதும் நோக்கம். ஆனால் இது எதிர் விளைவையும் ஏற்படுத்தும். எதிர்க்கட்சி வாக்காளர்களை வாக்கு வித்தியாசம் குறைவாக இருக்குமாதலால் வாக்களிக்கப்போவது அவசியம் என்று முடிவுகட்டச் செய்யும். எனினும், பின்னால் தொற்றிக் கொள்ளும் உணர்வுகள், பரிதாப உணர்வும் ஏற்படுத்தும் விளைவுகள் ஆகியவை ஒன்றையொன்று ஒன்றுமில்லாமல் ஆக்கி விடுகின்றன என்று புள்ளி விபரங்கள் காட்டுகின்றன.

வாக்காளர்களின் மேல் தாக்கம் ஏற்படுவது ஒருபுறமிக்க, அரசியல் கட்சிகளின் தொண்டர்களின் மனநிலையையும் அவை பாதிக்கின்றன. ஒரு கட்சி தோற்கப் போகிறது என்று கருத்துக் கணிப்புகள் காட்டினால் தொண்டர்களை அது உற்சாகம் இழக்கச் செய்கிறது. எதிர்மாறாக, வெற்றி பெறும் கட்சி வாக்காளர்களுக்கு தீவிரமான ஊக்கியாகச் செயல்படும். தேர்தலுக்கு முன்னர் தங்கள் கட்சி 300 இடங்களுக்கு மேல் பிடித்து பெருவாரி வெற்றி பெறப் போகிறது என்று தொடர்ந்து அறிவிப்பதன் காரணம் இதுதான். நாடாளுமன்றத் தேர்தலில், பெரிய கட்சிகளின் தலைவர்கள் வெற்றி பெறப் போவதாகச் சொல்லும் இடங்களை எல்லாம் கூட்டினால் 543 இடங்களுள்ள நாடாளுமன்றத்திற்கு ஒவ்வொரு கட்சியும் 1000 இடங்களைப் பிடிக்க வேண்டியிருக்கும்.

கருத்துக் கணிப்புகள் எந்தத் தாக்கத்தையும் ஏற்படுத்துவதில்லை என்று ஆய்வு காட்டினாலும், உண்மையான வாக்களிப்பு நடத்தையில் பின்னால் தொற்றிக் கொள்வது பற்றி அதிகமாக மதிப்பீடுகளைப் பொதுப் பார்வை காட்டுகிறது என்பதில் சந்தேகமில்லை.

எனவே தான் ஃபிரெஞ்ச் தேர்தல்களில் இறுதி நாட்களில் கருத்துக் கணிப்புகள் தடை செய்யப்பட்டிருக்கின்றன. ஆனால் இதனால் எந்தப் பயனுமில்லை. ஏனென்றால் கட்சிகள் பிரான்சுக்கு வெளியிலிருந்து கருத்துக் கணிப்பு செய்வதைத் தடுக்க முடியாது. அவற்றின் முடிவுகளை மறைமுகமான சங்கேத மொழிகளில் வெளியிடுகின்றன. எடுத்துக்காட்டாக, 2012 தேர்தலில் ஃபிரான்சா ஹலென்டேக்கும் நிகோலஸ் சர்கோசிக்கும் நடந்த போட்டியில் இடங்கள் 'ஹால்டை' 'சார்கோ' என்ற பெயர்களில் டிவிட்டரில் பகிர்ந்து கொள்ளப்பட்டன.

இதேபோல அமெரிக்காவில் கிழக்குக் கரையில் வாக்குப் பதிவுகள் முடிந்தவுடனேயே எக்சிட் கணிப்புகள் வெளியிடப்படுவதில்லை. மாறாக, எல்லாத் தொலைக்காட்சி ஒளிபரப்புகளும் தாமாகவே முன் வந்து மேற்குக் கரையில் மூன்று மணி நேரம் கழித்து வாக்குப் பதிவு முடியும் வரையில் காத்திருந்தே வெளியிடுகின்றன. ஆனால் தாங்களாகவே ஏற்படுத்திக் கொண்டே இந்தக் கட்டுப்பாடு உண்மையான நிகழ்ச்சிகளால் தகர்ந்து விடும். எடுத்துக்காட்டாக, 1980-இல் அமெரிக்க அதிபர் ஜிம்மி கார்ட்டர் மிக அதிகமான வாக்கு வித்தியாசத்தில் தோற்றுக் கொண்டிருந்ததால், கிழக்குக் கரையில் வாக்குப் பதிவு முடிந்தவுடனேயே மேற்குக் கரையில் வாக்குப் பதிவு முடிவதற்குப் பல மணி நேரம் முந்தியே தோல்வியை ஒப்புக் கொண்டார். பல மணி நேரத்துக்கு இணையதளங்கள் எக்சிட் கணிப்பு முடிவுகளை வெளியிடவில்லை. ஆனால் அவை அதிபரின் தோல்வியை ஒப்புக்கொண்ட உரையை ஒளிபரப்பிக் கொண்டிருந்தன.

கருத்துக் கணிப்புகள் வாக்காளரின் நடத்தையில் தாக்கம் ஏற்படுத்துவதில்லை என்ற ஆய்வு முடிவை நாங்கள் நம்புகிறோம். எனவே 2017 பஞ்சாப் சட்டமன்றத் தேர்தல்களின் போது முதன் முறையாக தொழில்நுட்ப அடிப்படையிலான கருத்துக் கணிப்பை நடத்த முடிவு செய்தோம். அதுதான் உலகில் முதலாவது நடத்தப்பட்டது. அது ஒன்று தான் உடனடிக் கருத்துக் கணிப்பாகவும் (Insta - Poll) இருக்கலாம்.

வாக்குப் பதிவு காலை 8.00 மணிக்குத் தொடங்கி 6.00 மணிக்கு முடிந்தது. காலை 7.30 மணியிலிருந்து மாநிலம் முழுவதிலும் நூறு வாக்குப் பதிவு மையங்களில் எங்களது களப் பணியாளர்களை நிறுத்தி வைத்தோம். வாக்காளர்கள் மையத்திலிருந்து வெளியே வந்தபோது அவர்கள் எந்தக் கட்சிக்கு வாக்களித்தார்கள் என்று குறிப்பிடச் சொன்னோம். பல கட்சிகளின் சின்னங்களுள்ள அலைபேசியின் கீபேடில் அது குறிக்கப்பட்டது. உடனே அது என்.டி.டி.வி செய்தி அலைவரிசைகளில் ஒளிபரப்பப் பட்டது. வாக்களிப்பு நடக்கும்போதே வாக்களிப்பு நிலவரங்கள் ஒளிபரப்பியது உலகில் அதுவே முதல் முறை. வாக்களிப்பியலாளர்களுக்கு இதைவிட அதிகமான உணர்ச்சியூட்டுவது எதுவும் இருக்க முடியாது.

முன்னோடியாக இருந்த எங்களுடைய உடனடிக் கருத்துக் கணிப்பு மிகத் துல்லியமாக இருந்தது (பார்க்க அட்டவணை 3.2.1). நாள் முழுவதும் வாக்களிப்பு நிலவரங்களைக் கண்காணிக்க

இது உதவியது. (அதிகாலை வாக்களிப்பு, மாலை வாக்களிப்பு ஆகியவற்றில் எது கட்சிகளுக்குச் சாதகமாக இருந்தது என்று காண முடிந்தது).

அட்டவணை 3.2.1

உடனடிக் கணிப்பு முன்னறிவிப்பு மிகத் துல்லியமாக இருந்தது (பஞ்சாப் 2007)		
	உடனடிக் கணிப்பு x உண்மையான முடிவு	
	உடனடிக் கணிப்பு முன்னறிவிப்பு சதவீதம்	உண்மையான முடிவு சதவீதம்
SAD + பா.ஜ.க.	44.4%	45.4%
காங்கிரசு	42.2%	40.9%
பி.எஸ்.பி.	5.4%	4%
பிற	8.0%	9.6%
மாதிரி அளவு: 47,610		

கருத்துக் கணிப்புகள் வாக்களிப்பு நடத்தையைப் பாதிப்பதில்லை என்ற முந்தைய ஆய்வு முடிவுகளை உறுதி செய்யாவிட்டாலும், உடனடிக் கணிப்பின் நிமிடத்துக்கு நிமிட ஆதாரம் வலுப்படுத்துவதாகக் கொள்ளலாம் (பார்க்க அட்டவணை 3.2.2). உடனடிக் கணிப்பு முழுவதையும் இங்கே வெளியிடுகிறோம். ஏனென்றால், அது தனித்தன்மை வாய்ந்தது, அதுபோன்ற ஒன்று ஒருமுறை தான் நடத்தப்பட்டிருக்கிறது. மேலும் பகுப்பாய்வாளர்களுக்கும் வாக்களிப்பியலாளருக்கும் பயனுள்ளவையாக இத்தரவுகள் இருக்கும்.

கருத்துக் கணிப்புகளுக்கு தொற்றிக் கொள்ளும் விளைவு இருக்குமானால், அகாலிதள்கள் காலை 9.00 மணிக்கு முன்னணியிலிருக்கிறார்கள் என்று காட்டும். எங்களது உடனடிக் கணிப்பு ஒளிபரப்பப்படுவதால் அதனது வாக்கு வித்தியாசம் நேரம் ஆக ஆக அதிகரிக்க வேண்டும். மாறாக, பரிதாபப்படும் விளைவு இருக்குமானால், அகாலிதளம் முதலில் பெற்ற வித்தியாசம் நேரம் ஆக ஆகக் குறைந்திருக்க வேண்டும். உண்மையில் புள்ளி

அட்டவணை 3.2.2

உடனடிக் கணிப்பு முடிவுகள் மணிக்கு மணி விபரங்கள் (பஞ்சாப் தேர்தல்கள் 2007)

மணிக்கு மணி உடனடி கணிப்பின் முடிவுகள் உண்மையான நேர கணிப்புத் தரவுகளை வெளியிடுவது வாக்களிப்பு முறைகளில் எந்தத் தாக்கத்தையும் ஏற்படுத்தவில்லை என்று காட்டுகிறது

உடனடிக் கணிப்பின் நேரம்	மாதிரி அளவு	அகாலி தளம் + வாக்கு சதவீதம்	காங்கிரசு வாக்கு சதவீதம்	பி.எஸ்.பி. வாக்கு சதவீதம்	பிற வாக்கு சதவீதம்
8.25.04	745	45.6%	42.6%	6.3%	5.5%
9.00.01	2639	45.7%	45.7%	5.6%	6.1%
10.00.03	9483	43.2%	43.6%	5.0%	8.2%
11.00.09	13,567	43.7%	43.5%	4.9%	8.0%
12.00.01	14,616	43.2%	43.7%	4.9%	8.2%
13.00.02	25,998	44.1%	42.2%	5.4%	8.3%
14.00.02	31,912	44.2%	42.1%	5.2%	8.4%
15.00.06	35,356	44.3%	41.8%	5.4%	8.5%
16.00.05	42,351	44.5%	42.0%	5.3%	8.3%
17.00.03	47,242	44.4%	42.2%	5.4%	8.1%
17.45.03	47,610	44.4%	42.2%	5.4%	8.0%
	இறுதி முடிவு	45.4%	40.9%	4.1%	9.6%

விபர அடிப்படையில் குறிப்பிடத்தக்க அளவிற்கு எதுவும் நடக்கவில்லை. அகாலிதள வாக்குப் பங்கு மிகக் குறைந்த 43.2 சதவீதத்திலிருந்து அதிக அளவான 45.7 சதவீதத்திற்கு இடையில் மாறிக் கொண்டிருந்தது. இறுதி முடிவு 45.4 சதவீதம். இது ஏற்றுக் கொள்ளக் கூடிய பிழை அளவிற்குள் இருக்கிறது. மற்ற கட்சிகளும் இதேபோலத் துல்லியமான முடிவுகளைக் காட்டின.

உண்மையில் எங்களது கணிப்பின் தொடக்கப் புள்ளி விபரம் 2 சதவீதத்திற்குள், வாக்குப் பதிவு தொடங்கிய அரை மணி

நேரத்தில் முன்னறிவித்து விட்டது. கடைசி முடிவு பற்றிய கடுமையான விமர்சனம் அடுத்து வந்த இரண்டு கட்சிகளின் வாக்குகளை 1.5 சதவீதம் அதிக மதிப்பீடு செய்து விட்டோம் என்பதாகத் தான் இருக்கும். அகாலிதள வாக்கு முன்னணி நாள் முழுவதும் ஏறக்குறைய ஒரே அளவாகவே இருந்திருக்கிறது. 10.00 மணியிலிருந்து 12.00 மணி வரை சில மணி நேரங்களுக்கு முன்னணி வாக்கு மிகக் குறைவாக இருந்தாலும், இது பரிதாப விளைவாக இருக்கலாம், அல்லது காங்கிரஸ் வாக்காளர்கள் அந்த நேரத்தில் மிக அதிக எண்ணிக்கையில் வாக்களிக்க வந்ததால் இருக்கலாம். (தேர்தலில் இருந்த நெருக்குவட்டான சூழலில் ஏதாவது ஒரு நேர இடைவெளியில் இப்படி நடப்பது தவிர்க்க முடியாதது). பிறகு அகாலிதளத்தின் முன்னணி நிலை பிறகு திரும்பி பிற்பகல் 5.45 மணி வரையில் நீடித்தது.

கருத்துக் கணிப்புகள் வாக்களிப்பு நிலவரங்களை மாற்றுகின்றனவா என்ற விவாதம் இந்தியாவிற்கு மட்டும் உரியதில்லை. பத்தொன்பதாம் நூற்றாண்டில் பிரிட்டனில் நடந்த தேர்தல்களின் விபரங்கள் அடங்கிய நூல்களிலும் காணப்படுகிறது. 1871-இல் தான் பிரிட்டனில் வாக்களிப்பில் இரகசியம் கொண்டு வரப்பட்டது. அதற்கு முன்னர், எல்லா வாக்காளர்களும் வாக்குச் சாவடிக்கு வந்து வெளிப்படையாகத் தங்கள் வாக்குகளை அறிவிக்க வேண்டும். (இது அச்சுறுத்தலுக்கு வழி வகுத்தது, எனவே தான் இரகசிய வாக்குப் பதிவு கொண்டு வரப்பட்டது). ஆனால் இந்த அமைப்பின் பக்க விளைவு என்னவென்றால் பல நாட்கள் நடந்த வாக்குப் பதிவில் நிமிடத்துக்கு நிமிட, மணிக்கு மணி நிலவரம் அதிகாரப்பூர்வமாக அறிவிக்கப்பட்டது. இப்படிப்பட்ட அமைப்பின் விளைவு ஏறக்குறைய நமது உடனடிக் கணிப்பு போன்றது. எடுத்துக்காட்டாக, 1853 ஆக்ஸ்ஃபோர்டு பல்கலைக்கழக இடைத் தேர்தலில் W.E.கிளாட்சனின் வேட்பு மனுவைப் பார்த்தோமென்றால், தேர்தல் முடிவுகளின் தொடக்கத்தில் அவரது முன்னணி நிலை சிறியதாக இருந்தாலும், இறுதி முடிவு கணக்கெடுப்பு முழுவதும் காணப்பட்டது.

நாள் முழுவதும் எங்களது கணிப்பில் மாறாத நிதானமான எண்ணிக்கைகள், வாக்காளர்கள் தங்களது வாக்களிக்கப் போகும் முடிவுகளை எங்களது உடனடிக் கணிப்பு மாற்றவில்லை என்பதை வலிமையாகக் காட்டுகிறது. காலை 8.30 மணிக்குள் 745 மக்கள் அதாவது அன்று நாங்கள் மாதிரியாக எடுத்த 1.5 சதவீதம் எங்களது உடனடி கணிப்பில் பங்கெடுத்தார்கள். எங்களது தற்காலிக முடிவுகள் இறுதி முடிவின் ஒரு சில சதவீதங்களுக்குள் இருந்தன. உடனடிக்

கணிப்பில் இவ்வளவு அதிக அளவிலான துல்லியம் எங்களுக்கு முக்கியமான கண்டுபிடிப்பு. ஏனென்றால் தேர்தல்களின்போது நேரடி ஒளிபரப்பில் உண்மையில் இது ஒரு புதுவகையாக இருக்கும் என்று நினைத்தோம். வாக்காளர்களுக்கு நல்ல விதமாகச் செய்தி தர தேர்தல் பகுப்பாய்வில் புதியதொரு வகையைத் திறந்து விடும் என்றே நாங்கள் நம்புகிறோம். வாக்களிப்பு முடியும் வரை கணிப்பு முடிவுகளை வெளியிடக் கூடாது என்ற தேர்தல் ஆணையத்தின் தடையை அது நீக்கி விட்டால், அதனைத் தொடரும், அது உற்சாகமூட்டும் நடைமுறையாக இருக்கும்.

எனினும் அதுதான் முதலும் கடைசியுமான உடனடிக் கணிப்பாக இருக்கும். ஆனால் தேர்தலில் வெற்றி பெற்ற அகாலிதளமே அதுபற்றி தேர்தல் ஆணையத்திடம் புகார் அளித்தது. ஆனால் அதனைத் திரும்பிப் பார்க்கும்போது, கருத்துக் கணிப்புகள் வாக்காளர்கள் மேல் தாக்கம் செலுத்துகின்றன என்ற பரவலான ஆனால் தவறான எண்ணம் இருக்கும்போது, தேர்தல் ஆணையம் உடனடிக் கணிப்பை அனுமதிக்காதது சரியென்றே தோன்றுகிறது. எனினும், கருத்தும், ஆய்வும் ஒத்துப்போகும்போது, உடனடிக் கணிப்பு ஏற்றுக் கொள்ளப்படும் காலத்தை எதிர்நோக்கியிருக்கிறோம்.

இந்த உடனடிக் கணிப்பு முயற்சியிலிருந்து ஒரு முக்கியமான பாடம் கிடைத்தது. கணிப்பு முடிவுகளை ஒலிபரப்புவது வாக்களிப்பு நடத்தையில் தாக்கத்தை ஏற்படுத்தும் என்பதற்கான ஆதாரத்திலிருந்து உலகளவிலான முக்கிய இடைவெளியை அது நிரப்பிற்று. வெற்றி பெறும் கட்சி அல்லது அதன் எதிர்க் கட்சியை நோக்கி எந்த ஓட்டமும் இல்லை. இத்துறையில் ஆராய்ச்சிக்கு எங்களது உடனடிக் கணிப்பு வலிமை சேர்க்கிறது. கருத்துக் கணிப்புகள் உண்மையான வாக்களிப்பின்மேல் எந்தத் தாக்கத்தையும் ஏற்படுத்துவதில்லை.

இந்த முடிவை நாங்கள் ஒரு தடையோடு சமன் செய்கிறோம். பல வாக்காளர்களுக்கு உடனடிக் கணிப்பு பற்றியே தெரியாமல் இருக்கலாம். அன்று முழுவதும் உடனடிக் கணிப்பைப் பார்க்காதிருந்திருக்கலாம். ஏனென்றால் அது ஒருமுறை தான் நடந்தது. அப்படிப்பட்ட பல கணிப்புகள் நடத்தப்பட்டு, வாக்காளர்கள் அவற்றிக்காகக் காத்திருக்கத் தொடங்கிய பிறகுதான் உண்மையான தாக்கத்தை அளவிட முடியும்.

இந்தியாவின் முதல் தொலைபேசிக் கணிப்பு! இதுதான் இந்தியாவில் தேர்தல் கணிப்பின் வருங்காலமா?

இந்தியாவின் தேர்தல் கணிப்பு முறையில் பெரிய மாற்றத்தைக் காணவிருக்கிறோம். கடந்த சில பதின்ம ஆண்டுகளாக, தொலைபேசி வைத்திருக்கும் வாக்காளர்களின் எண்ணிக்கை கணிசமாக உயர்ந்திருக்கிறது. குறிப்பாக, அலைபேசி வைத்திருப்பவர்களின் எண்ணிக்கை கூடியிருக்கிறது. 2001-இல் இந்தியாவில் 37 மில்லியன் தொலைபேசி வாடிக்கையாளர்கள் இருந்தார்கள். 2018-இல் 1.3 பில்லியன் மக்கள் தொகையில் 650 மில்லியன் வாடிக்கையாளர்கள் இருக்கிறார்கள்.

இன்றைக்கு வாக்காளர்களின் மிக அதிகமான விகிதத்தினரிடம் தொலைபேசி இருக்கிறது. வீட்டிற்கு வீடு சென்று கணிப்பதில் ஏற்படும் அதிகச் செலவுள்ள கணக்கெடுப்பு முறைக்குப் பதில் அதன் இடத்தில் செலவு குறைவான, அதிகப் பயனுள்ள தொலைபேசிக் கணிப்பு வந்து விடும். உலகெங்கும் தொலைபேசிக் கணிப்பு பரவலாக இருக்கிறது. களப் பணியில் கணிப்பு நடத்தக் குறைந்த செலவு ஆவதே இதற்குக் காரணம்.

தொலைபேசிக் கருத்துக் கணிப்பின் நம்பகத் தன்மையையும், பயன்பாட்டையும் சோதிக்க 2014 மக்களவைத் தேர்தலில் வழக்கமான வீட்டிற்கு வீடு கணிக்கும் முறையோடு அதற்கு இணையான தொலைபேசிக் கணிப்பைப் பயன்படுத்தினோம். இதனால் இரண்டு அணுகுமுறைகளையும் நாங்கள் ஒப்பிட முடிந்தது. தொலைபேசிக் கணிப்பின் முடிவுகள் ஊக்கமளிப்பவையாக இருந்தன. சோதனை முறையில் அறிமுகத் திட்டமாக இதன் மாதிரி அளவு 7676-ஆக மட்டுமே இருந்தது. எதிர்பார்த்தவாறே பதில் கிடைப்பதின் வீதம் குறைவாகவே இருந்தது. ஆனால் பிற நாடுகளின் பத்து சதவீத அளவை விடக் கூடவே இருந்தது.

ஒவ்வொரு தொகுதிக்கும் வாக்காளரின் கட்டமைப்பு (வயது, பாலினம், சாதி, மதம்) தெரியாததால், மாதிரியை மாற்றுதலிலும், தரவுகளை அளவிடுதலிலும் சிக்கல் இருந்தது. நாங்கள் இரண்டாவது 5417 மாதிரியுடன் நடத்திய தொலைபேசிக் கணிப்பு NDA (பா.ஜ.க. கூட்டணி) 43.4 சதவீத வாக்குகளையும், UPA 23.3 சதவீத வாக்குகளையும் பெறுவதாகக் காட்டியது. வெற்றி பெறும் கட்சியைச் சரியாகக் காட்டினாலும், தேசிய ஜனநாயகக் கூட்டணியின் வாக்கு 5 சதவீதம் அதிகம் கணக்கிடப்பட்டது. ஐக்கிய

முன்னணி கூட்டணி 1 சதவீதம் குறைத்து மதிப்பிடப்பட்டது. இந்தப் பிழைகள் ஏற்றுக் கொள்ளப்பட முடியாத அளவிற்கு அதிகம். இந்தியா போன்ற பல்வகையினர் இருக்கும் நாட்டில் மாதிரி அளவு சிறியது.

இந்தியாவில் தொலைபேசிக் கணிப்பு கருத்துக் கணிப்பின் வருங்காலமாக இருக்குமா என்பது மாதிரி அளவின் சட்டகம், மொத்த (Universal) வாக்காளரின் எண்ணிக்கை ஆகியவற்றின் தரத்தையும், மாதிரியில் ஏற்படும் பிழைகள், அறிவிப்பதன் விருப்பு, வெறுப்புகள் ஆகியவற்றின் எண்ணிக்கையையும் பொறுத்தது. அறிவிப்பதன் விருப்பு வெறுப்புகள், குறிப்பாக பாலினம் சார்ந்த ஒரு சார்பு நிலை பிழைக்கு ஒரு கவலை தரும் காரணியாக இருக்கலாம். இவற்றைத் தீர்ப்பது கடினம். தொலைபேசிக் கணிப்பு எல்லோருக்கும் பொதுவாக ஆவதற்கு முன்னர், இந்தப் பிரச்சனைகள் தீர்க்கப்பட வேண்டும்.

இந்தியாவின் சிறந்த தேர்தல் கணிப்பாளர்களான ஹன்சா ஆய்வுகள் குழுமத்தின் முதன்மைச் செயல் அலுவலர் அஷோக் தாகிட். அவரிடம் இந்தியாவில் தொலைபேசிக் கணிப்பு நடத்துவதிலான சாதக பாதகங்கள் பற்றிக் கேட்டோம். அவர் அவற்றைக் கீழ்க்கண்டவாறு சுருக்கமாகச் சொன்னார்:

நிறைகள்:

- சிறந்த கட்டுப்பாடு, மேற்பார்வையைச் சாத்தியமாக்கும் சுற்றுச்சூழலில் முழு வேலையும் நடைபெறுகிறது. இது மொத்தத்தில் தரவுகளின் தரத்தை உறுதி செய்கிறது.

- தொலைபேசி உரையாடல்களைப் பதிவு செய்வதன் மூலம் பணியின் தரத்தை (குறியிடும் தரம் உட்பட) சோதிக்க முடியும்.

- நேரடி அழைப்புகளின் தரத்தை அவை நடக்கும்போதே சோதிக்க முடியும். (அழைப்பு மையங்களில் அழைப்புகளில் குறுக்கிடும் வசதியின் மூலம் கேள்வி கேட்பவர் பதில் சொல்பவர் இரண்டு பேரிடமும் பேச முடியும், அவர்கள் பேசுவதைக் கவனிக்க முடியும்). நேர்முகம் காண்பவர்களை வழிநடத்தவும், மேற்பார்வையிடவும், அவர்களுக்குப் பயிற்சி தரவும் இது உதவுகிறது. இது தரத்தை உயர்த்துகிறது.

- முறைகளும், வசதிகளும் சார்பில்லாத தரவுக் குறியீட்டை உறுதி செய்யும்.

- தரவுத் தளங்களிலிருந்து பதில் சொல்வோர் தேர்ந்தெடுக்கப்படுவர். இது தேர்வுச் செயல்முறையில் நேர்முகம் காண்பவரின் விருப்பு, வெறுப்பைக் களைகிறது.

- வேலை வேகமாக முடிகிறது. பல நேர்முகங்களைக் குறுகிய காலத்தில் முடித்து விடலாம். இது தரவு சேகரிப்பதன் செலவைக் குறைக்கிறது.

- ஆய்வாளர்களும், ஆய்வுப் பயனாளர்களும் வேலை நடக்கும்போதே அதன் தரத்தை நேரடியாக உணர முடியும்.

குறைகள்:

- இன்றும் கூட எல்லோரிடமும் தொலைபேசி இல்லை. தொலைபேசியில் அழைப்பது மட்டுமே பயன்படுத்தப்பட்டால், மொத்த மக்கள் தொகையையும், முழுமையாகப் பிரதிநிதித்துவப்படுத்தும் கணிப்புகளைச் செய்வது இயலாது.

- உயர்தரமான மாதிரியைப் பயன்படுத்த உயர்தரமான, பெரிய அளவிலான அனைவருடைய பிரதிநிதித்துவம் இருக்கக்கூடிய தரவுத் தளங்கள் இல்லை.

- நேருக்கு நேரான நேர்காணல்களின் வெற்றி வீதத்தை விட தொலைபேசி அழைப்பின் வெற்றி வீதம் குறைவாக இருக்கிறது (குறிப்பாக சிறு நகரங்கள், கிராமங்கள், பொருளாதார சமூக அளவில் பின்தங்கியவர்கள்). இது ஒரு சார்புடைமைக்கு குறிப்பிடத்தக்க மூலாதாரம்.

- இந்தியாவில் 35 சதவீதம் தொலைபேசிகள் தொந்தரவு செய்யாதீர்கள், (DO NOT DISTURB (DND)) என்ற முறையில் பதிவு செய்யப்படுகின்றன. DND எண்களை அழைக்கும் வசதிகள் சேவை தருபவர்களால் தடை செய்யப்படுவதால், அழைப்பு மையங்கள் இந்த எண்களை அழைக்க முடியாது. இதுவும் மாதிரியில் ஒரு சார்புடைமை இருப்பதற்கான காரணி.

- நேர்காணலுக்கான நேரம் குறிப்பிட்ட அளவில் (5-10 நிமிடங்கள்) இருக்க வேண்டும். நீண்ட நேர்காணல்களில் பாதியில் நிறுத்தி விடுவது அதிக சதவீதம் இருக்கிறது.

- விரிவான விடை பெற வேண்டிய கேள்விகளைக் கையாள்வது கடினம். ஏனென்றால் அவற்றை மாற்றிக் குறியீட்டு விடைகளுக்குப் பொருள் காண வேண்டியது தேவைப்படும்.

தெருமுனைக் கணிப்புகளும், வீட்டுக்கு வீடு கணிப்புகளும்

கருத்துக் கணிப்புகளுக்குத் தரவுகளைச் சேகரிப்பது இந்தியாவில் இரண்டு வகைப்படும். *1. தெருமுனைக் கருத்துக் கணிப்பு:* இதில் ஒரு கிராமம் அல்லது சிறு நகரத்தில் மக்கள் அதிகம் நடமாடும் இடத்தில் களப் பணியாளர்கள் நின்று வழியில் செல்பவர்களிடம் கேள்விகள் கேட்பார்கள் *2. வீட்டுக்கு வீடு சென்று கருத்தறிதல்:* இதில் களப் பணியாளர்களிடம் அவர்கள் செல்ல வேண்டிய ஏற்கனவே தேர்ந்தெடுக்கப்பட்ட மாதிரி வீடுகளின் பட்டியல் தரப்படும். ஒவ்வொரு வீட்டிலும் ஒரு குறிப்பிட்ட வாக்காளரிடம் கேள்வி கேட்பார்கள்.

தெருமுனைக் கணிப்பில் ஒரு நிறை என்னவென்றால் மாதிரி அளவுகள் மொத்தச் செலவோடு ஒப்பிடும்போது பெரியதாக இருக்கும். ஏனென்றால் சில முக்கிய இடங்களில் நின்று வாக்காளர்கள் கடந்து போகும்போது அவர்களை அணுகிக் கேள்வி கேட்பது எளிது. மேலும் களப் பணியாளர் கடந்து போகிறவர்களில் ஒவ்வொரு ஏழாவது, அல்லது ஏதாவது எண்ணுக்குரியவர், கடந்து போகும்போது கேள்வி கேட்குமாறு கூறப்படுவார். இதனால் ஓரளவு ஒழுங்குமுறை ஏதுமற்ற தன்மை இருக்கும். எனினும் தெருமுனைக் கணிப்பில் அடுக்கமைவுப் பிரிவு அல்லது ஒதுக்கீடு செய்யப்பட்ட மாதிரிகளின் பயன்பாட்டில் கூடிய கடுமையான முறை பின்பற்றப்படுவதில்லை.

வீட்டுக்கு வீடு கணிப்பிற்கு நேரம் அதிகம் தேவைப்படும் செலவுகள் அதிகம். குறிக்கப்பட்ட மாதிரி வீடுகளைத் தேடிப்பிடிக்க நேரம் ஆகும். அந்த வீட்டில் குறிக்கப்பட்ட வாக்காளர் அப்போது வீட்டிலில்லாமல் இருந்தால் மீண்டும் போக வேண்டியதிருக்கும் அல்லது அதற்கு மாற்றாக ஒரு வீட்டைக் கண்டுபிடிக்க வேண்டியதிருக்கும்.

போதுமான அளவு சரியான மாதிரியைப் பின்தொடர்ந்து போய் கண்டுபிடிப்பது மிக முக்கியம். எடுத்துக்காட்டாக, அண்மையில் 2015-இல் கன்சர்வேடிவ் கட்சியின் எதிர்பாராத வெற்றியை ஏன் தேர்தல் கணிப்பாளர்கள் முன்னறிவிக்கத் தவறி விட்டார்கள் என்பதை ஆராய்ந்தார்கள். அதற்குக் காரணம் எப்போதும் வேலையாக இருக்கும் *(busy)* கன்சர்வேட்டிவ்

வாக்காளர்கள் தான் என்று கண்டுபிடிக்கப்பட்டது. (கன்சர்வேட்டிவ் வாக்காளர்கள் எப்போதும் சுறுசுறுப்பாக இயங்குபவர்கள். எனவே களப் பணியாளர்கள் செல்லும்போது அவர்கள் வெளியில் போயிருப்பார்கள். எனவே கணிப்பு மாதிரியில் குறைவான பிரதிநிதித்துவம் பெற்றிருப்பார்கள்).

எனினும் வீட்டிற்கு வீடு சென்று கணக்கெடுப்பது கடினமாகவும், செலவு பிடிப்பதாகவும் இருந்தாலும் அது சிறந்தது. ஏனென்றால், தெருமுனைக் கணிப்பை விட மாதிரி அளவுகள் சிறியனவாக இருந்தாலும், வீட்டுக்கு வீடு சென்று கணிப்பது புள்ளிவிபர அடிப்படையில் மிகவும் துல்லியமானது.

மேலும் இக்கட்டில் மாட்டிக் கொள்ளாமல் தப்பிக்கும் காரணி இரண்டு வகை ஆய்வுகளையும் வெவ்வேறு அளவுகளில் பாதிக்கிறது. வீட்டுக்கு வீடு கணிப்பதில் 'சந்தேகம்' என்பது அதிகமாகவே இருக்கும். களப் பணியாளர்களை நம்புவது ஏற்கனவே குறைவு. அவர்கள் யாருடைய வீட்டிற்காவது நுழைவது அவர்களது தனிப்பட்ட விபரங்களைச் சோதிக்கும் போது அவர்களை நம்புவது கடினம். பொதுவான சந்தேகம் என்னவென்றால் அவர்கள் ஏதாவது ஒரு அரசியல் கட்சிக்காக வருகிறார்கள் என்பது. அதனால், ஆட்சியில் இருக்கும் கட்சிக்கு வாக்களிக்கப் போகும் மனப்போக்கு வீட்டுக்கு வீடு கணக்கெடுப்பில் அதிக சதவீதம் இருக்கும். ஆனால் இக்கட்டில் மாட்டிக் கொள்ளாமல் தப்பிக்கும் போக்கு தெருமுனைக் கணிப்பில் சந்தேகமில்லாமல் குறைவாகவே இருக்கும். ஏனென்றால் களப் பணியாளர் தனது வீடு பற்றியோ, குடும்பம் பற்றியோ ஒன்றும் தெரியாத ஓர் அந்நியர் என்று வாக்காளர் நினைப்பார். எனினும், நேர்காணல்களில் பலர் முன்னால் நடப்பது இதனைக் குறைத்து விடுகிறது. ஏனென்றால், ஆவலாக வேடிக்கைப் பார்க்கும் கூட்டம் எப்போதும் சுற்றி நிற்கும். இப்படிப் பொதுமக்கள் மத்தியில் கேள்வி கேட்பது வாக்காளரை பகிரங்கப்படுத்தும். முக்கிய கேள்வியான 'நீங்கள் யாருக்கு வாக்களிப்பீர்கள்?' என்பதற்கு இரகசிய வாக்களிப்பில் பதில் தர வேண்டும், அல்லது ஒரு கணினி 'டேப்ளட்டில்' தரப்பட வேண்டும்.

எக்சிட் கணிப்பும், தேர்தலுக்குப் பிந்தைய கணிப்பும்

தெருமுனைக் கணிப்பும், வீட்டுக்கு வீடு கணிப்பும் எதிர்கொள்ளும் குழப்பம் எக்சிட் கணிப்பிலும், தேர்தலுக்குப் பிந்தைய கணிப்பிலும் ஈடுபடுபவர்களிடம் காணப்படும். கணிப்பாளர்கள்

களப் பணியாளர்கள் வாக்குச் சாவடிகளுக்கு வெளியில் நின்று வாக்களித்தவர்களிடம், அவர்கள் வெளியில் வரும்போது கேட்பது 'எக்சிட்' கணிப்பு ஆகும். வாக்கெடுப்புக்குப் பிந்தைய ஆய்வு 1960-களின் பிற்பகுதியில் பேராசிரியர் பஷிருதீன் அகமதாலும், பின்னர் யோவேந்தர் யாதவ் லோக் நிதி அணியினராலும் நடத்தப்பட்டது. இவற்றில், ஏற்கனவே வாக்களித்தவர்களின் வீடுகளுக்கு கணிப்பாளர்கள் செல்வார்கள். வாக்காளர் வாக்களித்தவுடன் அவரது ஆள்காட்டி விரலில் இரண்டாவது முறை வாக்களிக்காமல் இருப்பதை உறுதி செய்ய மறையாத மையால் குறிப்பிடப்படுவதால், ஒருவர் வாக்களித்திருக்கிறாரா இல்லையா என்பதை எளிதில் கண்டுபிடித்து விடலாம்.

தேர்தலுக்கு முந்தைய கருத்துக் கணிப்புகளைப் போலவே இந்த இரண்டு வகைக் கணிப்புகளிலும் குறைகளும், நிறைகளும் உள்ளன. எக்சிட் கணிப்புகளில் பெரிய மாதிரி அளவு இருப்பது ஒரு நிறை. அதேபோல தேர்தலுக்குப் பிறகு நடத்தப்படும் கணிப்புகளில் புள்ளி விபர வடிவமைப்பும், குறிப்பிடப்பட்ட முறைக்கு உட்படாத தன்மையும் இருக்கும். எது அதிகத் துல்லியமாக இருக்கும் என்பது உறுதியாகத் தெரியாது. எக்சிட் கணிப்புகளில் பெரிய மாதிரி அளவு (தேர்தலுக்குப் பிந்தைய கருத்துக் கணிப்பை விட பத்து இருபது மடங்கு இருக்கும்). தேர்தலுக்குப் பிந்தைய சிறப்பான மாதிரி வடிவமைப்பை ஈடு செய்து விடுமா? மாதிரி அளவு மாதிரியின் தரத்தை ஈடு செய்து விடுமா?

சமூக ஊடகங்கள், ஆன்லைன் கணிப்புகள் ஆகியவற்றினைச் சரியாகப் பயன்படுத்தலும், தவறாகப் பயன்படுத்தலும்

இதுவரையில் பார்த்த நன்றாக நிறுவப்பட்ட கணிப்புகளோடு, அண்மையில் நுழைந்திருக்கிற, சிறப்பான சமூக ஊடகம், ஆன்லைன் கணிப்புகள் முதலான மாற்றுக் கணிப்புகளை ஆராய்வது பயனளிக்கும். இதற்கு ஒரு தனிப் புத்தகமே தேவைப்படும். இப்போது சில முக்கிய கருத்துக் கணிப்புகளில் மட்டும் கவனம் செலுத்துவோம்.

சமூக ஊடகத்தைப் பயன்படுத்திக் கொண்டு, அதே சமயம் அவை முறைக்கு உட்படாதவை என்று உரிமை கொண்டாடும் கணிப்புகள் மன்னிக்கக் கூட முடியாதவை. இதற்கான எடுத்துக்காட்டுகள் இவை: 'நாளை தேர்தல் நடந்தால் நீங்கள் யாருக்கு வாக்களிப்பீர்கள்?' 'பிரதமரின் செயல்பாட்டை எப்படி நீங்கள் தரப்படுத்துவீர்கள்?'

போன்ற கேள்விகள் உட்பட வரிசையாகக் கேட்கப்படும் கேள்விகளுக்கு பயன்பாட்டாளர்கள் விடையை நிரப்ப வேண்டும்.

இவ்வகை சமூக ஊடக அல்லது ஆன்லைன் கணிப்பில் முறைசாரா மாதிரி இருக்கவே முடியாது. எனவே அது நம்பகத் தன்மையே இல்லாதது. மக்களின் வழக்கமாக பொதுவான நோக்கத்தைப் பகிர்ந்து கொள்ளும் ஊக்கமுள்ள உட்கணம் *(Set)* என்பது மாதிரி *(Sample)* எனப்படும் என்பது வரையறை. ஆனால் பெரிய அரசியல் கட்சிகள் இப்படிப்பட்ட சமூக ஊடகக் கணிப்புகளில் ஒரே மாதிரியான பதில்களை நிரப்புவதற்கு அவர்களது தொண்டர்களை ஏற்பாடு செய்து விடுவார்கள்.

சமூக ஊடக அல்லது ஆன்லைன் கணிப்புகள் வாக்குப் பெட்டியில் வாக்குச் சீட்டுகளை மொத்தமாகத் திணிப்பதற்கு ஒப்பாகும். எனினும் கடந்த காலத்தில் பல ஊடகங்கள் தங்களுடைய முடிவுகளை மக்கள் மனநிலையைப் பிரதிபலிப்பதில் நம்பகத் தன்மை உடையனவாக முன்னிறுத்தும். அவை தலைப்புச் செய்திகளாக வரும். ஆனால் நாளடைவில், இந்தக் கணிப்புகள் உலகெங்கும் மதிப்பிழந்து விட்டன. அவை கணிப்புகள் என்று சொல்லக் கூடத் தகுதியற்றவை. கணிப்புகளில் இவ்வாறு ஏமாற்று வேலை நடைபெறுவதால் பல ஊடக நிறுவனங்களின் மதிப்பில் பெரும் சரிவு ஏற்பட்டது. அவற்றை நம்புவது குறைந்து விட்டதால், சமூக ஊடக, ஆன்லைன் கணிப்புகள் நல்லவேளையாகக் குறைந்து விட்டன. இந்தியாவில் சில டி.வி. அலைவரிசைகளும், செய்தித்தாள்களும், ஒருவேளை பரபரப்பானச் செய்திகளைக் கொடுப்பதற்காகவோ அல்லது ஒரு பக்கம் சார்ந்திருப்பதாலோ என்னவோ இன்னும் கணிப்புகளைப் பயன்படுத்துகின்றன. சமூக ஊடக, ஆன்லைன் கணிப்புகளை எல்லா ஊடகங்களும் மதிப்பிழக்கச் செய்யும் காலத்தை எதிர்பார்க்கிறோம்.

ஆனால், புள்ளி விபரப்படி நம்பத்தகுந்த செயல்முறையைப் பயன்படுத்திக் கணிப்புகளை நடத்த இணையதளத்தைப் பயன்படுத்த முடியாதென்றோ, கூடாது என்றோ சொல்ல வரவில்லை. ஆனால் அந்த செயல்முறை சிக்கலானது, கடுமையானது. மாதிரி உண்மையிலேயே முறை சாராததாக இருப்பதற்காக துல்லியத்தைக் காக்கத் தடுப்புகளும் சமன்படுத்தல்களும் பழுதின்றிப் பின்பற்றப்படுமானால் தான் சமூக ஊடகத்தில் இணையதளக் கணிப்புகள் நடத்தப்பட வேண்டும்.

3
இந்தியாவில் கருத்துக் கணிப்பு பற்றிய ஒன்பது பெரிய கவலைகள்

உங்களுடைய இரகசியம் கருத்துக் கணிப்பாளர்களிடம் பாதுகாப்பாக இருக்குமா?

நாங்கள் கருத்துக் கணிப்பு நடத்திய இடங்களில் எல்லாம் பதில் சொல்பவர்கள் தங்கள் விடைகள் இரகசியமாக இருக்குமா என்ற அவர்களது அச்சங்களைப் போக்க வேண்டியிருந்தது. இரண்டு விஷயங்கள் பற்றி அவர்கள் கவலைப்படுகிறார்கள்: முதலாவதாக, களப் பணியாளர் அதிகாரத்திலிருப்போரோடு ஏதாவது ஒரு வகையில் தொடர்புடையவரா, அப்படியிருந்தால் தங்களது நேர்மையான விடையினால் எதிர்விளைவுகள் ஏற்படுமா? இரண்டாவதாக தங்களது விடைகள் எல்லோருக்கும் தெரிந்து விடுமா என்ற கவலை. நேர்காணல் என்பது இந்தியாவில் அபூர்வமானது. தனியாக ஒருவரை நேர்காணல் செய்வது என்பது நடக்கவே முடியாது. களப் பணியாளரின் முயற்சிகளையும் தாண்டி நேர்காணல் எல்லோருக்கும் தெரியக்கூடிய பொது நிகழ்ச்சியாக விரைவிலேயே ஆகி விடுகிறது. நேர்காணலின்போது, தெரியாத வழிப்போக்கர்களும் ஈர்க்கப்படுகிறார்கள். அவர்களும் விடைகளைக் கேட்கிறார்கள். அந்நியர்கள் இருக்கும்போது விடை தருபவர்கள் எதிலும் சிக்காமல் பாதுகாப்பாக இருக்கத் தூண்டப்படுகிறார்கள் என்றும் அரசியலுக்குத் தகுந்த விடையளிக்கவோ அல்லது விடையளிக்கவே மறுக்கவோ செய்கிறார்கள் என்றும் நாங்கள் எண்ணினோம்.

தனியுரிமை (Privacy) என்னும் கருத்தியல் இல்லாதது எங்களுக்கு மருத்துவ அறிவியலாளர்களுக்கான அனைத்திந்திய நிறுவனத்தில்

(AIIMS) பணியாற்றிய மூத்த அறிவியலாளர் சொன்ன கதையை நினைவிற்குக் கொண்டு வருகிறது. அமெரிக்காவில் பட்டம் பெற்று அங்கு சிறிது காலம் மருத்துவப் பணியாற்றி விட்டு அவர் இந்தியா வந்திருந்தார். இந்தியாவில் அதே நுட்பங்களைப் பயன்படுத்தத் தொடங்கினார். அவர் நோயாளிகளை ஒருவர் பின் ஒருவராகத் தனது அறைக்கு அழைத்து அவர்களது பிரச்சனைகளைப் பற்றிக் கேள்வி கேட்பார். அவர்கள் பதில் சொல்ல விருப்பமின்றி இருந்ததையும், வெளியில் காத்திருக்கும் தன்னுடைய குடும்பத்தாரைத் திரும்பித் திரும்பிப் பார்த்துக் கொண்டிருந்ததையும் கண்டு அவர் அயர்ந்து போனார் (ஒவ்வொரு நோயாளியோடும் குறைந்து ஆறு பேர் வந்திருப்பார்கள்). இறுதியில் ஒரு நாள் அந்த மனநோய் மருத்துவர் நோயாளியோடு வந்திருந்த அவரது குடும்பத்தாரையும் உள்ளே அழைத்தார். குடும்பத்தார் சூழ்ந்திருக்கும் போது உடனே நோயாளி மனம் திறந்து பேசத் தொடங்கினார். தனது குடும்பத்தார் முன்னர் அவரது மிக அந்தரங்கக் கேள்விகளுக்கெல்லாம் உடனடியாகப் பதில் சொன்னார். அதேபோல கருத்துக் கணிப்பிலும் ஒரு வாக்காளரிடம் அவரருகில் அவருக்குத் தெரிந்தவர்கள் இல்லாதபோது கேள்வி கேட்டால், அவரிடமிருந்து களப் பணியாளர் ஒரு சில விடைகளையே அதுவும் சுற்றி வளைத்த பதில்களையே பெறுவார். ஆனால் தனது குடும்பத்தார் அல்லது நண்பர்கள் இருந்தால் இதற்கு நேர்மறையாக இருக்கும். அதே சமயம் அந்நியர்களும் அங்கே கூடியிருக்கக் கூடாது.

தேர்தல் கருத்துக் கணிப்பவர்கள் கேள்வி கேட்கப்படுபவர்களிடம் அவர்களது வாக்களிக்கும் விருப்பம் இரகசியமாகவே வைக்கப்படும் என்று உறுதி சொல்ல முயன்றிருக்கிறார்கள். 1980-களில் மத்தியிலும் இறுதியிலும் கருத்துக் கணிப்பவர்கள் ஒரு வாக்குச் சீட்டு மாதிரி அச்சடிக்கப்பட்ட தாளை வைத்திருப்பார்கள். அதில் வேட்பாளர்களின் பெயர்ப் பட்டியல், கட்சி சின்னங்கள் எல்லாமே இருக்கும். அதை விடை தருபவரிடம் காட்டி அதில் அவர் தேர்வு செய்யும் பெயருக்கு நேராகக் குறியிடச் சொல்வார்கள். கள ஆய்வாளரிடம் ஒரு வாக்குப் பெட்டி மாதிரியும் இருக்கும். அதனுள் அந்த மாதிரி வாக்குச் சீட்டு போடப்படும். இவ்வாறு வாக்காளரின் வாக்கு யாரும் பார்க்காமல் முத்திரையுள்ள பெட்டியில் போடப்படுவதால் அது இரகசியமாக இருக்கும் என்று உறுதி சொல்லப்படும்.

பதில் சொல்லும் சிலர் இன்னும் நம்பிக்கை இல்லாமலேயே இருப்பார்கள். அவர்கள் களப் பணியாளரிடம், “நான் தேர்வு செய்தது இரகசியமாக இருக்கும் என்பது எனக்கு எப்படித்

தெரியும்," என்று கேட்டார்கள். அவர்கள் சொல்வதும் ஒரு வழியில் சரிதான். ஒவ்வொரு வாக்குச் சீட்டு மாதிரியிலும் அதன் பின் பக்கத்தில் ஒரு வரிசை எண் இருக்கும். அலுவலகத்தில் முத்திரையிடப்பட்ட பெட்டிகள் திறக்கப்பட்டவுடன், ஒவ்வொரு வரிசை எண்ணும், அந்தக் குறிப்பிட்ட பதில் தருபவரின் மற்ற விபரங்களுடன் (வயது, பாலினம், சாதி, மதம், அவருடைய வாக்களிக்கும் நடத்தையை அறிய வினாக்கள்) சேர்க்கப்படும். இவை பகுப்பாய்வு செய்யப்பட்டு புள்ளி விபரக் கணக்குகளுக்குப் பயன்படுத்தப்படும். ஆனால் அவர்களுடைய பதில்கள் வாக்காளர்களுடன் இணைக்கப்படுவது வேறு எந்த நோக்கத்திற்கும் பயன்படுத்தப்படுவதற்கு ஆய்வு நடத்தும் நிறுவனம் எந்த நோக்கமும் கொண்டிருக்காது. எனவே பதில்கள் முழுமையும் இரகசியமாக இல்லாவிட்டாலும் கூட, அவை தவறாகப் பயன்படுத்தப்படுவதும் இல்லை, அரசியல் கட்சிகளுக்குத் தரப்படுவதும் இல்லை. வாக்குப் பெட்டி முறையைப் பயன்படுத்தாத பிற கணிப்பாளர்களுக்காக வேலை செய்யும் களப் பணியாளர்களுக்கும் இந்த விடைகள் தரப்படுவதில்லை. இந்தியாவில் கணிப்பில் ஈடுபட்டிருக்கும் எந்த நிறுவனமும் பதில் தருபவரின் விடையை இரகசியமாக வைத்திருக்கவில்லை என்பதற்கு எந்தச் சான்றுகளும் இல்லை.

வாக்குப் பெட்டியைப் பயன்படுத்துவதில் இன்னொரு நன்மையும் இருக்கிறது. ஒரு சில பதிலளிப்பவர்கள் மட்டுமே விடையளிக்க மறுத்தார்கள். ஏனென்றால் பெரும்பான்மையானோர் வாக்குச் சீட்டிலுள்ள தங்களது விடைகள் இரகசியமாக இருக்கும் என்று ஏற்றுக் கொண்டார்கள். இடைஞ்சல் மிகுந்த, அதிகம் செலவு பிடிக்கும் இந்த அணுகுமுறையை இன்றும் கருத்துக் கணிப்பு நிறுவனங்கள் தொடர்வதற்கு முக்கிய காரணம், வாக்குப் பெட்டி முறையில் அதிகமான விடை வீதம் இருப்பதுதான். ஆனால் வாக்குப் பெட்டி முறையால் இக்கட்டிலிருந்து தப்பித்துக் கொள்ள விரும்பும் பதிலளிப்பாளர்களின் எண்ணிக்கை குறைந்திருக்கிறதா? இதற்கு ஆதாரம் எதுவும் இல்லை, இருக்கவும் முடியாது. ஆனால் வாக்குப் பெட்டிகளைப் பயன்படுத்தியபோது பதில் சொல்லாத அல்லது பதில் சொல்ல மறுத்தவர்களின் வீதம் குறைந்திருக்கிறது. இது அதிக அளவில் பதிலளிப்போர் பங்கு கொள்ள விரும்பியதையும் காட்டியது.

காலம் செல்லச் செல்ல, வாக்குப் பெட்டியின், வாக்குச் சீட்டுகளைப் பயன்படுத்தும் இடைஞ்சல் மிகுந்த செலவு பிடிக்கும் முறையின் இடத்தை 'ஐபேடுகளும்', 'டேப்ளட்'டுகளும்

எடுத்துக் கொண்டன. இந்தக் கருவிகள் தரவுகளைச் சேர்த்து, விரைவாக அட்டவணைப்படுத்தி, செயல்முறைக்குக் கொண்டு வர உதவுகின்றன. 'நீங்கள் யாருக்கு வாக்களிப்பீர்கள்' என்ற கேள்வி EVM-களில் இருப்பது போன்ற வடிவமைக்கப்பட்ட டேப்ளட்டுகளின் தொடுதிரையில் 'கிராபிக்சாக' தோன்றும். முறைசாராத முறையில் தேர்ந்தெடுக்கப்பட்ட வாக்காளர்கள் தாங்கள் தேர்ந்தெடுக்கும் வேட்பாளர் அல்லது கட்சியின் பெயருக்கு எதிராகத் திரையைத் தொடுவார். களப் பணியாளர் வேறு பக்கம் திரும்பிக் கொள்வார். வாடிக்கையான ATM-இல் பின் எண்ணைப் பதிவு செய்வது போலத் தான் இந்தச் செயல்முறையும். மேலும் எல்லாப் பதிவாளர்களுக்கும் அவர்களது பதில் இரகசியமாக வைக்கப்படும் என்றும் சொல்லப்படுகிறது. எனினும் எல்லோருமே இதை நம்புவதில்லை. அது முழுவதும் உண்மையானதாகவும் இல்லை. நோக்கம் புள்ளி விபரக் கணக்கிடுதலுக்கான அளவு மட்டுமே, யாருடனும் செய்தியைப் பகிர்ந்து கொள்வதற்காக அல்ல.

டேப்ளட்டுகளும், செல்பேசிகளும் பயன்படுத்துவதில் வேறு நன்மைகளும் உள்ளன. பல ஆண்டுகளாக கருத்துக் கணிப்பு நிறுவனங்கள், அவற்றின் களப் பணியாளர்கள் சேகரிக்கும் தரவுகளின் நம்பகத் தன்மை பற்றிக் கவலைப்பட்டுக் கொண்டிருந்தார்கள். களப் பணியாளர்கள் தேநீர்க் கடைகளில் அமர்ந்து தேநீர் குடித்துக் கொண்டு பொழுதைக் கழித்து விட்டு, வீடுகளுக்குப் போகாமல் பல கருத்தறி வினாத்தாள்களை கற்பனை விபரங்களால் நிரப்புவது சாத்தியமா? இவ்வாறு உண்மையிலேயே நடந்திருக்கிறது. களப் பணியாளர்களைக் கண்காணிக்க மேற்பார்வையாளர்களை எல்லா கணிப்பு நிறுவனங்களும் நியமித்தன. அவர்கள் களப் பணியாளர் எதிர்பாராதபடி தேர்ந்தெடுக்கப்பட்ட வீடுகள், தெரு முனைகள், தேநீர்க் கடைகளிலும் கூட சோதனை செய்வார்கள். செல்பேசித் தொடுதிரைகளும், GPS-களும் வந்த பிறகு களப் பணியாளர்களின் நிகழ்வுகளை எளிதில் பின்பற்றி விடலாம். 'தேநீர்க் கடை மாதிரி' யுகத்திற்கு GPS யுகம் முடிவு கட்டி விட்டது.

உலக அளவில் கருத்துக் கணிப்பாளர்கள் செய்யும் பெரிய பிழைகள்

கடந்த ஐந்து ஆண்டுகளாக உலக அளவில் பெயர் பெற்ற கருத்துக் கணிப்பாளர்கள் இந்தியாவில் கணிப்பு நடத்தத் தொடங்கி விட்டார்கள். அவர்களுக்கு உலக அளவில் பெயரும், புகழும்

உண்டு. ஆனால் அவர்கள் இந்தியாவிற்குப் புதியவர்கள். அவர்களுடைய உலகம் தழுவிய கருத்தாய்வின் ஒரு பகுதியாக அனைத்திந்திய அளவில் நாட்டின் மனநிலையை அறியும் கருத்தாய்வுகளே அவர்களது முதன்மைப் பணியாக இருந்து வந்தன. 'இந்தியர்கள் வருங்காலம் பற்றி நம்பிக்கை வைத்திருக்கிறார்களா?' அல்லது 'இந்தியர்கள் அவர்களது பெரிய நிறுவனங்களை நம்புகிறார்களா?' அல்லது 'மூன்றாம் பாலினத்தாரை ஒதுக்குவது பற்றி இந்தியர்கள் என்ன நினைக்கிறார்கள்?' முதலானவை பற்றி அவை ஆய்வுகள் நடத்தின. எப்போதாவது, 'இந்தியாவில் தங்களது பிரதமரின் செயலை எப்படித் தரப்படுத்துகிறார்கள்' என்பது பற்றியும் இந்த நிறுவனங்கள் மதிப்பீடு செய்கின்றன. ஏற்கனவே சொன்னதுபோல தேர்தல்களுக்கு இடையில் இந்தக் கருத்தாய்வுகள் நடத்தப்பட்டன. அவை வரவிருக்கும் தேர்தல்கள் எவற்றோடும் தொடர்புடையவை அல்ல. அவற்றைச் சரிபார்க்கவோ சோதிக்கவோ முடியாது.

நாம் ஏற்கனவே சொன்னதுபோல இடைக்காலக் கணிப்பை சரிபார்க்க முடியாவிட்டாலும், உடனே சோதிக்கப்படக் கூடிய தேர்தலுக்கு முந்தைய கருத்துக் கணிப்புகளை போலவே அதே அளவில் தீவிரமான ஆய்வுக்கு உட்படுத்தப்படுகின்றன. எனினும் பலர் அவ்வாறு ஆய்வுக்கு உட்படுத்துவதில்லை. இதற்கு முதற் பலி மாதிரியின் அளவு. மாதிரி பெரிய அளவில் எடுத்துக் கொள்வது செலவை அதிகரிக்கும்.

பன்னாட்டு நிறுவனங்கள் இந்தியாவில் பயன்படுத்தும் மாதிரி அளவு ஏறக்குறைய அமெரிக்காவில் அவை பயன்படுத்தும் அளவுதான். 1000 முதல் 2000 வரை பதிலளிப்பாளர்கள் எடுத்துக் கொள்ளப்படுவார்கள். இங்கு எச்சரிக்கை மணியடிக்க வேண்டும். இந்தியாவுக்கும் அமெரிக்காவுக்கும் (அல்லது பிற மேலை நாடுகளுக்கும்) இடையே இருக்கும் மூன்று வித்தியாசங்களைக் கணக்கிலெடுத்துக் கொள்வதில்லை. அமெரிக்காவைப் போலில்லாது இந்தியா பலவகைப்பட்டது. இந்தியாவில் இவ்வளவு சிறிய அளவுகளில் கருத்துக் கணிப்புகளை நடத்துவதும் அவை நாட்டின் மனநிலையைப் பிரதிபலிப்பதாக நம்பும் அளவிற்கு நாட்டின் பன்முகத் தன்மையைக் கண்டுபிடிக்க முடியும் என்று நம்புவதும் முடியாத காரியம். மாதிரியின் உட்கணங்கள் மட்டுமே ஒரே மாதிரியாக இருக்கும் அளவிற்குப் பெரிதாக இருக்குமாறு அனைத்திந்திய கருத்துக் கணிப்புக்கு போதுமான அளவு பெரிய மாதிரி தேவைப்படும். அப்போது தான் உட்கணங்களுக்குள் போக்குகளை அடையாளம் காண மதிப்பாய்வு செய்ய முடியும்.

இக்காரணத்திற்காகவே அனைத்திந்திய அளவில் 2000 மாதிரி அளவைப் பயன்படுத்தும் எந்த முகமையின் அனைத்திந்திய மதிப்பாய்வு முடிவுகளை என்டிடிவியில் பயன்படுத்துவதை நிறுத்தி விட்டோம். இந்தியாவில் பன்னாட்டு கருத்துக் கணிப்பு முகமைகள் பின்பற்றும் இன்னொரு கவலைக்குரிய காரணி: அவை பெரிய நகரங்கள் அல்லது சில மாநிலங்களில் மட்டுமே அவற்றின் மதிப்பாய்வை நடத்துவது. மேலை நாடுகளில் அவை பயன்படுத்தும் அதீத தரமான கேள்விகளையும், வடிவமைப்புகளையும் அப்படியே இந்தியாவில் பயன்படுத்துவது. இந்திய வாக்காளருக்கு அவை எந்த அர்த்தத்தையும் தராது.

நம்பத் தகுந்த இந்திய ஊடக நிறுவனங்களான இந்தியா டுடே, APB செய்திகளும் இடைக்கால (எனவே நிலையில்லா) கருத்துக் கணிப்புகளை நடத்துகின்றன. ஆனால் அவை 10000 முதல் 20000 வரையில் அல்லது அதற்கும் மேலே மாதிரி அளவு இருப்பதை உறுதிசெய்து கொள்கின்றன.

எந்தக் கருத்துக் கணிப்புகளை நம்புவது? - ஒரு சரிபார்ப்புப் பட்டியல்

இந்தியாவில் ஒவ்வொரு தேர்தலிலும் ஐம்பது கருத்துக் கணிப்புகளையும், எக்சிட் கணிப்புகளையும் எதிர்பார்க்கலாம். இவற்றில் சில முழுவதும் போலியாக இருக்கும், இன்னும் சில மோசமாக நடத்தப்பட்ட கணிப்புகளாக இருக்கும். வேறு பல உயர்தரமான கணிப்புகளாக இருக்கும். நல்லது, மோசமானது, விகாரமானது என்று எப்படிப் பிரித்துப் பார்க்க முடியும்? ஒவ்வொரு கணிப்பினையும் அளவிட இங்கே ஒரு செக் லிஸ்ட், ஒருசரிபார்ப்புப் பட்டியல்:

முதலில் அந்தக் கருத்துக் கணிப்பு விபரமாக அது பயன்படுத்தும் செயல் முறையை அறிவிக்கிறதா? இல்லை என்றால் அக்கணிப்பைப் பற்றிக் கவனமாக இருங்கள். சீரியசாக ஒரு கணிப்பை எடுத்துக் கொள்ள வேண்டுமென்றால் அது கீழே கொடுக்கப்பட்ட குறிப்புகளின் ஒவ்வொரு விபரத்தையும் தெரிவிக்க வேண்டும்.

1. கருத்துக் கணிப்பின் மாதிரி அளவு என்ன? அது அனைத்திந்தியக் கணிப்பாக இருந்தால், சரியான அளவு விவாதத்திற்குரியது. எனினும் எங்களது அனுபவத்திலிருந்து நாங்கள் கண்டது மாதிரி அளவு 35000 முதல் 40000 வரை இருக்க வேண்டும் என்பது. இதை விடக் குறைவாக இருந்தால் எச்சரிக்கையாக இருங்கள்.

இதை விட அதிகமாக இருந்தால் அந்தக் கணிப்பை சீரியசாக எடுத்துக் கொள்ளுங்கள்.

2. அது தெருமுனைக் கணிப்பா அல்லது வீட்டுக்கு வீடு கணிப்பா? வீட்டுக்கு வீடு கணிப்பாக இருந்தால் அதை சீரியசாக எடுத்துக் கொள்ளுங்கள். தெரு முனைக் கணிப்பாக இருந்தால் 'எச்சரிக்கை' என்று குறித்துக் கொள்ளுங்கள். ஏனென்றால் மாதிரியின் தரத்தைச் சோதிக்க வழி எதுவும் இல்லை. ஏனென்றால் மாதிரியின் அளவைப் போலவே தரமும் நல்ல துல்லியமான முன்னறிவிப்பைப் பெறத் தேவையானது. தெருமுனைக் கணிப்பாக இருந்தால் முடிவுகளைப் பற்றிக் கவனமாக இருங்கள். மாதிரி அளவு பெரியதாக (50000-க்கு மேல்) இருக்கிறதா என்று பாருங்கள்.

3. எவ்வகையான மாதிரி யுத்தி பயன்படுத்தப்பட்டது? மாதிரியின் வடிவமைப்பை அது குறிப்பிடா விட்டால் கவனமாக இருங்கள். அது மாதிரியின் யுத்தியை விளக்காவிட்டால், அது பயன்படுத்தும் அடுக்கு வகை, ஒதுக்கீடு வகை முதலான சொற்களை நம்பாதீர்கள். இங்கே கொடுக்கப்பட்டுள்ள முக்கிய கூறுகள் இருக்கின்றனவா? என்று பார்த்து குறியிடுங்கள்.

   அ. அது முறை சார்பற்ற முறையில் தொகுதிகளைத் தேர்ந்தெடுக்கிறதா? ஆம் என்றால் முக்கியமான அடிப்படைத் தன்மை என்பதில் குறியிடுங்கள். எப்படித் தொகுதிகள் தேர்வு செய்யப்படுகின்றன என்பதைக் குறிப்பிடவில்லையென்றால் கவனமாக இருங்கள்.

   ஆ. இந்த தேர்ந்தெடுக்கப்பட்ட தொகுதிகளில் எப்படி பகுதிகளைத் தேர்ந்தெடுக்கிறது? அதனை களப் பணியாளரிடம் விட்டு விட்டால் கவனமாக இருங்கள். வாக்காளர் பட்டியல்களிலிருந்து முறைசாராத முறையில் தேர்வு செய்யப்பட்டால், தேவையான நிபந்தனை நிறைவேற்றப்படுகிறது என்பதில் குறியிடுங்கள்.

   இ. ஒவ்வொரு பகுதியிலும் வீடு அல்லது வாக்காளர்கள் எப்படித் தேர்ந்தெடுக்கப்படுகிறார்கள் என்பதைக் குறிப்பிடுகிறதா? அது வாக்காளர் பட்டியலிலிருந்து என்று சொன்னால் 'சிறப்பு' என்று குறியிடுங்கள். அது முறைசாராது இடத்தைத் தேர்ந்தெடுக்கும் மாதிரி *Random Location Sampling (RLS)* என்பதைப் பயன்படுத்தினால் (இதனைத் தான் வணிக மதிப்பாய்வுகளுக்குப் பல சந்தை

ஆய்வு முகமைகள் பின்பற்றுகின்றன) பரவாயில்லை என்று குறியிடுங்கள். RLS என்பது 'வலக்கைப் பக்க வழி' முறை எனப்படும். வாக்காளர் பட்டியலிலிருந்து ஏதாவது ஒரு வீட்டைத் தேர்ந்து கொண்டு அதிலிருந்து தொடரும். அடுத்த நேர்காணல் வலது பக்கமுள்ள நான்கு அல்லது ஐந்து அல்லது வேறு ஏதாவது எண்ணுள்ள வீட்டில் நடக்கும். இவ்வாறு இதே முறையில் நேர்காணலுக்குத் தேவையான எண்ணிக்கை வரும் வரையில் தொடரும். கணிப்பு ஒதுக்கீடு முறையைப் பயன்படுத்தினால், தரவுகளைக் கணக்கிட ஒரு செயல்முறை இருந்தால், 'பரவாயில்லை' என்று குறிப்பிடுங்கள். எதுவும் குறிப்பிடவில்லையென்றால், வீட்டைத் தேர்ந்தெடுக்கும் முறை நினைத்த போக்கில் இருப்பதாகத் தெரிவதால், எச்சரிக்கை வேண்டும்.

4. தெரிந்து கொள்வது நல்லது என்று கருதக்கூடிய வேறு விபரங்களும் இருக்கின்றன. இவையும் குறிப்பிடப்பட்டிருந்தால், கணிப்பை சீரியசாக எடுத்துக் கொள்ளுங்கள் என்று குறியுங்கள். இந்த விபரங்களில் கீழ்க்கண்டவை இருக்கும். களப் பணியாளர்கள் பயிற்சி பெற்றவர்களா? களப் பணியாளர்களில் குறைந்தது 50 விழுக்காடு பெண்கள் இருக்கிறார்களா? களப் பணியாளர் அணியில் இஸ்லாமியர், கிறிஸ்தவர், பழங்குடியினர், வேறு சிறுபான்மையினர் இருக்கிறார்களா? பயன்படுத்தப்பட வேண்டிய வட்டார மொழி முக்கியமாகக் கருதப்படுகிறதா?

இறுதியாக, மிகச் சிறந்த கணிப்பிலும் கூட, நீங்கள் மேலே சரியானவை அனைத்திலும் குறியிட்டிருந்தாலும் கூட, முன்னறிவிப்பு தவறாக இருக்கக் கூடும் என்பதற்குத் தயாராக இருங்கள். எதிர்பார்த்தது நடக்கிறது; அதிர்ஷ்டம் குறுக்கிடுகிறது. பின்பற்ற வேண்டிய ஒரே ஒரு உண்மை என்னவென்றால், மோசமாக நடத்தப்பட்ட கணிப்பை விட சிறப்பாக நடத்தப்பட்ட கணிப்பில் முன்னறிவிப்பு சரியாக இருக்க வாய்ப்பு அதிகம் என்பதுதான்.

சிறிய மாதிரி அளவுகள் பற்றி எச்சரிக்கையாக இருங்கள்

ஒரு கருத்துக் கணிப்பின் நம்பகத் தன்மையை அதனுடைய மாதிரி அளவைக் கொண்டு எடை போட வேண்டும். இந்தியாவிற்கு சரியான மாதிரி அளவு எது?

அனைத்து இந்தியக் கணிப்பிற்கு எது சரியான மாதிரி அளவாக இருக்க வேண்டும் என்பது கடினமான கேள்வி. அதற்கு எங்களது முந்தைய அனுபவங்களிலிருந்து தான் விடை சொல்ல முயல முடியும். எனவே எங்களது விடை *Trial and Error* முறையின் அடிப்படையிலானது என்ற ஒரு நிபந்தனைக்கு வருகிறது. இன்னும் விரிவான புள்ளி விபர ஆய்வின் அடிப்படையில் அல்ல. எனினும் நாங்கள் பல யோசனைகளை முன் வைக்க விரும்புகிறோம்.

முதலாவது, மாதிரி அளவு தெளிவாக அறுதியிட்டு அறிவிக்கப் படாவிட்டால் எந்த கருத்துக் கணிப்பையும் சீரியசாக எடுத்துக் கொள்ளாதீர்கள். ஆனால் துரதிர்ஷ்டவசமாக பெரும்பாலான கணிப்புகள் மாதிரி அளவு பற்றிய செய்தி இல்லாமலேயே வெளியிடப்படுகின்றன. அதோடு எல்லாக் கணிப்புகளும் அவை எந்த தேதிகளில் நடத்தப்பட்டன, எத்தனை தொகுதிகளில் நடத்தப்பட்டன, ஒவ்வொரு கட்சியும் பெறப்போகும் வாக்கு சதவீதங்கள் என்ன, இடங்கள் எத்தனை (வாக்குகளை இடங்களாக மாற்றும் செயல் முறையும் கொடுக்கப்பட்டால் சிறப்பான செய்தியாக இருக்கும்) என்பனவற்றைக் குறிப்பிட வேண்டும்.

இந்த அடிப்படை விபரங்கள் தெளிவாகத் தெரிவிக்கப்பட்டன என்று வைத்துக் கொண்டால், அடுத்த நிலை ‘மாதிரி அளவைச் சோதித்தல்’. சிறிய மாதிரி அளவுகள் நம்பிக்கைக்கு உகந்த கருத்துக் கணிப்பு இல்லை; அவற்றைக் கவனத்தில் கொள்ளக் கூடாது. கட்டை விரல் விதியின்படி அனைத்திந்தியக் கணிப்புகளில் மாதிரி அளவு குறைந்தது ஒவ்வொரு மாநிலத்திற்கும் பதிலளிப்போர் 1500-2000 இருக்க வேண்டும் (விடை சொல்ல மறுப்பவர்களுக்கு மாற்று எப்படிச் செய்யப்படும் என்ற செயல்முறையும் தரப்பட வேண்டும்). இது பதினெட்டுப் பெரிய மாநிலங்களுக்கானது. அப்படியானால் இந்தியா முழுவதற்கும் 35000 பதிலளிப்பாளர்கள் இருப்பார்கள். இந்த 1500-2000 என்ற கட்டை விரல் விதி ஒரு சராசரி எண்ணிக்கை. பல வகைப்பட்ட தன்மையைப் பொறுத்த வரையில் மாநிலத்தின் அளவு முக்கியம். எனவே உத்தரப் பிரதேசம் போன்ற பெரிய மாநிலங்களில் 3000-4000 பதிலளிப்பாளர்களைக் கொண்ட மாதிரி அளவு இருக்க வேண்டும். சிறிய ஒரே தன்மையுடைய மாநிலங்களில் 1000 போதுமானது.

மாதிரி அளவை முடிவு செய்வதில் நாம் கவனிக்க வேண்டிய இன்னொரு காரணி அம்மாநிலத்தில் போட்டி எவ்வளவு கடுமையாக இருக்கிறது என்பது. சென்ற தேர்தலில் சராசரி வெற்றி வித்தியாசம் அதிகமாக இருந்து, 20 சதவீதம் முன்னணியில் ஒரு கட்சி வெற்றி பெறும் வாய்ப்பிருந்தால், ஒரு மாநிலத்திற்கு சராசரி 1500-2000-யை விடக் குறைவாக மாதிரி அளவு இருக்கலாம். இது அகவயப்பட்ட ஒரு முடிவாகத் தான் இருக்கும். ஆனால் கணிப்பாளர்கள் அப்படிப்பட்ட முடிவை எடுக்க வேண்டியது அவசியம். கடைசியாக 20 சதவீத முன்னணி இருந்தது தெரிந்தால், இன்னும் அதே முன்னணி தெளிவாக இருக்கிறதா என்பதை உறுதிசெய்ய அதிக அளவிலான பிழை விளிம்பினை (margin of error) அனுமதிக்கலாம். ஆனால் உலக அளவு கணிப்பில், அது ஏற்றுக் கொள்ளப்பட முடியாத பிழையாகக் கருதப்படும். மாறாக, கடுமையான போட்டி இருக்கும்போது பிழை அளவு 3 சதவீதமாக இருப்பது அவசியம்.

மக்களவைத் தேர்தல்களுக்கு மாநில மாதிரி அளவுகளுக்கான கட்டை விரல் விதிகளை முன்வைப்பது போல ஒவ்வொரு மாநிலச் சட்டமன்றத் தேர்தலில், மாதிரி அளவு இன்னும் பெரிதாக இருக்க வேண்டும். ஒரு மாநிலத்திற்கு 6000 பதிலளிப்பார்கள் இருக்க வேண்டும். பலவகைப்பட்டவர்கள் இருக்கும் பெரிய மாநிலங்களில் 10,000 அல்லது அதற்கு மேலும் இருக்கலாம்.

எல்லாச் சிக்கல்களுக்கும் மூல காரணம்: இந்தியாவின் மோசமான தரவுகள்

இந்தியாவில் கருத்துக் கணிப்பை வேறு மாதிரியாகவும், கடினமாகவும் ஆக்கும் பெரிய காரணி வாக்காளர் தொகை பற்றிய மோசமான தரவுத் தளம். எந்தக் கருத்துக் கணிப்பிலும் முக்கியமாக இடம் பெற வேண்டியது சரியான எந்த முறைக்கு உட்படாத மாதிரி தான். அது பரவலான மக்கள் தொகையின் பிரதிநிதித்துவத்தை உடையதாக இருக்கும். இதற்கு வெவ்வேறு உள் மக்கள் தொகைகள் பற்றியும் அல்லது சமுதாயத்தில் வெவ்வேறு அடுக்குகள் பற்றியும் முடிந்த அளவு விரிவான அறிவு வேண்டும் (எடுத்துக்காட்டுகள் சாதிகள், மதம், வருவாய் சொத்து நிலைகள், வயது, பாலினம், புலம் பெயர், தரவுகள் முதலியன). ஒரு மக்கள்தொகையின் ஒவ்வொரு அடுக்கு பற்றியும் எவ்வளவுக்கு எவ்வளவு விரிவான செய்தி இருக்கிறதோ அந்த அளவுக்கு மாதிரி வடிவமைப்பு சிறப்பானதாக

இருக்கும்; மாதிரியின் அளவும் குறைவானதாக (குறைந்த செலவு பிடிப்பதாக) இருக்கும்.

மேலை நாட்டு மக்களாட்சி நாடுகளில் உள் மக்கள் தொகை பற்றிய விரிவான தரவுகள் அதிகம் கிடைக்கும். ஆனால் இந்தியாவில் இந்த நோக்கங்களுக்குப் போதுமானவையாகத் தரவுகள் கிடைப்பதில்லை. இது ஒரு பெரிய சிக்கல். இப்போதுள்ள மக்கள் தொகையின் தன்மைகளைக் கணிப்பாளர்களால் அளவிட முடியாவிட்டால், அம்மக்களைப் பிரதிபலிக்கும் ஒரு மாதிரிகளை அவர்களால் உருவாக்க முடியாது.

தரவுகளின் பற்றாக் குறையையும், சரியான அடுக்குநிலை மாதிரியைக் கொண்டு வர முடியாததையும் ஈடுகட்ட ஒரு வழி தரத்தை அளவு மூலமாக ஈடுகட்டுவது. அதாவது, பெரிய அளவிலான மாதிரி உள் மக்கள் தொகையின் பெரும் பகுதியை உட்படுத்தும் என்ற நம்பிக்கையில் (இது சில வேளைகளில் நியாயப்படுத்தப்படும், சில வேளைகளில் நியாயப்படுத்தப்படாது). பெரிய மாதிரி அளவுகளைக் கொண்ட கணிப்புகள் நடத்த ஏற்பாடு செய்யப்படுகிறது. அப்போதும் கூட, மக்கள் தொகை பற்றிய அடுக்கு நிலைகளின் தரவு இல்லாதிருப்பது இந்தியக் கணிப்பாளர்களுக்குச் சரி செய்து கொள்வதையும் அதற்குத் தக்க மாதிரிகளுக்கு கனம் அளிப்பதையும் கடினமாக்குகிறது. ஏனென்றால், அவர்கள் எதை எந்த மாதிரியோடு பொருத்தப் போகிறோம் என்பது பற்றி உறுதியாக இருக்க முடியாது. பெரிய மாதிரி அளவுகள் இருப்பதால், கணிப்பு நடத்தும் ஊடக நிறுவனத்திற்கு காலமும், வளமும் தடைகளாக இருக்கும்போது, இந்தச் செய்முறையே பணச் செலவு தருவதாகவும், சில வேளைகளில் நடத்த முடியாததாகவும் இருக்கிறது. கருத்துக் கணிப்புகள் போதுமான மாதிரிகள் எடுக்காமல், இறுதியில் தவறான முன்னறிவிப்புச் செய்வதற்கு இதுதான் முதற் காரணம்.

சந்தேகமின்றி, மக்கள் தொகை பற்றி விரிவான செய்தி கிடைக்காமலிருப்பதைச் சமாளிக்கச் சிறந்த முறை வாக்காளர் பட்டியலைப் பயன்படுத்துவதுதான். வாக்காளர் பட்டியலிலிருந்து முறைக்கு உட்படாத மாதிரியைத் தேர்ந்தெடுத்து வேலை செய்ய வேண்டியது தான். இது எளிதாகத் தோன்றும். அதேநேரம் நோக்கத்தை அடைய நம்பத் தகுந்த யுத்தி இதுதான். நம்முடைய நோக்கம் உண்மையான வாக்காளரின் முறைக்கு உட்படாத மாதிரி.

இந்தியாவில் கணிப்பு இன்னும் நிறைய முன்னேற வேண்டும்

முக்கியமான புள்ளி விபர இயலின்படி தரமான கருத்துக் கணிப்பு இந்தியாவில் ஏறத்தாழ நாற்பதாண்டுகள் இருந்தாலும், பிற நாடுகள் பலவற்றின் கணிப்புகளை விட அதிகமாக தவறுகள் செய்வதற்கு சில அடிப்படைச் சிக்கல்கள் காரணமாக உள்ளன. இங்கே பட்டியலிடும் பல சிக்கல்கள் நாங்கள் நேரடியாக நடத்திய முன்னோட்ட மதிப்பாய்வுகளை நடத்தியபோது எங்களது உற்றுநோக்கல்களின் அடிப்படையில் தரப்படுகின்றன.

முதல் பிரச்சனை கிராமங்களுக்கும், சிறு நகரங்களுக்கும் அனுப்பப்படும் களப் பணியாளர்கள் பெரும்பாலும் ஆண்களாகவே இருப்பது. கிராமியப் பகுதிகளில் முன்பின் தெரியாத ஓர் ஆணிடம் பெண்கள் கேள்விகளுக்குப் பதிலளிக்கும்போது இறுக்கமாக இருக்கிறார்கள் என்பதைக் கவனித்திருக்கிறோம். ஆனால் களப் பணியாளர் பெண்ணாக இருந்தால் அதே கிராமப் பெண்கள் இறுக்கமின்றித் தளர்வாக இருக்கிறார்கள். இது மிகவும் சாதாரண விஷயமாகத் தோன்றலாம், ஆனால் இது குறிப்பிடத்தக்கது. ஏனென்றால் ஆண்கள் கேள்வி கேட்பது இரண்டு வகைத் திரிவுகளுக்குக் காரணமாகிறது. பெண் பதிலளிப்பாளர்கள் ஆண் களப் பணியாளர்களிடம் உண்மையான பதிலைச் சொல்வதில்லை. பலர் உரையாடவே மறுக்கிறார்கள். எனவே இந்தியாவில் இறுதியாகப் பெறப்படும் மாதிரிகளில் பதிலளிப்பாளர்களில் பெண்களின் எண்ணிக்கை குறைந்து விடுகிறது. இதனை மறு மதிப்புக் கொடுத்தலின் மூலம் திருத்திக் கொள்ளலாம். ஆனால் அது இரண்டாம் தரமான, திருப்தி தராத தீர்வு. எனவே களப் பணியாளர்களில் பெரும் பகுதி பெண்களாக இருப்பது மிக முக்கியம்.

அடுத்த மிகப் பெரிய சிக்கல் மதிப்பாய்வுகளிலிருந்து மிகவும் ஏழையான வாக்காளர்கள் விடுபட்டுப் போகிறார்கள். அவர்கள் கிராமங்களில் எளிதில் சென்று பார்க்க முடியாத இடங்களில் வசிப்பதால் அவர்கள் குறைவான அளவே மாதிரியில் இடம் பெறுகிறார்கள். கள ஆய்வாளர்களில் பெரும்பாலோர் சிறு நகரங்களிலிருந்தும், பெரிய நகரங்களிலிருந்தும் வருவதால் இப்படிப்பட்ட பகுதிகளை விட்டு விடுகிறார்கள். வாக்காளர் பட்டியலில் முதலிலேயே மாதிரியைத் தேர்வு செய்து விடுவதன் மூலம் இச்சிக்கலைத் தீர்த்து விட முடியும். அப்போது எந்த

வீட்டிற்குப் போக வேண்டுமென்ற தேர்வு கள ஆய்வாளர்களின் விருப்பத்திற்கு விடப்படாமல் இருக்கும்.

இறுதியாக, பல கணிப்பு முகமைகள் தங்களது களப் பணியாளர்களுக்கு சரியான பயிற்சி தருவதில் முதலீடு செய்வதில்லை. CSDS-இல் யோகேந்திர யாதவ் இருந்தபோது துல்லியமான மாதிரியோடு களப் பணியாளர்களுக்கு பயிற்சி தருவது மிக முக்கியம் என்று கண்டார். இப்பயிற்சியில் பதிலளிப்பவர் பேசும் அதே வட்டார மொழியில் பேசக் கற்பது முதலான விபரங்களும் அதில் அடங்கும் என்று சொல்கிறார். களப் பணியாளர்களின் அணியில் உறுப்பினர்கள் அவர்கள் மதிப்பாய்வு செய்யும் பகுதியின் மக்கள் தொகை நிலைக்குப் பொருந்துமாறு இருக்கும்படி கணிப்பு அமைப்புகள் பார்த்துக் கொள்ள வேண்டும்.

ஒரு சிறு எண்ணிக்கையிலான கணிப்பு அமைப்புகளைத் தவிர பல நிறுவனங்கள் மாதிரியைத் தேர்வதில் அறிவியல்பூர்வமாக இருப்பதில்லை. மேலை நாட்டுக் கணிப்பில் இது அடிப்படைப் பிழையாகக் கருதப்படும். இதன் விளைவாக இந்திய கணிப்பு அறிக்கையில் வெளிப்படைத் தன்மை குறைவாகவே இருக்கிறது. பல கணிப்பாளர்கள் சதவீத பிழை, மாதிரி வடிவமைப்பு அல்லது செயல்முறையைக் கொடுப்பதில்லை. பல கணிப்பாளர்கள் மாதிரி அளவைக் கூடக் குறிப்பிடுவதில்லை. இது மன்னிக்க முடியாதது. தங்களையே ஒழுங்குமுறைப்படுத்தும் தரக் குழு ஒன்று எல்லாக் கணிப்புகளும் கணிப்புடன் அடிப்படை விபரங்களையும் தர வேண்டுமென்று ஆணையிட வேண்டியது அவசியம். பிரிட்டிஷ் கணிப்புக் குழுமம் போன்ற தாங்களாகவே ஒழுங்குமுறைப்படுத்திக் கொள்ளும் தொழில் நிறுவனம் இத்தொழிலுக்கான குறைந்தபட்ச தரங்களை விதிப்பது முறையாக இருக்கும்.

மிகச் சில கணிப்புகள் மட்டுமே இவ்விபரங்களைக் கொடுப்பதால், பல CSDS கணிப்புகள் சட்ட அங்கீகாரத்துடன் தப்பித்து விடுகின்றன, அவற்றின் முடிவுகள் உண்மைகளாகத் தரப்படுகின்றன. இதுதான் இன்றைய சிக்கல். இந்தியாவில் சில கணிப்புகள் நடத்தப்படவே இல்லை என்பதற்கு வலுவலான சாத்தியமிருக்கிறது. வெறும் யூக முடிவு வெளியிடப்படுகிறது. இதனால் செயல் முறை மாதிரி அளவு பற்றிய விபரங்கள் இல்லாதபோது உண்மையானக் கணிப்புகளுக்கும், போலிகளுக்கும் வேறுபாடு தெரியாமல் போய் விடுகிறது. தரவுகளைச் சேகரிப்பதில் வெளிப்படைத் தன்மை உட்பட குறைந்தபட்சத் தரவுகளை அறிமுகப்படுத்துவது இதற்கு முற்றுப் புள்ளி வைக்கும். எடுத்துக்காட்டாக, கருத்துக்

கணிப்பு முடிவுகளோடு அவற்றிற்கு ஆதாரமான விபரங்களையும் வெளியிடாமல், கருத்துக் கணிப்பு முடிவுகளை வெளியிட பிரிட்டிஷ் கருத்துக் கணிப்புக் குழு தனது உறுப்பினர்களை அனுமதிப்பதில்லை.

இஸ்லாமியர்களையும், கிறிஸ்தவர்களையும் வாக்களிக்கச் செய்வது எப்படி?

இஸ்லாமியர்கள், கிறிஸ்தவர்கள் மத்தியில் அதிகமாகி வரும் இக்கட்டில் மாட்டாமல் தப்பிக்கும் காரணி.

அண்மை ஆண்டுகளில், மதச் சிறுபான்மையினர், குறிப்பாக இஸ்லாமியரும், கிறிஸ்தவர்களும் கணிப்பு நடத்தியவர்களிடம் செய்யும் எதிர்வினையில் பெரும் மாற்றம் இருப்பதை நாங்கள் கவனிக்கிறோம். வாக்களிப்பதில், அரசியல் பற்றிய கேள்விகளுக்குப் பதில் சொல்வதில் தயக்கமும், பதற்றமும் அதிகமாகி வருகின்றன. இந்தியாவின் சில பகுதிகளில் சிறுபான்மையினர் தங்களது கருத்தை வலியுறுத்தக் கூடிய, சில வேளைகளில் வன்முறை ஆதிக்கம் செலுத்தும் பெரும்பான்மை சமூகத்தாரால் சூழப்பட்டிருக்கிறார்கள். இதன் விளைவாக, சிக்கலான, உறுத்தக் கூடிய அரசியல் சமூக சிக்கல்கள் பற்றியும் வாக்களிப்பு பற்றியும் எச்சரிக்கையுடன் இருக்கும் சிறுபான்மை மக்களிடம் கேட்பது ஒரு விரும்பத்தகாத அனுபவமாக ஆகிவிடுகிறது. இச்சூழல்களில் பெறப்படும் விடைகள் துல்லியமாக இருக்காது என்பது புரிந்து கொள்ளக் கூடியது தான்.

சில ஆண்டுகளுக்கு முன்னர், மத்தியப் பிரதேசத்தில் ஒரு மகிழ்ச்சியான கிறிஸ்தவத் திருமணத்தைப் பார்க்க நேர்ந்தது. கவனமாகப் பார்த்தபோது திருமணம் இறுக்கமில்லாத கூட்டமாகத் தோன்றவில்லை. குறைந்த வருவாயுள்ள மணமக்களும் அவர்களது குடும்பங்களும் ஆலயத்தில் திருமணத்தை வைத்துக் கொள்ள அஞ்சியது தெரிந்தது. அவர்களது வீடுகளுக்கு அருகில் ஒரு பள்ளியின் சிறிய புற வீட்டைத் தேர்ந்தெடுத்திருந்தார்கள். நாங்கள் திருமணத்திற்கு வர அனுமதிக்கப்பட்டோம். நாங்கள் அந்தப் புறவீட்டில் நுழைந்தபோது சிலுவைகளோ, சுவர்களில் இயேசுவின் படமோ எதுவுமில்லை என்பதைக் கவனித்தோம். நாங்கள் திருமணச் சடங்கு நடந்ததைக் கவனித்துக் கொண்டிருந்தபோது, முக்கிய வேளையில் ஒரு ஆள் வேகமாக வந்து ஏற்கனவே

திட்டமிட்டிருந்தபடி, ஒரு சில வினாடிகள் சிலுவையை வைத்து விட்டு திருமண மந்திரங்கள் சொல்லப்பட்டவுடன் அதை எடுத்துக் கொண்டு போய் விட்டார்.

திருமணம் முடிந்த பின்னர், விருந்து படைக்கப்பட்டது. நாங்கள் குடும்ப உறுப்பினர்கள் பலரிடமும் திருமணம் ஏன் கோவிலில் நடத்தப்படவில்லை என்று விவேகமான முறையில் தனித் தனியாக விசாரித்தோம். அவர்கள் புதிய தம்பதிகளுக்கு எதிராகத் தாக்குதல் இல்லாவிட்டாலும் ஒதுக்கீடு இருக்கலாம் என்று அஞ்சினார்கள் என்பது தெளிவாகத் தெரிந்தது. இந்த மக்கள் இப்படிப்பட்ட சூழலில் வசித்தபோது, கணிப்பு தொடர்பான கேள்விகளுக்கு நேர்மையாகவும், அச்சமின்றியும் பதில் சொல்லத் தயாராக இருப்பார்கள் என்பதற்கு எந்த வழியும் இல்லை.

இந்தியாவின் சில பகுதிகளில் இருக்கும் இஸ்லாமியர்கள், கிறிஸ்தவர்களை விட மோசமான பகையுணர்வுடன் நடத்தப்படுகிறார்கள். அவர்கள் இதைவிட எச்சரிக்கையாக இருப்பார்கள். கிறிஸ்தவர்களைவிட இஸ்லாமியர்கள் எண்ணிக்கையில் அதிகம். இந்திய மக்கள் தொகையில் அவர்கள் 14 விழுக்காடு, கிறிஸ்தவர்கள் 2 விழுக்காடு தொகை. ஆனால் இது இரண்டு பக்கமும் கூர்மையுள்ள வாள் போன்றது. எண்ணிக்கையின் அடிப்படையில் இஸ்லாமியர்கள் பாதுகாப்பாக இருப்பதாக உணரலாம். ஆனால் அவர்கள் இதனால் அதிகமான அச்சுறுத்தலுக்கும் உள்ளாகிறார்கள். எனவே அவர்களுக்கு அரசியல் சார்ந்த ஆபத்தும் அதிகம். இக்காரணங்களால் இஸ்லாமியர்களிடம், குறிப்பாக மத வன்முறையைச் சந்தித்த இடங்களில், கேட்கப்படும் கணிப்பு தொடர்பான கேள்விகள் உண்மையான நிலவரத்தை வெளிப்படுத்தாது.

கணிப்பு முகமைகள் இஸ்லாமியர் இருக்கும் கிராமங்களுக்கு முஸ்லீம் இல்லாத ஆண் களப் பணியாளர்களை அனுப்புவது தவறு. இஸ்லாமிய வாக்காளர்களிடமிருந்து, சரியான விடைகளை வரவழைப்பது கடினம். முஸ்லீம் பெண் வாக்காளர்கள் விஷயத்தில் இது பெரிதும் உண்மையாக இருக்கும். அவர்கள் களப் பணியாளர்களிடம் பேசக் கூட மாட்டார்கள். கணிப்பாளர்கள் இந்தியாவிலுள்ள சமுதாயத்தில் வெவ்வேறு பிரிவுகளுடைய பழக்க வழக்கங்கள், மரபுகள் ஆகியவற்றைப் புரிந்து கொண்டு இப்பன்முகத்தை பிரதிபலிக்கும் வகையில் தங்களது களப் பணியாளர்கள் அணியைத் தேர்வு செய்ய வேண்டும்.

மிகவும் ஏழ்மையிலுள்ளவர்கள், கீழ் சாதியினர் என்று சொல்லப்படுபவர்கள் மறக்கப்பட்டு விடுகிறார்களா?

தலித்துகளின் குறைந்த அளவு மாதிரி

தலித் வாக்காளர்களில் மாதிரி எடுப்பதில் அதிகப்படியான சிக்கல்களைப் பெரும்பாலான கருத்துக்கணிப்புகள் சந்திக்கின்றன. தலித்துகள் கிராமத்தின் ஏழைப்பட்ட பகுதிகளில் ஒதுக்கப்பட்ட வாழ்க்கை வாழ்கிறார்கள். அவற்றை அணுகக் கூட முடியாது. கிராமத்தில் முக்கிய தெருக்களில் நடந்து போகும்போது களப் பணியாளர்கள் தலித் பகுதிகளை முழுவதுமாக விட்டு விடுவது எளிதாகவும், வசதியாகவும் இருக்கிறது.

நாங்கள் எங்களது முன்னோட்ட மதிப்பாய்வுகள் ஒன்றில் தலித் வாக்காளர்களை நேர்காணல் செய்வது என்று உறுதி கொண்டிருந்தோம். நாங்கள் இருந்த இடத்திலிருந்து தொலைவில் இருந்த குடிசைகள் பக்கம் கிராமத்தார் ஒருவர் மனமின்றி வழிகாட்டினார். தலித்துகளின் வீடுகளுக்கு இறுதியில் வந்து சேர்வதற்குள் பல முட்டுக் கட்டைகளையும், சாலைத் தடுப்புகளையும் கடந்து வரவேண்டியதிருந்தது. பத்து, பன்னிரெண்டு தலித் ஆண்களும், பெண்களுமான கலகலப்பான குழந்தைகள் சூழ எங்களை வரவேற்று தேநீர் தந்தார்கள். சில நிமிடங்கள் அவர்களிடம் அரசியல் நிலவரம் பற்றிப்பேசி அனைவரின் இறுக்கத்தையும் போக்கி விட்டு அவர்கள் யாருக்கு வாக்களிக்கப் போகிறார்கள் என்று கேட்டோம். எல்லோரும் ஒரே குரலில், 'பா.ஜ.க.-வுக்குத்தான்,' என்று சொன்னார்கள். வழக்கமாக நாங்கள் திரும்பி அடுத்த ஊருக்குப் போய் விடுவோம். ஆனால் இம்முறை அவர்களது வீடுகளைச் சுற்றி நடந்து தேநீர் பருகிவிட்டு, தேர்தல்களில் உள்ள பல சிக்கல்களைப் பற்றிப் பேசினோம். இருபது, இருபத்தைந்து நிமிடங்களுக்குப் பிறகு, நாங்கள் எந்த அரசியல் கட்சியின் தொண்டர்களும் இல்லை என்பதை உறுதியாகத் தெரிந்துகொண்டு எல்லோரும் ஒட்டு மொத்தமாக, "மன்னியுங்கள், நாங்கள் உண்மையைச் சொல்லவில்லை. பா.ஜ.க.-விற்கு நாங்கள் வாக்களிக்கப் போவதில்லை. நீங்கள் எல்லாம் உயர்சாதி ஆட்கள் போல் தோன்றுகிறீர்கள், உயர் சாதிக்காரர்கள் எல்லாம் பா.ஜ.க.-வுக்குப் போடுவார்கள். நாங்கள் அனைவரும் பி.எஸ்.பி.யின் மாயாவதிக்கு வாக்களிக்கப் போகிறோம்," என்றார்கள்.

சாதாரண களப் பணியாளர்கள் யாரும், அச்சமும் நம்பிக்கையின்மையுள்ள முதல் நிலைக்கு மேலே சென்றிருக்

மாட்டார்கள். எனவே அவர்கள் தலித் வீடுகளைக் கண்டுபிடிக்கப் போயிருந்தாலும் உண்மையைத் தெரிந்து கொண்டிருக்க முடியாது.

இந்தக் காரணங்களினால் தலித் வாக்காளர்கள் மிகக் குறைவாக மாதிரியில் இடம் பெறுகிறார்கள். இவ்வாறு குறைவான மாதிரியைப் பயன்படுத்துவதோடு, தலித்துகளிடமுள்ள இக்கட்டில் மாட்டிக் கொள்ளாமல் தப்பிக்க வேண்டும் என்ற மனப்பான்மையும் சேர்ந்து கொண்டு இந்தியக் கருத்துக் கணிப்பில் பிழையேற்பட பெரிய காரணியாக இருக்கிறது.

தவறான முடிவுக்கு வராத கருத்துக் கணிப்புகள்

கொஞ்சம் வேடிக்கையாகச் சொல்வதென்றால், பல கணிப்பாளர்கள் ஒரு கட்சி வெற்றி பெறும் அல்லது தோல்வி அடையும் சதவீத வாய்ப்பை அறிவிப்பது இன்றைய போக்காக இருக்கிறது. எடுத்துக்காட்டாக, கணிப்பாளர் ஒரு குறிப்பிட்ட கட்சிக்கு ஆட்சி அமைக்க 65 விழுக்காடு வாய்ப்பிருக்கிறது என்று சொல்கிறார் என்று வைத்துக் கொள்வோம். தேர்தல் முடிந்தவுடன் அக்கட்சி தோற்றுவிட்டால் உடனே கணிப்பாளர், "நான் சொன்னது கட்சி தோற்க 35 சதவீத வாய்ப்பு இருக்கிறது என்பதுதான், எனவே நான் சொன்னது மொத்தத்தில் தவறு இல்லை," என்பார்.

ஒரு கட்சி அல்லது வேட்பாளர் வெற்றி பெறும் சதவீத வாய்ப்பைச் சொல்லும் கணிப்புகளைப் பற்றிப் பொதுவான நம்பிக்கையற்ற கண்ணோட்டம் இது. ஆனால் புள்ளி விபரப்படி இது நேர்மையான செயல்முறையின் அடிப்படையில் சரியான கூற்று. எல்லாக் கருத்துக் கணிப்புகளிலும் பிழை விளிம்பு இருக்கத்தான் செய்யும். முன்னறிவிப்பு உறுதியானதாக எப்போதுமே இருக்காது என்று இதற்குப் பொருள். அமெரிக்காவின் நேட் சில்வர் என்ற சிறந்த தேர்தல் பகுப்பாய்வாளர் முன்னறிவிப்பதற்கு முன்னர் அனைத்து வாய்ப்புகளையும் தன் சதவீதத்தில் எப்போதும் இணைத்துக் கொள்வார். அதுதான் சரியான முறை.

இந்தியாவில், வேறு நாடுகளிலும்கூட, செய்முறையில் சரியாக இருப்பது குழப்பங்களை விளைவிக்கும். ஒருமுறை நாங்கள், ஒரு கட்சி வெற்றி பெறுவதற்கு 60 விழுக்காடு வாய்ப்பிருக்கிறது என்று முன்னறிவித்தோம். ஆனால் அதைத் தொடர்ந்து அந்தக் கட்சி 60 சதவீத இடங்களில் வெற்றி பெறுகிறது என்று நாங்கள் முன்னறிவித்து விட்டதாகப் பல அறிக்கைகள் வந்தன.

பகுதி 4

பிரித்தாளுக

1
ஒரு தேர்தலில் வெற்றியடையச் சிறந்த வழி எது?

எவ்வளவு தூரம் தரம் தாழ்ந்து போய் வெற்றி பெற முடியும்?

பிரிட்டிஷாரிடமிருந்து நாம் ஏற்றுக்கொண்ட, ஒரு வாக்கு வித்தியாசமாக இருந்தாலும் அதிக வாக்குப் பெற்றவர் (வெற்றிக் கட்சி) வெற்றி பெறுகிறார் என்ற தனியான வினோதமான (சில சமயங்களில் நீதியற்ற) தேர்தல் முறையினால் ஒரு தொகுதியில் ஒரு வேட்பாளர் வெற்றி பெற 50 சதவீத வாக்குகளைப் பெற வேண்டியது அவசியம் இல்லை. இரண்டு கட்சி அமைப்பில்தான் வெற்றி பெற 50 விழுக்காடு வாக்குகள் பெற வேண்டும். பல கட்சி அமைப்பில் ஒரு இடத்தில் வெற்றி பெற அடுத்து வரும் கட்சியை விட அதிக வாக்குகள் பெறுவது மட்டும் தான் தேவை.

இந்தியாவில் இரண்டு கட்சி அமைப்பு எப்போதும் இருந்ததில்லை (பார்க்க அட்டவணை 4.1.1). உண்மையில் இரண்டு பெரிய கட்சிகளுக்கும் மேல் மற்ற கட்சிகளின் முக்கியத்துவம் கூடி விட்டது. கட்சிகள் உடைகின்றன. உடைந்த கட்சித் தலைவர்கள் புதிய தனிக் குழுக்களை உண்டாக்குகிறார்கள். புதிய கட்சிகள் தோன்றிய வண்ணம் இருக்கின்றன. பெரும்பாலும் பெரிய கட்சிகள் தங்களது போட்டிக் கட்சிகளின் முக்கிய தலைவர்களைக் கவர்ந்து புதிய கட்சிகளை ஆரம்பிக்க, சிறிது நிதி உதவியுடன் பிரிவுகளை ஊக்குவிக்கிறார்கள். இப்படிப்பட்ட பண உதவிக்கு தொடக்க முதலீடு (Seed Money) என்று பெயர்.

அதிக வாக்குப் பெறுபவர் வெற்றி பெறுகிறார் என்ற நமது அமைப்பில், எதிர்க் கட்சியைப் பிரித்து தேர்தலில் வெற்றி பெறுவது அதிக வாக்குகளைப் பெற முயற்சி செய்வதை விட எளிது. எதிர்க் கட்சி எவ்வளவுக்கு எவ்வளவு பிளவுபடுகிறதோ அவ்வளவுக்கு

அவ்வளவு வெற்றி பெறக் குறைந்த எண்ணிக்கையில் வாக்குகள் பெற்றால் போதும். ஒரு தேர்தலில் வெற்றிபெற, பதிவான வாக்குகளில் பாதிக்கு மேல் ஒரு கட்சி பெற வேண்டும். ஆனால், மூன்று கட்சிகள் ஏறத்தாழச் சமமாக *33.3* விழுக்காடு ஒவ்வொரு கட்சியும் பெறக் கூடிய சூழலில் வெற்றி பெற *33.4* விழுக்காடு போதுமானது.

அட்டவணை 4.1.1

அதிகமாகி வரும் கட்சிகளின் எண்ணிக்கை பிளவுபடும் எதிர்க் கட்சி காரணம்			
	அங்கீகாரம் பெற்ற கட்சிகள்		
	தேசியக் கட்சிகள்	பிற	மொத்தம்
முதற் கட்டம்: 1952–1977	8	18	26
இரண்டாம் கட்டம்: 1977–2002	7	25	32
மூன்றாம் கட்டம்: 2002–2019	6	41	47

குறிப்பு: 'அனுமதிக்கப்பட்டக் கட்சிகள்' என்பதற்கு தேர்தல் ஆணையத்தின் வரையறை, மாறிக் கொண்டே வந்திருக்கிறது. திரிணாமுல் காங்கிரஸ் 2006–இல் தேசியக் கட்சியாக அங்கீகாரம் பெற்றதால் மூன்றாம் கட்டக் கணக்கீடுகளில் அது சேர்த்துக் கொள்ளப்படவில்லை.

அதிக வாக்குப் பெறுபவர் வெற்றி பெறுகிறார் என்ற நமது அமைப்பில் பிரிவுபட்ட எதிர்க் கட்சி வாக்குகளினால், பல வேட்பாளர்கள் 30 விழுக்காடு வாக்குகளுக்கும் குறைவாகப் பெற்று வெற்றி பெறுகிறார்கள். (சில எடுத்துக்காட்டுகள் அட்டவணை *4.1.2*-இல் இருக்கின்றன).

பிளவுபட்ட எதிர்க் கட்சி இந்தியத் தேர்தல்களில் வெற்றி பெறுபவருக்கு எவ்வளவு உதவியிருக்கிறது என்பது குறிப்பிடத்தக்கது (பார்க்க அட்டவணை *4.1.3*). அண்மையில் 2014-இல் நடந்த மக்களவைத் தேர்தலில் மிகப் பெரிய கூட்டணி

அட்டவணை 4.1.2

பிரித்து ஆளுதல்			
எதிர்க் கட்சியை உடைத்து வெற்றி பெறுதல்			
மிகக் குறைந்த வாக்குப் பங்கு பெற்று, அதிக வாக்குப் பெறுபவர் வெற்றி பெறுகிறார் என்ற அமைப்பில், வெற்றி பெற்ற வெவ்வேறு கட்சி வேட்பாளர்களுக்குச் சில எடுத்துக்காட்டுகள்			
மக்களவைத் தேர்தல் ஆண்டு	தொகுதி	வெற்றி பெற்ற கட்சி	வெற்றி பெற்றவர் மொத்த வாக்கு சதவீதம்
2009	பக்சர், பீகார்	ஆர்ஜேடி	21.3%
2009	நவாடா, பீகார்	பா.ஜ.க	22.5%
2009	சத்ரா, ஜார்கண்ட்	ஜஎன்டி	22.9%
2014	லூதியானா, பஞ்சாப்	காங்கிரசு	27.3%
2014	மகபூபாத், ஆந்திரப் பிரதேசம்	டிஆர்எஸ்	28.5%
2014	ராய்கஞ்ச், மேற்கு வங்காளம்	சிபிஎம்	28.7%

38 விழுக்காடு வாக்குகள் பெற்றே வென்றது. இந்த வெற்றி பெறும் வாக்கின் சதவீதம் குறைந்து கொண்டே வந்திருக்கிறது. முதல் கட்டத் தேர்தல்களில் (1952-1977) பெரிய கட்சி / கூட்டணி மக்களவைத் தேர்தலில் சராசரியாக 47 விழுக்காடு வாக்கு அதிகம் பெற்று வென்றது. ஐம்பது ஆண்டுகள் கழித்து, 2002 முதல் ஜனவரி 2019 வரையில் வெற்றி பெற்றவர்களின் சராசரி வாக்கு 10 விழுக்காடு குறைந்து 37 விழுக்காடாக ஆகி விட்டது. தேர்தல் கணக்கீடுகளில் இது மிகப் பெரிய வீழ்ச்சி எனலாம். இதற்கு முக்கிய காரணம் எதிர்க் கட்சி பிளவுபட்டதுதான்.

அட்டவணை 4.1.3

தேர்தல்களில் வெற்றி பெறுவதற்கு அதிக வாக்குகள் (50% க்கு மேல்) பெறுவது அவ்வளவு முக்கியமில்லை	
மக்களவைத் தேர்தல்களில் வெற்றி பெற்றவர் பெறும் வாக்கு குறைந்து கொண்டே வருகிறது	
மக்களவை	
	வெற்றி பெறும் கட்சி / கூட்டணி. அது போட்டியிட்ட இடங்களில் பெற்ற சராசரி வாக்குகள்
முதற் கட்டம்: 1952–1977	47%
இரண்டாம் கட்டம்: 1977–2002	43%
மூன்றாம் கட்டம்: 2002–2019	37%

குறிப்பு: பெரிய, நடுத்தர அளவு மாநிலங்களில் வெற்றி பெற்ற கட்சிக் கூட்டணி பெற்ற சராசரி வாக்குகள்.

வெற்றி பெறத் தேவையான வாக்கு வித்தியாசம் காலப்போக்கில் குறைந்துகொண்டே வருவது மாநிலச் சட்டமன்றத் தேர்தல்களுக்கும் உண்மையாகிறது (பார்க்க அட்டவணை 4.1.4). முந்தைய தேர்தல்களிலும் கூட மக்களவைத் தேர்தல்களில்விட மாநிலச் சட்டமன்றத் தேர்தல்களில் எதிர்க்கட்சிகள் பிளவுபட்டிருப்பது வழக்கம் என்பதுதான் வித்தியாசம். இந்தியாவின் தேர்தல் பரிணாம வளர்ச்சியின் முதல் கட்டத்தில், வெற்றிபெறும் வித்தியாசம் மாநிலத் தேர்தல்களில் 44 விழுக்காடும் மக்களவைத் தேர்தலில் 47 விழுக்காடும் இருந்தன. ஆனால் வெற்றி வித்தியாசம் மாநிலச் சட்டமன்றங்களில் குறைவது மெல்லவே நடந்தது.

மாநிலச் சட்டமன்றத் தேர்தல்களை விட மக்களவைத் தேர்தல்களில் எதிர்க் கட்சி அதிகம் பிளவுபட்டிருக்கிறது. அதன் விளைவாக, சட்டமன்றத் தேர்தல்களில் வெற்றிக்கான வாக்குகள் 40 விழுக்காடாக மட்டுமே குறைந்திருக்கின்றன. இதுவும் குறைவுதான், ஆனால் மக்களவைத் தேர்தலோடு ஒப்பிடும்போது அதிகம் குறைவில்லை.

வெற்றி பெறும் வாக்கு அளவு சராசரியாக மாநிலச் சட்டமன்றத் தேர்தல்களில் குறைந்திருப்பதற்குக் காரணம் மாநில அளவில்

அட்டவணை 4.1.4

செல்வாக்கின் முக்கியத்துவம் இப்போது குறைவு	
மாநிலச் சட்டமன்றத் தேர்தல்களில் வெற்றி பெறத் தேவையான மக்கள் ஆதரவு வாக்கு குறைந்து கொண்டே வருகிறது	
மாநிலச் சட்டமன்றங்கள்	
	வெற்றி பெறும் கட்சி / கூட்டணி. அது போட்டியிட்ட இடங்களில் பெற்ற சராசரி வாக்குகள்
முதற் கட்டம்: 1952–1977	44%
இரண்டாம் கட்டம்: 1977–2002	43%
மூன்றாம் கட்டம்: 2002–2019	40%

குறிப்பு: பெரிய, நடுத்தர அளவு மாநிலங்களில் வெற்றி பெற்ற கட்சிக் கூட்டணி பெற்ற சராசரி வாக்குகள்.

தேர்தலுக்கு முன்னர் பல கட்சிகள் பெரிய எண்ணிக்கையில் கூட்டணிகள் வைத்துக் கொள்கின்றன. எடுத்துக்காட்டாக, கேரளாவில் அதிக எண்ணிக்கையில் கட்சிகள் இருக்கின்றன. ஆனால் தேர்தல்களுக்கு முன்னால் தங்கள் வாக்குகள் சிதறி தோற்பதைத் தவிர்ப்பதற்காக கூட்டணி வைத்துக் கொள்ளும் அளவிற்குக் கெட்டிக்காரத்தனமாக இருக்கின்றன. எனவே, இடது முன்னணியிலும் காங்கிரசுக் கூட்டணிகளிலும் பல கட்சிகள் இருக்கின்றன. அதன் விளைவாக எதிர்க் கட்சி ஒற்றுமைக் குறியெண் (IOU) எப்போதும் கேரளாவில் அதிகமாகவே இருக்கும். சட்டமன்றத் தேர்தல்களில் கேரளாவில் தான் IOU அதிகமாக இருக்கிறது. சராசரியாக IOU 83 ஆக இருப்பதால் கேரளாவில் பல கட்சிகள் இருந்தாலும் இரு கட்சி அமைப்பு போலவே செயல்படுகிறது. தமிழ்நாடு போன்ற வேறு மாநிலங்களிலும் கூட்டணிகள் சேர்வது வழக்கமாகியிருக்கிறது. ஆனால் பல மாநிலங்களில் துண்டு துண்டான எதிர்க் கட்சிகள் தேர்தல்களைச் சந்திக்கின்றன (உ.பி-யில் 2019 மக்களவைத் தேர்தல்கள் வரையில் அப்படி இருந்தது. பிஎஸ்பிக்கும், எஸ்பிக்கும் இடையே கூட்டணி இருந்து சரியாக

நடைமுறைப்படுத்தப்பட்டால் மாற்றம் ஏற்படும் என்று புள்ளி விபரங்கள் தெரிவிக்கின்றன).

உடைந்த எதிர்க் கட்சியை இன்னும் பிளவுபடுத்தல்

அரசியல் கட்சிகள் பல்முனைப் போட்டிகளில் வெற்றி பெற தேர்தலுக்கு முந்தைய கூட்டணிகளாக அல்லது இடங்களைப் பகிர்ந்து கொள்வதன் மூலம் ஒன்று சேர்வது நல்லது என்பதை இந்த எளிய உண்மைகள் அறியச் செய்தன.

எனினும் மக்களவைத் தேர்தல்களில், இந்தப் பாடம் முழுவதுமாக மறந்து போய் விட்டது போலும் (பார்க்க அட்டவணை 4.1.5). இந்தியாவின் எதிர்க் கட்சிகள் தங்கள் பொது நன்மைக்காக அனுபவத்திலிருந்து பாடம் கற்று, அதிகமான IOU-ஐ உறுதி செய்வதற்குப் பதிலாக மேலும் துண்டு துண்டுகளாக உடைந்து போகின்றன. எதிர்க் கட்சி ஒற்றுமைச் சுட்டு, **ஆண்டுக்கு ஆண்டு**

அட்டவணை 4.1.5

பிளவுபட்ட எதிர்க் கட்சி வெற்றி பெறும் கட்சிக்கு உதவுகிறது	
ஆண்டுக்காண்டு எதிர்க் கட்சி அதிகம் உடைந்து கொண்டு போகிறது	
மக்களவை	
	சராசரி எதிர்க் கட்சி ஒற்றுமைச் சுட்டு (IOU)
முதற் கட்டம்: 1952–1977	69
இரண்டாம் கட்டம்: 1977–2002	70
மூன்றாம் கட்டம்: 2002–2019	65

குறிப்பு: எல்லா பெரிய நடுத்தர அளவு மாநிலங்களில் வெற்றி பெறும் கட்சிக்கு எதிரான சராசரி IOU எண்.

குறைந்து கொண்டே வருகிறது. தங்களுக்குக் கூட்டாளிகளாக வருவார்கள் என்று நம்பப்படுகிறவர்களோடு இடங்களைப் பகிர்ந்து கொள்வதில் கொடுத்து வாங்குவதில் சில கட்சிகள் நன்றாகச் செயல்படுகிறார்கள். எடுத்துக்காட்டாக பா.ஜ.க. தேர்தல் முன்னால் கூட்டணிகளை ஏற்படுத்துவதில் காங்கிரசை விட நன்றாகச் செயல்படுகிறது. ஒருவேளை இந்தியத் தேர்தல்களில் எதிர்க் கட்சி ஒற்றுமைச் சுட்டின் முக்கியத்துவத்தை நன்றாகத் தெரிந்து வைத்திருக்கிறது போலும்.

IOU-இன் அளவையும் அதன் சரிவு வீதத்தையும் ஒப்பிடும்போது மாநிலச் சட்டமன்றத் தேர்தல்களுக்கும், மக்களவைத் தேர்தல்களுக்கும் இடையே குறிப்பிடத்தக்க ஒற்றுமை இருக்கிறதைப் பார்க்கிறோம் (பார்க்க அட்டவணை 4.1.6). இரண்டிலுமே IOU அளவு இந்தியா எவ்வாறு உலகின் நமது தேர்தல் அமைப்புப் போன்றவற்றைக் கொண்டிருக்கும் பிற மக்களாட்சி நாடுகளிலிருந்தும் மாறுபடுகிறது என்று காட்டுகிறது. மற்ற

அட்டவணை 4.1.6

பிளவுபட்ட எதிர்க் கட்சி வெற்றி பெறும் கட்சிக்கு உதவுகிறது	
ஆண்டுக்காண்டு எதிர்க் கட்சி அதிகம் உடைந்து கொண்டு போகிறது	
மாநிலச் சட்டமன்றங்கள்	
	சராசரி எதிர்க் கட்சி ஒற்றுமைச் சுட்டு (IOU)
முதற் கட்டம்: 1952–1977	69
இரண்டாம் கட்டம்: 1977–2002	67
மூன்றாம் கட்டம்: 2002–2019	64

குறிப்பு: எல்லா பெரிய நடுத்தர அளவு மாநிலங்களில் வெற்றி பெறும் கட்சிக்கு எதிரான சராசரி IOU எண்.

நாடுகளைவிட இந்தியாவில் துண்டு துண்டான பல கட்சி அமைப்பு இருக்கிறது.

அரசியல் கட்சிகளின் சிதறிப் போகச் செய்யும் இன்னொரு அமைப்பு விகிதாச்சாரப் பிரதிநிதித்துவம். இது பல கட்சிகள் உருவாக ஊக்குவிக்கிறது.

எனினும் இரண்டு அமைப்புகளின் தேர்தல் விளைவுகள் முற்றிலும் மாறுபட்டவை. விகிதாச்சாரப் பிரதிநிதித்துவம் போன்றில்லாமல், இந்தியாவின் 'அதிக வாக்குப் பெறுகிறவர் வெற்றிபெறுகிறார்' என்ற அமைப்போடு குறைவான IOU-உம் சேருவது ஒரே கட்சி. நிலையான பெரும்பான்மை பெறுவதை உறுதி செய்கிறது. விகிதாச்சாரப் பிரதிநிதித்துவம் கூட்டணி ஆட்சிக்கு வழி செய்யும்.

மிகக் குறைந்த சதவீத வாக்குடன் கூட பெரிய கட்சி இடங்களில் அதிக சதவீதம் வெற்றி பெறுகிறது. இது ஒரு கட்சி அமைப்பை விட அதிக இடம் பெறும். நாடாளுமன்றத்தில் ஒரு பக்கம் துண்டுபட்ட எதிர்க் கட்சியும், அடுத்த பக்கம் தெளிவான பெரும்பான்மையுடன் நிலையான ஆட்சியும் இருப்பதில் இது முடிகிறது.

பிரித்து ஆளுதல்

கேட்கப்படும் பெரிய கேள்வி: தேர்தல்களில் வெற்றிபெற எது அதிகப் பயனுள்ளது: எதிர்க் கட்சியை உடைப்பதா, மக்கள் வாக்கைப் பிடிப்பதா?

அண்மைக் காலங்களில் அதிக சதவீத வாக்குகளைப் பெறுவது ஒரு தேர்தலில் வெற்றி அடைய முக்கியமில்லை என்று அட்டவணை 4.1.3-இல் பார்த்தோம். 2014 மக்களவைத் தேர்தலில், வென்ற கூட்டணி 38 சதவீத வாக்குகளே பெற்று 62 சதவீத இடங்களை வென்றது. தேசிய ஜனநாயகக் கூட்டணியின் பெரிய நிலையான பெரும்பான்மை ஆட்சியை உறுதிசெய்ய உதவியது, மக்கள் அளித்த வாக்குகள் இல்லை, பிளவுபட்ட எதிர்க் கட்சி தான் என்பது தெளிவாகத் தெரிகின்றது. இதற்கு முந்தைய பதின்ம ஆண்டுகளில் பிளவுபட்ட எதிர்க் கட்சியால் பயன் பெற்றது காங்கிரசுக் கட்சி தான்.

கடந்த ஆண்டுகளில் வெற்றிக்கு வாக்குகள் துண்டுபடுதலா அல்லது மக்கள் ஆதரவா எது பயனுள்ளது என்று எண்ணிக்கை அளவில் மதிப்பிட நாங்கள் இப்போதுள்ள துண்டுபட்ட எதிர்க் கட்சியோடு

அட்டவணை 4.1.7

எது அதிகம் குறிப்பிடத்தக்கது? செல்வாக்கா, எதிர்க் கட்சிகள் பிளவுபட்டு இருப்பதா?		
மக்கள் செல்வாக்கில் கிடைத்த வாக்கு x பிளவுபட்ட எதிர்க் கட்சிகள் – வெற்றிகளின் ஒப்பீடு		
மக்களவை		
	குறைந்த எதிர்க் கட்சி ஒற்றுமைக் குறியீடு (IOU)	அதிக செல்வாக்கினால் கிடைத்த சதவீதம்
முதற் கட்டம்: 1952-1977	36%	64%
இரண்டாம் கட்டம்: 1977-2002	31%	69%
மூன்றாம் கட்டம்: 2002-2019	45%	55%

குறிப்பு: பெரிய நடுத்தர அளவு மாநிலங்கள், பிளவுபட்ட எதிர்க் கட்சிகளால் ஏற்பட்ட பாதிப்பு வாக்கு பெரிய கட்சி இரண்டு கட்சி அமைப்பில் (பல கட்சி அமைப்பில்லாதிருந்தால்) பெறக் கூடிய இடங்கள் கணக்கிடப்படுகின்றன. இரண்டு கட்சி தேர்தலில் பெற்ற இடங்களுக்கும், அந்தத் தேர்தலில் உண்மையாகக் கிடைத்த இடங்களுக்கும் உள்ள வித்தியாசம், இந்தத் தேர்தலில் பிளவுபட்ட, பல கட்சி அமைப்பினால் ஏற்பட்டது என்று கருதப்படுகிறது.

இரண்டு கட்சி சூழல் இருந்திருந்தால் என்ன நடந்திருக்கும் என்பதை ஒப்பிட்டு உண்மைக்கு மாற்றான ஒப்புருவாக்கினோம் (Simulation). (பார்க்க அட்டவணை 4.1.7). பெரிய கட்சி தனது செல்வாக்கினால் பெற்ற இடங்கள் எத்தனை, எதிர்க் கட்சி பிளவுபட்டிருந்ததால் அது பெற்ற இடங்கள் எத்தனை என்று கண்டுபிடிப்பது நோக்கம். அதாவது மக்கள் வாக்குகளை வென்ற இடங்கள் எத்தனை, IOU குறைவினால் பெற்ற இடங்கள் எத்தனை என்று கண்டுபிடித்தோம்.

முதல் ஐம்பது ஆண்டுகளில் தேர்தல் வெற்றிக்கான காரணம் துண்டுபட்ட எதிர்க் கட்சியை விட மக்கள் வாக்குதான் என்று எங்களது ஆய்வு முடிவுகள் காட்டுகின்றன. உண்மையில் ஒவ்வொரு

தேர்தலிலும் 1952 முதல் 2002 வரை ஏறத்தாழ மூன்றில் இரண்டு மடங்கு இடங்கள் அதிக மக்கள் வாக்கால் கிடைத்தன. மூன்றில் ஒரு பங்கு மட்டுமே விரிவுபட்ட எதிர்க் கட்சியால் கிடைத்தது. எனினும் உலகத் தரத்தில் மூன்றில் ஒரு பங்கு என்பதே மிக அதிகம் தான்.

இந்த நூற்றாண்டுத் தொடக்கத்திலிருந்து, நிலைமை மிகவும் மாறி விட்டிருக்கிறது. இன்று வெற்றி பெறும் கட்சிக்கு அதிக இடங்கள் பிளவுபட்ட எதிர்க் கட்சியால் ஏற்படும் அளவிற்கே மக்கள் வாக்கால் கிடைக்கின்றன. வெற்றி பெற்ற இடங்களில் பாதிக்குச் சிறிது கீழ், 45 சதவீதம் வரையில், எதிர்க் கட்சிப் பிரிவினால் கிடைக்கின்றன. மிகவும், அதாவது பாதிக்குச் சிறிது மேல், வெற்றி பெறும் கட்சி அல்லது கூட்டணியின் செல்வாக்கால் கிடைத்திருக்கின்றன. இடங்களில் 45 சதவீதமாகவுள்ள அதிக அளவுள்ள சதவீதம் எதிர்க் கட்சிகள் பிளவுபட்டுக் கிடப்பதாலேயே கிடைத்தன என்பது இந்தியத் தேர்தல்களை இன்று புரிந்து கொள்ள பெரிதும் குறிப்பிடத்தக்க இருக்கிறது.

மாநிலக் கட்சிகளின் எழுச்சி, மாநிலங்களில் கட்சிகள் பெருகிப் போனது சுயேச்சைகளுக்குக் கிடைக்கும் அதிக சதவீத வாக்குகள், உள்ளூர் காரணிகள் முதலியன மாநிலங்களில் துண்டுபட்ட அரசியல் களத்தை உண்டாக்குகின்றன. இப்போது துண்டுபட்ட எதிர்க் கட்சியால் வெற்றி பெறும் கட்சி அதிக இடங்களைப் பெறுகிறது. ஒரு தேர்தலில் எதிர்க் கட்சிகள் பிளவுபட்டு இருந்ததால் 52 சதவீத இடங்களை வெற்றி பெற்ற கட்சி பெற முடிந்தது. 48 சதவீத இடங்கள் தான் செல்வாக்குகளால் கிடைத்த வாக்கு (பார்க்க அட்டவணை *4.1.8*).

முன்னைவிட IOU இப்போது மிகவும் முக்கியமானதாக ஆனதற்கு ஒரு காரணம், மக்களவைக்கு 47 சதவீதத்திலிருந்து 37 சதவீதமாகக் குறைய, வெற்றி வாக்கு வித்தியாசமும் கடந்த ஆண்டுகளில் குறைந்து விட்டது (பார்க்க அட்டவணை *4.1.8*). வெற்றியில் சராசரி வித்தியாசம் குறைவாக இருக்கும்போது IOU அதிகமாவது அதிக இடங்களைப் பெற உதவுகிறது. IOU அதிகமாவது முன்னை விட அதிகமான அளவு இடங்களைப் பெறுகிறது.

சிதறுண்ட எதிர்க் கட்சி வாக்கு, எதிர்க் கட்சியை உடைத்து ஆட்சியைப் பிடிக்கும் திட்டமிட்ட யுத்தியும், எதிர்க் கட்சிகள் தங்கள் மேலேயே சுமத்திக் கொள்ளும் தற்கொலை மனப் போக்குகளும் சேர்ந்ததின் விளைவு.

அட்டவணை 4.1.8

எது அதிகம் குறிப்பிடத்தக்கது? செல்வாக்கா, எதிர்க் கட்சிகள் பிளவுபட்டு இருப்பதா?		
மக்கள் செல்வாக்கில் கிடைத்த வாக்கு x பிளவுபட்ட எதிர்க் கட்சிகள் – வெற்றிகளின் ஒப்பீடு		
மாநிலச் சட்டமன்றங்கள்		
	தேர்தல் வெற்றிகளில்	
	எதிர்க் கட்சிகள் பிளவுபட்டு இருப்பதால் வென்ற இடங்கள் (% இடங்கள்)	மக்கள் வாக்கைப் பெற்றதால் வென்ற இடங்கள் (% இடங்கள்)
முதற் கட்டம்: 1952-1977	35%	65%
இரண்டாம் கட்டம்: 1977-2002	36%	64%
மூன்றாம் கட்டம்: 2002-2019	52%	48%

குறிப்பு: பெரிய நடுத்தர அளவு மாநிலங்கள்.

எதிர்க் கட்சிகளிடம் தாங்களே உருவாக்கிக் கொள்ளும் பிளவுகள் அபூர்வமானவை இல்லை. இன்றைய இந்தியாவின் எதிர்க் கட்சிகள் 'முதல் எதிரியின் எதிரி எனக்கு மிகப் பெரிய எதிரி!' என்ற குறிக்கோளோடு நடக்கின்றன. ஒரு எதிர்க் கட்சி இடத்தைப் பிடிக்க போட்டி போடும் எதிர்க் கட்சிகளைத் தோற்கடிப்பதில் கவனம் செலுத்தப்படுகிறது என்று இதற்குப் பொருள்.

மக்களாட்சித் தேர்தல்களில் இந்த யுத்தியின் பிரச்சனை என்னவென்றால், அது தங்களையே தோற்கடிப்பதாக ஆகிறது. பிற எதிர்க் கட்சிகளைத் தாக்குவது எதிர்க் கட்சிகளின் வாக்கு அதிக அளவில் பிரிந்து போக வாய்ப்பை ஏற்படுத்துகிறது. எனவே IOU-யும் குறைகிறது. எடுத்துக்காட்டாக, இதுதான் உத்தரப் பிரதேசத்தில் 2014 மக்களவைத் தேர்தலிலும் 2013 மாநிலச் சட்டமன்றத் தேர்தலிலும் நடந்தது.

அட்டவணை 4.1.9

இப்போது மக்களவைத் தேர்தல்களில் குறைந்த வாக்கு வித்தியாசங்களில் வெற்றி கிட்டுகிறது	
ஆண்டுகளாக வெற்றி பெறும் கட்சியின் / கூட்டணியின் வாக்கு வித்தியாசம் குறைந்து கொண்டே வருகிறது	
முதற் கட்டம்: 1952–1977	21.3%
இரண்டாம் கட்டம்: 1977–2002	19.0%
மூன்றாம் கட்டம்: 2002–2019	13.7%

குறிப்பு: இந்தியாவில் எல்லா மாநிலங்களிலும், வெற்றி பெறும் கட்சி / கூட்டணி போட்டியிட்டு வென்ற இடங்களில்.

2014-இல் சமாஜ்வாதி கட்சி (SP)-யும் பகுஜன் சமாஜ் கட்சியும் (BSP) அவற்றின் முதல் எதிரி பா.ஜ.க. தான் என்று திரும்பத் திரும்ப அறிவித்துக் கொண்டிருந்தன. ஆனால் அவை கூட்டணி அமைக்க முன்வரவில்லை. மாறாக, தேர்தல் பரப்புரைகளில், BSP-யும், SP-யும் பா.ஜ.க-வுடன் சண்டை போட்ட அதேவேளையில் ஒன்றையொன்று தாக்கிக் கொண்டன. அதன் விளைவாக பா.ஜ.க-வுக்கு எதிரான வாக்குகளைப் பிரித்துக் கொண்டன. இது பா.ஜ.க. பெருவாரியாக வெற்றியடைய உதவியது. அது எண்பது இடங்களில் எழுபத்து மூன்றில் வெற்றி பெற்றது (பார்க்க அட்டவணை *4.1.10*). SP-யும், BSP-யும் கூட்டணி வைத்துப் போட்டியிருந்தால் SP வெறும் ஐந்து இடங்களில் வெற்றி பெற்றதற்குப் பதிலாக நாற்பத்தோரு இடங்களில் வென்றிருக்கும் என்று தொகுதிவாரியான பகுப்பாய்வு காட்டுகிறது. BSP இன்னும் மோசமாக, ஒரு இடத்தில் கூட வெற்றி பெறவில்லை. இதை விட வியப்பளிப்பது, *8* சதவீத வாக்குகள் பெற்ற காங்கிரசும் SP + BSP கூட்டணியில் சேர்ந்திருந்தால் மூன்று கட்சிகளும் சேர்ந்து ஐம்பத்தேழு இடங்களைப் பிடித்திருக்கும். *8* சதவீத வாக்குகள் அதிகப்படியாக பதினான்கு இடங்களைக் கொடுத்திருக்கும். மொத்தத்தில் கூட்டணித் தாக்கம் மூலம் IOU-ஐக் கூட்டுவது பெரும் மாற்றத்தை ஏற்படுத்தி எதிர்க் கட்சி இடங்களை ஏழிலிருந்து நாற்பத்தேழாக உயர்த்தியிருக்கும். இது பெரும்பான்மை இடங்களாக இருப்பது தெரிவு.

அட்டவணை 4.1.10

உ.பி. மக்களவைத் தேர்தல்கள் 2014 (80 இடங்கள்)			
பிளவுபட்ட எதிர்க் கட்சியில்லாமல் ஒன்றுபட்ட எதிர்க் கட்சியாக இருந்திருந்தால் வென்றிருக்கக் கூடிய இடங்கள்			
	உண்மையான முடிவு	BSP–யும், SP–யும் கூட்டணி அமைத்திருந்தால்	BSP, SP காங்கிரஸ் கூட்டணி அமைந்திருந்தால்
பா.ஜ.க. கூட்டணி	73	37	23
பா.ஜ.க–வுக்கு எதிர்ப்பு	7	43	57
BSP + SP + காங்கிரஸ்	0 BSP, 5 SP, 2 காங்கிரஸ்	18 BSP + 23 SP = 41; 2 காங்கிரஸ்	25 BSP + 27 SP + 5 காங்கிரஸ்

குறிப்பு: இந்த பெரிய கூட்டணிகளில் சிறு கட்சிகளும் சேரும். பா.ஜ.க. கூட்டணி = பா.ஜ.க. + அப்னா தல்; BSP + SP + காங்கிரஸ் (அனுமானம்) RLD–யும் தல்.

கடும் தோல்விக்குப் பிறகு 2014 அனுபவத்தில் SP-யும் BSP-யும் பாடம் கற்றுக் கொண்டு 2017 சட்டமன்றத் தேர்தல்களில் பொது எதிரியைச் சந்திக்க ஒன்றாகச் சேர வாய்ப்பிருந்தது. எனினும், 'எனது முதல் எதிரி எனக்கு மிகப் பெரிய எதிரி' என்ற நம்பிக்கை மீண்டும் வேலை செய்தது. அவை மக்களவைத் தேர்தலில் மீண்டும் ஒன்றையொன்று எதிர்த்துப் போட்டி போட்டுக் கொண்டன (பார்க்க அட்டவணை 4.1.11). முடிவு எதிர்பார்த்தது தான். மீண்டும் வாக்குகள் பிரிந்து போய் சிதறுண்டன. பா.ஜ.க-வின் பெருவாரி வெற்றியால் தூளாக்கப்பட்டன. SP-யும், BSP-யும் தங்கள் வேற்றுமைகளை மறந்து தங்கள் முதல் எதிரி பா.ஜ.க. தான் என்று விடாமல் சொல்லிக் கொண்டிருந்தவர்கள் பா.ஜ.க.-வைத் தோற்கடிப்பதில் கவனம் செலுத்தியிருந்தால் SP + BSP கூட்டணி அவற்றின் இடங்களை 75-இலிருந்து 230-க்குக் கூட்டியிருக்கும். கூட்டணி மூன்று மடங்கு இடங்களைக் கைப்பற்றியிருக்கும். காங்கிரசும் கூட்டணியில் சேர்ந்திருந்ததாக இருந்தால், பா.ஜ.க.-வின் பெருவாரியான வெற்றி படுதோல்வியில் முடிந்து உ.பி.-யின் 403 இடங்களில் 116 இடங்களையே பிடித்திருக்கும் தொடர்ந்து இரண்டு பெருந் தோல்விகளுக்குப் பிறகு 2019 மக்களவைத் தேர்தலில் இப்போது வாழ்வா, சாவா என்ற கட்டத்தில் தங்கள் வேற்றுமைகளை மறந்து ஒன்றுபடப் போவதாகச் சொல்கின்றன.

அட்டவணை 4.1.11

உ.பி. சட்டமன்றத் தேர்தல் 2017 (403 இடங்கள்)			
பிளவுபட்ட எதிர்க் கட்சியில்லாமல் ஒன்றுபட்ட எதிர்க் கட்சியாக இருந்திருந்தால் வென்றிருக்கக் கூடிய இடங்கள்			
	உண்மையான முடிவு	BSP-யும், SP-யும் கூட்டணி அமைத்திருந்தால்	BSP, SP காங்கிரசு கூட்டணி அமைந்திருந்தால்
பா.ஜ.க. கூட்டணி	325	158	116
பா.ஜ.க-வுக்கு எதிர்ப்பு	75	237	286
BSP + SP + காங்கிரஸ்	19 BSP, 49 SP, 7 காங்கிரஸ்	(73 BSP + 157 SP); 7 காங்கிரஸ்	86 BSP + 165 SP + 35 காங்கிரஸ்

குறிப்பு: இந்த பெரிய கூட்டணிகளில் சிறு கட்சிகளும் சேர்ந்திருக்கும். பா.ஜ.க. கூட்டணி = பா.ஜ.க. + அப்னா தல்; BSP + SP + பா.ஜ.க. ஆதரவு (சுயேட்சை) SP + காங்கிரஸ் கூட்டணி = SP + காங்கிரஸ் + SP ஆதரவு (சுயேட்சை).

எதிர்க் கட்சிகளுக்கிடையே பிளவு அவர்களாகவே உண்டாக்கிக் கொள்வது இல்லை என்று பல பகுப்பாய்வாளர்கள் கருதுகிறார்கள். பெரிய கட்சிதான் எதிர்க் கட்சிகளைப் பிரிக்க சட்டப்பூர்வமான, சட்டத்திற்குட்படாத முறைகளைப் பயன்படுத்திக் கடினமாக உழைக்கிறது. எடுத்துக்காட்டாக, 2014, 2017 தேர்தல்களில் BSP-யும் SP-யும் கூட்டணி சேர்வதில்லை என்று முடிவெடுத்ததற்கு பா.ஜ.க. அரசு BSP மேல் (SP மேலும் கூட) பல கிரிமினல் குற்றச்சாட்டுகளை ஏவியதைத் தான் காரணமாகக் கூறப்பட்டது. கடைசியில் பா.ஜ.க-வின் பழைய ஏமாற்று வேலையின் மூலம் வெற்றி பெற்றது. 'பிரித்து ஆள்' யுத்தியை பா.ஜ.க. மட்டுமே மேற்கொள்ளவில்லை. மையத்திலும், மாநிலங்களிலும் ஒவ்வொரு ஆளும் கட்சியும் எதிர்க் கட்சிகளை உடைப்பதிலேயே கவனம் செலுத்துகின்றன.

ஒவ்வொரு தேர்தலிலும், எதிர்க் கட்சிகளின் ஒற்றுமை ஏற்படுவதைக் குலைத்து உடைப்பதன் மூலம் தேர்தல்களில் வெற்றி பெறும் உத்தி முக்கியமாகிக் கொண்டே வருகிறது. துண்டுபட்டுப் போன எதிர்க் கட்சிகளால் பாதி இடங்களை வென்றாகி விட்டது. கவனம் மாநிலங்களிலிருந்து மக்களவைக்குத் திரும்பி விட்டது. வருங்காலம், 'பிரித்து இந்தியாவை ஆள்க' என்பதாகவே தெரிகிறது.

அலைவுகளும், IOU-க்களும்:

வாக்களிப்பியலாளர்களைக் கிளர்ச்சியடையச் செய்யும் இரண்டு புள்ளி விபரத் தொடர்புகள் இவை: முதலாவதாக, வாக்குகளில் ஒரு சதவீத அலைவினால் எத்தனை இடங்கள் கை மாறுகின்றன? இரண்டாவதாக IOU-வில் ஒரு சதவீத மாற்றத்தினால் எத்தனை இடங்கள் கை மாறுகின்றன? வெற்றி பெறும் தேர்தல்களில் செல்வாக்கினாலும், எதிர்க் கட்சிகள் உடைவதாலும் கிடைக்கும் ஒப்பீட்டு லாபம் என்ன?

கடந்த ஆண்டுகள், வாக்குகளில் ஒரு சதவீத அலைவு ஒவ்வொன்றுக்கும் இடங்களின் எண்ணிக்கை அதிகமாக உயர்ந்தது. முதல் கட்டத்தில் பன்னிரெண்டு ஆண்டுகளில் பன்னிரெண்டு இடங்களாக இருந்தது. இந்தக் காலகட்டத்தில் பதினெட்டு இடங்களாக ஆகி விட்டது (பார்க்க அட்டவணை 4.1.12). மொத்தத்தில் நமது மக்களவைத் தேர்தல்களில், ஒரு சதவீத அலைவில் கிடைத்த இடங்கள் சராசரியாக பதினைந்தாக இருந்திருக்கிறது. நமது தேர்தல் பகுப்பாய்வாளர்கள் நினைவில் வைக்க வேண்டிய முக்கிய எண்ணிக்கை இது.

எதிர்க் கட்சிகளின் ஒற்றுமையின் அதிகப்பட்ட அளவினால், கடந்த ஆண்டுகளில் அதே போன்று அதிக உயர்வு ஏற்பட்டது. தொடக்க ஆண்டுகளில் IOU ஒரு சதவீதம் கூடினால் எதிர்க் கட்சி நான்கு இடங்கள் அதிகமாக வெல்லும். இன்று எதிர்க் கட்சி ஒற்றுமை ஒரு சதவீதம் கூடினால் அது பெறும் அதிக இடங்கள் இரு மடங்காகின்றன, ஏழு இடங்கள் கூடக் கிடைக்கின்றன.

மொத்தத்தில், நமது மக்களவைத் தேர்தல்களில், IOU-இல் ஒரு சதவீதம் கூடினால் சராசரியாக வெற்றி பெறும் இடங்கள் ஐந்து அதிகரிக்கும். வாக்குகளின் அலைவின் ஒவ்வொரு ஒரு சதவீதத்திற்கும் கிடைக்கும் இடங்களோடு ஒப்பிடும் போது இது முக்கியமான எண்ணிக்கை.

அலைவுகளை IOU-யுடன் ஒப்பிடுவது தவறு. ஏனென்றால் இரண்டு அளவீடுகளும் கருத்தியலளவில் வெவ்வேறானவை. எந்தத் தேர்தலிலும் கள ஆய்வில் இரண்டும் எதிர் எதிரான அரசியல் காரணிகளை உடையவை.

அலைவுகளின்போது வாக்காளரின் ஆதரவை அதிகமாக ஈர்ப்பதற்காக அரசியல் கட்சிகள் கருத்துகளையும், செயல் திட்டத்தையும் முன் வைப்பதும் வாக்காளர்களை நேரடியாகக் கவர

அட்டவணை 4.1.12

வாக்குகளில் ஒவ்வொரு சதவீத அலைவுக்கும் இடங்களில் ஏற்படும் அலைவு	
சராசரியாக வாக்குகளில் 1 சதவீத அலைவினால் இடங்களில் 15 அலைவு ஏற்படுகிறது	
மக்களவைத் தேர்தல்கள் – அண்மையில் அது 1% அலைவுக்கு அதிக இடங்கள் கை மாறின	
	வாக்குகளில் 1% அலைவினால் இழந்த அல்லது கிடைத்த இடங்கள்
முதற் கட்டம்: 1952–1977	12 இடங்கள்
இரண்டாம் கட்டம்: 1977–2002	15 இடங்கள்
மூன்றாம் கட்டம்: 2002–2019	18 இடங்கள்
மொத்த சராசரி: 1952–2019	15 இடங்கள்

முயற்சி செய்வதும் இருக்கும். செல்வாக்கின் அலைவுகளில் வாக்காளரின் பங்கு நேரடியாகவும், வாக்குகள் அலைவு பெறுவதில் முக்கிய இடத்தைப் பெறுவதாகவும் இருக்கும்.

மாறாக, IOU-இல் மாற்றம் அரசியல் கட்சிகளின் தனிப்பட்ட முடிவுகளின் முடிவாக இருக்கும். மறைமுகமாகவே வாக்காளர்களின் செயலுக்கு அழைப்பு விடுக்கும்.

அலைவில் 1 சதவீதம் வெற்றி பெறும் கட்சியின் வாக்குகள் 1 சதவீதம் கூடும் என்றும், அதே சமயம் எல்லா எதிர்க் கட்சிகளும் சேர்ந்து கிடைக்கக் கூடிய வாக்கில் 1 சதவீதம் குறையும் என்றும் பொருள்படும். ஒருவகையில் இது இரட்டை விளைவை ஏற்படுத்துகிறது. எனவே அதிகப் பாதிப்பை உண்டாக்கும், ஆனால் நடைமுறைப்படுத்துவது கடினம்.

IOU-இல் சதவீதம் கூடுவது முதலாவதாக இரண்டு அல்லது அதற்கு மேற்பட்ட கட்சிகளின் தலைவர்கள் கூட்டணியாகச் சேர எடுக்கும் முடிவினால் ஏற்படும். எனவே வாக்காளர்களை மொத்தமாக இணைத்து செயல்பட அழைப்பது தலைவர்களின் அழைப்பைப்

பின்பற்றி தேவையானபோது கூட்டணிக் கட்சிக்கு வாக்களிக்குமாறு கேட்பது. ஆண்டுதோறும் எதிர்க் கட்சி ஒற்றுமை அதிகரிப்பதால் ஏற்படும் தாக்கம் அதிகரித்து வருகிறது. முதலில் இருந்ததை விட இது இரு மடங்கு அதிகம் (பார்க்க அட்டவணை *4.1.13*).

IOU-இல் ஏற்படும் மாற்றங்கள் வெற்றி பெறும் கட்சியின் வாக்குகளில் எதிர் விளைவுகளை ஏற்படுத்தாது, பிற எதிர்க் கட்சிகளில் தான் பாதிப்பை ஏற்படுத்தும். எனவே அலைவு போல IOU இரட்டைப் பாதிப்பை ஏற்படுத்தாது. எனினும் முக்கிய வித்தியாசம் என்னவென்றால் அலைவை விட IOU-வை எளிதில் செயல்படுத்த முடியாது. எடுத்துக்காட்டாக, இரண்டு எதிர்க் கட்சிகள் ஒவ்வொன்றுக்கும் *30* சதவீத வாக்கு இருந்தால், இரண்டு கட்சிகள் மட்டுமே கூட்டணி அமைத்தால் எதிர்க் கட்சியின் மொத்த வாக்கு *70* சதவீதமாக ஆகும், அப்போது IOU *43*-இலிருந்து *86*-ஆக ஆகிறது. இந்த உயர்வு அலைவினால் ஏற்படக்கூடிய மாற்றத்தை விட மிக அதிகமானது. எனவே IOU-ஐ நடைமுறைப்படுத்துவது எளிது, பெரிய மாற்றங்களை ஏற்படுத்தும், இரட்டை விளைவு இருக்காது.

அட்டவணை 4.1.13

IOU-இல் 1 சதவீத மாற்றத்தால் இடங்களில் ஏற்படும் பாதிப்பு கூடிக் கொண்டு வருகிறது	
IOU -1 சதவீத மாற்றத்தால் சராசரியாக ஐந்து இடங்கள் அதிகரிக்கின்றது அல்லது குறைகின்றது.	
மக்களவைத் தேர்தல்கள் – IOU–இல் 1% மாற்றத்திற்கு அண்மையில் அதிக இடங்கள் கை மாறின	
	வாக்குகளில் 1% அலைவினால் இழந்த அல்லது கிடைத்த இடங்கள்
முதற் கட்டம்: 1952–1977	4 இடங்கள்
இரண்டாம் கட்டம்: 1977–2002	5 இடங்கள்
மூன்றாம் கட்டம்: 2002–2019	7 இடங்கள்
மொத்த சராசரி: 1952–2019	5 இடங்கள்

அட்டவணை 4.1.14

அலைவும், IOU-யும்			
வாக்குகளில் 1 சதவீத அலைவினைச் சமன்படுத்த எதிர்க்கட்சி ஒற்றுமை (IOU) எவ்வளவு மேம்படுத்தப்பட வேண்டும்.			
மக்களவைத் தேர்தல்கள்			
	IOU–இல் ஒவ்வொரு 1% மாற்றத்திற்கும் கிடைக்கும் இடங்கள்	அலைவில் ஒவ்வொரு 1% மாற்றத்திற்கும் கிடைக்கும் இடங்கள்	வாக்குகளில் 1 சதவீத அலைவைச் சரிக்கட்ட IOU–இல் ஏற்பட வேண்டிய மாற்றம்
முதற் கட்டம்: 1952–1977	4	12	3
இரண்டாம் கட்டம்: 1977–2002	5	15	3
மூன்றாம் கட்டம்: 2002–2019	7	18	2.5
மொத்த சராசரி: 1952–2019	5	15	3

அலைவுகள் நடைமுறைப்படுத்துவது கடினம், இரட்டைப் பாதிப்பு இருக்கும்.

அண்மைக் காலங்களில் IOU அதிகம் பாதிப்பை ஏற்படுத்துகிறது என்பது முக்கியமானது (பார்க்க அட்டவணை 4.1.14). முதல் 50 ஆண்டுகளில் தேர்தல்களில் 1 சதவீத அலைவைச் சரிகட்ட IOU-இல் 3 சதவீதம் அதிகரித்தல் தேவைப்பட்டது. அண்மை ஆண்டுகளிலோ, 1 சதவீத அலைவைச் சரிக்கட்ட, IOU-இல் 2.5 சதவீதம் அதிகரித்தால் போதும். 3 சதவீதத்திலிருந்து 25 சதவீதமாக மாறுவது பெரிதாகத் தோன்றாமல் இருக்கும். ஆனால் தேர்தல் பாதிப்புகளில் இது குறிப்பிடத்தக்கது.

2
தேர்தல்கள் பிரதிநிதித்துவமுள்ளவையாக உண்மையில் இல்லை

விடுபட்டுப் போன இஸ்லாமியர்கள்: ஒரு தேசியக் கண்ணோட்டம்

இந்தியா பிரிவதற்கு முன்னர் 1941 மக்கள் தொகைக் கணக்கெடுப்பில் மக்கள் தொகை 318 மில்லியன். அதில் இந்துக்கள் 66 விழுக்காடு, இஸ்லாமியர்கள் 24 விழுக்காடு. 1951-இல் பிரிவினைக்குப் பிறகு நடந்த மக்கள் தொகைக் கணக்கெடுப்பைத் தொடர்ந்து 1961-இலும் தொடர்ந்து ஒவ்வொரு பத்தாண்டுகளுக்குப் பிறகும் நடந்தது.

பிரிவினையில் ஏற்பட்ட மாற்றங்களுக்குப் பிறகு, குறிப்பாக பிரிக்கப்பட்ட பஞ்சாபிலும், மேற்கு வங்காளத்திலும் 1951 கணக்கெடுப்பு இந்திய மக்கள் தொகையை 361 மில்லியனில் குறித்தது. பாகிஸ்தான் பிரிவினையால், அது 84 விழுக்காடு இந்துக்கள், 10 விழுக்காடு முஸ்லீம்கள் என்று ஆயிற்று. பிரிவுபடாத இந்தியாவில் மக்கள் தொகையில் ஏறத்தாழ கால் பகுதி இருந்த இஸ்லாமியர் இந்தியக் குடியரசில் 10 விழுக்காடாக ஆயினர். இன்றைக்கு அவர்களது மக்கள் தொகை 14 விழுக்காடு.

இந்தியாவின் அரசியல் வாழ்க்கையில் அவர்களது பிரதிநிதித்துவம் என்ன? விடுதலைக்குப் பிறகு... மக்களவையிலும், சட்டமன்றங்களிலும் அவர்களது எண்ணிக்கையின் வழியாக அவர்களது அரசியல் செல்வாக்கை அளவிடுவது ஒரு வகை.

இஸ்லாமியர்கள் அவர்களது எண்ணிக்கையின் அடிப்படையில் அவர்களது பிரதிநிதித்துவம் குறைவாக இருந்திருக்கிறது. மூன்று கட்டங்களிலும் (பார்க்க அட்டவணை 4.2.1). முஸ்லீம்களின் பிரதிநிதித்துவம் ஒரே அளவிலேயே நிலையாக இருந்து

வந்திருக்கிறது. சராசரியாக இருபத்தைந்து முதல் முப்பது எம்.பி.-க்கள் மக்களவையில் இடம்பெறுகிறார்கள். இது மக்களவையில் 5% முதல் 6% வரை இடங்கள் தான். அதாவது அவர்களது மக்கள் தொகைக்கு கிடைக்க வேண்டிய இடங்களில் பாதிதான் இருந்திருக்கிறது. மூன்றாவது கட்டத்தில் (2002-2019) இன்னும் கணிசமான அளவு குறைந்திருக்கிறது. நாட்டில் அவர்களது

அட்டவணை 4.2.1

இஸ்லாமியர்களின் பிரதிநிதித்துவம் குறைந்து வருகிறது			
மக்களவையில் இஸ்லாமியர்களின் எண்ணிக்கை அவர்களது தொகைக்கு குறைவான சதவீதத்தில் இருக்கிறது			
தேர்தல் ஆண்டு	மக்களவையில் முஸ்லீம் எம்.பி-க்களின் சராசரி எண்ணிக்கை	முழுப் பிரதிநிதித்துவம்: அவர்களது மக்கள் தொகை சதவீதத்திற்கு ஏற்ப பிரதிநிதித்துவம் இருந்தால் இருக்க வேண்டிய எம்.பி-க்கள் எண்ணிக்கை	குறைவான பிரதிநிதித்துவம்: முழு பிரதிநிதித்துவத்திற்குக் கீழே முஸ்லீம் எம்.பி-க்களின் எண்ணிக்கை
முதற் கட்டம்: 1952-1977	25	53	28
இரண்டாம் கட்டம்: 1977-2002	35	63	28
மூன்றாம் கட்டம்: 2002-2019	29	74	45

குறிப்பு: இக்பால் அன்சாரி எழுதிய *Political Representation of Muslims in India 1952-2004*, நூலிலுள்ள தரவு, இந்திய மக்கள் தொகை கணக்கெடுப்பிலிருந்து முஸ்லீம்கள் தொகை 2004, 2009, 2014 மக்களவைத் தேர்தல்களில் இஸ்லாமிய வேட்பாளர்கள் எங்களது ஆராய்ச்சி அணியினரால் வேட்பாளர் பட்டியலிலிருந்து அடையாளம் காணப்பட்டார்கள்.

தொகைக்குக் கிடைக்க வேண்டிய எம்.பி-க்களின் எண்ணிக்கை எழுபத்தி நான்கு. ஆனால் சராசரியாக அது இருபத்தி ஒன்பது எம்.பி-க்களுக்கும் குறைவாக இருக்கிறது.

இச்சரிவான போக்கு அரசியல் கட்சிகள் முஸ்லீம் வேட்பாளர்களை நிறுத்துவதில் குறைவு ஏற்பட்டிருப்பதாலும், மக்களவைத் தேர்தலில் பா.ஜ.க-வின் அமோக வெற்றியில் முஸ்லீம் வேட்பாளர்கள் அதிக அளவில் தோற்றதாலும் ஏற்பட்டது.

இஸ்லாமியப் பிரதிநிதித்துவத்தின் சரிவு அண்மைக்காலப் போக்கு. 1952-க்குப் பிறகு இஸ்லாமிய எம்.பி-க்களின் எண்ணிக்கை ஒவ்வொரு தேர்தலிலும் சீராக அதிகமாகி வந்திருக்கிறது. 1984-இல் அது உச்சத்திற்கு வந்தது. அதன்பிறகு ஒவ்வொரு தேர்தலிலும் வேகமாகக் குறைந்து 2014-இல் 22-ஆக ஆகி விட்டது (பார்க்க வரைபடம் 4.2.1).

2014 மக்களவையில் 1952 முதல் மக்களவைக்குப் பிறகு முஸ்லீம்களின் பிரதிநிதித்துவம் மிகக் குறைவாக ஆயிற்று. இரண்டிலும் மக்களவையின் மொத்த பலத்தில் அவர்களின் பங்கு எம்.பி-க்கள் 4 விழுக்காடு தான். இருபத்தைந்தில் ஒருவர்தான் இஸ்லாமியர் (பார்க்க அட்டவணை 4.2.2). முதல் தேர்தலில் மோசமான பிரதிநிதித்துவத்திற்கு அப்போதிருந்த வித்தியாசமான சூழல்களைக்

வரைபடம் *4.2.1*

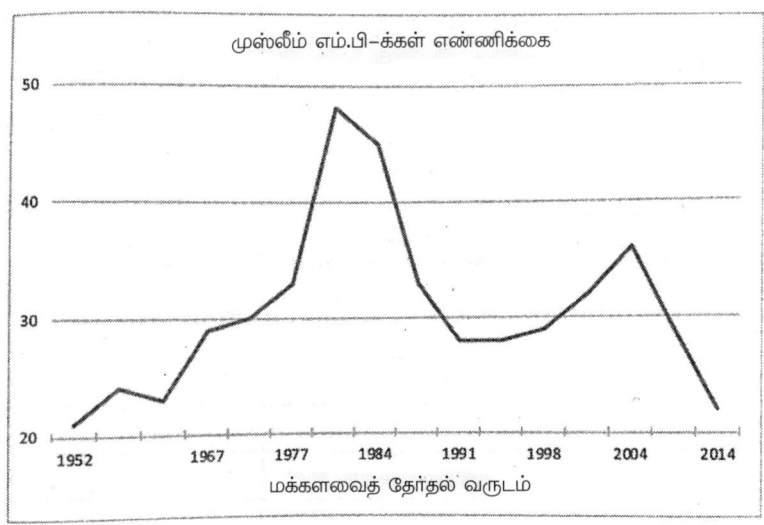

தேர்தல்கள் பிரதிநிதித்துவமுள்ளவையாக உண்மையில் இல்லை

காரணம் சொல்லலாம். 1952-இல் பிரிவினையின் தளும்புகளும், வன்முறைகளும் இன்னும் ஆறாமல் இருந்திருக்கும். எனவே இஸ்லாமியர்களைக் குறைந்த எண்ணிக்கையில் நிறுத்தியிருப்பார்கள். மேலும் வாக்காளர்கள் இஸ்லாமியர்களுக்கு வாக்களிக்கத் தயங்கியிருப்பார்கள். எனினும் ஏழு பதின்ம ஆண்டுகளுக்குப் பிறகும், 1952 நிகழ்வே திரும்ப நடக்க வன்முறையோ, சமுதாயக்

அட்டவணை 4.2.2

மக்களவையில் முஸ்லீம்களுக்குக் குறைவான பிரதிநிதித்துவம்		
மக்களவைத் தேர்தல் ஆண்டு	மக்களவையில் முஸ்லீம் எம்.பி-க்கள் சதவீதம்	அகில இந்திய மக்கள் தொகையில் இஸ்லாமியர்களின் சதவீதம்
1952	4%	10%
1957	5%	10%
1962	5%	11%
1967	6%	11%
1971	6%	11%
1977	6%	11%
1980	9%	11%
1984	8%	11%
1989	6%	11%
1991	5%	12%
1996	5%	12%
1998	5%	12%
1999	6%	12%
2004	7%	13%
2009	5%	13%
2014	4%	14%

காரணமோ இல்லை. எனினும் காரணம் பா.ஜ.க-வின் எழுச்சி. அதன் வெற்றி, குறிப்பாக உ.பி-யில் அதன் வெற்றி முஸ்லீம்களை வெளியே தள்ளிவிட்டது. விடுதலை பெற்ற இந்தியாவில் முதன் முறையாக உ.பி-யிலிருந்து ஒரு முஸ்லீம் கூடத் தேர்ந்தெடுக்கப்படவில்லை. அங்கே முஸ்லீம்களின் மக்கள் தொகை 40 மில்லியன். இது 200 மில்லியனில் ஏறத்தாழ ஐந்தில் ஒரு பங்காகும்.

முஸ்லீம் பிரதிநிதித்துவம் அதிகமாக இருந்த ஆண்டுகள் 1980-ம், 1984-ம். இந்த இரண்டு தேர்தல்களிலும் மொத்த எம்.பி-க்களில் 8-9 விழுக்காடு முஸ்லீம்கள் இருந்தார்கள். மக்கள் தொகையில் அவர்களுடைய விகிதாச்சாரத்திற்கு இது பொருத்தமாக இல்லாவிட்டாலும் இதுதான் அவர்களால் அடைய முடிந்த இடங்கள். இந்த இரண்டு தேர்தல்களிலும் முஸ்லீம் பிரதிநிதித்துவம் அவர்களுடைய மக்கள் தொகையோடு பொருத்திப் பார்க்கும்போது, முறையே 82 விழுக்காடும், 73 விழுக்காடும், 1984 தேர்தலில், இந்திரா காந்தியின் படுகொலையினால் ஏற்பட்ட காங்கிரஸ் அலையினால் கிடைத்தது. காங்கிரசு 400 இடங்களில் வென்றது. அதிக எண்ணிக்கையில் அது முஸ்லீம் வேட்பாளர்களை நிறுத்தியது.

ஆனால் ஒரு கேள்வி. அரசியல் கட்சிகள் போதுமான எண்ணிக்கையில் தேர்தலில் நிறுத்தப்படாததால் முஸ்லீம்களின் பிரதிநிதித்துவம் குறைவாக இருக்கிறதா, அல்லது நிறுத்தப்பட்டாலும் அவர்கள் போதுமான எண்ணிக்கையில் வெற்றி பெறாததால் ஏற்படுகிறதா?

முஸ்லீம்களுக்கு அவர்களுடைய எண்ணிக்கைக்குத் தக்கவாறு அரசியல் கட்சிகள் போதுமான அளவு முஸ்லீம்களை நிறுத்துவதில்லை என்பது உண்மை. தொடக்க காலத்தில் (1952-1977), முஸ்லீம்கள் தொகை 10 சதவீதமாக இருந்தாலும், மக்களவைத் தேர்தலில் கட்சிகள் நிறுத்திய எல்லா வேட்பாளர்களும் சேர்ந்து 4% தான் முஸ்லீம்கள் (பார்க்க அட்டவணை 4.2.3). முஸ்லீம் வேட்பாளர்களை அவர்களது தொகைக்கு ஏற்றவாறு நிறுத்த கட்சிகள் தயங்குவது எல்லாக் கட்சிகளிலும் காணப்படுகிறது. ஆனால் குறைந்த பிரதிநிதித்துவம் அளிப்பது ஆண்டுக்காண்டு அதிகரித்தது.

பெரிய அரசியல் கட்சிகள் முஸ்லீம் வேட்பாளர்களை அவர்களது மக்கள் தொகைக்குத் தகுந்த அளவுக்கு நிறுத்தாதது தொடர்கிறது. அதே சமயம் 1952 முதல் முஸ்லீம் வேட்பாளர்களைப் போட்டியிட நிறுத்திய எண்ணிக்கை அதிகமாகிக் கொண்டே இருந்திருக்கிறது.

அட்டவணை 4.2.3

முஸ்லீம்கள் குறைந்த அளவில் நிறுத்தப்படுவது: முஸ்லீம்களில் மக்கள் தொகைக்கு சரியான விகிதத்தில் வேட்பாளர்கள் சதவீதப்படி மிகக் குறைவு		
	மொத்த வேட்பாளர்களில் முஸ்லீம் வேட்பாளர்களின் சதவீதம்	அனைத்திந்திய மக்கள் தொகையில் முஸ்லீம்களின் சதவீதம்
முதற் கட்டம்: 1952–1977	4%	10%
இரண்டாம் கட்டம்: 1977–2002	7%	12%
மூன்றாம் கட்டம்: 2002–2019	9%	14%

குறிப்பு: மக்களவைத் தேர்தல்கள் பெரிய தேசிய, மாநிலக் கட்சிகளின் வேட்பாளர்கள் மட்டும் எடுத்துக் கொள்ளப்படுகிறார்கள்.

இப்போது அதிக அளவில் முஸ்லீம் வேட்பாளர்கள் பல கட்சிகளால் - பா.ஜ.க-வைத் தவிர - நிறுத்தப்பட்டாலும், அவை அதே விகிதத்தில் வெற்றி பெறுவதில்லை. முஸ்லீம் வேட்பாளர்கள் தேர்தல்களில் வெற்றி பெறுவதில்லை. அவர்களது வெற்றி வீதம் வேகமாகக் குறைந்து வந்திருக்கிறது (பார்க்க அட்டவணை *4.2.4*). கட்சிகள் முஸ்லீம் வேட்பாளர்களை நிறுத்துவது குறைவாக இருக்கும்போது போட்டியிட்டவர்களில் முதல் கட்டத்தில் *(1952-1977) 50%* வெற்றி பெற்றார்கள். மூன்றாவது கட்டத்தில் *(2002-2019)* வெற்றி பெறும் சதவீதம் *17%* ஆகக் குறைந்து விட்டது.

எனவே, முஸ்லீம் வேட்பாளர்களின் எண்ணிக்கை கூடியது அவர்களது அரசியல் செல்வாக்கை மாற்றவில்லை. உண்மையில் முஸ்லீம் வேட்பாளர்களின் எண்ணிக்கைக்கும் அவர்கள் வெற்றி பெறும் வீதத்திற்கும் இடையில் தலைகீழ் விகிதம் தான் இருந்திருக்கிறது. இதற்கு நிறுத்தப்படும் முஸ்லீம் வேட்பாளர்களின் தரம், முஸ்லீம் வாக்காளர்கள் அதிகமுள்ள தொகுதிகளில் பல முஸ்லீம் வேட்பாளர்கள் போட்டியிடுவது போன்ற பல காரணங்கள் இருக்கலாம். வரையறைப்படி ஒருவர்தான் வெல்ல முடியும், பலர் தோற்பார்கள். மேலும் பல முஸ்லீம் வேட்பாளர்கள்

அட்டவணை 4.2.4

பிற முஸ்லீம்கள் அல்லாத வேட்பாளர்களின் வெற்றி வீதத்தைவிட முஸ்லீம் வேட்பாளர்களில் வெற்றி வீதம் மிகவும் குறைவாகி விட்டது		
	வெற்றி பெற்ற முஸ்லீம் வேட்பாளர்களின் சதவீதம்	முஸ்லீம்கள் அல்லாத வேட்பாளர்களின் வெற்றி சதவீம்
முதற் கட்டம்: 1952–1977	53%	46%
இரண்டாம் கட்டம்: 1977–2002	32%	35%
மூன்றாம் கட்டம்: 2002–2019	17%	29%

குறிப்பு: மக்களவைத் தேர்தல்களில் இந்த அட்டவணையில் இடம் பெறும் வேட்பாளர்கள் பெரிய தேசிய, மாநிலக் கட்சிகளைச் சேர்ந்தவர்கள்.

நிறுத்தப்படும்போது முஸ்லீம் வாக்குகள் பிரியும். 17 சதவீதம் என்று பார்க்கும்போது முஸ்லீம் வேட்பாளர்களின் வெற்றி வீதம் முஸ்லீம் அல்லாத (பெரும்பாலும் இந்து) வேட்பாளர்களின் வெற்றி வீதத்தை விட மிகவும் குறைந்திருக்கிறது. பிற சமய வேட்பாளர்களின் வெற்றி வீதம் 29 சதவீதம். இந்த மிகக் குறைவான முஸ்லீம்களின் வெற்றி வீதம் மக்களவையில் முஸ்லீம்களின் பிரதிநிதித்துவம் வருங்காலத்தில் அதிகமாகும் என்பதற்கு நல்ல அறிகுறியாகத் தெரியவில்லை (பார்க்க அட்டவணை 4.2.5).

எவ்வாறு கட்சிகள் முஸ்லீம்களை அவர்களது மக்கள் தொகை விகிதாச்சாரத்தில் நிறுத்தவில்லை என்பதிலும், முஸ்லீம் வேட்பாளர்களின் குறைந்த வெற்றி வீதத்திலும் கவனம் செலுத்தும் அதே வேளையில், மக்களவையில் முஸ்லீம்கள் முழு பிரதிநிதித்துவம் பெறுவதற்கு எதிராக வேலை செய்யும் இன்னொரு பெரிய காரணியும் இருக்கிறது என்பதையும் பார்க்க வேண்டும். அது அதிக வாக்குப் பெறுபவர் வெற்றி பெறுகிறார் என்ற தேர்தல் அமைப்பு.

‘அதிக வாக்குப் பெறுபவர் வெற்றி பெறுகிறார்’ என்ற அமைப்பு இருபக்கம் கூர்மையுள்ள கத்தி போன்றது. புவியியல் பகுதி ஒன்றில் சிறுபான்மையினரின் வாக்குகள் குவிந்திருந்தால், அது

அட்டவணை 4.2.5

மக்களவையில் முஸ்லீம்களின் பிரதிநிதித்துவம் மாநிலங்களில் முஸ்லீம் மக்கள் தொகையின் சதவீதத்தைக் காட்டுகிறது (1952-2018)		
மாநிலம்	மொத்த முஸ்லீம் மக்கள் தொகையில் மாநில முஸ்லீம்கள் சதவீதம்	எல்லா மாநிலங்களின் மொத்த முஸ்லீம் எம்.பி-க்களில் ஒரு மாநிலத்தில் முஸ்லீம் எம்.பி–க்களின் சதவீதம்
உத்தரப் பிரதேசம்	23%	24%
மேற்கு வங்காளம்	14%	16%
பீகார்	13%	12%
அஸ்ஸாம்	6%	6%
கேரளா	5%	8%
ஜம்மு, காஷ்மீர்	5%	8%
பிற	33%	26%
மொத்தம்	100%	100%

குறிப்பு: உத்தரப் பிரதேசத்தில் உத்தரகாண்ட் அடங்கும், பீகாரில் ஜார்கண்ட் அடங்கும்.

அவர்களுக்குச் சாதகமாக இருக்கும். அந்த இனக்குழு அதிகமாக ஒரு இடத்தில் நிறைந்திருந்தால், அதனுடைய வாக்குகள் பெற்றுத் தரும் இடங்களின் எண்ணிக்கையும் அதிகமிருக்கும்.

மாறாக, நாட்டின் பகுதிகளில் சிறுபான்மையினர்கள் அதிகம் அடர்வாக இல்லாவிட்டால் அதிக வாக்கு எடுத்தவர் வெற்றி பெறுகிறார் என்ற அமைப்பு அவர்களைத் தண்டிக்கிறது. ஒரு சில இடங்களிலேயே அவர்கள் வெற்றி பெறுமாறு செய்து தண்டிக்கிறது. ஒரு குறிப்பிட்ட சிறுபான்மை இனக்குழு புவியியல் அடிப்படையில் பரவலாக இருந்தால் அது பெறும் இடங்களும் குறைவாக ஆகி விடும். பிரிட்டிஷாரிடமிருந்து பெற்ற இந்த அமைப்பு இப்படித்தான் வேலை செய்கிறது.

ஆனால் சீக்கியர்கள் பஞ்சாபில் அடர்வாக இருக்கிறார்கள். எனவே அவர்கள் நாடாளுமன்றத்தில் நல்ல பிரதிநிதித்துவம் பெறுகிறார்கள். வாக்களிப்பு ஒவ்வொரு ஒரு சதவீதத்திற்கும் வெற்றி பெறும்

வேட்பாளர்கள் பத்து இடங்களின் பகுதியாக இருக்கிறார்கள். ஆனால் இஸ்லாமிய வாக்காளர்கள் இந்தியா முழுவதும் பரவலாக இருக்கிறார்கள் (பார்க்க அட்டவணை 4.2.6). இது அவர்களும், இந்தியா முழுவதும் பரவலாக இருக்கும் வேறு எந்த சிறுபான்மை வகுப்பும், அவற்றின் மக்கள் தொகைக்கு ஈடான அளவு வெற்றி பெறும் வேட்பாளர்களைப் பெறுவது இயலாததாக ஆக்குகிறது. நாடு முழுவதும் சிதறி இருக்கும் இஸ்லாமிய வாக்குகளின் சதவீதமாக இஸ்லாமிய எம்.பி-க்களின் சதவீதம் இருக்க முடியாது.

எனவே ஒதுக்கல், ஒரு சார்பு ஆகியவற்றினால் இஸ்லாமியர்கள் குறைந்த அளவே நாடாளுமன்றத்தில் பிரதிநிதித்துவம் பெறுகிறார்கள் என்ற முடிவுக்கு வருவதற்கு முன்னர், நாம் சிந்தித்துப் பார்க்க வேண்டும். முஸ்லீம்கள் குறைவான பிரதிநிதித்துவம் பெறுவதற்கு முக்கிய காரணிகளில் ஒன்று அதிகம் வாக்குப் பெறுபவர் வெற்றி பெறுகிறார்கள் என்று நமது தேர்தல் அமைப்பு தான்.

விடுபட்ட இஸ்லாமியர்கள்: மாநிலங்களில் வேறுபாடு

மக்களவையில் இஸ்லாமியர்களுக்குக் குறைவான பிரதிநிதித்துவம் இருப்பதற்கான முக்கிய காரணங்களில் ஒன்று நாடு முழுவதும்

அட்டவணை 4.2.6

இஸ்லாமிய வாக்குகள் இந்தியா முழுவதும் பரவலாக இருக்கின்றன		
மக்களவைத் தொகுதிகளில் வெகு சிலவற்றிலேயே முஸ்லீம் வாக்காளர்கள் அதிக சதவீதத்தில் இருக்கிறார்கள்		
இஸ்லாமிய வாக்காளர்களின் சதவீதம்	மக்களவைத் தொகுதிகள்	மக்களவைத் தொகுதிகளில் சதவீதம்
20% கீழ்	447	82%
20-40%	67	12%
40% மேல்	29	5%

குறிப்பு: மக்களவைத் தேர்தல்கள் 2014; மூலாதாரம்: மதங்களுக்கான தரவில் (Datanet).

அவர்கள் பரவலாகக் காணப்படுகிறார்கள் என்பது. இது அமைப்பு ரீதியான ஒரு சார்பு. இந்தியாவின் தனித்தனி மாநிலங்களுக்கும் பொருந்துமா?

பதினாறு மக்களவைகளுக்கு மொத்தத்தில் 489 இஸ்லாமியர்கள் எம்.பி-க்களாகத் தேர்ந்தெடுக்கப்படுகிறார்கள். அவர்கள் இந்தியாவின் எந்தப் பகுதியைச் சேர்ந்தவர்கள்? இஸ்லாமியரின் மக்கள் தொகை அதிகமாக இருக்கும் மாநிலங்களில் பரவலாகத் தேர்ந்தெடுக்கப்பட்டார்கள் என்று ஆய்வுகள் சொல்கின்றன (பார்க்க அட்டவணை 4.2.5).

2011 மக்கள் தொகைக் கணக்கெடுப்பின்படி, ஏறத்தாழ 50 சதவீத முஸ்லீம்கள் மூன்று மாநிலங்களில், அதாவது உத்தரப் பிரதேசம், மேற்கு வங்காளம், பீகார் ஆகிய மாநிலங்களில் வசிக்கிறார்கள். பல ஆண்டுகள் மக்களவைக்குத் தேர்ந்தெடுக்கப்பட்ட முஸ்லீம்களில் 52 விழுக்காடு, ஓரளவு முஸ்லீம் எம்.பி-க்கள் அதிகமுள்ள இரண்டு மாநிலங்கள் ஜம்மு-காஷ்மீரும், கேரளாவும் அனுப்பியவர்கள். இரண்டு மாநிலங்களிலும் மொத்த முஸ்லீம்கள் மக்கள் தொகையில் 5 சதவீதம் பேர் இருக்கிறார்கள். இந்த இரண்டு மாநிலங்களிலும் முஸ்லீம்களின் புவிசார் அடர்வு அதிகம் இருப்பதால், அவர்களது மக்கள் தொகையை ஒப்பிடும்போது அதிக அளவிலேயே பிரதிநிதித்துவம் பெறுகிறார்கள். அவை ஒவ்வொன்றிலும் 1952-இலிருந்து தேர்ந்தெடுக்கப்படும் இஸ்லாமிய எம்.பி-க்களில் 8 சதவீதம் பேர் இருக்கிறார்கள்.

வாக்காளர்களில் 40 விழுக்காட்டுக்கும் அதிகமாக முஸ்லீம்கள் இருக்கும் மக்களவைத் தொகுதிகள் இருபத்தொன்பது மட்டுமே என்பது இந்தியாவில் அவர்கள் எவ்வளவு பரவலாக இருக்கிறார்கள் என்பதைத் தெளிவாக்குகிறது. மக்களவை இடங்களில் 82 சதவீதத்தில் முஸ்லீம் வாக்காளர்கள் 20 சதவீதத்திற்கும் கீழே இருக்கிறார்கள்.

அதிக வாக்கு பெறுபவர் வெற்றி பெறுவார் என்பதன் அடிப்படைக் கொள்கையின்படி, முஸ்லீம்கள் அதிக அடர்வுள்ள தொகுதிகளிலிருந்து வாக்காளர்கள் 40 விழுக்காட்டுக்கு அதிகமாக இருக்கும் தொகுதிகளிலிருந்து முஸ்லீம் வேட்பாளர்கள் அதிகம் வெற்றி பெறுவார்கள் என்பதை பல ஆண்டுகளாக மக்களவைத் தேர்தல் முடிவுகள் காட்டுகின்றன (பார்க்க அட்டவணை 4.2.7). 1998-இலிருந்து கடந்த ஐந்து தேர்தல்களில் முஸ்லீம்கள் பெற்ற வெற்றிகளை ஆராய்ந்தால், 55 சதவீத முஸ்லீம் எம்.பி-க்கள்

இருபத்தொன்பது முஸ்லீம்கள் அடர்வான இடங்களிலிருந்து வெற்றி பெற்றிருக்கிறார்கள் என்பது தெரிகிறது. மிச்சமுள்ள 45 சதவீதத்தினை முஸ்லீம்கள் மொத்த வாக்காளர்களில் 40 சதவீதத்திற்கும் குறைவாகவுள்ள 514 இடங்களிலிருந்து தேர்ந்தெடுக்கப்பட்டிருக்கிறவர்கள்.

மக்களவைத் தேர்தலில் அதிக எண்ணிக்கையில் முஸ்லீம்கள் ஒரு தொகுதியில் போட்டியிடுவது முஸ்லீம் வேட்பாளர்கள் அதிக அளவில் தோற்பதில் முடிகிறது என்று கருதுகோள் வைத்தோம் (பார்க்க வரைபடம் 4.2.2). எனினும் இந்தக் கருதுகோளை கடந்த ஐந்து மக்களவைத் தேர்தல்களும் ஆதரிக்கவில்லை. உண்மையில் அதிகப்படியாக முஸ்லீம் வேட்பாளர்கள் போட்டியிடும் தொகுதிகளில் வெற்றி பெறுகிறவர்களின் விகிதம் அதிகமாக இருக்கிறது. ஆறு அல்லது அதற்கு மேற்பட்ட முஸ்லீம்கள் போட்டியிடும்போது இது அதிகமாக இருக்கிறது. இதற்கு முதன்மைக் காரணம் பல முஸ்லீம் வேட்பாளர்கள் அதிக முஸ்லீம் வாக்காளர்கள் இருக்கும் தொகுதியில் போட்டியிடுவதற்கும் வெற்றிக்கும் தொடர்பு இருக்கிறது.

வெவ்வேறு கட்சிகளும் முஸ்லீம் வாக்குகளை எப்படிப் பார்க்கின்றன? சில கட்சிகள் அவற்றைப் பெறக் கவனம் செலுத்துகின்றனவா, சில கட்சிகள் கவனிக்காமல் விட்டு

அட்டவணை 4.2.7

முஸ்லீம்கள் அதிக அடர்வும் குறைந்த அடர்வும் உள்ள பகுதிகளில் முஸ்லீம்கள் வெற்றி வீதம்	
தொகுதிகள்	வெற்றி பெறும் முஸ்லீம் வேட்பாளர்களின் வெற்றி வீத சதவீதம்
40%-க்கும் குறைவாக முஸ்லீம்கள் இருக்கும் 514 இடங்கள்	45%
40%-க்கு மேலே முஸ்லீம்கள் இருக்கும் 29 இடங்கள்	55%

குறிப்பு: மக்களவைத் தேர்தல்கள் 1998–2014

வரைபடம் 4.2.2

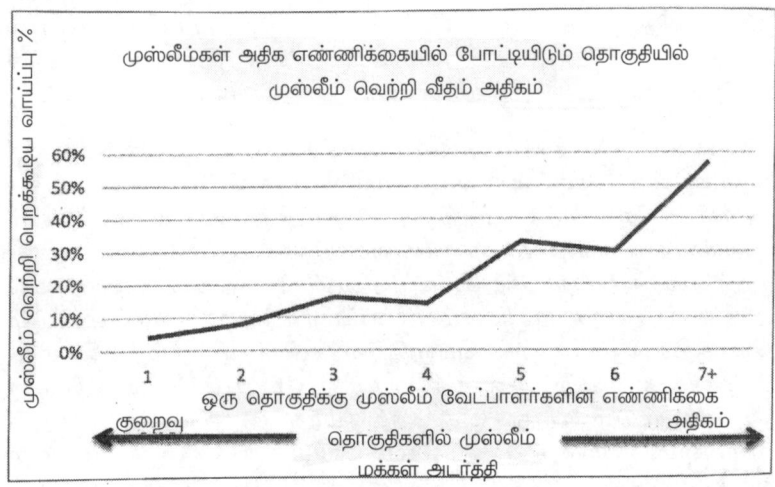

குறிப்பு: 1998–2014 மக்களவைத் தேர்தல்கள்

விடுகின்றனவா? எதிர்பார்த்தவாறே, பா.ஜ.க. முஸ்லீம் வாக்குகளை அதிகமாக கண்டுகொள்ளாமல் இருக்கிறது. முஸ்லீம்களின் எண்ணிக்கை குறிப்பிடத்தக்கதாக இருந்தாலும், பா.ஜ.க. வேட்பாளர்களில் 1 சதவீதத்தினர் தான் முஸ்லீம்கள் (பார்க்க அட்டவணை 4.2.8). முஸ்லீம்கள் இந்தியாவின் மக்கள் தொகையில் 14 விழுக்காடு இருக்கும்போது இது மிகக் குறைவு. முஸ்லீம்கள் மேல் கவனம் செலுத்தாமல் இருப்பதில் இரண்டாவதாக இருக்கும் கட்சி காங்கிரஸ். அதன் வேட்பாளர்களில் 7 சதவீதம்தான் இஸ்லாமியர்கள்.

லாலு பிரசாத் யாதவின் கட்சி தான் 17 சதவீத முஸ்லீம் வேட்பாளர்களுடன் (பெரும்பாலும் பீகாரில்) முதலிடத்தைப் பெறுகிறது. சமாஜ்வாடி கட்சி 16 சதவீத இடங்கள் தந்து (பெரும்பாலும் உ.பி-யில்) இரண்டாவது இடத்தில் இருக்கிறது. இந்தப் பட்டியலில் மூன்றாவது இடத்தில் மம்தா பானர்ஜியின் திரிணாமுல் காங்கிரஸ் கட்சி. அது 15 சதவீதம் முஸ்லீம் வேட்பாளர்களை நிறுத்துகிறது (பெரும்பாலும் மேற்கு வங்காளத்தில்).

காங்கிரஸ் கட்சி மிகக் குறைவான சதவீதத்தின்படி இரண்டாம் இடத்தில் இருந்தாலும் அது கடந்த ஏழு பதின்ம ஆண்டுகளாக 46 சதவீத வெற்றி வீதத்தைக் கொண்டிருக்கிறது (பார்க்க அட்டவணை 4.2.9). காங்கிரசில் இரண்டில் ஒரு முஸ்லீம் வேட்பாளர்கள் வெற்றி பெறுகிறார்கள் என்று பொருள்படுகிறது. அக்கட்சி முஸ்லீம் வேட்பாளர்களை நிறுத்துவதில் குறைந்த சதவீதம் இருப்பதற்குக் காரணம், அது வெற்றி பெற மிக அதிகம் வாய்ப்புள்ள இஸ்லாமிய வேட்பாளர்களை நிறுத்துவதால் என்பதைக் காட்டுகிறது. அதே சமயம், முஸ்லீம்கள் காங்கிரசை நம்புகிறார்கள் என்பதையும் காட்டுகிறது. மேலும் முஸ்லீம் வாக்காளர்களின் வாக்குத் தேவைப்படும் தொகுதிகளில் அவர்கள் காங்கிரஸ் கட்சியைத் தங்களது வாக்கு வீணாகாமல் இருப்பதற்காகத் தேர்ந்தெடுக்கிறார்கள் என்பதையும் காட்டுகிறது.

சி.பி.எம் கூட அதிகமான வெற்றி வீதத்தைப் பெற்றிருக்கிறது. 44 விழுக்காடு வெற்றியை இஸ்லாமிய வேட்பாளர்கள் பெறுகிறார்கள். ஆனால் அதன் வேட்பாளர்களில் 10 சதவீதம் தான் இஸ்லாமியர். எனினும் கடந்த இரண்டு மேற்கு வங்க சட்டமன்றத் தேர்தல்களிலும் சி.பி.எம். திரிணாமுல் காங்கிரசிடம் விட்டு விட்டது.

எதிர்பார்ப்புகளுக்கு மாறாக, எஸ்.பி, பி.எஸ்.பி முஸ்லீம் வேட்பாளர்களின் வெற்றி வீதம் எல்லாவற்றிலும் மோசம். இதற்குக் காரணம் முஸ்லீம் வாக்குகள் உ.பி-யில் மூன்றாகப் பிரிந்து விடுவதால் இருக்கலாம். பல தொகுதிகளில் முஸ்லீம் வாக்குகள் முக்கியமாக இல்லாதபோது காங்கிரஸ், பி.எஸ்.பி, எஸ்.பி ஆகிய கட்சிகள் பங்கு போட்டுக் கொள்கின்றன.

ஜம்மு - காஷ்மீரைத் தவிர மாநிலச் சட்டமன்றத் தேர்தல்களில் எந்த மாநிலத்திலும் முஸ்லீம்கள் சமமான சதவீதத்தில் இல்லை. (பார்க்க அட்டவணை 4.2.10) 15.20 சதவீதம் முஸ்லீம்கள் சட்டமன்ற உறுப்பினர்களாக இருக்கும் அசாமிலும், கேரளாவிலும் மக்கள் தொகையில் அவற்றின் விகிதம் அதிகம். ஆனால் சில ஆண்டுகளில் (கேரளாவில் 1980, 1982 அசாமில் 1983) முஸ்லீம் எம்.எல்.ஏ.-க்களின் எண்ணிக்கை சதவீதம் மக்கள் தொகை சதவீதத்திற்குச் சமமாக இருந்தது.

தொடர்ந்து மதச் சார்பற்ற அரசுகள் மேற்கு வங்காளத்தில் இருந்தாலும், முஸ்லீம் எம்.எல்.ஏ-க்களின் பிரதிநிதித்துவம் மாநிலத்திலுள்ள முஸ்லீம் மக்கள் தொகையை விட மிகக் குறைவாகவே இருந்தது. அதிகமான முஸ்லீம் மக்கள் தொகையுள்ள

அட்டவணை 4.2.8

பா.ஜ.க-வும் காங்கிரசும் மிகக் குறைந்த எண்ணிக்கையில் முஸ்லீம் வேட்பாளர்களை நிறுத்துகின்றன	
மக்களவைத் தேர்தல்கள் 1952-2014	
கட்சி	முன் நிறுத்தப்பட்ட இஸ்லாமிய வேட்பாளர்களின் சதவீதம்
ஆர்.ஜே.டி.	17%
எஸ்பி	16%
டி.எம்.சி.	15%
பி.எஸ்.பி.	11%
சி.பி.எம்.	10%
ஜேடியு.	9%
என்.சி.பி.	8%
காங்கிரசு	7%
பா.ஜ.க.	1%
எல்லாக் கட்சிகளின் சராசரி	7%

உத்தரப்பிரதேசத்தில் முஸ்லீம் எம்.எல்.ஏ-க்கள் முஸ்லீம் மக்கள் தொகை சதவீதத்தில் பாதிப்பேர் தான் இருக்கிறார்கள்.

இந்தியாவில் முஸ்லீம்கள் பெரும்பான்மையுள்ள ஒரே மாநிலமாக ஜம்மு-காஷ்மீர் இருப்பதால் அது வித்தியாசமாக இருக்கிறது. அங்கே முஸ்லீம்கள் மொத்த மக்கள் தொகையில் மூன்றில் இரண்டு பங்கு. கேரளாவைப் போலவே, ஜம்மு-காஷ்மீரில் முஸ்லீம்கள் பெரும்பாலும் பள்ளத்தாக்கில் வசிக்கிறார்கள். அங்கே மக்கள் தொகையில் 80 சதவீதம் முஸ்லீம்கள். இப்போது முஸ்லீம்கள் அதிக அடர்வாக இருப்பது அனைத்து எம்.எல்.ஏ-க்களிலும் 67 சதவீதம் முஸ்லீம்களாக இருப்பதற்குக் காரணம். மாநிலத்தின் மொத்த மக்கள் தொகையில் முஸ்லீம்கள் 66 சதவீதமாக இருப்பதற்கு இணையாக இருக்கிறது.

அட்டவணை 4.2.9

முஸ்லீம் வேட்பாளர்களில் காங்கிரசு அதிகமான வெற்றி வீதத்தையும், பி.எஸ்.பி மிகக் குறைவான வெற்றி வீதத்தையும் கொண்டிருக்கின்றன	
மக்களவைத் தேர்தல்கள் 1952–2014	
கட்சி	வெற்றி பெற்ற இஸ்லாமிய வேட்பாளர்களின் சதவீதம்
காங்கிரசு	46%
சி.பி.எம்.	44%
ஆர்.ஜே.டி.	19%
டி.எம்.சி.	17%
என்.சி.பி.	10%
பா.ஜ.க.	9%
ஜேடியு	8%
பி.எஸ்.பி.	7%
எஸ்பி	5%
எல்லாக் கட்சிகளின் சராசரி	26%

மொத்தத்தில், முஸ்லீம்களின் எண்ணிக்கை அதிகமுள்ள பத்து மாநிலங்களை எடுத்துக்கொண்டால், ஜம்மு-காஷ்மீரைத் தவிர மற்ற மாநிலங்களில் முஸ்லீம்களின் பிரதிநிதித்துவம் அவர்களது மக்கள் தொகையின் விகிதத்திற்கு இல்லை. இதில் மிகக் கீழாக இருப்பது குஜராத். சட்டமன்றத்தில் முஸ்லீம் எம்.எல்.ஏ-க்கள் இரண்டு விழுக்காடு தான்.

காணாமல் போகும் பெண்கள்

மக்களவையில் பெண்களின் பிரதிநிதித்துவத்தை நாட்டின் அவமானம் என்று தான் சொல்ல வேண்டும். ஏன் இந்த நிலை? பெண்கள் பெரிய எண்ணிக்கையில் நிறுத்தப்படவில்லையா? அல்லது நிறுத்தப்பட்டு, வெற்றி பெறாமல் போனார்களா?

அட்டவணை 4.2.10

மாநிலச் சட்டமன்றங்களில் முஸ்லீம்களின் குறைவான பிரதிநிதித்துவம்		
மாநிலம்	மாநிலச் சட்டமன்றத் தேர்தலில் முஸ்லீம் சதவீதம்	முஸ்லீம் மக்கள் தொகையின் சதவீதம்
ஜம்மு–காஷ்மீர்	67%	66%
அஸ்ஸாம்	19%	28%
கேரளா	17%	22%
மேற்கு வங்காளம்	14%	23%
உத்தரப் பிரதேசம்	9%	17%
பீகார்	7%	14%
கர்நாடகா	3%	11%
ஆந்திரப் பிரதேசம்	3%	9%
ராஜஸ்தான்	3%	8%
குஜராத்	2%	9%

குறிப்பு: 1961 முதல் 2019 வரையில் சராசரி முஸ்லீம் மக்கள் தொகையும், சராசரி முஸ்லீம் எம்.எல்.ஏ-க்களின் எண்ணிக்கையும்.

முதல் கேள்விக்கு விடை தெளிவாக இருக்கிறது. கட்சிகள் பெண் வேட்பாளர்களை நிறுத்துவதில்லை. பத்து வேட்பாளர்களில் ஒன்பது பேர் ஆண்கள் (பார்க்க அட்டவணை 4.2.11).

பெண் வேட்பாளர்கள் இவ்வளவு குறைவாக இருப்பது அதிர்ச்சியாகவும், ஆச்சரியமாகவும் இருக்கிறது. ஏனென்றால், பெண் வேட்பாளர்கள் ஆண் வேட்பாளர்களை விட அதிகமாக வெற்றி வீதத்தைக் காட்டியிருக்கிறார்கள் (பார்க்க அட்டவணை 4.2.12). எனினும் கடந்த ஆண்டுகளில் பெண்களின் வெற்றி வீதம் குறைந்து வருகிறது என்பதும் உண்மை (பார்க்க அட்டவணை 4.2.13).

நகைமுரணாக, பெண்களின் வெற்றி வீதம் ஆண்களை விட அதிகமிருந்தாலும், பெண்களை வேட்பாளர்களாகத் தேர்வு

செய்வதிலுள்ள பாகுபாட்டின் உக்கிரம் அனைத்து எம்.பி-க்களிலும் ஒருவர் தான் பெண் என்பதில் போய் முடிகிறது (பார்க்க அட்டவணை *4.2.14*).

தேர்ந்தெடுக்கப்பட்ட அவைகளில் பெண்களின் பிரதிநிதித்துவத்தில் பிற நாடுகளோடு இந்தியாவை ஒப்பிடுவது என்ன காட்டுகிறது? இன்டர்-பார்லிமெண்டரி யூனியன் (IPU) தரும் தரவுகள் இந்தியா பெண்கள் பிரதிநிதித்துவத்தில் மோசமாக இருப்பதோடு மட்டுமில்லாமல், கடந்த இருபதாண்டுகளில் மிகவும் மோசமாகப் போய்க் கொண்டிருக்கிறது என்று சொல்கின்றன (பார்க்க அட்டவணை *4.2.15*). உலகின் மிகப் பெரிய மக்களாட்சி நாட்டில், ஒரு பெண் பிரதமர், ஒரு பெண் குடியரசுத் தலைவர், பல பெண் முதலமைச்சர்கள் இருந்த நாட்டில் இது பெருத்த அவமானத்திற்குக் காரணமாக இருக்க வேண்டும்.

எழுபத்து மூன்றாவது, எழுபத்து நான்காவது அரசியல் சட்டத் திருத்தங்கள் (*1993*)-இன்படி இந்தியா பெண்களுக்கான இடஒதுக்கீட்டை ஏற்றுக்கொண்டது, ஆனால் இது நாடாளுமன்றத்துக்கும் சட்டமன்றத்துக்கும் இல்லை. இட ஒதுக்கீடு ஊராட்சி மன்றங்களுக்கும், நகராட்சிகளுக்கும் மட்டும்தான்.

அட்டவணை *4.2.11*

மக்களவைத் தேர்தல்களில் பெண் வேட்பாளர்களின் குறைந்த சதவீதம்		
	ஆண் வேட்பாளர்களின் சதவீதம்	பெண் வேட்பாளர்களின் சதவீதம்
முதற் கட்டம்: 1952–1977	97%	3%
இரண்டாம் கட்டம்: 1977–2002	96%	4%
மூன்றாம் கட்டம்: 2002–2019	93%	7%

குறிப்பு: 1952, 1971–க்கு ஆண், பெண் வேட்பாளர்களின் தரவுகள் கிடைக்கவில்லை.

அட்டவணை 4.2.12

	மக்களவைத் தேர்தல்களில் பெண்களின் வெற்றி வீதம்	
	வெற்றி வீதம்	
	ஆண்கள் சதவீதம்	பெண்கள் சதவீதம்
முதற் கட்டம்: 1952–1977	25%	46%
இரண்டாம் கட்டம்: 1977–2002	8%	14%
மூன்றாம் கட்டம்: 2002–2019	7%	10%

குறிப்பு: 1952, 1971 ஆண்டுகளில் ஆண், பெண் வேட்பாளர்கள் தரவுகள் கிடைக்கவில்லை.

அட்டவணை 4.2.13

தேர்தல்களில் பெண்கள்	
வெற்றி/தோல்வி வீதம்	
மக்களவைத் தேர்தல்கள் – பெண் வேட்பாளர்கள்	
தேர்தல் ஆண்டுகள்	தேசியக் கட்சிகள் – பெண்களின் வெற்றி வீதம்
முதற் கட்டம்: 1952–1977	55%
இரண்டாம் கட்டம்: 1977–2002	34%
மூன்றாம் கட்டம்: 2002–2019	28%

குறிப்பு: 1952, 1971 ஆண்டுகளில் ஆண்கள், பெண்களுக்கானத் தரவுகள் கிடைக்கவில்லை.

அட்டவணை 4.2.14

மக்களவையில் பெண் எம்.பி-க்களின் சதவீதம் மிக மிகக் குறைவு		
	ஆண் எம்.பி-க்கள் சதவீதம்	பெண் எம்.பி-க்கள் சதவீதம்
முதற் கட்டம்: 1952–1977	95%	5%
இரண்டாம் கட்டம்: 1977–2002	93%	7%
மூன்றாம் கட்டம்: 2002–2019	90%	10%

குறிப்பு: 1952, 1971 ஆண்டுகளில் ஆண்கள், பெண்களுக்கானத் தரவுகள் கிடைக்கவில்லை.

அட்டவணை 4.2.15

பெண்கள் பிரதிநிதித்துவத்தில் உலகத் தர அளவில் இந்தியா மிகவும் பின்தங்கி இருக்கிறது	
	இந்தியாவின் தர வரிசை
ஜனவரி 1998	95
பிப்ரவரி 2008	144
ஜனவரி 2018	146

குறிப்பு: மூலாதாரம் IPU. மொத்த நாடுகள் 1998-இல் 177, 2008-இல் 188, 2018-இல் 193.

2008-இல் பெண்களுக்கான இட ஒதுக்கீடு முன் வரைவு அல்லது அரசியல் சட்டத் திருத்தம் (108-ஆவது திருத்தம்) முன் வரைவு நாடாளுமன்றத்தில் அறிமுகப்படுத்தப்பட்டது. மக்களவையிலும், எல்லா மாநிலச் சட்டமன்றங்களிலும் பெண்களுக்கு எல்லாத் தொகுதிகளிலும் 33 சதவீத இட ஒதுக்கீடு செய்ய அரசியல் சட்டத்தில் திருத்தம் செய்ய இது முன்மொழிந்தது.

தொகுதிகள் சுழற்சி முறையில் ஒதுக்கப்படும். குலுக்குச் சீட்டு முறையில் தீர்மானிக்கப்படும். ஒவ்வொரு மூன்று தொடர் பொதுத் தேர்தல்களிலும் ஒரு இடம் ஒரு முறை தான் இவ்வாறு ஒதுக்கப்படும்.

இந்த முன்வரைவுக்கு பல காரணங்களுக்காக எதிர்ப்பு இருந்தது. எதிர்பார்த்ததுபோலவே, ஆண் உறுப்பினர்களிடமிருந்து தான். மாநிலங்கள் அவை இதற்கு 2019 மார்ச் 9-இல் ஒப்புதல் வழங்கியது. ஆனால் அதன் பிறகு அதற்கு உயிர் கொடுக்க எந்த அரசியல் முயற்சியும் மேற்கொள்ளப்படவில்லை.

நாடு முழுவதுமுள்ள மாநிலச் சட்டமன்றங்களில் எம்.எல்.ஏ.-க்களின் நிலை என்ன? மக்களவையைவிட அங்கேயாவது பெண்கள் அதிக எண்ணிக்கையில் இருக்கிறார்களா?

துரதிர்ஷ்டவசமாக, மக்களவைத் தேர்தல்களுக்குப் போலவே மாநிலச் சட்டமன்ற இடங்களுக்குப் போட்டியிடத் தேர்ந்தெடுக்கப்படும் பெண்களின் எண்ணிக்கை மிகக் குறைவு (பார்க்க அட்டவணை 4.2.16). அண்மையில் கூட, பெண் வேட்பாளர்களுக்கான சிறந்தது என்று கருதப்படக் கூடிய கால கட்டத்திலேயே (2002-2018) பன்னிரெண்டு போட்டியாளர்களில் ஒருவர்தான் பெண் (8 விழுக்காடு).

மாநிலச் சட்டமன்றத் தேர்தல்களில், பெண்கள் வெற்றி வீதம் குறைந்து கொண்டே வந்தாலும் (பார்க்க அட்டவணை 4.2.17). 1952-இலிருந்து ஆண்களை விட பெண்களின் வெற்றி வீதம் அதிகம். ஆனால் பெண்களின் முன்னணி நிலை ஆண்டுதோறும் குறுகிக் கொண்டு வருகிறது.

இறுதிப் பகுப்பாய்வு செய்து பார்க்கும்போது, எழுபது ஆண்டுகளாக இருப்பது போலவே இன்றும் இந்திய அரசியலில் பெண்கள் பெரிதும் ஒதுக்கப்படுகிறார்கள் என்று தெரிகிறது. பெண்கள் ஆண்களைவிட அதிகமாக வெற்றி வீதம் காட்டினாலும், அரசியல்வாதிகளால் தேர்வு செய்யப்படும் வேட்பாளர்களில் 12 பேருக்கு ஒருவர் தான் பெண்.

நாடாளுமன்றத்தில் அதிகம் பெண்கள் இருக்க வேண்டுமென்பதை உறுதிசெய்ய, நேரடியான உடனடித் தேவை இருக்குமென்றால், அது நாடாளுமன்றத்தில் பெண்களுக்கு இட ஒதுக்கீடு செய்வதுதான். அரசியலில் இப்போதிருக்கும் ஆணாதிக்கத்தையும் பெண்களை

அட்டவணை 4.2.16

மாநிலக் கட்சிகளும் பெண்களை ஒதுக்குகின்றன		
மாநிலச் சட்டமன்றத் தேர்தல்களில் ஆண் வேட்பாளர்களின் எண்ணிக்கை பெண் வேட்பாளர்களை விட மிக அதிகம்		
	வேட்பாளர்களில் ஆண்கள் சதவீதம்	வேட்பாளர்களில் பெண்கள் சதவீதம்
முதற் கட்டம்: 1952-1977	98%	2%
இரண்டாம் கட்டம்: 1977-2002	96%	4%
மூன்றாம் கட்டம்: 2002-2019	92%	8%

குறிப்பு: பெரிய, நடுத்தர அளவு மாநிலங்கள் மட்டும்.

அட்டவணை 4.2.17

ஆண்களின் வெற்றி வீதத்தை விடப் பெண்களின் வெற்றி வீதம் அதிகம்		
	மாநிலச் சட்டமன்றத் தேர்தல்கள்	
	மாநிலச் சட்டமன்றத் தேர்தல்கள் வெற்றி வீதம்	
	ஆண்கள் சதவீதம்	பெண்கள் சதவீதம்
முதற் கட்டம்: 1952-1977	21%	34%
இரண்டாம் கட்டம்: 1977-2002	11%	14%
மூன்றாம் கட்டம்: 2002-2019	9%	10%

குறிப்பு: பெரிய, நடுத்தர அளவு மாநிலங்கள் மட்டும்.

அடக்கி வைப்பதையும் முடிவுக்குக் கொண்டு வர வேண்டிய காலம் வந்து விட்டது.

குறைந்த அளவு பிரதிநிதித்துவம் பெறும் இளையோர்

நமது தேர்தல் அமைப்பில் ஒரு நகை முரண் என்னவென்றால் இந்தியா இளையோரின் நாடாக வேகமாக ஆகிவரும் போது, நமது அரசியல்வாதிகள் மட்டும் வயதானவர்களாக ஆகிக் கொண்டு வருகிறார்கள் (பார்க்க வரைபடம் *4.2.3*). மக்களவையில் எம்.பி-க்களின் சராசரி வயது நாற்பத்தி ஏழிலிருந்து இன்று ஏறத்தாழ அறுபதாக முதிர்ந்து விட்டது.

இதனால் இந்தியாவின் இளைய வாக்காளர்களுக்கும், அவர்களுக்குப் பிரதிநிதிகளாக இருக்கின்ற முதிய எம்.பி-க்களும் பொருத்தப்பாடே இல்லை (பார்க்க அட்டவணை *4.2.18*). இன்றைக்கு இந்தியாவின் வாக்காளர்களில் *60* சதவீதத்தினர் இள வயதினர், *40* சதவீதத்தினர் பதினெட்டு முதல் நாற்பது வயதினர். ஆனால் மக்களவையில் இந்த வயதில் ஒரு சிலர்தான் இருக்கிறார்கள். இருபத்தைந்து வயது

வரைபடம் *4.2.3*

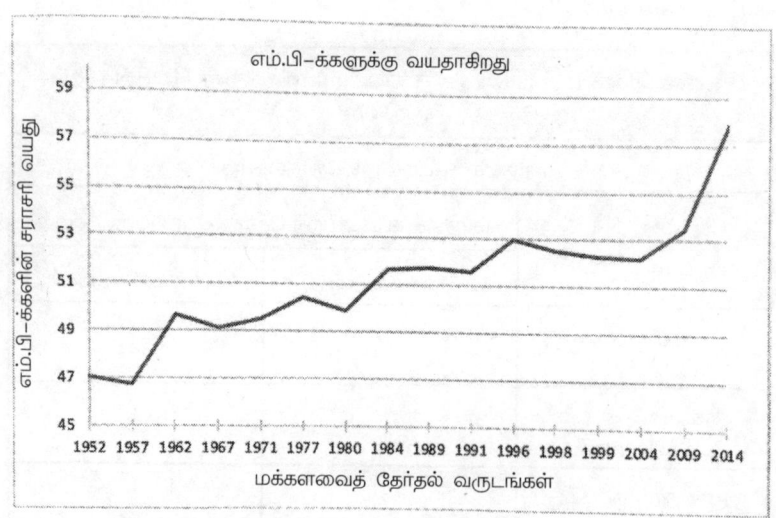

ஆதாரம்: *PRS* சட்டமன்ற ஆய்வு

முதல் (எம்.பி-யாக ஆகக் குறைந்த வயது வரம்பு) நாற்பது வயது வரையிலுள்ள எம்.பி-க்கள் கால்பகுதிதான். அதாவது 75 விழுக்காடு எம்.பி.க்கள் பெரும்பாலான இந்திய வாக்காளர்களை விட வேறு தலைமுறையைச் சேர்ந்தவர்கள் என்று இதற்குப் பொருள்.

மக்களவையில் எத்தனை எம்.பி-க்கள் இந்தியாவின் பெரும்பாலான இளம் வாக்காளர்களின் மனநிலைக்கு ஒட்டிப் போகக்கூடிய அவர்களின் தலைமுறையினர் எத்தனை பேரிருக்கிறார்கள்? இளம் எம்.பி-க்களின் சதவீதம் குறைவாக இருப்பது மட்டுமல்ல, அது குறைந்து கொண்டே வருகிறது (பார்க்க அட்டவணை 4.2.19). இன்று இருபத்தைந்து முதல் நாற்பது வயது வரை உள்ள எம்.பி-க்கள் 13 சதவீதம். இந்திய மக்களாட்சியின் தொடக்கக் காலத்தில், இந்திய வாக்காளர்கள் இப்போது போல அவ்வளவு இள வயதினராய் இல்லாதபோது இருந்த இளம் எம்.பி-க்களின் சதவீதமான 24-இல் இது ஏறத்தாழப் பாதிதான்.

இடம் பெயர்வோரில் மில்லியன்கள் கணக்கில் ஏன் வாக்களிப்பதில்லை

2016-2017-க்கான The Economic Survey, "இரயில் பயணிகள் போக்குவரத்துத் தரவுகளின் அடிப்படையில் செய்யப்பட்ட புதிய மதிப்பீடுகள் 2011 மக்கள் தொகைக் கணக்கெடுப்புச் சொல்வதை விட ஏறத்தாழ இரண்டு மடங்கு, அதாவது 9 மில்லியன் மக்கள் ஆண்டுதோறும் தொழில் தொடர்பாக இடம்பெயர்கிறார்கள் என்பதைக் காட்டுகின்றன," என்று குறிப்பிடுகிறது.

எனவே, இந்தப் பத்தாண்டுகளில் மட்டும், இடம் பெயர்வோர் மில்லியன்கள் கணக்கில் வேலை தேடித் தங்களது இருப்பிடத்தை விட்டுப் போயிருக்கிறார்கள். அவர்களது வாக்குகள் என்னவாயின? அவர்கள் போகிற புதிய இடங்களில் பதிந்து கொள்கிறார்களா? அல்லது அவர்களது சொந்த ஊரின் வாக்காளர் பட்டியலில் தொடர்கிறார்களா?

பேராசிரியர் சின்மே டும்பே (IIM - அகமதாபாத்) இடம் பெயர்தல் துறையில் ஒரு வல்லுநர். அவர் 'சுற்று இடம்' பெயர்தல் பற்றி எழுதுகிறார். "இந்தியாவிற்குள் வேலைக்காக இடம் பெயர்வது சுற்றி வரும் தன்மையுடையது. இடம் பெயர்வோர் பல இடங்களில் தங்களது வாழ்நாட்களில் வேலை செய்து விட்டுத் தங்கள் சொந்த இடங்களில் ஓய்வுக்கு வந்து விடுவார்கள்." மேலும் அவர், "பயணம் செய்வது பருவகால இடம் பெயர்வு ஆகியவற்றிற்கு

அட்டவணை 4.2.18

இந்தியாவில் மக்களவையில் இள வயதினர் குறைந்த பிரதிநிதித்துவம் பெறுகிறார்கள்		
	இள வயது வாக்காளர்களின் (18–40) சதவீதம் – மொத்த வாக்காளர்களின் சதவீதம்	இள வயது எம்.பி–க்கள் (25–40வயது) சதவீதம் – மொத்த வாக்காளர்களின் சதவீதம்
மூன்று கட்டங்களுக்கு சராசரி (2014 வரையில்)	59%	15%

குறிப்பு: ஆதாரம் PRS Legislatitive Research. இந்த எண்ணிக்கைகள் ஒன்றுக்கு மேல் இருப்பவை. ஆனால் ஒரே கால கட்டத்தில் இல்லை. வாக்காளர்களின் எண்ணிக்கை நான்கு மக்கள் தொகைக் கணக்கெடுப்பு 1981, 1991, 2001, 2011 ஆகியவற்றின் சராசரி எம்.பி–க்களின் தரவு 1977 முதல் 2014 வரையிலான எல்லா மக்களவைகளுக்கும் சராசரி. வாக்காளர்களுக்குக் குறைந்தபட்ச வயது பதினெட்டு, எம்.பி–க்களுக்கு இருபத்தைந்து வயது.

அட்டவணை 4.2.19

இள வயது எம்.பி–க்கள் மக்களவையில் குறைந்துகொண்டே போகிறார்கள்	
	25–40 வயது எம்.பி–க்களின் சதவீதம்
முதற் கட்டம்: 1952–1977	24%
இரண்டாம் கட்டம்: 1977–2002	16%
மூன்றாம் கட்டம்: 2002–2019	13%

ஆதாரம்: PRS Legislative Research.

அப்பால், இன்றைய இந்தியாவில் வேறு சில வகை இடம் பெயர்தலும் பெரும் அளவு நடைபெறுகிறது. திருமணம், கல்வி, பணி மாற்றங்கள், தாங்கள் விரும்பாமலே இட மாறுதல்கள் ஆகிய பல வகைகளில் நடக்கின்றன. ஊரில் பெரும்பாலும் சொந்த நிலம் இருக்கும். ஆனால் இந்தியாவில், நீண்ட காலச் சுற்று அல்லது பாதி நிரந்தரமாக மாறிச் செல்லும் இடம் பெயர்வோர் தான் வேலை தொடர்பாக இடம் பெயர்வோரில் பெரும் பகுதியினர்," என்று கூறுகிறார்.

ஒடிசா மாநிலத்திலிருந்து இடம் பெயர்வோர் சூரத்தில் மட்டும் அரை மில்லியன் என்று கணக்கிடப்படுகிறது. பேராசிரியர் டும்பே சூரத்திலுள்ள இடம் பெயர்ந்தோர் மட்டும் ஒரு மில்லியன் என்று கணக்கிடுகிறார். ஊரில் சொந்த நிலமோ, வீடோ இருந்தால், புதிய, நிரந்தரமின்றி அல்ல பாதி நிரந்தரமாக குடியிருக்கும் இடத்தில் தங்கள் வாக்கைப் பதிவு செய்வது சாத்தியமில்லை. ஒருவேளை ஊரில் அவர்களது குடும்பம் உணவுப் பங்கீடு முதலான வசதிகளைத் தொடர்ந்து பெற விரும்புவார்கள்.

அவர்கள் தங்களது உறைவிடத்தை மாற்றிப் புதிதாகப் பதிவு செய்யாவிட்டால், அவர்கள் வாக்களிப்பது எவ்வளவு எளிது அல்லது கடினம்? 2015 ஜனவரியில் தொராப் சொபாரிவாலா இடம் பெயரும் தொழிலாளர்கள் வாக்களிப்பதிலுள்ள அதிக இடர்ப்பாடுகளைப் பற்றி எழுதினார். எடுத்துக்காட்டாக 2015-இல் சூரத்திலிருந்து பூரிக்கு மூன்று நேரடித் தொடர் வண்டிகள் தான் இருந்தன. புவனேஸ்வரத்திற்கு ஒன்று கூட இல்லை. பயண நேரம் முப்பத்தைந்து மணி. 1902-கிமீ தூரப் பயணத்திற்கு போக வரப் பயணச் சீட்டு (லஞ்சம் முதலியன உட்பட) 2000 ரூபாய் ஆகும். பிறகு அங்கிருந்து அவர்கள் தங்களது சொந்த ஊருக்குப் போக வேண்டும். இன்னும் கூட நேரமும் செலவும் ஆகும். மொத்தத்தில் எட்டு முதல் பத்து நாட்கள் ஆகும், அந்த நாட்களுக்கு ஊதியமும் கிடைக்காது. மேலும் மூன்று தொடர் வண்டிகள் அரை மில்லியன் ஒடியாக்காரர்களைக் கொண்டு செல்ல எத்தனை நாட்கள் ஆகும்? ஒரு சில மாதங்கள் கூட ஆகலாம்.

விதிவிலக்காக, சில அரசியல் கட்சிகள் அல்லது வேட்பாளர்கள் உதவிக்கு வரலாம். எடுத்துக்காட்டாக, 2018 டிசம்பரில் அப்படிப்பட்ட இடம் பெயர்ந்தோருக்கு சிறப்புத் தொடர் வண்டி ஒன்று மும்பாயிலிருந்து ராஜஸ்தானுக்குப் போய் வர ஏற்பாடு செய்யப்பட்டது (அவர்கள் இதனால் இழந்த கூலியைத் தவிரப் பிற செலவுகள் தரப்பட்டன).

பெரும்பாலான இடம் பெயர்வோர் ஏழைகள் என்பது உண்மை; அவர்கள் அமைப்புச் சாராதவர்கள் என்பது உண்மை. அவர்களுக்கு எந்தப் பெரிய அரசியல் கட்சியின் பின்புலமும் இல்லை என்பதும் உண்மை. எனினும் ஒரு பெரிய மக்களாட்சி நாட்டில் அவர்கள் வாக்களிப்பதை எளிதாக ஆக்காமல் இருப்பதற்கு எந்தச் சமாதானமும் இருக்க முடியாது. இப்படி அவர்களை நட்டாற்றில் விடுவது அமெரிக்காவில் வாக்காளரை அடக்கி வைப்பதற்குச் சமம்.

தேர்தல் ஆணையம் படை வீரர்களுக்கு அஞ்சல் வாக்கினையும் வேறொருவர் வாக்களிப்பதையும் (proxy) அனுமதிக்கிறது. காரணம், அவர்கள் இட மாறுதலுக்கு உள்ளாகும் பணிகளில் இருக்கிறார்கள், அவர்களால் வாக்களிக்கத் தங்கள் இருப்பிடத்திற்குச் செல்ல முடியாது. பணியில் இருக்கும் 1.5 மில்லியன் படைவீரர்களுக்கு இந்த வசதிகளைத் தர முடியும் என்றால், தேர்தல் ஆணையம் தங்களது பிழைப்பைத் தேடி வீட்டை விட்டு, ஊரை விட்டுப் போகும் மில்லியன் கணக்கான மக்களுக்கு வாக்களிக்க வாய்ப்பளிக்க வேண்டும். இந்தத் திட்டத்தை நடைமுறைப்படுத்துவதில் இடர்ப்பாடுகள் இருக்கும். ஊழலும், ஏமாற்றும் வாக்காளரும் இருக்கக் கூடியது உண்மைதான். ஆனால் வாக்களிக்கும் உரிமையை - அடிப்படை உரிமையை மில்லியன் கணக்கான குடிமக்களுக்கு மறுப்பது நியாயமில்லை.

தாங்கள் புதிதாகக் குடிபோகும் இடங்களில் வாக்காளராகப் பதிவு செய்யும் இடம்பெயர்ந்தோரும் இருக்கிறார்கள். பல இடம் பெயர்ந்தோரிடம் இரண்டு வாக்காளர் அடையாள அட்டைகள் இருக்கின்றன. இப்படி வெவ்வேறு வகையான இடம் பெயர்ந்தோர் பற்றிய சரியான விபரத்தை அளவிட போதுமான ஆய்வு இதுவரை மேற்கொள்ளப்படவில்லை.

இது உண்மையிலேயே ஒரு ஆளுக்கு - ஒரு வாக்கு முறையா?

எந்த மக்களாட்சி அமைப்பிலும் அடிப்படைக் கோட்பாடு ஒவ்வொரு குடிமகனின் வாக்கும் ஒரே மாதிரியான மதிப்புடையது.

எடுத்துக்காட்டாக, ராஜஸ்தானிலிருந்து எம்.பி-யாகத் தேர்ந்தெடுக்கப்பட்ட ஒருவரது தொகுதியின் வாக்காளர் எண்ணிக்கை, மேற்கு வங்காளத்திலிருந்து தேர்வு செய்யப்பட்ட ஒரு எம்.பி-யின் அளவுடையதாகவே இருக்க வேண்டும். சமத்துவக் கோட்பாடு ராஜஸ்தானில் ஒரு தொகுதியில் சராசரி வாக்காளர்

தொகை அரை மில்லியன் வாக்குகளாக இருந்தால், மேற்கு வங்காளத்திலும் ஒரு தொகுதியில் வாக்காளர் எண்ணிக்கை அரை மில்லியனாக இருக்க வேண்டும்.

இதன் காரணமாகத்தான், இடங்களை வரம்புப்படுத்தல் என்று சொல்லப்படும் ஒரு வேலையின் மூலம் பத்தாண்டுகளுக்கு ஒருமுறை எல்லாத் தொகுதிகளிலும் வாக்காளர் எண்ணிக்கை மறு மதிப்பீடு செய்யப்படுகிறது. ஒவ்வொரு மாநிலத்திலும் ஒவ்வொரு தொகுதியிலும் ஏறத்தாழ ஒரே எண்ணிக்கையில் வாக்காளர்கள் இருக்க வேண்டும் என்ற கொள்கையின் அடிப்படையில், தேவையானால் ஒவ்வொரு மாநிலத்திலும் இடங்களின் எண்ணிக்கை மாற்றப்படுகிறது. ஒவ்வொரு மக்கள் தொகைக் கணக்கெடுப்புக்குப் பிறகும். 1951, 1961, 1971-இல் இந்த வரம்புப்படுத்தல் ஒழுங்காக நடந்து வந்தது. ஒரு சார்பு அல்லது எல்லைகளைத் திருத்துவதில் ஊழல் செய்வது போன்ற குற்றச்சாட்டுகள் ஒன்றிரண்டு இருந்தன. வரம்புப்படுத்தும் ஆணையத்தின் முடிவுகள் நீதிமன்றத்தின் விசாரணைக்கு உட்படுத்தப்பட முடியாது, நாடாளுமன்றத்திலும் கேள்வி கேட்க முடியாது. இதனால் இந்த நடைமுறை நேர்மையாகவும், முரண்பாடு இல்லாமலும் நடைபெற உதவியது.

அதன் பின்னர், வரம்புப்படுத்தும் முயற்சி ஒரு மாநிலத்தின் மக்கள் தொகையோடு இடங்களின் எண்ணிக்கையைத் தொடர்புபடுத்தியதால், குடும்பக் கட்டுப்பாட்டுத் திட்டத்தைத் திறமையாகச் செயல்படுத்தி, மக்கள் தொகையைக் கட்டுப்படுத்தியதற்காக எம்.பி-க்களின் எண்ணிக்கை குறைந்த மாநிலங்கள் தண்டிக்கப்படுகின்றன என்று உணரப்பட்டது. இக்கண்ணோட்டத்தின்படி மாநிலங்கள் தங்களது மக்கள் தொகையைக் கூட்ட அனுமதிக்கும் ஓர் ஊக்கியாக இது இருந்தது.

இதன் விளைவாக, 1976-இல் ஒரு மாநிலத்தின் நாடாளுமன்றத் தொகுதிகளின் எண்ணிக்கையை மாற்றக் கூடாது என்று தீர்மானிக்கப்பட்டது. வரம்புபடுத்தல் ஏற்கனவே இருக்கும் தொகுதிகளின் எல்லைகளை மாற்றி வரைவதோடு மட்டும் நின்றது. ஒரு மாநிலத்தினுள் தொகுதிகள் மக்கள் தொகையைச் சமப்படுத்துவதே இதன் நோக்கம். இதனால் நகர மயமாதல், இடம் பெயர்தல் முதலானக் காரணிகளின் விளைவாக ஏற்படக்கூடிய மாற்றங்கள் அவற்றைப் பாதிக்கா வண்ணம் காக்கப்படுகின்றன.

1976-ஆம் ஆண்டு முடிவு ஒவ்வொரு மாநிலத்திலும் அதன் இடங்களின் எண்ணிக்கை 2001 வரையில் மாறாமல் இருக்கும்.

இது அரசியல் சட்டத்தில் நாற்பத்திரண்டாவது திருத்தத்தின் மூலம் நிறைவேற்றப்பட்டது. மேலும் இது அரசியல் சட்டத்தின் எண்பத்தி நான்காவது திருத்தத்தால் 2026 வரை நீட்டிக்கப்பட்டது.

இதனால் இந்தியாவின் எல்லா மாநிலங்களிலும் நாடாளுமன்ற இடங்கள் நான்கு பதின்ம ஆண்டுகளாக மாறாமல் இருக்கின்றன. இடங்களின் எண்ணிக்கை மாறவிடாமல் செய்திருப்பதன் காரணம் புரிகிறது. ஆனால் இதனால் ஏற்பட்டிருக்கும் எதிர்பாராத விளைவு, இந்தியாவின் தேர்தல் அமைப்பு நாட்டின் வெவ்வேறு பகுதிகளிலுள்ள ஒரு தனி வாக்கின் மதிப்பைத் திரித்து விட்டது. ஆக ஒரு தனியாளுடைய வாக்கின் மதிப்பு மாநிலத்துக்கு மாநிலம் வேறுபடும். இவ்வாறு பார்க்கும்போது, முதன் முதலில் கொள்கையாகக் கருதப்பட்ட ஒரு ஆளுக்கு ஒரு வாக்கு என்ற அமைப்பு இப்போது இல்லை. ஏனெனில் நாம் எங்கே வாழ்கிறோம் என்பதைப் பொறுத்து உங்களுடைய வாக்கை விட எனது வாக்கு அதிகமான அல்லது குறைவான மதிப்புடையதாக இருக்கும்.

அட்டவணை 4.2.20 இதனைத் தெளிவாக்குகிறது. வெவ்வேறு மாநிலங்களின் வெவ்வேறு மக்கள் தொகை வளர்ச்சி வீதத்தினால் மாநிலங்களுக்கு இடையே உள்ள வேறுபாடு அதிகமாகிக் கொண்டே போகிறது. (ஒரு விளக்கம்: இன்னும் இவ்வமைப்பில் ஒரு ஆளுக்கு ஒரு வாக்குதான். ஆனால் ஒரு எம்.பி-யைத் தேர்ந்தெடுப்பதற்குப் பங்களிப்பில் ஒரு வாக்கின் ஆற்றல் அல்லது கனம் ஒரே அளவாக இருப்பதில்லை).

ஒரே மாநிலத்தை, கேரளாவை, ஒரு அடிப்படை அளவுகோலாக எடுத்துக்கொண்டு மாநிலங்களுக்கு இடையேயுள்ள வேறுபாடுகளை அளவிடுவோம். வாக்காளர்கள் மிக அதிகமான பாதிப்படைவது ராஜஸ்தானில் தான். ஒரு எம்.பி-யைத் தேர்ந்தெடுக்க பதினாறு ராஜஸ்தான் வாக்காளர்கள் பத்து கேரள வாக்காளர்களைப் போன்ற சக்தியைப் பெற்றிருக்கிறார்கள். ராஜஸ்தானில் அவர்கள் வாக்கின் சக்தியைப் படிப்படியாக இழந்து விடுகிறார்கள். 2002-க்கு முன்னர் பதிமூன்று ராஜஸ்தானியர்களை பத்து கேரளக்காரர்களோடு ஒப்பிட முடியும். ஆனால் இப்போது பதினாறு தேவைப்படுகிறது. உண்மையில், இந்த அட்டவணையில் முதலில் வாக்கிற்கு மிகக் குறைந்த சக்தியுடைய மாநிலங்கள் இந்தியாவின் இந்தி பேசும் மாநிலங்கள். அதே சமயம் அவற்றின் வாக்கின் குறைந்த சக்தி அந்த மாநிலங்கள் குடும்ப நலத் திட்டத்திலும், மக்கள் தொகைக் கட்டுப்பாட்டிலும் மிகவும் பின்தங்கியுள்ளார்கள் என்பதைத் தெளிவாகக் காட்டுகிறது.

அட்டவணை 4.2.20

இந்தியாவில் ஒரு ஆளுக்கு ஒரு வாக்கா?			
மாநிலம்	ஒவ்வொரு மாநிலத்திலும் உள்ள வாக்காளர்கள் கேரளாவின் 10 வாக்காளர்களுக்குச் சமம் (எ.கா. 16 ராஜஸ்தானி அல்லது 15 பீகாரி வாக்காளர்கள் 10 கேரள வாக்காளர்களுக்குச் சமம்)		
	3 ஆம் கட்டம்: 2002–2019	2 ஆம் கட்டம்: 1977–2002	முதற் கட்டம்: 1952–1977
ராஜஸ்தான்	16	12	10
பீகார்	15	14	13
ஹரியானா	15	11	9
மத்தியப் பிரதேசம்	15	14	13
உத்தரப் பிரதேசம்	15	12	11
டில்லி	14	9	5
மகாராஷ்ட்ரா	14	11	10
குஜராத்	14	11	10
அஸ்ஸாம்	13	11	10
கர்நாடகா	13	11	10
மேற்கு வங்காளம்	13	11	10
பஞ்சாப்	13	11	13
ஆந்திரப் பிரதேசம்	12	11	10
ஒடிசா	12	10	10
தமிழ்நாடு	11	10	10
கேரளா	10	10	10

குறிப்பு: மூன்றாம் கட்டத்தில் மாநிலங்கள் வரிசைப்படுத்தப்பட்டன. 2002–2019 ஜார்கண்டும், சட்டிஸ்கரும் மூன்றாம் கட்டத்தில் தான் வந்தன. அவை ஒவ்வொன்றுக்கும் ஒரு ஆள், ஒரு வாக்கு 14.

3

இந்தியாவின் அழகான விதிமுறைகளை மாற்றும் (ஜூகாட்) அதிக வாக்குப் பெறுபவர் வெற்றி பெறுகிறார் என்ற தேர்தல் அமைப்பு

அதிக வாக்குப் பெறுபவர் வெற்றி பெறுகிறார் அமைப்பு

நமது அதிக வாக்குப் பெறுகிறவர் வெற்றி பெறுகிறார் என்ற அமைப்பில் ஒரு நன்மையும் ஒரு தீமையும் உள்ளன.

இவ்வமைப்பின் மிகவும் நேர்மறையான தன்மை அது. தெளிவான பெரும்பான்மை இடங்களுடன் 'நிலையான ஆட்சியைக்' கொடுக்கிறது. வாக்குகள் இடங்களாக மாற்றம் பெறுவது தனித்தன்மை வாய்ந்தது: மிகப் பெரிய கட்சி 50 சதவீத வாக்குகளுக்குக் கீழே வாங்கினாலும், இந்த அமைப்பில் அக்கட்சி 70 விழுக்காடு இடத்தைப் பெற்று மிகப் பெரிய வெற்றியடைகிறது. விகிதாச்சார அடிப்படையிலான *(Proportional Repesentation PR)* அமைப்பை விட இம்முறை இங்கே அதிக மதிப்பெண்கள் பெற்று விடுகிறது. PR அமைப்பில் பல கட்சி கூட்டணி ஆட்சியை ஏற்படுத்துகிறது; ஒரு கட்சியின் நிலையான பெரும்பான்மை ஆட்சியை அமைப்பதில்லை. கூட்டணி ஆட்சிகள் நிலையற்றவையாக, எப்போதும் ஆபத்தான நிலையில் இருப்பதாகப் பார்க்கப்படுகிறது. கூட்டணியிலுள்ள ஒன்று அல்லது அதற்கு மேற்பட்ட கட்சிகள் பிரிந்து போனால் அரசு பெரும்பான்மையை இழந்து விடும்.

அதிக வாக்குப் பெறுபவர் வெற்றி பெறுகிறார் என்ற அமைப்பின் மிக எதிர்மறையான தன்மை அது நியாயமற்றது. நிலைப்புத் தன்மை அநீதியோடு வருகிறது. இது சிறிய கட்சிகளுக்கு மிகவும் நியாயமற்ற முறையிலிருக்கிறது. சிறிய கட்சிகளில் ஒன்று 5 விழுக்காடு வாக்கு

வாங்கினால் அதற்கு ஒரு இடம் கூடக் கிடைக்காமல் போகலாம். அல்லது 1 சதவீத இடங்கள் கிடைக்கலாம். பெரிய கட்சி 40 சதவீத வாக்கு மட்டுமே வாங்கி 70 சதவீத இடங்களைக் கைப்பற்றுவது சாதாரணம். மாறாக, சிறிய கட்சிகளுக்கு அவற்றின் குறைந்த சதவீத வாக்குகளுக்கு ஒரு இடமும் கிடைக்காமல் போகலாம். இந்த அநீதியை இன்னும் மோசமாக ஆக்குவது சிறிய கட்சியின் வாக்குகள் நாட்டின் பல பகுதிகளில் பரவலாக இருப்பதாகும்.

பல பதின்ம ஆண்டுகளாக, இந்தியாவிற்குப் பெரிய தேசிய எதிர்க்கட்சி இல்லை. ஏனென்றால் அதிக வாக்குப் பெறுபவர் வெற்றி பெறுகிறார் என்ற அமைப்பு அனைத்திந்திய எதிர்க்கட்சியை வளர விடாமல் தடுத்து விட்டது. சுதந்திராக் கட்சி போன்ற பேராசைக்கார எதிர்க்கட்சிகளின் ஆதரவுத் தளம் நாடு முழுவதும் பரந்திருப்பது இதற்கு முதன்மைக் காரணம். இதனால் ஒவ்வொரு தேர்தலிலும், அது பெற்ற குறைவான இடங்கள், அதற்குக் கிடைத்த அதிக சதவீத வாக்குகளோடு பொருந்திப் போகவில்லை (பார்க்க அட்டவணை 4.3.1).

தேர்தல் அமைப்பு முதன்மையான தேசியக் கட்சிகளுக்கு அவை பெறும் வாக்குகளோடு ஒப்பிடும்போது அதிக சதவீத இடங்களை, 120 சதவீத இடங்களைக், கொடுத்து அவற்றிற்கு வெகுமதியளித்திருக்கிறது. அதற்கு எதிராக, புதிதாக வளர்ந்து வரும் தேசியக் கட்சிகளுக்கு அவை பெற்ற வாக்குகளோடு ஒப்பிடும்போது குறைவான சதவீத இடங்களை - 73 சதவீதம் மட்டுமே - கொடுத்துத் தண்டிக்கிறது.

வெகுமதிக்கும், தண்டனைக்கும் இடையேயுள்ள 50 சதவீத வித்தியாசம் தேர்தல் அமைப்பின் தன்மை. இதனால் பிறக்கும் தேசிய எதிர்க் கட்சிகள் இறந்தே பிறக்கின்றன (பார்க்க அட்டவணை 4.3.2). இந்தியத் தேர்தல்களின் தொடக்க ஆண்டுகளில் தேசிய எதிர்க்கட்சி எழுவது அது பெற்ற 15 சதவீத வாக்குகளில் வெளிப்பட்டது. ஆனால் இந்த 15 சதவீத வாக்குகளுக்கு அதற்குக் கிடைத்த இடங்கள் 9 சதவீதம் தான். ஏனென்றால் வாக்குகள் ஒரு சில இடங்களில் அடர்வாக இல்லாமல் நாடு முழுவதும் பரவலாக இருக்கும் வாக்குகளுக்கு அமைப்பு தண்டனைத் தருகிறது. இத்தகைய குறைந்த வெற்றி பிற தேசிய எதிர்க் கட்சிகள் மறையக் காரணமாக இருந்தன. இப்போது அவற்றின் வெற்றி 1 சதவீதம் மட்டுமே. இது மிக மிகக் குறைவு.

அட்டவணை 4.3.1

அதிக வாக்குப் பெறுபவர் வெற்றி பெறுகிறார் அமைப்பு பெரிய கட்சிகளுக்குச் சாதகமாக இருக்கிறது, வளரும் தேசியக் கட்சிகளைத் தண்டிக்கிறது	
மக்களவைத் தேர்தல்கள் (1952-2014)	
பெரிய தேசியக் கட்சிகள் பெற்ற வாக்குகளை விட அதிக இடங்கள் பெறுகின்றன	பிற தேசியக் கட்சிகள் அவை பெற்ற வாக்குகளை விடக் குறைவான இடங்கள் பெற்றுத் தண்டிக்கப்படுகின்றன
இடங்கள் சதவீதத்தை வாக்குகள் சதவீதத்தால் வகுத்தல்	இடங்கள் சதவீதத்தை வாக்குகள் சதவீதத்தால் வகுத்தல்
123%	72%

அட்டவணை 4.3.2

காங்கிரசு அல்லாத, பா.ஜ.க. அல்லாத தேசியக் கட்சிகள் ஏன் மறைந்தன		
'பிற' தேசியக் கட்சிகள் அவற்றின் சதவீத வாக்குகளை விடக் குறைவான சதவீத இடங்களைப் பெற்றன		
பிற தேசியக் கட்சிகளின் வாக்கு 15%-லிருந்து 1%-ஆகக் குறைந்தது	பிற தேசியக் கட்சிகள் பா.ஜ.க, காங்கிரசு அல்லாத கட்சிகளின் சதவீத இடங்கள்	பிற தேசியக் கட்சிகளில் பா.ஜ.க, காங்கிரசு அல்லாத கட்சிகளின் சதவீத வாக்குகள்
முதற் கட்டம்: 1952-1977	9%	15%
இரண்டாம் கட்டம்: 1977-2002	3%	5%
மூன்றாம் கட்டம்: 2002-2019	1%	1%

பல ஆண்டுகளாக பகுப்பாய்வாளர்கள் இந்தியா விகிதாச்சாரப் பிரதிநிதித்துவ முறைக்கு மாற வேண்டும் அல்லது சிறு கட்சிகள் ஒவ்வொரு தேர்தலின்போதும் சந்திக்கும் மோசமான பாதிப்பைச் சரி செய்ய அதிக வாக்குப் பெற்றவர் வெற்றி பெறுகிறார் என்ற அமைப்பையும், விகிதாச்சாரம் பிரதிநிதித்துவத்தையும் ஒட்டிக் கலப்பினத்திற்காவது மாற வேண்டும் என்று அழைப்பு விடுக்கின்றன.

முடிவில் இந்தியா விதிமுறைகளை மாற்றும் எளிய இணைப்புள்ள அதிக வாக்குப் பெற்றவர் வெற்றி பெறுகிறார் அமைப்பு ஒன்றை உண்டாக்கியிருக்கிறது. விகிதாச்சார பிரதிநிதித்துவத்தின் நன்மை தீமைகளையும் சேர்ந்திருக்கிறது.

அதிக வாக்குப் பெறுகிறவர் வெற்றி பெறுகிறார் என்ற அமைப்பு பெரிய கட்சிகளுக்கு வெகுமதி அளிப்பது மட்டுமில்லாமல், சிறிய கட்சிகளுக்கும் அவற்றின் வாக்கு ஒன்று அல்லது இரண்டு பகுதிகளில் அடர்வாக இருந்து, பல பகுதிகளில் பரவலாக இல்லாமல் இருந்தால் அது வெகுமதி அளிக்கிறது என்பதை இந்தியா கண்டு கொண்டது.

அதிக வாக்குப் பெறுபவர் வெற்றி பெறுகிறார் என்ற அமைப்பின் அநீதி - சிறு கட்சிகளைத் தண்டித்தல் இந்தியாவில் தலைகீழாக மாறி விட்டது. இதனால் விரைவிலேயே புவியியல்படி அடர்வாக இருக்கும் ஆதரவுத் தளத்தில் கட்சிகள் வளர்ந்தன. இந்த 'மண்டலக் கட்சிகள்' அவற்றின் சதவீதம் குறைவாக இருந்தாலும், அதிக வாக்குப் பெறுபவர் வெற்றி பெறுகிறார் என்ற அமைப்பில் கற்பனையிலும் எண்ணிப் பார்க்க முடியாத அளவு அதிக சதவீத இடங்களைப் பிடித்தன.

முதல் முறையாக பணத்திற்கு ஏற்ற மதிப்பு கிடைத்தது. வாக்குகளுக்கு ஏற்ப இடங்கள் கிடைத்தன. பெரிய கட்சிகளை விட மாநிலக் கட்சிகள் அதிக இடங்களைப் பெற்றன (பார்க்க அட்டவணை 4.3.3). அதிக வாக்குப் பெறுபவர் வெற்றி பெறுகிறார் என்ற அமைப்புக்குத் தீவிரமாக ஆதரவளிப்போர் இந்தியாவின் மாற்று அமைப்பில் 5 சதவீத வாக்குகளுக்கும் கீழே உள்ள சிறு கட்சிகள் பெரிய தேசியக் கட்சிகளை விட தங்களுடைய வாக்குகளுக்கு அதிக லாபத்தையும் பெற்றன. மாநிலக் கட்சிகள் ஒவ்வொரு சதவீத வாக்குக்கும் ஏழு முதல் பதினெட்டு இடங்களைப் பெறுகின்றன. பெரிய தேசியக் கட்சிகள் அவர்கள் பெறும் ஒரு சதவீத வாக்குகளுக்கு ஏழு முதல் எட்டு இடங்களே பெறுகின்றன.

ஒப்பிடும்போது மாநிலக் கட்சிகள் சிறப்பாகவே இருக்கின்றன. மாநிலக் கட்சிகளில் ஒரு வாக்குக்கான விகிதம் அதிகமாகிக் கொண்டே போகிறது. ஆனால் தேசியக் கட்சிகளில் எந்த மாற்றமும் இல்லை.

இப்போது பல பதின்ம ஆண்டுகளாக நாட்டை ஆண்டு வந்த இரண்டு தேசியக் கட்சிகளுக்கும் மாநிலக் கட்சிகள் சரியான போட்டியாக வந்து விட்டன. மாநிலக் கட்சிகள் தேசியக் கட்சிகளைப் போலவே தங்களது வாக்குகளுக்கு ஏற்ற இடங்களைப் பெறத் தொடங்கி விட்டன. ஏனென்றால் அவற்றின் வாக்குகள் நாட்டின் மாநிலங்களிலோ, மண்டலங்களிலோ அடர்வுடையதாக இருக்கின்றன. அதிக வாக்குப் பெறுபவர் வெற்றி பெறுவார் என்ற அமைப்பிலிருந்து ஊக்கம் பெற்ற மண்டலக் கட்சிகள் தங்களது பலம் வேகமாக வளர்வதைப் பார்த்தன. முதல் கட்டத்தில் 4 சதவீதமாக இருந்தது. கடந்த இருபது ஆண்டுகளில் 34 சதவீத வாக்காக உயர்ந்து விட்டது (பார்க்க அட்டவணை 4.3.4).

இப்போது இறுதியில், இந்தியாவில் விதிமுறைகளை மாற்றும் 'ஜுகாட்' அதிக வாக்குப் பெற்றவர் வெற்றி பெறுகிறார் என்ற (J-FPP) அமைப்பு விகிதாச்சாரம் பிரதிநிதித்துவத்தின் பல தன்மைகளுடன் செயல்படுகிறது. பல கட்சிகள் வெற்றி பெற்ற இடங்கள் அவற்றின் சதவீத வாக்குகளோடு ஏறத்தாழப் பொருந்திப் போகிறது (பார்க்க அட்டவணை 4.3.5).

உண்மையில் இந்தியாவின் J-FPP அமைப்பு இரண்டு அமைப்புகளின் சிறந்த தன்மைகளைக் கொண்டிருக்கிறது.

இந்தியா பிரிட்டிஷ் அமைப்பை அடக்கி அதனை 'ஜுகாட்' அமைப்பாக மாற்றி விட்டது. இது இரண்டின் சிறந்த தன்மைகளையும் கொண்டிருக்கிறது என்று வாதிடுவார்கள். நிலையான அரசுகள் J-FPP அமைப்பின் சிறந்த அம்சங்கள் PR அமைப்பின் சிறப்பு அம்சங்கள். இது சிறு கட்சிகளுக்கு ஆட்சியில் தகுந்த பங்கு தந்து வெகுமதி அளிக்கிறது (பார்க்க அட்டவணை 4.3.6).

அட்டவணை 4.3.3.

இந்தியாவின் அழகான 'ஜூகாட்' அமைப்பு		
மக்களவைத் தேர்தல்		
பெரிய கட்சிகளை விட மாநிலக் கட்சிகள் அதிக இடங்களைப் பெற்றன		
	ஒரு சதவீத வாக்குக்கு இடங்களின் எண்ணிக்கை	
	தேசியக் கட்சிகள்	மாநிலக் கட்சிகள்
முதற் கட்டம்: 1952–1977	8 இடங்கள்	7 இடங்கள்
இரண்டாம் கட்டம்: 1977–2002	7 இடங்கள்	9 இடங்கள்
மூன்றாம் கட்டம்: 2002–2019	7 இடங்கள்	11 இடங்கள்

குறிப்பு: தேர்ந்தெடுக்கப்பட்டப் பெரிய தேசியக் கட்சிகள்: காங்கிரசு, பா.ஜ.க. சுதந்திராக் கட்சி (SWA), பிரஜா சோசலிஸக் கட்சி (PSP), ஜனதா கட்சி (JP), இந்தியப் பொதுவுடைமைக் கட்சி (CPI), பாரதிய ஜனசங்கம் (BJS), தேர்ந்தெடுக்கப்பட்ட முக்கிய மண்டலக் கட்சிகள் – தெலுங்கு தேசம் (TDP), YSR காங்கிரஸ் (YSRC), இந்தியப் பொவுவுடைமைக் கட்சி (மார்க்சிஸ்ட்) CPI(M), அண்ணா திராவிட முன்னேற்றக் கழகம் (ADMK), திராவிட முன்னேற்றக் கழகம் (DMK), சமாஜ்வாடி கட்சி (SP), பகுஜன் சமாஜ் கட்சி (BSP), பிஜூ ஜனதா தளம் (BJD), ஜனதா தளம் (மதச் சார்பற்றது (JD), அசாம் கான் பரிஷத் (AGP), ராஷ்டிரிய ஜனதா தளம் (RJD), ஜனதா தளம் (united JDU), லோக் ஜனசக்தி கட்சி (LJP), இந்திய லோக் தளம் (NLD) ஜம்மு–காஷ்மீர் தேசிய மாநாடு (JKNC), சிவசேனா (SS), தேசியக் காங்கிரசுக் கட்சி (NCP), உழவர் உழைப்பாளர் கட்சி (PWP), சிரோமணி அகாலி தளம் (SAD) ஆம் ஆத்மி கட்சி (AAD), சமதா கட்சி (SMP).

இந்தியாவின் அழகான விதிமுறைகளை மாற்றும் (ஜூகாட்) அதிக வாக்குப்பெறுபவர் வெற்றிபெறுகிறார் என்ற தேர்தல் அமைப்பு | 319

அட்டவணை 4.3.4

மக்களவைத் தேர்தல்கள் **மாநிலங்களின் கூட்டாட்சித் தேர்தல்கள்**		
மக்களவைத் தேர்தல்கள் இப்போது தேசியக் கட்சிகள் – தேசியப் பிரச்சனைகள் பற்றியது இல்லை		
	தேசியக் கட்சிகள்: வென்ற சதவீத இடங்கள்	மண்டலக் கட்சிகள்: வென்ற சதவீத இடங்கள்
முதற் கட்டம்: 1952–1977	81%	4%
இரண்டாம் கட்டம்: 1977–2002	68%	17%
மூன்றாம் கட்டம்: 2002–2019	58%	34%

அட்டவணை 4.3.5

நேர்மறையான 'ஜூகாட்' **காலப்போக்கில் இந்திய ஜூகாட் மக்களவைத் தேர்தல்களை அதிகம் சமமான, பகுதி - விகிதாச்சாரப் பிரதிநிதித்துவமுள்ள அமைப்பாக மாற்றி விட்டது**		
மக்களவைத் தேர்தல்கள் 2002–2014		
அமைப்பிலோ மண்டலக் கட்சிகள் வாக்கு சதவீதத்தை விடக் குறைந்த சதவீத இடங்களால் தண்டிக்கப்பட்டன	தேசியக் கட்சிகள்	மண்டலக் கட்சிகள்
% வாக்குகள்	50%	35%
% வாக்குகள்	58%	34%

அட்டவணை 4.3.6

இந்திய ஜூகொட் மக்களவைத் தேர்தல்களை நிதியுள்ள, பகுதி - விகிதாச்சாரப் பிரதிநிதித்துவ அமைப்பாக மாற்றி விட்டது	
மக்களவைத் தேர்தல்கள் 1952–2014	
தேசியக் கட்சிகள் - ஒரு சதவீத வாக்குக்கு இடங்களின் எண்ணிக்கை	மாநிலக் கட்சிகள் - ஒரு சதவீத வாக்குக்குக் கிடைத்த இடங்கள்
7 இடங்கள்	9 இடங்கள்

ஜூகொட் கூட்டணிகள்: வாக்குகள் கூட்டாக வருமா?

ஆய்வாளர்கள் வெளிச்சமிட்டுக் காட்டுகின்ற இந்திய அமைப்பின் மிகப் பெரிய சிக்கல்களில் ஒன்று இந்தியாவின் துண்டுபட்ட எதிர்க்கட்சிகள். நாம் பார்த்ததுபோல, பிளவுபட்ட எதிர்க்கட்சிகள் குறைவான சதவீத வாக்குகளோடு கூட பெரிய கட்சிகள் அமோக வெற்றி பெற உதவுகின்றன. பிளவுபட்டு நிற்கும் எதிர்க்கட்சிக்கு ஒரு ஒப்பந்தத்திற்கு வருவதும் அது வெற்றி பெறும் கூட்டணியாக இருக்கும் என்று நம்புவதும் தான் ஒரே வழி. எப்போதும் கேட்கப்படும் கேள்வி, கட்சிகள் ஒன்று சேரும்போது அவற்றின் வாக்குகளும் ஒன்றாக வருமா என்பது தான். அல்லது சாதியும் பிற வேறுபாடுகளும் கூட்டணியைப் பலனின்றிச் செய்து விடுகின்றனவா?

முன்னர் இதனைப் பல சமயங்களில் பகுப்பாய்வு செய்திருக்கிறோம். எங்களுடைய தற்காலிக முடிவு கூட்டணிகள் பலன் தருகின்றன என்பது தான். கூட்டணியிலுள்ள இரண்டு அல்லது மேற்பட்ட கட்சிகளின் வாக்குகள் அவை கூட்டணி சேர்வதால் ஒன்றாகவே வருகின்றன.

உண்மையில் கூட்டணிகள் வேகத்தை இன்னும் கூட்டுகின்றன என்று கண்டோம். இதற்கு என்ன பொருள் என்றால் கூட்டணியில் மொத்த வாக்குகள் பகுதிகளின் மொத்தத்தை விட அதிகம்.

சென்ற 12 மாதங்களில் நடந்த இடைத் தேர்தல்களில் கூட்டணிகளின் கூடுதலான வேகம் இருக்கிறதா என்பதைச் சோதித்தோம் (பார்க்க

அட்டவணை 4.3.7

கட்சிகள் கூட்டணி அமைக்கும்போது அவற்றின் வாக்குகள் ஒன்றாகச் சேர்கின்றன. மேலும் கூட்டணியின் வேகம் அவற்றிற்கு அதிக வாக்குகளைப் பெற்றுத் தருகிறது

நாள்	தொகுதி	கூட்டணியில் வெற்றி பெறும் கட்சி	வெற்றி பெறும் கூட்டணியின் சதவீத வாக்குகள்	முந்தையத் தேர்தல்: (இப்போதுள்ள கூட்டணியின் ஆட்சிகளின் தனித்தனி வாக்குகளில் மொத்தம்)	புதிய கூட்டணி கட்சிகள் தனித் தனியாக பெற்ற வாக்குகளின் மொத்தத்தில் அதிக வாக்குகளையும் பெறுகிறது
மார்ச் 2018	புல்பர், உ.பி.	SP	47.1%	SP+BSP (37.4%)	9.7%
மார்ச் 2018	கோரக்பூர், உ.பி.	SP	49.3%	SP+BSP (38.8%)	10.5%
நவம்பர் 2018	பெல்லாரி, கர்நாடகா	காங்கிரசு	60.7%	காங்+JDS (44.2%)	16.5%
நவம்பர் 2018	ஷிமோகா, கர்நாடகா	பா.ஜ.க.	50.7%	காங்+JDS (42.8%)	3.1%
நவம்பர் 2018	மந்தியா, கர்நாடகா	JDU	64.2%	காங்+JDS (87.5%)	−23.3%
மே 2018	கைரானா, உ.பி.	RLD	51.5%	SP+BSP+ RLD (47.5%)	4.0%

குறிப்பு: இவை அண்மையில் நடந்த இடைத் தேர்தல்களில் சில எடுத்துக்காட்டுகள்.
*கூட்டணி தோற்ற ஒரு இடத்தில், வாக்குகள் மொத்தம் சேர்ந்தவை. அதோடு 3.1% கூட்டணி வேக வாக்கும் சேர்ந்தது.

அட்டவணை 4.3.7). உ.பி-யில் எஸ்.பி - பி.எஸ்.பி கூட்டணி - வழக்கமாக எதிரிகளாக இருக்கும் சாதிகளின் வாக்குகள் ஒன்றாகச் சேர்வது - மிக வலுவான கூட்டணி வேக விளைவை ஏற்படுத்திற்று என்பது தெளிவாகத் தெரிகிறது. 2018 புல்பர், கோரக்பூர் இடைத் தேர்தல்களில் கூட்டணி அவற்றின் பகுதிகளின் மொத்தத்தை விடக் கணிசமான அளவு 10 சதவீதம் அதிகம் பெற்றது. அதாவது எஸ்.பி-யும், பி.எஸ்.பி-யும் கூட்டணிக்கு முன்னர் பெற்ற வாக்குகளைக் கூட்டியது. உ.பி-யிலுள்ள கைரானாவிலும் இதுவே நிகழ்ந்தது. இங்குக் கூட்டணி வேகம் குறைவாக இருந்தது. எனினும் எஸ்.பி, பி.எஸ்.பி, ஆர்.எல்.டி ஆகியவை முந்தையத் தேர்தலில் கிடைத்த மொத்த வாக்குகளை விட 4 சதவீதம் அதிகம் பெற்றன. இதே போன்ற ஒரு அமைப்பைத் தான் கர்நாடகாவிலும் காண முடிந்தது. அங்கே ஜூமோகவில் JDS-உம் காங்கிரசும் கூட்டணி அமைத்த பிறகு தெளிவான வேகத்தைக் காண முடிந்தது.

பகுதி 5

முடிவுரை

2019 மக்களவைத் தேர்தல்களுக்குப் பாடங்கள்

நாங்கள் ஒவ்வொரு தேர்தலுக்கு முன்னரும் இதைச் சொல்கிறோம், மீண்டும் அதையே 2019 மக்களவைத் தேர்தல்களுக்கும் சொல்கிறோம். அது பாரக் ஒபாமா கூறியதுதான்: "நமது வாழ்நாளில் இது மிக முக்கியமான தேர்தலாக இருக்கும்".

இந்தியத் தேர்தல்கள் தீவிரமான ஆர்வத்தையும், உற்சாகத்தையும் கிளப்பி விடுகின்றன. சென்ற தேர்தலின்போது எங்களது வலைதளத்திற்கு NDTV. Com-13.5 க்கு பில்லியன் பார்வையாளர்கள் இருந்தார்கள். ஆம். பில்லியன் - அதுவும் வாக்கு எண்ணிக்கை நடந்த இருபத்து நான்கு மணி நேரத்திற்கு முன்! இந்தியாவிற்கு அது ஒரு சாதனை. இந்தத் தேர்தலுக்கு இன்னும் அதிகம் எதிர்பார்க்கிறோம்.

நமது தேர்தல் அமைப்பின் உள் நடவடிக்கைகளை நன்றாகப் புரிந்து கொள்ளவும், இந்திய வாக்காளரின் தீர்மானத்தை நிர்ணயிக்கும் பல மாறிகளை ஆராயவும் இந்தியத் தேர்தல்களை எவ்வளவு எளிதாக முடியுமோ அவ்வளவு எளிதாக இப்புத்தகம் புரிய வைத்திருக்கிறது.

இந்தக் கடைசிப் பகுதி, இந்தப் பெரிய தேர்தலைப் பரப்புரையின் தொடக்கத்திலிருந்து வாக்கு எண்ணும் கடைசி நாள் முடியும்வரையில் தொடர்ந்து பின்பற்றிப் பார்க்க வேண்டிய முக்கிய அடையாளங்கள், அறிகுறிகள், போக்குகளை வெளிச்சமிட்டுக் காட்ட நூலிலிருந்துச் சில பகுதிகளை மட்டும் வடித்துத் தருகிறது.

1) 2019 பதவியிலிருப்போருக்கு எதிரானதாக இருக்குமா?

இந்தியத் தேர்தல்கள் பதிவியிலிருப்போருக்கு எதிரான தன்மையுடையது என்றும் ஆட்சியிலிருக்கும் அரசுகளை மீண்டும் வாக்காளர்கள் தேர்ந்தெடுக்கப்படுவதில்லை என்றும் பரவலான ஒரு நம்பிக்கை இருக்கிறது.

பெரிய, நடுத்தர அளவு மாநிலங்கள் பற்றிய எங்கள் பகுப்பாய்வில் 1977-2002 கால கட்டத்தில், கோபமும், ஏமாற்றமும் கொண்ட வாக்காளர்களால் 70 விழுக்காடு அரசுகள் தூக்கி எறியப்பட்டிருக்கின்றன. எனினும் இது கடந்த இருபது ஆண்டுகளில் மாறி விட்டிருக்கிறது.

எளிமையாகச் சொல்ல வேண்டுமென்றால் பதவியிலிருப்போருக்கு எதிரான போக்கு முடிந்து விட்டது.

இந்தியா இப்போது ஐம்பது-ஐம்பது யுகத்தில் இருக்கிறது. பதவியிலிருக்கும் அரசுகள் மீண்டும் தேர்ந்தெடுக்கப்பட பாதிக்குப் பாதி வாய்ப்பு இருக்கிறது. சரியாக ஆளாதவர்கள் தோற்கடிக்கப்படுகிறார்கள். கோபக்கார வாக்காளருக்குப் பதிலாக அறிவுள்ள முதிர்ச்சியடைந்த வாக்காளர்கள் இருக்கிறார்கள்.

ஆட்சியிலிருக்கும் அரசுகள் மீண்டும் பதவிக்கு வரக்கூடிய சாத்தியம் 30 விழுக்காட்டிலிருந்து 50-ஆக உயர்ந்திருக்கிறது. இது மையத்திலும், மாநிலங்களிலும் ஆட்சியில் இருக்கும் அரசுகளுக்கு நிம்மதியைத் தரும்.

நமது தேர்தல் வரலாற்றில் ஐம்பது: ஐம்பது யுகம் ஒரு பெரும் மாற்றத்தைக் குறிக்கிறது. இவ்வரலாற்றில் மூன்று காலகட்டங்கள்: ஆட்சியிலிருப்போருக்கு ஆதரவு (1952-1977), ஆட்சியிலிருப்போருக்கு எதிர்ப்பு (1977-2002), ஐம்பது : ஐம்பது (2002-2019).

திரும்பத் தேர்ந்தெடுக்கப்படுவதற்கு 50 சதவீத வாய்ப்பு ஆட்சியிலிருக்கும் அரசுகளுக்கு முன்னை விட அதிகம் நிம்மதியைத் தந்தாலும், இது வளர்ந்த பொருளாதார நாடுகளில் இருக்கும் 80 விழுக்காடுகளை விட மிகக் குறைவாகும்.

2) 2019 தேர்தல்களில் யார் வெற்றி பெறுவார், யார் தோற்பார்?

ஆளும் அரசுகளுக்கு கெட்ட செய்தி வாக்காளர் அறிவுள்ளவராகவும், தெளிவாகவும் இருக்கிறார். செயல்படாத அரசுகளைத் தூக்கி எறிந்துவிட்டு நன்றாகப் பணியாற்ற அரசுகளை மீண்டும் தேர்ந்தெடுக்கிறார்கள்.

ஆட்சியிலிருப்போருக்கு எதிரான கால கட்டத்தின் முடிவில் கிடைக்கப்பட்ட கிளை முடிவு, நமது மக்களாட்சியின் ஐம்பது : ஐம்பது காலகட்டத்தில், வாக்காளர்கள் தேர்ந்தெடுக்கப்பட்ட எல்லா அரசுகளுக்கும் ஒரு செய்தியைத் தருகிறார்கள். **செயல்படு அல்லது செத்து மடி.**

'செயல்படுதல்' என்பதற்கு வாக்காளரின் அளவுகோல் பொருளாதார வளர்ச்சி அவர்களது வாழ்க்கையிலும் அவர்களது தொகுதிகளிலும் உண்மையான வளர்ச்சியாக மாறியிருக்கிறதா என்பது தான்.

எனவே இன்று தேர்தல்கள் ஆடம்பரமான பேச்சினால் வெல்லப்படுவதில்லை. கடந்த இருபது ஆண்டுகளில் மிகவும் வெற்றிகரமான அதிக வெற்றி வீதமுள்ள முதலமைச்சர்கள், ஷிவராஜ் சவ்கான், நவீன் பட்நாயக், ராமன் சிங், மாணிக் சர்க்கார், ஷீலா தீட்சித் போன்ற ஆரவாரமில்லாத விளைவுகளிலேயே கவனம் செலுத்துகின்ற தலைவர்கள் தான். இவர்கள் அனைவருமே மூன்று முறை வெற்றி பெற்றவர்கள். பேச்சுத் திறமையும் எடுபடுகிறது, குஜராத்தின் முதல்வராக நரேந்திர மோடி இருந்தது போல பேச்சுத் திறமையோடு வளர்ச்சியும் சேர்ந்திருக்க வேண்டும்.

3) நாம் பழைய முகங்களையே பார்ப்போமா, அல்லது புதிய வேட்பாளர்களா?

வழக்கம்போலவே பழகிய முகங்கள் இந்தத் தேர்தல் பரப்புரையிலும் மேலோங்கி இருப்பார்கள். ஆனால் பலர் வெற்றி பெறாமல் போகலாம். மாநிலச் சட்டமன்றத் தேர்தல்களில் கட்சிகள் வழக்கமாக உறுப்பினர்களாக இருப்பவர்களிலிருந்து மூன்றில் இரண்டு பங்கினை மீண்டும் நிறுத்துகிறார்கள். ஆனால் வெற்றி பெறுகிறார்களா? உறுப்பினர்களாக இருக்கும் 'சிட்டிங்' வேட்பாளர்களில் 50 விழுக்காடு தான் பொதுவாக மீண்டும் தேர்ந்தெடுக்கப்படுகிறார்கள். எனினும் இது புதிய வேட்பாளர்களை விட அதிக வெற்றி வீதம், அவர்களுக்கு வெற்றி பெற 40 சதவீதம் தான் வாய்ப்புள்ளது.

மாநிலச் சட்டமன்றத் தேர்தல் வீதங்களை மக்களவைத் தேர்தலிலும் பயன்படுத்தினால் அடுத்த நாடாளுமன்றத்தில் குறிப்பிடத்தக்க மாற்றம் இருக்கும்.

4) இந்திய வாக்காளர்களைப் போல அடுத்த மக்களவைக்குப் போகும் எம்.பி-க்களும் இளைஞர்களாக இருப்பார்களா?

நமது நாடாளுமன்ற உறுப்பினர்கள் வாக்காளர்களின் சராசரி வயதை விட வயதானவர்கள். ஒவ்வொரு தேர்தலிலும் மக்களவை உறுப்பினர்களின் சராசரி வயது அதிகமாவது போலவே இப்போதும் வயதான வேட்பாளர்களை எதிர்பாருங்கள்.

இன்று ஏறத்தாழ இந்திய வாக்காளர்களில் 60 விழுக்காட்டினர் இள வயதினர், பதினெட்டு வயதிலிருந்து நாற்பது வயதுக்கு உட்பட்டவர்கள். ஆனால் எம்.பி-க்களில் 15 விழுக்காட்டினர் தான் இருபத்தைந்து வயதிலிருந்து நாற்பது வயதுக்கு உட்பட்டவர்கள்.

அதாவது எம்.பி-க்களில் 85 சதவீதத்தினர் பெரும்பாலான வாக்காளர்களிலிருந்து வேறான தலைமுறையைச் சேர்ந்தவர்கள்.

இந்த இடைவெளி அதிகமாகிக் கொண்டே போகிறது. பா.ஜ.க-வைப் பொறுத்தவரையில், இளம் வாக்காளர்களின் எண்ணிக்கை கூடுவது நல்லது. அண்மைக் காலங்களில் பா.ஜ.க-வுக்கும் அதன் கூட்டணியினருக்கும் இளைய வாக்காளர் மத்தியில் ஆதரவு அதிகம். 2014-இல் ஐக்கிய முற்போக்குக் கூட்டணியை விட தேசிய ஜனநாயகக் கூட்டணிக்கு இளம் வாக்காளர் மத்தியில் 20 விழுக்காடு அதிகம் இருந்தது. வயதான வாக்காளர்களோடு ஒப்பிட்டால் அது 11 சதவீதம் தான் (எச்சிட் கணிப்பு, தேர்தலுக்குப் பிந்தையக் கணிப்பின் அடிப்படையில்).

5) 2019 தேர்தல் 'இந்தியாவில் பெண்களின் தேர்தலாக இருக்கும்' என்று எதிர்பாருங்கள்.

தேர்தலில் பெண்களின் பங்களிப்பு ஆண்களின் பங்களிப்பை விட வேகமாக உயர்ந்து வருகிறது. அடுத்த மக்களவைத் தேர்தல்களில் இந்திய வரலாற்றில் முதன் முறையாகப் பெண்கள் வாக்களிப்பது ஆண்களை விட அதிகமிருக்கும்.

1962 தேர்தல்களுக்கும் 2014 தேர்தல்களுக்கும் இடையில் மக்களவைத் தேர்தலில் பெண்கள் வாக்களிக்க வந்தது 20 சதவீதம் அதிகம். ஆனால் ஆண்கள் வாக்களிக்க வந்தது 5 சதவீதம் தான் கூடியிருந்தது. இன்றைக்கு ஆண்கள் வாக்களிக்க வருவதும் பெண்கள் வாக்களிக்க வருவதும் ஒரே சதவீதத்தில் இருக்கிறது. உண்மையில் மாநிலத் தேர்தல்களில், பெண்கள் வாக்களிக்க வருவது ஆண்கள் வாக்களிக்க வருவதை மிஞ்சி விட்டது. பெண் வாக்காளர் வாக்களித்தது 71 சதவீதம், ஆண்கள் 70 சதவீதம் தான்.

இது ஒரு புரட்சிகரமான மாறுதல்.

6) கிராமப்புறப் பெண்களின் வாக்குகள் மிக முக்கியமானவையாக இருக்கும்.

இந்தத் தேர்தலில் கிராமத்துப் பெண்கள் மேல் கவனம் திரும்புவதை எதிர்பாருங்கள்.

இந்தியத் தேர்தல்களில் மிகப் பெரிய மாற்றம் கிராமப்புற பெண்கள் அதிகமாக வாக்களிக்க வருவதுதான். இப்போது ஆண்கள் வாக்களிக்க வருவதற்குச் சமமாக இருக்கிறது.

நகரப் பெண்களை விடக் கிராமப் பெண்கள் வாக்களிக்க வருவது ஆறு சதவீதம் அதிகம். 1971-இல் கிராமப்புறப் பெண்கள் வாக்களிக்க வந்தது நகர்ப்புறங்களை விட 8 சதவீதம் குறைவாக இருந்தது ஒரு பெரிய மாற்றம்.

7) பெண் வாக்காளர்கள் பாதுகாப்பு விஷயங்கள்

பெண்கள் வாக்களிப்பதில் பங்கு கொள்வது இன்று அதிகமாகவும் பாதுகாப்பாகவும் இருக்கிறது. தென்னிந்திய, கிழக்கு மாநிலங்கள் பெண்களுக்குத் தோழமையானவை. ஆண்களை விட பெண்கள் குறைவாக வாக்களிப்பதில் மோசமான மாநிலங்கள் பெரும்பாலும் மத்தியப் பகுதியில் இந்தி பேசும் மாநிலங்களும், மேற்கு இந்தியாவும், குறிப்பாக டில்லியும் (நமது தலைநகரத்தில் பெண்களுக்கு எதிரான பதிவு செய்யப்பட்ட குற்றம் மிக அதிகம்), ஜார்கண்ட்டும், மத்தியப் பிரதேசமும், உத்தரப் பிரதேசமும்.

2019 தேர்தலில், வாக்குச் சாவடிகளுக்குப் பெண்கள் துணிந்து போவதைத் தடுக்கும் நோக்கத்துடன் சமூக ஊடக வதந்தி பரப்பலைப் பற்றிக் கவனமாக இருங்கள்.

8) முன்னெப்போதையும் விட கட்சிகள் பெண் வாக்காளர்களிடம் கவனம் செலுத்துவார்கள்.

முன்னரெல்லாம் தேர்தல் பரப்புரைகள் ஆண்கள் மேலேயே கவனம் செலுத்தும். ஏனென்றால் முதலாவதாக பெண் வாக்காளர்களை விட ஆண் வேட்பாளர்கள் அதிகம், இரண்டாவதாக, குடும்பத்திலுள்ள ஆண்கள், பெண்கள் யாருக்கு வாக்களிக்க வேண்டும் என்பதில் முதன்மையானத் தாக்கம் ஏற்படுத்தியிருந்தார்கள்.

இன்று ஆண்களை விடப் பெண்கள் அதிகம் வாக்களிக்க வருகிறார்கள். மேலும் யாருக்கு வாக்களிக்க வேண்டும் என்பதை அவர்களே முடிவு செய்கிறார்கள்.

அரசியல் பேச்சுகள், தேர்தல் அறிக்கைகள், பரப்புரைகள் ஆகியவை இந்தியாவின் தேர்தல் வரலாற்றில் முன்னெப்போதையும் விட அதிகமாகப் பெண்கள் மேல் திரும்புவதை எதிர்பாருங்கள்.

9) பெண்கள் யாருக்கு வாக்களிக்கிறார்கள்?

பரம்பரையாக, பா.ஜ.க-விற்கு பெண்களை விட ஆண்கள் ஆதரவு தான் அதிகம். எடுத்துக்காட்டாக, 2014 மக்களவைத் தேர்தல்களில், தேசிய ஜனநாயகக் கூட்டணிக்கு ஐக்கிய முற்போக்குக் கூட்டணியை விட ஆண்கள் மத்தியில் 19 சதவீதம், பெண் வாக்காளர்களில் 9 சதவீதம் தான் (இது எங்களது கருத்துக் கணிப்பு, எக்சிட் கணிப்பு அடிப்படையில்), தேசிய ஜனதாக் கூட்டணியினுடைய ஆண்களை மையப்படுத்தும் ஆதரவுத் தளம் பெரிய, மத்திய, வடக்கு, கிழக்கு மாநிலங்களில் அதிகம்.

அதனால் தான் அரசின் விலையில்லாத எரிவாயு உருளைக் கொள்கை (பிரதான் மந்திரி உஜ்வாலா யோஜனா) சிறந்த தேர்தல் பிரச்சார உத்தி. அது குறிப்பாக கிராமப்புறப் பெண்களைக் குறி வைத்தது. இந்தத் தேர்தலில் எல்லாக் கட்சிகளும் இதுபோன்ற, பெண்களைக் குறி வைக்கும் உறுதிமொழிகளைத் தருவதை எதிர்பாருங்கள்.

தேசிய ஜனநாயகக் கூட்டணிக்கு ஏன் ஆண் வாக்காளர்கள் முக்கியம் என்பதை விளக்க, 2014 தேர்வுகளைப் போன்ற போலியமைப்பை வைத்து நாங்கள் ஆராய்ந்ததில் இரண்டு வேறுபட்ட காட்சிகள் கிடைத்தன. முதலாவதாக, ஆண்கள் மட்டுமே வாக்களித்தால் தேசிய ஜனநாயகக் கூட்டணி 376 இடங்களைக் கைப்பற்றும் (அது வென்ற 336 இடங்களை விட 40 இடங்கள் அதிகம்). இரண்டாவது, பெண்கள் மட்டுமே வாக்களித்தால், தேசிய ஜனநாயகக் கூட்டணி 265 இடங்களையே பிடித்திருக்கும் (2014-இல் பெற்ற மொத்த இடங்களில் 71 இடங்களைக் குறைந்த பெரும்பான்மையாக 272-க்கு 7 இடங்கள் குறைவாக இருந்திருக்கும்).

10) கிராமப்புற வாக்களிப்பு நகரத்தை விட அதிகம்

நகர மக்கள் தொகையை விடக் கிராமத்தில் வசிப்போரின் எண்ணிக்கை எப்போதுமே அதிகம். ஆனால் இன்று இந்தத் தேர்தல்களுக்கு அவர்கள் ஏன் முக்கியம் என்பதற்கு இன்னொரு புதிய காரணமும் இருக்கிறது.

கிராமப் பகுதிகளில் வாக்களிப்பு நகர்ப்புறங்களை விட வேகமாக அதிகரித்து வருகிறது. இன்று மக்களவைத் தேர்தல்களில் நகர்ப்புறங்களை விட கிராமப்புறங்களில் வாக்களிக்க வருவோர் 4 விழுக்காடு அதிகம்.

பாரதிய ஜனதா கட்சி கூட்டணிக்கு கிராமப்புற வாக்காளர்கள் அதிகமாக வாக்களிக்க வருவது அவர்களுக்கு சிறிது கவலையளிக்கும். ஏனென்றால், வழக்கமாக அக்கட்சிக்கு கிராமப்புற வாக்காளர்களிடம் இருப்பதை விட நகர்ப்புற வாக்காளர்களிடம் ஆதரவு அதிகம்.

முன்னெப்போதையும் விட கிராமப்புற வாக்காளர்களுக்கு நகர, பெரு நகர வாக்காளர்களை விட அதிகமான இலவசங்கள் கிடைப்பதை எதிர்பாருங்கள்.

11) 2019-இல் மிகப் பெரிய அவமானம் - 20 மில்லியன் பெண் வாக்காளர்களைக் காணவில்லை

அடுத்த மக்களவைத் தேர்தல்களில் மில்லியன் கணக்கில் 18 வயதை எட்டிய இந்தியப் பெண்கள் இருப்பார்கள். அவர்களுக்கு

வாக்குரிமை இருக்க வேண்டும். ஆனால் அவர்கள் வாக்காளர்களாக பதியாததால் வாக்களிக்க முடியாது.

தொடக்க அளவிடல்களின்படி வாக்களிக்கத் தகுதியுடைய 21 மில்லியன் பெண்கள் அவர்கள் பெயர்கள் வாக்காளர் பட்டியலில் விடுபட்டதால், 2019-இல் வாக்களிக்கும் உரிமை மறுக்கப்படுவார்கள். இது மிகவும் கவலையளிக்கிறது. உடனே இதைத் திருத்தியாக வேண்டும். விடுபட்ட பெண்களின் எண்ணிக்கை இந்த நாட்டில் ஒவ்வொரு தொகுதியிலும் 39000 பெண்கள் வாக்களிக்க முடியாமைக்குச் சமம்.

விடுபட்ட பெண் வாக்காளர்களின் எண்ணிக்கை சில மாநிலங்களில் மிக அதிகம். எடுத்துக்காட்டாக, உத்தரப் பிரதேசத்தில் மட்டும் 21 மில்லியன் பெண்களில் 7 மில்லியன் பெண்களுக்கு வாக்களிக்கும் உரிமை இருக்காது. இது இன்று ஒரு தொகுதியில் சராசரியாக 87000 பெண் வாக்காளர்கள் விடுபட்டதற்குச் சமம்.

இது பற்றித் தெளிவாக இருப்போம். பெண் வாக்காளர்களுக்கு வாக்களிக்கும் உரிமைகள் மறுப்பது இந்தியாவில் புது நிகழ்ச்சி இல்லை. இது பல பதின்ம ஆண்டுகளாகத் தொடர்கிறது. மோசமான தேர்தல் 2014-இல் நடந்தது. வாக்காளர் பட்டியல்களில் 25 மில்லியன் பெண் வாக்காளர்கள் விடுபட்டிருந்தார்கள்.

2019 தேர்தல்களுக்கு முன்னர் வாக்காளர் பட்டியல்களில் மாற்றம் செய்வதற்கு நேரம் கடந்து விட்டது. ஆனால் இநதக் குளறுபடியை நீக்க ஏதாவது செய்தாக வேண்டும். பதிவு செய்யாத எந்தப் பெண்ணும் வாக்களிக்க அவரது தொகுதிக்கு வந்தால் அவர் பதினெட்டு வயதுக்கு மேற்பட்டவராக இருந்தால் அவர் வாக்களிக்க அனுமதிக்கப்பட வேண்டும் என்று நாங்கள் முன்மொழிகிறோம்.

12) மக்களவைத் தேர்தல்கள் மக்களவையைப் பற்றி மட்டும் இல்லை

இன்றைக்கு ஒரு சராசரி வாக்காளருக்கு, பஞ்சாயத்துத் தலைவர்களோடும், எம்.எல்.ஏ-க்களோடும் ஒப்பிடும்போது, மக்களவை அரசியல்வாதிகள் முக்கியமே இல்லை. பத்தாண்டுகளுக்கு முன்னர் இப்படி இருந்தன. மக்களவைத் தேர்தல்களை விட வாக்காளர் வாக்களிக்க வருவது உள்ளாட்சித் தேர்தல்களுக்கு அதிகம். எம்.பி-க்களை விட பஞ்சாயத்துத் தலைவர்களும், எம்.எல்.ஏ-க்களும் நன்கு தெரிந்த முகங்கள்.

ஊராட்சி, நகராட்சி, மாநிலச் சட்டமன்றத் தேர்தல்களில் அதிக வாக்காளர் பங்களிப்பு, அடிமட்ட அளவில் மக்களாட்சி இந்தியாவில் முக்கியமாகி வருகிறது என்பதற்கு ஆதாரம்.

இதன் விளைவாக, மக்களவைத் தேர்தல் பிரச்சாரத்திற்கு ஊராட்சி, நகராட்சித் தலைவர்களும், எம்.எல்.ஏ-க்களும் அதிக அளவில் பங்களிக்கச் செய்யப்படுவார்கள் என்பதை எதிர்பாருங்கள்.

13) ஏமாற்றமளிக்கும் சுயேச்சையர்கள்

நமது அதிக வாக்குப் பெற்றவர் வெற்றி பெறுகிறார் என்ற அமைப்பு சுயேச்சை வேட்பாளர்களுக்கு, அவர்களுடைய வாக்குகளுக்கு இணையான இடங்களை மறுத்து அவர்களை மோசமாக நடத்துகிறது என்பதை முதிர்ச்சி பெற்று வரும் இந்திய வாக்காளர் புரிந்து கொண்டிருக்கிறார்கள்.

இவ்வமைப்பின் நியாயமற்ற போக்கைப் புரிந்து கொண்டு வாக்காளர்கள் சுயேச்சை வேட்பாளர்களைக் கண்டு கொள்வதில்லை. முதல் ஆண்டுகளில் சுயேச்சை வேட்பாளர்களுக்கு கிடைத்த 13 விழுக்காடு வாக்குகள் இன்றைக்கு 4 விழுக்காடாகக் குறைந்து விட்டது.

எனவே இந்தத் தேர்தலில் சுயேச்சை வேட்பாளர்களை எதிர்பார்க்காதீர்கள். அமைப்பிற்குப் பலிகடாவான அவர்கள் இன்று பொருத்தமில்லாமல் போய் விடுகிறார்கள்.

14) மின்னணு வாக்கு எந்திரத்தில் நம்பிக்கை வையுங்கள்

1998-இல் அறிமுகப்படுத்தப்பட்டு இன்று எல்லா வாக்குச் சாவடிகளிலும் பயன்படுத்தப்படும் EVM-கள் வாக்குச் சாவடிகளை அபகரிப்பதை முடிவுக்குக் கொண்டு வராவிட்டாலும் பெருமளவு குறைந்து விட்டது. தேர்தலில் தோற்பவர்கள் எப்போதும் தங்கள் தோல்விக்கு EVM-களைக் காரணம் காட்டுவார்கள், (வெற்றி பெறுகிறவர்கள் குறை சொல்வதில்லை). VVPAT-களுடன் தாள் வருவதை அறிமுகம் செய்தது அவர்கள் குற்றச்சாட்டுகளின் நம்பகத் தன்மையைக் குறைத்து விட்டது.

கடந்த சில ஆண்டுகளாக EVM-கள் பற்றிய எங்கள் அனுபவத்தில், ஒவ்வொரு எந்திரமும், இணையதளம், வைஃபை, புளூடூத் ஆகியவற்றோடு இணைக்கப்படாமல் தனித்திருப்பது அவற்றைத் தவறாகப் பயன்படுத்த முடியாது என்று எங்களை நம்ப வைத்திருக்கிறது.

EVM-களைப் பயன்படுத்தும் இருபது ஆண்டுகளில், ஒவ்வொரு தேர்தலிலும், அவற்றை 'hack' செய்ய முடியும் என்று காட்டும் முயற்சிகளை மேற்கொண்டாலும், பத்திரிகையாளர்கள் மாநாடுகள் நடத்தினாலும் நம்பக்கூடிய அத்தாட்சியை அவர்கள் இதுவரையில் கொடுக்கவில்லை.

அவற்றைக் கள்ளத்தனமாகப் பயன்படுத்த முடியும் என்று காட்டும் வரையில் EVM இந்தியத் தேர்தல்களின் மிகச் சிறந்த கண்டுபிடிப்புகளில் ஒன்று என்று நாங்கள் உறுதியுடன் இருக்கிறோம்.

15) 2019 மக்களவைத் தேர்தல்களில் ஒவ்வொரு மாநிலத்திலும் பெருவாரியான வாக்குகளின் சேர்க்கையாக இருக்கும்

எந்தப் பெரிய தேர்தலிலும் ஒவ்வொரு மாநிலத்திலும் கட்சிகளுக்கு கிடைக்கும் இடங்களையும் கூட்டி மக்களவை இடங்களை முன்னறிவிப்பது ஒரு பொழுதுபோக்கு. பெரும்பாலான ஆய்வாளர்கள் ஒரு கட்சி இன்னொன்றை விடக் குறைந்த வாக்கு வித்தியாசத்தில் வெற்றி பெறும் அளவு ஒவ்வொரு மாநிலத்திலும் கடும்போட்டி இருப்பதாக வழக்கமாக முன்னறிவிப்பார்கள். ஆனால் இந்தத் தேர்தல்களின் கதை முற்றிலும் மாறானது.

இந்திய மக்களவைத் தேர்தல்கள் மாநிலங்களிலும் பெருவாரி வாக்குகளின் சேர்க்கையாகவே இருக்கிறது.

மக்களவைத் தேர்தலில் பெருவாரியான வெற்றிகள் ஒரு குறிப்பிட்ட மாநிலத்தில் 77 சதவீதம் இருக்கும். உலக அளவில் இது அதிகம். மக்களவைத் தேர்தல்களில் பெருவாரி வெற்றி வீதம் எல்லா மாநிலங்களில் அதிகம், ஆனால் மாநிலச் சட்டமன்றத் தேர்தல்களில் இது குறைவாக இருக்கும்.

ஒவ்வொரு மாநிலத்திலும் இப்படியோ, அப்படியோ தெளிவாக யார் வெற்றி பெறுவார்கள் என்று அறிவித்து, ஒவ்வொரு மாநிலத்திலும் எதிர்பார்க்கும் பெருவாரி வெற்றிகளைக் கூட்டி இந்தியா

மொத்தத்திற்கும் 2019 ஆண்டு தேர்தலுக்கு முன்னறிவித்தால் அது துல்லியமாக இருக்கும்.

ஆம். கடுமையானப் போட்டிகளும் இருக்கும், ஆனால் அவை எப்போதாவது இருக்கும்; நான்கில் ஒரு பகுதி தான்.

16) இனிமேல் தேசியத் தேர்தல் இல்லை, உள் மைய மாநிலங்களில் கூட்டாட்சித் தேர்தல்

மக்களவைத் தேர்தல்களில் கூட மாநில / மண்டலத் தலைவர்கள், மண்டலச் சிக்கல்கள் ஆகியவற்றின் முக்கியத்துவம் மண்டலக் கட்சிகளின் எண்ணிக்கையிலும், பலத்திலும் வளர்ப்பதிலும் வெளிப்படுகிறது. இந்தியத் தேர்தல்களில் இந்த முக்கியமான புது நிகழ்வுநிலை நமது பொதுத் தேர்தல்களை மாநில அளவிலான மண்டலத் தேர்தல்களாக மாற்றி விட்டது.

மாநிலக் கட்சிகள் வென்ற இடங்கள் முதல் கட்டத்தில் சராசரியாக முப்பத்தைந்து மக்களவை இடங்களிலிருந்து இப்போது 160 இடங்களாக உயர்ந்திருக்கின்றன. அதாவது மக்களவையின் இடங்களில் மூன்றில் ஒரு பங்கு, இந்தப் போக்கு மேலே போய்க் கொண்டிருக்கிறது. அதைவிட வேகமாக அவை பெறும் வாக்குகள் முன்னேறிக் கொண்டிருக்கின்றன. இந்தியத் தேர்தல்களில் தொடக்க கட்டங்களில், மாநிலக் கட்சிகள் 4 சதவீத வாக்குகளைப் பெற்றன. இப்போது இது மக்களவைத் தேர்தல்களில் மொத்த வாக்குகளில் 34 சதவீதம் ஆக உயர்ந்திருக்கிறது. இது எட்டு மடங்கு அதிகம். வரவிருக்கும் மக்களவைத் தேர்தலில் மிகக் குறிப்பிடத்தக்கதாக இருக்கும். இந்தியாவின் மக்களாட்சி அமைப்பில் மாநிலக் கட்சிகள் வருங்காலத்தினை நிர்ணயிப்பவையாக இருக்கும்.

2019 மக்களவைத் தேர்தல்களில், ஒரே சீரான அலைவு முடிவுறுவது முக்கிய பங்கு வகிக்கும். வலிமை மிக்க மாநிலக் கட்சிகள் மாநில அளவில் அலைவுகளை ஏற்படுத்த தேசிய அளவிலான 'அலைவு' என்பதைப் பழங்கதையாக ஆக்கி விடும். 2019-இல் மோடி-ஷா கவர்ச்சி அல்லது ராகுல்-பிரியங்கா தாக்கம் அல்லது மோடி-ராகுல் போட்டி ஆகியவற்றின் மேல் கவனம் செலுத்தாமல் இருப்பது நல்லது. அதிகம் அதிகமாக 'மாநிலத் தலைவர்களின் தாக்கம்' என்பது பொருத்தமாக இருக்கும்.

அதோடு கூட பெரிய கட்சிகளும் மாநில / மண்டல அளவில் வலுவான அடித்தளம் கொண்டவையாக இருக்கின்றன. 2019 மக்களவைத் தேர்தலில் யார் வெற்றி பெறுவார் என்ற பகுப்பாய்வில், நுணுக்கமான அளவிலான அரசியலை மதிப்பிடுவது முக்கியமாயிற்று. இறுதி அனைத்திந்தியப் பகுப்பாய்வு இந்தியாவின் வெவ்வேறு மாநிலங்களின் மொத்தத்தையும் பிரதிபலிக்கும்.

17) கருத்துக் கணிப்புகளை நம்ப வேண்டுமா?

2019 மக்களவைத் தேர்தல்களின் வெவ்வேறு வகையும் அளவிலுமான 100 கருத்துக் கணிப்புகள் இருக்க வாய்ப்புண்டு. அவற்றின் முன்னறிவிப்புகளை நம்ப வேண்டும்.

கடந்த 40 ஆண்டுகளில் நடந்த 833 கருத்துக் கணிப்புகளின் ஆதாரத்தின்படி நாம் பெரும்பாலானவற்றை நம்ப வேண்டும். பெரும்பாலான கருத்துக் கணிப்புகள் வெற்றி பெறப் போவது யாரென்று முன்னறிவிப்பது சரியாக இருக்கின்றன என்று காட்டுகின்றன. ஆனால் இடங்களைப் பொறுத்தவரையில் அவற்றின் முன்னறிவிப்புகள் தேர்தலில் கிடைக்கும் இடங்களுக்கு அருகில் கூட வருவதில்லை.

ஒரு விதிவிலக்கான தேர்தலைத் தவிர, மக்களவைத் தேர்தல்களில் வெற்றி பெறுபவரை முன்னறிவிப்பதில் 97 வெற்றிகரமானவையாக இருந்திருக்கின்றன. அதனுடைய முன்னறிவிப்புத் தவறாகப் போனது 2004 'இந்தியா ஒளிர்கிறது' தேர்தலில், அடல் பிகாரி வாஜ்பாயி மீண்டும் பிரதமராகத் தேர்ந்தெடுக்கப்படுவார் என்று சொன்னது, அவர் தோற்றுப் போனார்.

18) கருத்துக் கணிப்புக்குள்ளேயே இருக்கும் ஒருபக்கச் சார்பு பற்றிக் கவனமாக இருங்கள் - குறைத்து மதிப்பிடல்

எந்தக் கருத்துக் கணிப்பு முன்னறிவிப்பையும் விளங்கிக் கொள்ளும்போது நல்ல செய்தியும் இருக்கும், கெட்ட செய்தியும் இருக்கும். கெட்ட செய்தி, அவற்றில் பல கட்சிகள் பெறப்போகும் இடங்களைத் தவறாகச் சொல்கின்றன. ஆனால் 'எக்சிட்' கணிப்புகள் கருத்துக் கணிப்புகளை விடச் சரியாக இடங்களை முன்னறிவிக்கின்றன.

நல்ல செய்தி என்னவென்றால், பெரும்பாலான கருத்துக் கணிப்புகள் தவறு செய்வது ஒரே நிலையில் இருக்கிறது. வெற்றி பெறும் கட்சி பெறப்போகும் இடங்களின் எண்ணிக்கையைக் குறைத்தே சொல்கின்றன. இவ்வாறு மாறாத ஒரே மாதிரியான குறைத்து மதிப்பிடும் ஒரு சார்பு நிலை வெற்றி பெறும் கட்சியின் இறுதி இடங்கள் கருத்துக் கணிப்பு முன்னறிவிப்பை விட அதிகமிருக்கும் என்று சரியாக யூகிக்க முடியும். இவ்வாறு குறைத்து மதிப்பிடும் ஒரு சார்பு நிலைக்குக் காரணம், கருத்துக் கணிப்பாளர்கள் இக்கட்டில் மாட்டிக் கொள்ளாமல் இருக்கப் பார்க்கிறார்கள்.

புள்ளி விபரப்படி எல்லாக் கருத்துக் கணிப்புகளும் முதல் வகை, இரண்டாம் வகைத் தவறுகளைச் செய்கின்றன. முதல் வகை இக்கட்டில் மாட்டிக் கொள்ள விரும்பாமல் இருப்பது, ஒரு எடுத்துக்காட்டு: விமான நிலையங்களில் உலோகத்தைக் கண்டுபிடிக்கும் கருவியால் உலோகப் பொருள் கொண்டு போகும் யாரையும் விட்டு விடாமல் இருக்கக் குறைந்த கீழ் எல்லையை வைத்திருக்கின்றன. இது உலோகத்தைக் கொண்டு போகாதவர்களையும் சேர்த்து சோதனை செய்வது. உலோகம் வைத்திருக்கும் யாரையும் விட்டு விடாமல் இருக்க இது அவசியமாகிறது.

வெற்றி பெறும் கட்சியைச் சரியாக அல்லது தவறாக முன்னறிவிப்பதா அல்லது அது பெறப்போகும் இடங்களைச் சரியாக அல்லது தவறாக முன்னறிவிப்பதா என்ற இரண்டில் கணிப்பாளர்கள் வெற்றி பெறும் கட்சி எது என்று சொல்வதிலேயே கவனம் செலுத்துகின்றனர்.

முதல் வகைப் பிழையா இரண்டாம் வகைப் பிழையா எதைத் தேர்வது என்ற குழப்பத்தினால் பெரும்பாலான கணிப்பாளர்கள் வெற்றி பெறும் கட்சிகளுக்குப் போகும் இடங்களைக் குறைத்து மதிப்பிடுகிறார்கள்.

19) எந்த கருத்துக் கணிப்பு முகமைகளை நம்புவது

இந்தியாவின் கணிப்பு முகமைகள் அவற்றின் பணியினுடைய தரத்தைப் பொறுத்தவரையில் ஒன்றுக்கொன்று மாறுபடுகின்றன. இறுதி முடிவு எடுப்பதற்கு முன்னர் வெவ்வேறு முகமைகளின் செயல்பாடுகளை ஒரு சார்பின்றி மதிப்பிடுவது அவசியம். ஒரு நல்ல முகமைக்கும், மோசமான முகமைக்கும் உள்ள வேறுபாட்டை

எப்படிக் கண்டுபிடிப்பது? சில முகமைகளின் முன்னறிவிப்புகள் 'எக்சிட்' கணிப்பில் 33 விழுக்காடே சரியாக இருக்கும். சிலவற்றில் 100 விழுக்காடு சரியாக இருக்கும். கவனமாக இருங்கள்!

20) போலிக் கருத்துக் கணிப்புகள் பற்றி எச்சரிக்கை

பல கட்ட மக்களவைத் தேர்தலில் எந்தக் கருத்துக் கணிப்பையும் வெளியிடக் கூடாது என்ற தேர்தல் ஆணையத்தின் தடை முதல் கட்டத் தேர்தலில் 48 மணி நேரத்திற்கு முந்தி தொடங்கி, கடைசிக் கட்டத்தில் இறுதி வாக்குப் போடப்படும் வரையில் நீடிப்பதால் அது பல வாரங்கள் செயலில் இருக்கும்.

இதனால் கவலை தரும் புது அச்சுறுத்தல் எழுகிறது. சமூக வலை தளங்களிலும், சில வேளைகளில் ஊடகங்களிலும் கூட, பெயர் எதுவும் குறிப்பிடாமல் போலிக் கணிப்புகள் வெளிப்படுவது அதிகமாகி விட்டது. பெரும்பாலான போலிக் கணிப்புகள் அரசியல் கட்சிகள் தங்கள் தொண்டர்களை ஊக்குவிப்பதற்காகப் பணம் கொடுத்துச் செய்பவை.

கணிப்புகளை வெளியிட விதிக்கப்பட்ட தடையே இப்படிப்பட்ட போலிக் கணிப்புகள் வருவதற்கும், வதந்திகள் பரவுவதற்கும் நேரடிக் காரணமாக இருக்கிறது. இந்த நூலின் ஆசிரியர்களாகிய நாங்கள் உட்பட பலரும் தடையை நீக்கிக் கணிப்புகளை வெளியிட அனுமதிக்க வேண்டும் என்று விரும்புகிறோம். உண்மையான கருத்துக் கணிப்புகளின் எண்ணிக்கை அதிகமாக இருப்பதால், போலிக் கணிப்புகளுக்கு மக்கள் மத்தியில் இடமிருக்காது.

தடையின் இருளில் போலிக் கணிப்புகள் வளர்கின்றன.

21) ஆன்-லைன் கணிப்புகள்: அவற்றை சீரியசாக எடுத்துக் கொள்ளாதீர்கள்

கருத்துக் கணிப்புகளைச் செய்யப் பொறுப்பளிப்பதில் அதிக செலவு இருப்பது ஒரு பெரிய தடை. எனவே பல ஊடகங்கள் செலவைக் குறைக்கத் தூண்டப்படுகின்றன. அதனால் அவை புதிய முயற்சிகளை மேற்கொள்கிறார்கள். இவை அறிவியல் பூர்வமானவையாக இல்லை, செல்லாதவை.

மன்னிக்கப்பட முடியாதவை சமூக வலைதளங்களைப் பயன்படுத்துபவை. அவை முறைசாராத தேர்வின் அடிப்படையில் செய்யப்படுவதாக வேறு சொல்லிக் கொள்கின்றன. இவற்றில் சில எடுத்துக்காட்டுகள்: பயனாளர்களிடம் தாமாக முன்வந்து விடையளிக்குமாறு சில கேள்விகளைக் கேட்கின்றன. அவை 'நாளை தேர்தல் நடந்தால் நீங்கள் யாருக்கு வாக்களிப்பீர்கள்?' அல்லது முதல்வர் / பிரதமரின் செயல்பாட்டை நீங்கள் எவ்வாறு தரப்படுத்துவீர்கள்?'

இப்படிப்பட்ட சமூக வலைதள அல்லது ஆன்-லைன் கணிப்புத் தற்செயலான முறைசாராத ஒன்றாக இருக்கவே முடியாது. எனவே நம்ப முடியாதது. ஒரு மாதிரி என்பது, வரையறையின்படி, பொதுவான ஆர்வத்தைப் பகிர்ந்து கொள்ளும் மக்கள் தொகையின் உட்கணமாக ஆனது. இங்கே என்ன நடக்கிறது என்றால் நல்ல அமைப்புடைய அரசியல் கட்சிகள் தங்கள் தொண்டர்களை மொத்தமாக தங்கள் விடைகளைப் பதிவு செய்யுமாறு செய்து விடுகின்றன.

22) பிற முன்னறிவிப்புகள்: சட்டமன்றத் தேர்தல்கள்

இந்த நூற்றாண்டுத் தொடக்கத்திலிருந்து சட்டமன்ற, மக்களவைத் தேர்தல்களின் பகுப்பாய்வு, மாநிலச் சட்டமன்றத் தேர்தல்கள் அந்த மாநிலத்தில் அடுத்த மக்களவைத் தேர்தலில் பெரிய கட்சியாக இருக்கும் என்பதற்கான முன்னறிவிப்புகளாக இருக்கும் என்பதைக் காட்டுகிறது.

ஒரு விழுக்காடு என்ற குறிப்பிடத்தக்க அளவில், சட்டமன்றத் தேர்தல்களில் வெற்றி பெறும் கட்சி அந்த மாநிலத்தில் மக்களவைத் தேர்தலிலும் அதிக இடங்களைக் கைப்பற்றும் என்று பதிவுகள் காட்டுகின்றன. ஆனால் மக்களவைத் தேர்தல் சட்டமன்றத் தேர்தல் நடந்து ஒரு ஆண்டுக்குள் நடத்தப்பட்டிருக்க வேண்டும்.

உண்மையில், மாநிலச் சட்டமன்றத் தேர்தலில் வெற்றி பெறும் கட்சி அடுத்த மக்களவைத் தேர்தல்களிலும் சிறப்பான வெற்றியைப் பெறுகிறது. அம்மாநிலத்தில் 25 சதவீத இடங்களை அதிகமாகப் பெறுகிறது. இந்த அதிகப்படியான முன்னேற்றம் புதிய மாநில அரசின் தேனிலவோடுகூட, மக்களவைத் தேர்தல்களில் அதிகமான இடங்களைப் பெறுவதற்காக மாநிலத் தேர்தல் முடிந்த உடனேயே

வியூகத்தோடு கூடிய பல கொள்கை அறிவிப்புகளும் சேர்ந்து கொள்வதால் கிடைக்கிறது.

2019 மக்களவைத் தேர்தல்களில் இது முக்கியத்துவம் பெறுகிறது. அது முக்கியம் என்று தரவுகள் சொல்லும் அதே வேளையில் மாநிலச் சட்டமன்றத் தேர்தல்களில் மிகப் பெரிய கட்சி அமோக வெற்றி பெறுவதை அடிப்படையாகக் கொண்டது அந்த முடிவு. 2018-இல் ஒரே மாநிலங்களில் தேர்தல்கள் நடத்தப்பட்டபோது, இரண்டு முக்கிய மாநிலங்களான ராஜஸ்தானிலும், மத்தியப் பிரதேசத்திலும் மிகக் குறைந்த வாக்கு வித்தியாசங்களுடன் வெற்றி பெறுகிறார்கள். எனவே, அமோக வெற்றியினால் கிடைக்கும் அதே வேகம், இங்கு மக்களவைத் தேர்தலில் குறைந்து விடுமா என்பது தெளிவாகத் தெரியவில்லை.

23) வேறு முன்னறிவிப்புகள்: வாக்குப் பதிவு முக்கியம்

கடந்த மூன்று மக்களவைத் தேர்தல்களில் வாக்குப் பதிவுக்கும், எண்ணிக்கைக்கும், ஒரு ஆட்சி பெறும் வாக்குகளுக்கும் உள்ள தொடர்பின் அடிப்படையில், 2019 தேர்தலில் எந்தக் கட்சி / யார் 2019-இல் வெற்றி பெறுவார் என்பதை வாக்குப் பதிவு முக்கியமான அடையாளமாக இருக்கும் என்று தெரிகிறது.

வாக்குப் பதிவு தரவு எந்தத் தொகுதியிலும் குறைந்த வாக்குப் பதிவு இருந்தால் அங்கு பாரதிய ஜனதா கட்சி வெற்றி பெறுகிறது என்று காட்டுகிறது. வாக்குப் பதிவு அதிகம் இருக்கும் தொகுதிகளில் காங்கிரசுக்கு வாய்ப்பு அதிகம்.

குறைந்த வாக்குப் பதிவுள்ள தொகுதிகள் அதிகம் இருந்தால் அது பாரதிய ஜனதா கட்சி-க்கு நல்ல செய்தி. ஏனென்றால் பாரதிய ஜனதா கட்சி தொண்டர்கள் நன்றாக வேலை செய்து கட்சியின் ஆதரவாளர்களை வாக்குச் சாவடிக்குக் கூட்டி வந்திருக்கிறார்கள் என்பதைக் காட்டுகிறது. ஆனால் மற்ற கட்சிகளுக்குத் தாமாக வந்து வாக்களிப்பது குறைவாக இருக்கும். மாறாக, வாக்குப் பதிவு அதிகமிருந்தால் காங்கிரசுக் கட்சி மகிழ்ச்சி அடைய வேண்டும். அதனுடைய ஆதரவாளர்களை அழைத்து வந்து வாக்களிக்கச் செய்ய அமைப்பு ரீதியான வலிமை இல்லாவிட்டாலும் வாக்காளர்கள் ஆர்வத்துடன் தாமாக வந்து வாக்களித்தவர்கள் அதிகம் என்று இது காட்டுகிறது. ஆகவே, 2019 மக்களவைத் தேர்தல்கள் வாக்குப் பதிவு

எண்ணிக்கையைப் பார்ப்பது முக்கியம். முடிந்தால் இதனைத் தொகுதி வாரியாகப் பார்க்க வேண்டும்.

24) பிற முன்னறிவிப்புகள்: இடைத் தேர்தல்கள்

மக்களவை இடைத் தேர்தல்கள் அடுத்த மக்களவைத் தேர்தல்களை முன்னறிவிப்பதில் சிறந்த இடம் வைக்கின்றனவா என்பது பற்றி எப்போதும் சந்தேகமும் சச்சரவும் இருக்கும்.

இடைத் தேர்தல்களின் வரலாற்று ஆய்வு செய்தால் அவை ஓரளவு நல்ல அடையாளங்கள் என்று காட்டுகிறது. இரண்டு தேர்தல்களுக்கும் இடைவெளி ஒன்பது மாதங்களுக்கும் குறைவாக இருக்கும் வரையில் மக்களவைத் தேர்தலில் வெற்றியடையும் கட்சி 75 சதவீதம் அடுத்த மக்களவைத் தேர்தலிலும் வெற்றி பெறுகிறது.

ஆகவே, 2019 மக்களவைத் தேர்தல்களுக்கு முன் கர்நாடகாவில் 2018-இல் நடந்த இடைத் தேர்தல்கள் முக்கியமானவை. காங்கிரசு + JDS கூட்டணி மூன்றில் இரண்டு இடைத் தேர்தல்களில் வென்றிருக்கிறது. ஆனால் 2014-இல் பாரதிய ஜனதா கட்சி மூன்றில் இரண்டு இடங்களைக் கைப்பற்றி இருந்தது. கர்நாடகாவில் 2019 மக்களவைத் தேர்தல்கள் பாரதிய ஜனதா கட்சிக்கு கவலையளிக்கக் கூடியவைதான். இடைத் தேர்தல்கள் நல்ல முன்னறிவிப்புகளாக இருந்தால், கர்நாடகா இடைத் தேர்தல்கள் செய்தியின்படி, பாரதிய ஜனதா கட்சி 2014-இல் அது பெற்ற பதினேழு மக்களவை இடங்களில் சிலவற்றை இழக்க நேரிடும். ஆனால் இது இப்போதைய மாநில அரசின் நிலைப்புத் தன்மையையும், கூட்டணிகள் மக்களவைத் தேர்தல்களிலும் தொடருமா என்பதையும் சார்ந்திருக்கும்.

25) பிற முன்னிறிவிப்புகள்: 'பெல்வெதர்' தொகுதிகள்

மக்களவைத் தேர்தலில் வெற்றி பெறும் கட்சியே அந்தந்தத் தொகுதியில் மீண்டும் மீண்டும் தேர்ந்தெடுக்கப்படும் தொகுதிகள் 'பெல்வெதர்' தொகுதிகள் எனப்படும். இது எதேச்சையாக நடைபெறுகிறதா அல்லது மக்கள் தொகை அமைப்பினாலா என்பது விளங்கவில்லை. இத்தகையப் 'பெல்வெதர்' தொகுதிகளின் 2019 தேர்தல் பட்டியலுக்குப் பார்க்க பகுதி 3.

26) 2019-இல் ஊடகங்களின் தாக்கம்

நாங்கள் இந்திய வாக்காளர்களோடு கடந்த ஆண்டுகளில் உரையாடிய அனுபவத்திலிருந்து அவர்கள் பிரச்சாரம் பற்றி, அது எவ்வளவு மறைமுகமாக இருந்தாலும், அவை தனியார் தொலைக்காட்சி அல்லது செய்தித்தாளாக இருந்தாலும், கவனமாக இருக்கிறார்கள் என்று தெளிவாகத் தெரிகிறது. மேலும் செய்தி அலைவரிசைகள் எண்ணிக்கை அதிகமாவதால் (காட்சிக் கணக்கெடுப்பின்படி 400), இன்று எந்த ஒரு குறிப்பிட்ட அலைவரிசைகளும் ஆதிக்கம் செலுத்துவதில்லை.

தேர்தல் செய்திகளைத் தருவதில் ஊடகம் முன்னேற்றம் கண்டிருக்கிறது. பல ஊடகங்களிலிருந்து கிடைக்கும் செய்திகளைப் பார்க்கும் / படிக்கும் மக்கள் தொகை முன்னெப்போதையும் விட இப்போது அதிகம். எனினும், வாக்களிப்பில் அரசியல் தலைவர்கள் நினைக்கும் அளவிற்கு அவ்வளவு தாக்கம் ஏற்படுத்துவதில்லை. தொலைக்காட்சி அலைவரிசைகளிலும், செய்தித்தாள்களிலும் கிடைப்பவற்றில் கருத்துக்களிலிருந்து செய்தியைப் பிரித்துப் பார்க்கும் ஆற்றல் இந்திய வாக்காளருக்கு இருக்கிறது. மேலும் அரசியல்வாதிகளுக்குச் சொந்தமான அலைவரிசைகள் நம்பப்படுவதில்லை.

ஆகவே, உச்சக் குரலில் தேர்தல் சமயத்தில் ஊடகங்கள் சொல்வது நமது கவனத்தை எடுத்துக் கொண்டாலும், வாக்காளர்கள் முடிவுக்கு வருவதற்குப் பல காரணிகளை அளந்து பார்க்கிறார்கள் என்பது எங்களது மதிப்பாய்விலிருந்தும், ஆயிரக்கணக்கான வாக்காளர்களுடன் நேரடியாக உரையாடுவதிலிருந்தும் தெரிந்தது. ஊடகத்தின் உரத்த குரல் அதன் தாக்கத்திற்கு தலைகீழ் விகிதத்தில் இருக்கிறது.

எனினும், சமூக ஊடகம் முற்றிலும் மாறானது. கைபேசிகளும், சமூக வலை தளங்களும், குறிப்பாக இளம் வாக்காளர்களை மிகவும் கவர்ந்து விட்டன. அரசியல் கட்சிகள் 24 x 7 மணி நேரமும் தங்களது செய்திகளைப் பரப்ப சமூக ஊடக மேடைகளை அதிகமாகப் பயன்படுத்துகின்றன. சில அரசியல்வாதிகள் 2019-ஐ வாட்ஸ்-ஆப் தேர்தல் என்றே அழைக்கிறார்கள்.

துரதிர்ஷ்டவசமாக சமூக வலைதளத்தில் பெயர் சொல்லாமல் செய்தி அனுப்புவது போலிச் செய்திகளையும் வெறுப்பு வதந்தியையும், வன்முறை அச்சத்தையும் பரப்பக் காரணமாகின்றன.

இது 2019 தேர்தல்களில் அதிகமாகலாம்.

27) வாக்கு எண்ணிக்கை நடக்கும் நாளில் ‘பம்ப்’ புக்கு எச்சரிக்கையாக இருங்கள்

வாக்கு எண்ணிக்கை அன்று முன்னணி நிலவரங்கள் இறுதி முடிவுகளாக மாற்றப்படுவதற்கு முன்னர் உங்களது தொலைக்காட்சிப் பெட்டியை விட்டுப் போய் விடும் தவறைச் செய்யாதீர்கள். சுற்றுக்கள் எண்ணப்பட எண்ணப்பட பெரிய மாற்றங்கள் நிகழும். இதில் எதுவும் சரி இல்லை. ஒவ்வொரு தேர்தலிலும் நடக்கும் புள்ளிவிபர நிகழ்ச்சிதான். எந்தக் கட்சி முன்னணி வகித்தாலும், அந்தக் கட்சிக்கு இது பயனுள்ளது.

எல்லா முன்னணி நிலவரங்களிலும் முன்னே நிற்கும் கட்சி முடிவுகள் வரும்போது பெறும் இடங்களின் எண்ணிக்கையில் ஒரு தாவல் (பம்ப்) ஏற்படும். இறுதியில் வெற்றி பெறும் கட்சி அதிகமாகவும், தோற்கும் கட்சி குறைவாகவும் இடங்களைப் பெறுவதை எதிர்பாருங்கள், மக்களவைத் தேர்தலில் 543 முன்னணி நிலவரங்களும் தெரியும்போது. ஆனால் இன்னும் எண்ணுவது தொடர்ந்து கொண்டிருந்தால், முன்னணியில் இருக்கும் கட்சிக்கு இன்னும் நாற்பத்தைந்து இடங்களைச் சேர்த்துக் கொண்டு பின்னால் வரும் கட்சிக்கு அதே எண்ணிக்கையைக் கழித்து விடுங்கள். அதாவது நாற்பத்தைந்து இட ‘பம்ப்’பையாவது தொண்ணூறு இடங்கள் அலைவையாவது எதிர்பாருங்கள்.

வெற்றி பெறும் கட்சியின் ‘பம்ப்’ வெற்றி, பெருவாரியாக இருக்கிறதா அல்லது சாதாரணமானதா என்பதைப் பொறுத்தது. பெருவாரி வெற்றிகள் குறைந்த வாக்கு வித்தியாச வெற்றிகளை விட அதிக இடங்களைப் பெறும்.

28) எவ்வளவு கீழே போய் வெற்றி பெற முடியும்?

2019 மக்களவைத் தேர்தலைப் பாதிக்கும் இன்னொரு போக்கு மிகக் குறைந்த சதவீத வாக்குகள் அதிக எண்ணிக்கையிலான இடங்களைத் தருவது. சென்ற தேர்தல்கள் காட்டியிருப்பது போல, 38 சதவீத வாக்கு பாரதிய ஜனதா கட்சிக்கும் அதன் கூட்டணிக் கட்சிகளுக்கும் 336 இடங்களைப் பெற்றுத் தந்தது.

அதிக வாக்குப் பெறுபவர் வெற்றி பெறுகிறார் என்ற தேர்தல் அமைப்பில் பிளவுபட்ட எதிர்க்கட்சிகள் இருப்பது இதற்குக் காரணம். பெரும்பான்மை இடங்களைப் பெற வாக்குகளின்

குறைந்த அளவு கீழே போய்க் கொண்டே இருக்கிறது. முதல் கட்டத் தேர்தல்களில் (1952-1977) பெரிய கட்சி சராசரியாக 47 சதவீத வாக்குகளை அது போட்டியிட்ட இடங்களிலிருந்து சராசரியாகப் பெறும். இரண்டாவது கட்டத்தில் (1977-2002) இது 43 சதவீதமாகக் குறைந்தது. இப்போது கடைசிக் கட்டத்தில் (2002-2019) பெரிய ஆளும் கூட்டங்கள் (தேசிய ஜனநாயகக் கூட்டணி, ஐக்கிய முற்போக்குக் கூட்டணி) இரண்டுமே அவை வெற்றி பெற்ற இடங்களின் வாக்கு சதவீதம் 37 ஆகக் குறைந்தன. இது பத்து சதவீதம் குறைவு.

29) வெற்றிக்கு எது முக்கியம்: வாக்கா, எதிர்க்கட்சியைப் பிரிப்பதா?

கடந்த காலத்தில், மக்கள் வாக்குப் பெற்று வெற்றி பெறுவது பிரிவுபட்ட எதிர்க்கட்சியை விட அதிக இடங்களைத் தந்தது.

1952 முதல் 2002 வரை ஒவ்வொரு மக்களவைத் தேர்தலிலும் ஆளும் கட்சி மக்கள் செல்வாக்கினால் மூன்றில் இரண்டு பங்கு இடங்களைப் பெற்றது. பிளவுபட்ட எதிர்க்கட்சியால் பெற்றது மூன்றில் ஒரு பங்கு இடங்கள் தான்.

புதிய நூற்றாண்டில், நிலைமை பெரிதும் மாறி விட்டது. இன்று தேர்தலில் வெற்றி பெற, எதிர்க்கட்சியைப் பிரிப்பது மக்கள் வாக்கைப் பெற்று வெற்றிபெறும் அளவிற்குச் சமமானது.

உண்மையில், மூன்றாவது கட்டத்தில் 45 சதவீத இடங்கள் எதிர்க் கட்சிப் பிளவினால் கிடைத்தன. மிச்சம், பாதிக்குச் சிறிது அதிகமாக, வெற்றி பெறும் கட்சி அல்லது கூட்டணியின் மக்கள் செல்வாக்கால் பெற்றது. ஒவ்வொரு தேர்தலிலும் எதிர்க் கட்சிகளின் ஒற்றுமையின் தாக்கம் கூடிக் கொண்டே வருகிறது. முதல் இரண்டு கட்டங்களில் 33 சதவீதத்திலிருந்து கடைசி மூன்று மக்களவைத் தேர்தல்களில் 45 சதவீதமாக உயர்ந்திருக்கிறது.

எனவே 2019-இல் கூட்டணிகள் முக்கிய பங்கு வகிக்கும் என்பதை எதிர்பாருங்கள்.

30) வாக்குகளின் அலைவு முன்னெப்போதையும் விட இப்போது அதிகத் தாக்கத்தை ஏற்படுத்துகிறது

அதிக வாக்குப் பெறுபவர் வெற்றி பெறுகிறார் என்ற அமைப்பின் தன்மை அதிகப்படியான அளவு இடங்கள் 1 சதவீத அலைவால் கை மாறுவதை உறுதி செய்கிறது. இது அதிகமாகிக் கொண்டே போய் 2019-இல் உச்சத்தைத் தொடலாம்.

தேர்தல்களின் முதல் கட்டத்தில் 1 சதவீத அலைவால் பன்னிரெண்டு இடங்கள் மட்டுமே கை மாறின. 1977-2002 கட்டத்தில் 1 சதவீத அலைவினால் பதினைந்து இடங்கள் கை மாறின.

இன்று அலைவினால் பல இடங்கள் கை மாறும். 1 சதவீத அலைவு பதினெட்டு இடங்கள் கைமாறக் காரணமாகும்.

31) எதிர்க் கட்சிகள் ஒற்றுமை அதிகமான தாக்கத்தை ஏற்படுத்தும்

வாக்குகளின் அலைவைப் போலவே, எதிர்க் கட்சிகளின் ஒற்றுமையில் 1 சதவீத மாற்றம் 2019-இல் அதிகத் தாக்கத்தை ஏற்படுத்தும்.

முன்னெப்போதைக் காட்டிலும், இப்போது எதிர்க் கட்சி ஒற்றுமையால் பெரும் மாற்றம் நிகழும். முந்தைய ஆண்டுகளில் எதிர்க் கட்சி ஒற்றுமை குறியீட்டு எண் (IOU) ஒரு சதவீதம் கூடினால் எதிர்க் கட்சி நான்கு இடங்கள் அதிகமாய்ப் பெறும். இன்று ஆறு ஏழு இடங்களாக அதிகரித்திருக்கிறது.

32) அலைவும், எதிர்க் கட்சி ஒற்றுமைக் குறியீட்டு எண்ணும்

மொத்தத்தில் IOU, அலைவுகளோடு ஒப்பிடும்போது அதிகமான தாக்கத்தை ஏற்படுத்துகிறது. முந்தைய ஆண்டுகளில் 1 சதவீத அலைவைச் சரிசெய்ய IOU-இல் மூன்று சதவீத மாற்றம் தேவைப்பட்டது. இன்று அதிகமாகி விட்டது. 1 சதவீத அலைவை எதிர்கொள்ள IOU-இல் 2.5 சதவீத மாற்றம் போதும். 0.5 சதவீத வித்தியாசம் சிறியதாகத் தோன்றலாம்; ஆனால் தேர்தல் கணிப்பில் அது மிகவும் குறிப்பிடத்தக்கது.

★★★

முடிவில் நமது காலங்களிலேயே மிக முக்கியமான இந்தத் தேர்தல் மிகவும் சிக்கல் வாய்ந்த ஒன்றாகவும் இருக்கிறது.

தீர்ப்பு ஒரு முடிவு சொல்லப்படாதக் கதை. தொடக்கம் இருந்தது, ஆனால் முடிவு இருக்காது. இந்தியத் தேர்தல்களின் பரிணாம வளர்ச்சி தொடரும், தேர்தல்கள் மிகவும் நவீன மயமாகவும், உறுதிப்படுத்துவனவாகவும் வாக்கின் அதிகாரத்தைப் புரிந்து கொண்டவையாகவும் இருக்கும்.

எனினும், ஒன்றையொன்று உறுதிபடச் செய்யும் இரண்டு உண்மைகள் பற்றி ஐயம் எதுவும் இல்லை, அவை மக்களாட்சி முறையில் இந்திய வாக்காளருக்கு உள்ள நம்பிக்கை, இந்திய வாக்காளரிடமிருந்து இந்திய மக்களாட்சி பெறும் நிலைப்புத் தன்மை.

தேசிய, மாநில, ஊராட்சி அளவில் ஐந்து ஆண்டுகளுக்கு ஒரு முறைதான் வாக்களிப்பு நடக்கிறது. எனினும் அதுதான் நமது மக்களாட்சி அரசியல் சட்டத்தின் பொருளும் தன்மையும் வகுத்த எல்லைகளுக்குள் நமது அரசியல்வாதிகளையும், அரசியல் கட்சிகளையும் வைத்திருக்கிறது.

பெரிய பதவியைத் தற்காலிகமாக வகிக்கும் மிக முக்கிய மனிதரோ, தனி மனிதர்களோ, நிர்வாகத்தை நடத்தும் அதிகார வர்க்கமோ, இன்றைக்கு ஊடகத்தையும், நாளைய வரலாற்று நூல்களையும் ஆட்சி செய்யும் உயர்மட்டத் தலைவர்களோ அல்ல, நாட்டின் நான்கு மூலைகளிலிருந்தும் வரும் பெயரில்லா வாக்காளர்தான் நமது மக்களாட்சி அரசின் உண்மையானக் காவலர்.

★ ★ ★

நன்றிகள்

இந்த நூல் கடந்த எழுபது ஆண்டுகளில் இந்தியத் தேர்தல்களின் திருப்பங்களையும் மாற்றங்களையும் பார்க்கிறது. பரந்த பரப்புடைய இப்புத்தகத்தை எழுத இதன் ஆசிரியர்களின் வேலை மட்டும் போதுமானதாக இல்லை. அறிவும், அனுபவமும், ஞானமும் உள்ள ஆட்கள், நிறுவனங்கள், தரவுகளின் மூலாதாரங்கள் கொண்டவர்களும், அவற்றைப் பகுப்பாய்வதில் அனுபவம் உள்ளவர்கள் ஆகியோரின் உதவியும், ஒத்துழைப்பும் இம்முயற்சிக்குத் தேவைப்படுகின்றன.

எங்களுக்கு இந்தப் பயணத்தில் பல நண்பர்கள் கிடைத்தார்கள். அவர்கள் இந்நூலை ஆக்குவதற்கு அவர்களுக்கே உரிய பல வழிகளில் உதவினார்கள். அவர்களது அனுபவத்தையும் நேரத்தையும் தாராளமாகக் கொடுத்திருக்கிறார்கள். அவர்களுடைய உதவிக்கும், ஒத்துழைப்புக்கும் நன்றி கூற விரும்புகிறோம். இறுதிப் படைப்பில் பொறுப்பு ஆசிரியர்களையே சாரும்.

தேர்தல் ஆணையம்

ராதிகா ராய்

சுமன் டூபே

யோகேந்திரா யாதவ்

ஹிரூபா ராய்

ஈஸ்வரி பாஜ்பாய்

செத் அலெக்சாண்டர் தெவோஸ்

எராம் தாரணி

ஹேமன்ந் கே.சஜ்நானி

டேடா நெட்

ஆய்வாளர்கள் அஷ்வின் குமார் முதலியோர்

தெய்வ ஜோதி (டாக்) கோஷ்

அமித் சேரு

சுனில் மாலூ, ராஜீவ் கரன்டிகர்

ஜில்ஸ் வெர்னியர்

அஷோக் லாகிரி

சர் டேவிட் பட்லர்

அருண் பூரி

நூல் வடிவமைப்பு: பெங்குயின் ரேண்டம் ஹவுஸ் இந்தியாவின் அணியினர்

ருசீரும் எங்களது நண்பர்களும்

விவான் போஸ் பைன்

NDTV

ஹானா ஐசக்

பொறுப்புத் துறப்பு

இந்த நூல் புனைவு சாராதது. இது சரிபார்க்கக் கூடிய ஆய்வின் வழியாக ஆசிரியர்களால் சேகரிக்கப்பட்டத் தரவுகள், அவர்கள் பிறரோடு கொண்ட உரையாடல்கள், அவர்களது அனுபவங்கள் அடிப்படையில் எழுதப்பட்டது. இந்நூலின் இயல்களில் தரப்பட்டிருக்கும் பார்வைகளும், கருத்துகளும் ஆசிரியர்களுடையவை மட்டுமே. வேறு யாருடைய பார்வைகளையும், கருத்துகளையும் பிரதிபலிப்பன அல்ல.

இந்த நூலின் நோக்கம் யாருடைய உணர்வுகளையும் புண்படுத்துவது அல்ல. குறிப்பிட்ட ஆள், சமுதாயம், பாலினம், கொள்கை, கட்சி, நாடு, மதம் ஆகிய எதனையும் சார்ந்தோ, எதிர்த்தோ ஒரு பக்கமானதாக இருக்கக் கூடாது என்பதும் இதன் நோக்கம்.

ச. வின்சென்ட்

மதுரை, கருமாத்தூர் அருள் ஆனந்தர் கல்லூரியில் ஆங்கிலத்துறைத் தலைவராக இருந்து ஓய்வு பெற்றவர். நைஜீரிய நாவலாசிரியர் சினுவ அச்சிபியின் நாவல்களை ஆய்வு செய்து முனைவர் பட்டம் பெற்றவர். பல நூல்களை ஆங்கிலத்திலிருந்து தமிழுக்கும் தமிழிலிருந்து ஆங்கிலத்திற்கும் மொழியாக்கம் செய்திருக்கிறார். சுயமுன்னேற்ற நூல்கள், முதியோருக்கான நூல் ஆகியவற்றையும் எழுதியிருக்கிறார். எதிர் வெளியீட்டில் *ஃபிராய்ட்* முதல் *கல்விக் கூடத்திலிருந்து விடுபடும் சமுதாயம்* வரை என பதிமூன்று நூல்கள் வெளிவந்திருக்கின்றன. பொள்ளாச்சி அருட்செல்வர் மகாலிங்கம் மொழிபெயர்ப்பு மையம், நியூ செஞ்சுரி புக் ஹவுஸ், நம் வாழ்வு, பன்முக மேடை முதலிய பதிப்பகங்கள் அவரது நூல்களை வெளியிட்டிருக்கின்றன.